படைப்பின் அற்புதத் தருணங்கள்
(மார்க்ஸ் எங்கெல்ஸ் எழுத்துக்கள் பற்றி ஓர் அறிமுகம்)

ந.முத்துமோகன்

நியூ செஞ்சுரி புக் ஹவுஸ் (பி) லிட்.,
41-பி, சிட்கோ இண்டஸ்டிரியல் எஸ்டேட்,
அம்பத்தூர், சென்னை - 600 050.
☎ : 044 - 26251968, 26258410, 48601884

Language: Tamil
Padaippin Arputhath Tharunangal
(Marx Engels Ezhuthugal Patri Oar Arimugam)

Author : **N.Muthumohan**

First Edition: February, 2022
Copyright: Author
No.of Pages: 232
Publisher:
New Century Book House Pvt. Ltd.,
41-B, SIDCO Industrial Estate,
Ambattur, Chennai - 600 050.
Tamilnadu State, India.
Email: info@ncbh.in
Online: www.ncbhpublisher.in

ISBN. 978-81-2344-210-5

Code No. A4563

₹ 250/-

Branches
Ambattur (H.O.) 044 - 26359906 **Spenzer Plaza (Chennai)** 044-28490027
Trichy 0431-2700885 **Pudukkottai** 04322- 227773 **Thanjavur** 04362-231371
Tirunelveli 0462-4210990, 2323990 **Madurai** 0452-2344106, 4374106
Dindigul 0451-2432172 **Coimbatore** 0422-2380554 **Erode** 0424-2256667
Salem 0427-2450817 **Hosur** 04344-245726 **Krishnagiri** 04343-234387
Ooty 0423-2441743 **Vellore** 0416-2234495 **Villupuram** 04146-227800
Pondicherry 0413-2280101 **Nagercoil** 04652-234990

படைப்பின் அற்புதத் தருணங்கள்
(மார்க்ஸ் எங்கெல்ஸ் எழுத்துக்கள் பற்றி ஓர் அறிமுகம்)
ஆசிரியர் : ந.முத்துமோகன்
முதல் பதிப்பு: பிப்ரவரி, 2022

அச்சிட்டோர்: பாவை பிரிண்டர்ஸ் (பி) லிட்.,
16 (142), ஜானி ஜான் கான் சாலை, இராயப்பேட்டை, சென்னை - 14
☎: 044-28482441

All rights reserved. No part of this book may be reprinted or reproduced or utilised in any form or by any electronic, mechanical, or other means, now known or hereafter invented, including photocopying and recording, or in any information storage or retrieval system, without permission in writing from the publishers.

மார்க்சியம் குறித்த தன்னளவில் முழுமையான ஒரு நூல்

தத்துவம் என்பது தத்துவ ஞானிகளுக்கானது மட்டுமே என்கிற கருத்தை மார்க்சியம் தகர்த்தது. வரலாற்றையும் தன் காலத்திய அரசியல் பொருளாதாரத்தையும் கார்ல் மார்க்ஸ் பாட்டாளிவர்க்க நோக்கிலிருந்து அணுகினார். அவர் அடிப்படையில் ஒரு தத்துவவியலாளர் என்பதை நாம் மறந்து விடக் கூடாது. அவரது முனைவர் பட்ட ஆய்வு எபிகூரசின் தத்துவார்த்தச் சிந்தனைகள் குறித்தது என்பதையும் நாம் அறிவோம். ஆனால் அவர் அதை ஒரு கல்வி சார்ந்த மற்றும் அன்றைய பொதுப் போக்காக இருந்த மதம் சார்ந்த ஒன்றாக முடக்கி விட வில்லை. இந்தியத் துணைக் கண்டத்தில் அப்படி நிகழவில்லை என்பதால் இதைச் சொல்ல வேண்டியுள்ளது. புராதனத் தத்துவம், மத்தியகாலத் தத்துவம், நவீனத்துவகாலத் தத்துவம் என்கிற அகன்ற மூன்று தத்துவ வளர்ச்சிக் கட்டங்களில் இந்தியத் துணைக் கண்டத்தைப் பொருத்தமட்டில் இங்கு இந்த மூன்றாம் நிலை எட்டப்படவில்லை. கங்கைச் சமவெளிப் பண்பாடு மற்றும் அதற்குப் பிந்திய மத்திய காலம் வரையிலான காலகட்டங்களின் புராதனத் தத்துவம், அதற்குப் பிந்திய மத அடிப்படையிலான தத்துவச் சிந்தனைகள் என்கிற மட்டத்தோடு இந்தியத் தத்துவ வளர்ச்சி தேங்கியது.

ஆனால் மேலைத் தத்துவம் தொடர்ந்து அடுத்த கட்டத்திற்கு நகர்ந்தது. தத்துவம், மதத்திலிருந்து பிரிக்கப்பட்டு ஒருவகையில் secular ஆன தத்துவ வளர்ச்சிகள் அங்கு தொடர்ந்தன. காண்ட், ஸ்பினோசா, ஹெகல், டெஸ்கர்ட்ஸ், ஃபூக்கோ, தெரிதா, ‘நவீனத்துவம்’, ‘பின்நவீனத்துவம்’ என்றெல்லாம் இன்றுவரை அங்கே தத்துவ வளர்ச்சி தொடர்கிறது. அந்த வகையில் முதலாளியப் பொருளாதார உருவாக்கம், பாட்டாளி வர்க்கத்தின் தோற்றம் முதலான பின்னணிகளில் உருவாகியவர் மார்க்ஸ். அப்படித் தோன்றியது மட்டுமல்ல, அதை உணர்ந்து அந்த நோக்கில் ஒரு பாட்டாளிவர்க்க அரசியலுக்கான தத்துவ நோக்குடன் வரலாற்றை அணுகியவர். அவருக்குப் பெருந்துணையாக நின்றவர் ஃப்ரெட்ரிக் ஏங்கல்ஸ்.

இந்த வரலாற்றை இங்கு ஏன் வலியுறுத்திச் சொல்ல வேண்டி உள்ளது என்றால் மார்க்ஸ் ஒரு அரசியல் அறிஞர் மட்டுமல்ல. அவர் ஒரு களப் போராளி எனச் சொன்னாலும்கூட அவரை நாம் முழுமையாகப் புரிந்து கொண்டவர்கள் ஆக மாட்டோம். அவர் அடிப்படையில் ஒரு தத்துவவியலாளர் - philosopher. எபிகூரசின் தத்துவத்தில் ஆய்வு செய்து முனைவர் பட்டம் பெற்றவர். முனைவர் பட்டத்துடன் ஏதோ ஒரு பல்கலைக் கழகத்தில் முடங்கியவர் அல்ல. மக்களோடு நின்றார். அடித்தள மக்களின் அரசியலைப் பேசினார். வெறும் களப்போராளி என்பதாகவும் அவர் நின்றுவிடவில்லை. தொடர்ந்து தன் ஆய்வுகளை மேற்கொண்டார்; உலக வரலாற்றின் புகழ்மிக்க படைப்புகளில் ஒன்றான 'டாஸ் கேபிடல்' தொகுதிகளைப் படைத்தார். முதலாளியத்தின் சகல பரிமாணங்களையும் ஆய்வு செய்ததோடு நில்லாமல் அன்றைய காலகட்டத்திற்கான புரட்சிகர வர்க்க அரசியல் ஒன்றை முன்வைத்துக் களத்தில் நின்றார். அன்றைய அரசியல் மற்றும் தத்துவார்த்தப் பிரச்சினைகள் எல்லாவற்றையும் பாட்டாளி வர்க்க நோக்கிலிருந்து எதிர்கொண்டார். ஒரு முதலாளியக் குடும்பத்தில் பிறந்து முதலாளித்துவ எதிர்ப்பில் மார்க்ஸோடு நின்ற ஃப்ரெட்ரிக் எங்கல்ஸ், மார்க்சின் மறைவிற்குப் பின்னும் பன்னிரண்டு ஆண்டு காலம் மார்க்ஸின் பணிகளைத் தொடர்ந்தார். மார்க்ஸ் எழுத்துக்களில் முதலாளியத்திற்கு முந்திய குடும்பம், தனிச்சொத்து உருவாக்கம் முதலியன குறித்து அதிகம் இல்லை என்பதால் அப்படியான திசைகளில் முக்கிய ஆய்வுகளைத் தொடர்ந்தார்.

இங்கு நான் சொல்லியுள்ள இந்த அனைத்தும் ஏற்கனவே நீங்கள் அறிந்தவைதான். ஆனால் தமிழின் முக்கிய மார்க்சிய அறிஞர்களில் ஒருவரான முனைவர் பேராசிரியர் ந.முத்துமோகன் அவர்களின் இந்த நூலின் இன்றைய முக்கியத்துவத்தைப் புரிந்து கொள்ள இதை இன்னொருமுறை வற்புறுத்த வேண்டியதாயிற்று. சோவியத் மற்றும் கிழக்கு ஐரோப்பிய நாடுகளின் வீழ்ச்சிக்குப் பின் "இனி வர்க்கப் போராட்டம் சாத்தியமில்லை. பண்பாடுகளுக்கு இடையிலான போராட்டங்களே சாத்தியம்" என மார்க்சியம் பொருளற்றதாக ஆகிவிட்டதாக முழங்கிய சாமுவேல் ஹட்டிங்டன் வகையறாக்கள் இன்று ஒரு கணம் திகைத்து நிற்கும் நிலையைப் பார்க்கிறோம். வர்க்கப் போராட்டத்திற்குப் பிந்திய காலம் என அவர்கள் சுட்டிக் காட்டிய காலகட்டம் இந்த நூற்றாண்டின் தொடக்கத்தில் பெரிய அளவில் பொருளாதார வீழ்ச்சிகளை எதிர்கொண்டது. வால்ஸ்ட்ரீட் அமர்வுப் போராட்டங்கள், மத்திய கிழக்கு நாடுகளில் நிகழ்ந்த அமர்வுப் போராட்டங்கள் முதலியன அவர்கள் பிரகடனம் செய்ததுபோல எல்லாம் முடிந்து விட்டதற்கான அடையாளங்களாக அமையவில்லை.

அதற்குப் பின் உலகம் எதிர்கொண்டுள்ள இந்தக் கோவிட் பெருந் தொற்றையும் கூட இன்றளவும் ஏதோ ஒரு வகையில் கொஞ்சமேனும் சோஷலிசப் பொருளாதாரத்துடன் விளங்கும் சீனமும், காஸ்ட்ரோவின் கியூபாவும்தான் ஓரளவு வெற்றிகரமாக எதிர்கொண்டதை உலகம் பார்த்தது. நவதாராளவாதத்தின் சிக்கல்கள், கார்பொரேட்களின் கொடும் அத்துமீறல்கள், முதலாளியப் பொருளாதாரம் தொடர்ந்து சந்தித்து வரும் பல பின்னடைவுகள் என்பனவெல்லாம், இவர்கள் முன்னிறுத்திய மார்க்சியத்திற்குப் பிந்திய உலகம் அவர்கள் சொன்னது போல அத்தனை வெற்றிகரமானதாக இல்லை என்பதை நம் கண்முன் நிறுவிவிட்டன. இவர்கள் சொன்ன நவதாராளவாதம் ஏராளமான ஊழல்களுக்கும் பொருளாதார நெருக்கடிகளுக்குமே இன்று காரணமாயுள்ளது. திட்டமிட்ட பொருளாதாரம் எனும் மார்க்சியக் கோட்பாட்டிற்கு மீண்டும் ஜோசப் ஸ்டிக்லிட்ஸ் முதலான நோபல் பரிசுபெற்ற பொருளாதார அறிஞர்களும்கூட இன்று வெளிப்படையான சுய விமர்சனங்களுடன் ஆதரவளிப்பதையும் நாம் காண்கிறோம்.

இப்படி மார்க்சியத்தின் தேவை அதிகமாகி உள்ள சூழலில்தான் இரண்டு ஆண்டுகளுக்கு முன் ‘மார்க்ஸ் - 200’ என 20 தொகுதிகளாகப் புகழ்பெற்ற ‘என் சி பி எச்’ நிறுவனம் வெளியிட்ட தொகுப்பு மற்றும் அதில் அடங்கிய முத்துமோகன் அவர்களின் குறிப்புகள் ஆகியன இன்று முக்கியத்துவம் பெறுகின்றன. இன்று இப்படி இந்த நூற் தொகுதிகள் ஒவ்வொன்றிலும் முன்னுரையாக நண்பர் முத்துமோகன் அவர்கள் எழுதிய, அந்தந்தத் தொகுப்புகளின் உள்ளடக்கங்கள் குறித்த விளக்கங்கள் தனி நூலாக வெளிவருவது அவசியமான ஒன்று. ஏன் இப்படிச் சொல்கிறேன் என்றால் ஒருவேளை மார்க்ஸ் - எங்கல்சின் இந்தத் தொகுப்புக்களை முழுமையாகப் படிக்க இயலாதவர்களுக்கும் கூட அவற்றின் உள்ளடக்கம் குறித்த அறிமுகமாக எழுதப்பட்ட இந்த நூற் தொகுப்பு மிகவும் பயனுடையதாக இருக்கும். இன்று இப்படித் தன்னளவில் முழுமையான ஒரு தனி நூலாக இந்த நூல் முன்வைக்கப் படுவது அவசியமான ஒன்று. வாய்ப்புள்ள தோழர்கள் மார்க்ஸ் எங்கல்ஸின் முக்கியப் படைப்புகளை வாசிக்க நேரும்போது முத்துமோகனின் இந்த நூல் அறிமுகங்களை முன்னதாக வாசித்து அவற்றின் உள்ளடக்கங்கள் குறித்த ஒரு தெளிவை ஏற்படுத்திக் கொள்வது பயன் தரும்.

தொகுத்துப் பார்க்கும்போது ஒன்று தெளிவாகிறது. மார்க்சியம் முன்வைத்த கருத்துக்கள் பலவும் இன்று நடைமுறையில் உறுதியாகி யுள்ளன. உலகம் ஒரு கிராமமாகச் சுருங்கிவிட்ட நிலை ஏற்பட்டுள்ளது என்றாலும் அது எவ்வகையிலும் பிரச்சினைகளுக்கு விடிவாக

அமையவில்லை என்பதையும் நாம் கண்முன் காண்கிறோம். பெரும் பொருளாதார வீழ்ச்சியை இன்று முதலாளியம் எதிர்கொண்டுள்ளது. உலக அளவில் இன்று முதலாளியம் தோற்றுள்ளது என்பதே எதார்த்தம். வால்ஸ்ட்ரீட் அமர்வு முதலான போராட்டங்கள் இதற்கு ஒரு எடுத்துக் காட்டு. 'பாட்டாளி வர்க்க சர்வாதிகாரம்' என்கிற ஆட்சிமுறை மீதான விமர்சனங்கள் இன்றும் உள்ள போதும் சோஷலிசப் பொருளாதாரம் என்கிற கருத்துக்கான நியாயங்கள் இன்று அதிகரித்துள்ளன. இன்று உலகப் பொருளாதாரம் சந்தித்துள்ள மிகப்பெரிய வீழ்ச்சிகளுக்கு மத்தியில் சோஷலிசப் பொருளாதாரத்தின் தேவை குறித்த நம் பார்வைகள் இன்று கவனத்திற்கு உள்ளாகின்றன. இன்னொரு பக்கம் இவர்கள் முன்வைத்த பண்பாடுகளுக்கு இடையேயான மோதல்கள் உலகெங்கிலும் வரலாறு காணாத அளவிற்கு மக்களிடையே மத, இன, சாதி முதலான கொடும் வெறுப்புகளுக்கும் வன்முறைகளுக்கும் காரணமாகியுள்ளன.

மார்க்சியர்கள் சோஷலிசப் பொருளாதாரம் என்பதை முன்வைத்து இன்னும் ஆழமாகப் பேச வேண்டிய தருணம் இது. இந்தப் பின்னணியில் 2020ஆம் ஆண்டில் என்.சி.பி.எச் நிறுவனம் தேர்வு செய்து 20 தொகுதி களாக வெளியிட்ட மார்க்சியத் தொகுப்புகளும், அவற்றின் பின்புலம் மற்றும் முக்கியத்துவங்களை விளக்கி எழுதப்பட்டதும், தன்னளவில் முழுமையானதுமான இந்நூலும் முக்கியமானவை எனக் கூறுவது மிகை அல்ல.

மார்க்ஸ் வெறும் தத்துவப் பேராசிரியர் மட்டுமல்ல. அவர் வாசிக்காத முக்கிய உலக இலக்கியங்கள் அதிகமில்லை. வாழ்வின் இறுதிக் கட்டத்திலும்கூட அவர் படிக்க முனைந்த நூல் ஒன்றை அவர் படிக்க இயலாமலே போனதையும், பின் அதை எங்கல்ஸ் அறிமுகம் செய்ததையும் முத்துமோகன் இந்த நூலில் பதிவு செய்கிறார்.

விஞ்ஞானபூர்வமான பார்வை என மார்க்சியர்கள் அடிக்கடி சொல்வதைக் காணலாம். அதென்ன? எல்லாவற்றையும் வர்க்கக் கண்ணோட்டத்துடன் அணுகுவதுதான் மார்க்சியம் குறிப்பிடும் அறிவியல் பூர்வமான பார்வை எனச் சுட்டிக்காட்டுகிறார் முத்து மோகன். மார்க்ஸ் வெறும் தத்துவவியலாளர் மட்டுமல்ல என்பது போலவே அவர் ஒரு பொருளாதார அறிஞர் மட்டுமல்ல. அவர் இலக்கியவாதியும் கூட. முக்கிய உலக இலக்கியங்கள் அனைத்திலும் பரிச்சயமானவர் மட்டுமல்ல, அவற்றை அவ்வப்போது தன் எழுத்துக் களின் ஊடாகப் பயன்படுத்துவதில் அவருக்கு இணை யாரும் இல்லை. அதை அவர் படாடோபமாக முன்வைத்துக் கொள்வதும் இல்லை. மார்க்ஸ் எழுத்துக்களில் ஆங்காங்கு காணப்படும் உலகப் புகழ்பெற்ற

இலக்கியப் பயன்பாடுகளையும், மேற்கோள்களையும் குறித்துப் பேராசிரியர் எஸ்.எஸ். ப்ராவெர் 420 பக்கங்களில் ஒரு விரிவான ஆய்வு நூலே படைத்துள்ளார் (S.S.Prawer, Karl Marx and World Literature, O.U.P, 1978). அப்படியான இலக்கிய மேற்கோள்களை மார்க்ஸ் ஆங்காங்கு அலட்டல் இல்லாமல் தன் தத்துவக் கருத்துக்களை விளக்கப் பயன்படுத்திக் கொள்ளும் அழகு வியப்புக்குரிய ஒன்று. "கடவுள் தன் சாயலில் மனிதனைப் படைத்தார்" - என்பது விவிலியம். "முதலாளியம் தன் சாயலிலேயே உலகைப் படைக்க முனைகிறது" என மார்க்ஸ் போகிற போக்கில் சொல்லிச் செல்வார்.

"எல்லாவற்றையும் பண்டமாக்குகிறது முதலாளியம். கடைசியில் அது மனித உழைப்பையே பண்டமாக்கிவிட்டது" என்பார். "முதலாளியம் தீர்க்க முடியாத முரண்பாடுகளின் மீது கட்டமைக்கப்படுகிறது. எனவே அது இருபது முப்பது ஆண்டுகளுக்கு ஒருமுறை கொடூரமான நெருக்கடியைச் சந்திப்பது தவிர்க்க இயலாதது" என்பதை அதன் தொடக்க காலத்திலேயே அடையாளம் காட்டினார். இன்று நான் நேரில் அதை அனுபவித்துக் கொண்டுள்ளோம்.

"நிலப்பிரபுத்துவத்தை ஒழிப்பதன் ஊடாக அது பழமைக்கு எதிரான புரட்சிகர சக்தியாகவும் உள்ளது" - என்பதையும் மார்க்ஸ்தான் சொன்னார். அந்த வகையில் பூர்ஷ்வா முதலாளியம் நிலப்பிரபுத் துவத்தைக் காட்டிலும் ஒரு முற்போக்கு சக்தியாக உள்ளது என்பதையும் மார்க்ஸ் சொல்லத் தவறவில்லை. இதன் பொருள் முதலாளியத்தை விமர்சிக்கும் போக்கு என்பது இன்னொரு பக்கம் எக்காரணம் கொண்டும் முதலாளியத்திற்கு முந்திய அரசு மற்றும் சமூக அமைப்புகளைக் கொண்டாடுவதாக அமைந்துவிடக் கூடாது என்பதில் மார்க்ஸ் எச்சரிக்கையாக இருந்தார் என்பதுதான்.

மார்க்ஸின் இந்தியா குறித்த கூர்மையான பார்வைகளை முத்துமோகன் சற்று விரிவாகவே முன்வைக்கிறார். முதல் சுதந்திரப் போர் எனக் கருதப்படும் 'சிப்பாய்க் கலகம்' குறித்த மார்க்சின் கருத்துக்களும், அது குறித்த இப்போதைய இந்திய அறிஞர்களின் பார்வைகளும் முக்கியமானவை. வட இந்தியர்களை 'இந்துக்கள்' எனக் குறிப்பிடும் மார்க்ஸ், மராத்தி, தக்காணம், தமிழ், கன்னடம், தெலுங்குப் பகுதிகளில் வாழும் மக்களை வேறுபடுத்திக் காட்டுவதும் கவனிக்கத்தக்க ஒன்று.

மார்க்ஸ் - எங்கல்சின் வரலாற்றுச் சிறப்புமிக்க 'கம்யூனிஸ்ட் கட்சி அறிக்கை' அவர்களின் ஒரு மிக முக்கியமான படைப்பு. இது குறித்தும் முத்துமோகன் பதிவு செய்கிறார்.

எனினும் சோஷலிசக் கட்டுமானம் குறித்த ஆய்வு எதையும் மார்க்ஸ் - எங்கல்ஸ் மேற்கொள்ளவில்லை; புரட்சிக்குப் பிந்திய சமூகம் குறித்தும் அவர்கள் அதிகம் பேசவில்லை. 'சோஷலிச எதார்த்தவாதம்' என்பதாக ஒரு இலக்கியக் கோட்பாடும் அவர்கள் காலத்தில் பேசப் பட்டவை அல்ல என்பவற்றையும் நாம் நினைவிற்கொள்வது அவசியம்.

மனிதர்களின் தேவைகள் வெறும் பசியாறுதலோடு முடிந்து விடுவதல்ல. கம்யூனிஸ்ட் கட்சி அறிக்கை இன்றைய பிரச்சினை களுக்கு அதீதமான தொழில்நுட்ப வளர்ச்சியின் மீது பழிபோட்டு விட்டு ஓயவில்லை. அல்லது தொழிலாளி வர்க்கத்தின் மீதான சுரண்டல் அநீதியானது எனச் சொல்லியும் முடித்துக் கொள்ளவில்லை. மாறாக பிரச்சினை என்பது முதலாளியம் தர்க்கபூர்வமானது (rational) அல்ல என்பதில் அடங்கியுள்ளது. அதன் தத்துவம் அறிவுக்குப் புறம்பானது (irrational). வாங்கும் திறனற்றவர்களாகத் தொழிலாளிகளை ஆக்கி விட்டு 'ரோபோ'க்களையும், தானியங்கி எந்திரங்களையும் வைத்துக் கொண்டு வெறும் உற்பத்தியைப் பெருக்கிக் கொண்டே போவது சாத்தியமில்லை எனச் சொன்னதுதான் மார்க்சியத்தின் பங்களிப்பு. புத்திசாலித்தனமான கண்டுபிடிப்புகளை எல்லாம் அறிவு பூர்வமாகப் பயன்படுத்துவதற்கு முதலாளியத்தால் சாத்தியமே இல்லை. மேலும் மேலும் மூலதனத்தைக் குவித்துக்கொண்டே போவதனால் என்ன பயன்? எந்திரங்கள் பெருகிக்கொண்டே போகின்றன. ஆனால் மனிதர்களின் ஓய்வு நேரம் குறைந்துகொண்டே போகிறது என்பதை எத்தகைய தர்க்கம் அல்லது தர்மத்தின் ஊடாக முதலாளித்துவத்தால் விளக்கிவிட இயலும்? மேலும் மேலும் தொழிலாளிகளை ஏதுமற்றவர் களாக (precariat) ஆக்கிக்கொண்டு எவ்வளவு காலம் முதலாளி வர்க்கம் நிம்மதியாக இருந்துவிட முடியும்? இதை இன்று அவர்களும் உணர்கிறார்கள். நினைவிருக்கட்டும். அவர்களும் இன்று நிம்மதியாக இல்லை.

என்.சி.பி.எச் வெளியீடாக இன்று வெளிவரும் முத்துமோகன் அவர்களின் நூல் முக்கியமான ஒன்று மட்டுமல்ல. தன்னளவில் முழுமை யானதும் கூட. இதனைச் சிறப்புற வெளியிடும் என்.சி.பி.எச் நிறுவனத் திற்கும், மேலாண்மை இயக்குனர் சண்முகம் சரவணனுக்கும், இனிய நண்பர் அம்மாசத்திரம் சரவணனுக்கும் என் நன்றிகள்.

பிப்ரவரி 19, 2022 அ.மார்க்ஸ்
சென்னை

நன்றிகளுடன்...

மார்க்சின் இரண்டாம் நூற்றாண்டை முன்னிட்டு மார்க்ஸ், எங்கெல்சின் 20 தொகுதிகளை வெளியிடுவது என்ற மிகப்பெரிய வேலைத்திட்டத்தை வகுத்துச் செயல்பட்ட நியூ செஞ்சுரி புத்தக நிறுவனத்திற்கு தமிழ் வாசகர்கள் நன்றி கூறவேண்டும். அந்நிறுவனத்தின் மேலாண்மை இயக்குநர் நண்பர் சண்முகம் சரவணனுக்கும் அவரோடு உடன் நின்று வேலை செய்யும் பொதுமேலாளர் ரத்தினசபாபதி மற்றும் ஜி.சரவணன் முதலான தோழர்களுக்கும் நன்றி கூறுவோம்.

மதுரை   ந.முத்துமோகன்

1

படைப்பின் அற்புதத் தருணங்கள்

1848 ஆம் ஆண்டு உலக வரலாற்றில் ஒரு முக்கியமான ஆண்டு. அந்த ஆண்டில்தான் மார்க்ஸ், எங்கெல்ஸ் ஆகிய இருவரும் சேர்ந்து உருவாக்கிய 'கம்யூனிஸ்ட் அறிக்கை' வெளிவந்தது. 1848ஆம் ஆண்டையும் கம்யூனிஸ்ட் அறிக்கையையும் சர்வதேச கம்யூனிச இயக்கத்தின் வரலாற்றில் முக்கிய மைல்கற்களாகக் கருதலாம். மார்க்ஸ், எங்கெல்ஸ் தேர்வு நூல்கள் வரிசையில் தொகுதி ஒன்று, 1848 கம்யூனிஸ்ட் அறிக்கையை அடையாளமாகக் கொண்டு தயாரிக்கப் பட்டுள்ளது. 1841 ஆம் ஆண்டிலிருந்து மார்க்ஸ், எங்கெல்ஸ் ஆகியோரின் சிந்தனை எவ்வாறு கம்யூனிஸ்ட் அறிக்கையை நோக்கி நகர்ந்து வந்தது என்பதை இத்தொகுப்பில் இடம் பெற்றுள்ள நூல்களும் கட்டுரைகளும் எடுத்துக்காட்டுகின்றன. 1841 ல் மார்க்ஸ் அவரது டாக்டர் பட்டத்திற்கான ஆய்வேட்டைச் சமர்ப்பித்ததிலிருந்து சுமார் 10 ஆண்டுகளில் அவரது சிந்தனைப் பரிணாமத்தை இத்தொகுதிகளில் இடம்பெற்றுள்ள படைப்புகள் எடுத்துக்காட்டுகின்றன. மிக உக்கிரமான வேகத்துடன், காத்திரமான பிரச்சினைகளின் ஊடாக, குறிப்பிட்ட இவ்வாண்டுகளில் மார்க்ஸ், எங்கெல்ஸ் ஆகியோரின் தேடல்கள் நிகழ்ந்தன. அவற்றைத்தான் இந்த அறிமுக உரையில் 'படைப்பின் அற்புதத் தருணங்கள்' என்று நாம் பெயரிட்டு அழைக்கிறோம். உலகம் அதுவரையில் அறியாதிருந்த மார்க்சியம் என்ற ஒரு புதிய சிந்தனை எந்தெந்தப் பிரச்சினைகளின் ஊடாகப் பயணம் செய்து அதன் சிந்தனை உயரத்தை எட்டியது என்பதை இந்த அறிமுகக் கட்டுரையில் வரிசைப்படுத்த முனைகிறோம்.

மார்க்சின் டாக்டர் பட்ட ஆய்வேடு (1841)

பண்டைய கிரேக்கத் தத்துவத்தில் இரண்டு முக்கியமான பொருள்முதல்வாதிகள் இருந்தனர். டெமாக்ரிட், எப்பிக்யூர் ஆகியோர் அவர்கள். மார்க்ஸ் அவர்கள் இருவரின் தத்துவங்களையும் ஒப்பிட்டுத் தனது டாக்டர் பட்டத்திற்கான ஆய்வினைச் செய்தார். டெமாக்ரிட், எப்பிக்யூர் ஆகியோரின் இயற்கைத் தத்துவங்களிடையிலான வேறுபாடுகள் என்பது ஆய்வேட்டின் தலைப்பு. குறிப்பிட்ட அக்காலம் ஜெர்மனியில் ஹெகல் என்ற மிகப்பெரிய தத்துவவாதியை அடுத்து வந்த காலம்.

இன்றைய மொழியில் அதனைப் பின் ஹெகலிய காலம் என்று சொல்லவேண்டும். ஹெகல் ஓர் அறிவார்ந்த கிறித்தவ சிந்தனையாளர். இறைவன் அல்லது பரம்பொருள் என்ற உலகைக் கடந்த ஒற்றைக் கருத்திலிருந்து அவர் உலகம், இயற்கை, சமூகம், வரலாறு, சிந்தனை, தருக்கவியல், சமயம், சட்டவியல், அழகியல் ஆகிய சகலவற்றையும் வருவித்துக் காட்டினார். அன்றைய அளவுகோல்களின் படி அது ஒரு முழுநிறைவான தத்துவம். ஹெகல் ஒரு மிகப்பெரிய ஆலமரம். ஆயின் அவருக்குப் பிறகு அத்தத்துவம் எந்தத் திசை நோக்கித் திரும்பும்? அவரளவுக்குப் பெரிய சிந்தனையாளர்கள் தோன்ற சாத்தியம் இருந்ததா? ஒரு முட்டுச் சந்து போல, உச்சியை நோக்கி வளர்ந்துவிட்ட அது தொடர்ந்து போக இடம் இருந்ததா?

ஹெகலை அடுத்து வந்த காலத்தைப் பண்டைய கிரேக்கத்தில் அரிஸ்டாட்டிலுக்குப் பிறகான காலத்தோடு அறிஞர்கள் ஒப்பிடுகின்றனர். மார்க்சும் அப்படித்தான் கருதினார். அரிஸ்டாட்டிலைத் தொடர்ந்து கிரேக்கத்தில், ஸ்டாயிக்குகள் (பிடிவாதமான அறச்சிந்தனையாளர்கள்), எப்பிக்யூரியர்கள் (இன்பநுகர்ச்சியாளர்கள்?), ஸ்கெப்டிக்குகள் (நம்பிக்கை வறட்சியாளர்கள்) போன்ற தத்துவவாதிகள் கிரேக்கத்தில் தோன்றினார்கள். கிரேக்கத் தத்துவம் ரோமானியத் தத்துவமாக அக்காலத்தில் மாறி நடைபோட்டது. கிரேக்க அறிவுவாதம் கிறித்தவச் சமயச் சிந்தனையாக மாற்றம் பெற்றது. பண்டையக் கிரேக்க சூழலுக்கும் பின்னை ஹெகலியச் சூழல்களுக்கும் இடையில் ஓர் ஒப்புமை இருப்பதாக மார்க்சுக்குத் தோன்றியது. மார்க்ஸ் தனது சமகாலச் சூழல்களுக்குள் தலையிடுவதற்காகக் கிரேக்கத் தத்துவம் குறித்த ஆய்வில் ஈடுபட்டார்.

மார்க்சுக்குப் பிடித்த கிரேக்கப் புராணக் கதாநாயகன் புரோமித்தஸ். அவர் சொர்க்கத்தில் கடவுளர்களிடையில் மட்டும் பயன்பாட்டில் இருந்த நெருப்பைத் திருடி, நெஞ்சுக் கூட்டுக்குள் மறைத்து வைத்து, பூமிக்குக் கொண்டு வந்து மக்களிடம் வழங்கினார். அன்றைக்கு இளம் ஹெகலியவாதியாக இருந்த மார்க்சும் அப்படித்தான் தன்னையும் நினைத்துக் கொண்டார். தத்துவ வெளிச்சத்தை மக்களிடம் கொண்டு வந்து சேர்க்க வேண்டும். அறிவின் ஆற்றலை உழைக்கும் மக்களிடம் மீட்டுக் கொணர்ந்து சேர்ப்பிக்க வேண்டும். இவ்வாறாக மார்க்சின் ஆய்வுத் தலைப்பு ஓர் இணைநிலை நோக்கம் கொண்டது. டெமாக்ரிட், எப்பிக்யூர் என்ற இரண்டு தத்துவவாதிகளைக் குறித்த ஆய்வின் மூலம், மார்க்ஸ் மேற்கு ஐரோப்பாவில் ஹெகலுக்குப் பிந்திய தத்துவ வரலாற்றில் பொருள்முதல்வாதத் திருப்பத்தை முன்மொழிந்தார்.

டெமாக்ரிட், எப்பிக்யூர் இருவருமே அடிப்படையில் தத்துவத்தின் பகுத்தறிவுப் பண்பை நிலைநிறுத்தியவர்கள் என்று மார்க்ஸ் வாதிடுகிறார். தத்துவத்தை இறையியலோடு ஒப்பிட்டு இதனை அவர் விளக்குகிறார். தத்துவத்தையும் இறையியலையும் சமப்படுத்தவோ, சமரசப்படுத்தவோ கூடாது என்று மார்க்ஸ் கூறுகிறார். மார்க்சுக்கு இந்நிலையில் தத்துவம் எனில் சுதந்திரம், அறிவு, விடுதலை, மனிதரின் சுய ஓர்மை. இங்கு மார்க்ஸ் புரோமித்தசை நினைவுபடுத்துகிறார். "எல்லாக் கடவுளரையும் நான் வெறுக்கிறேன். கடவுளர்கள் மனிதர்களது சுய ஓர்மையை அங்கீகரிப்பதில்லை". இவை புரோமித்தஸின் வார்த்தைகள்.

எப்பிக்யூரைப் பற்றிச் சொல்லும் போது அவர் ஓர் உணர்ச்சித் தத்துவவாதி என்று சொல்லுவார்கள். இதே கருத்தின் அடிப்படையில் அவரது தத்துவத்தை இன்ப நுகர்ச்சிவாதம் என்றும் சொல்லுவதுண்டு. உணர்ச்சி என்பது மனிதரில் பொருள்முதல்வாதம். டெமாக்ரிட்டை அப்படி யாரும் சொல்லுவது கிடையாது. அவரைப் புறவயமான பொருள்முதல்வாதி என்று கறாராகக் குறிப்பிடுவர். அதாவது மானுடச் சார்பற்று, மனித உணர்ச்சிகளின் பங்கேற்பு எதுவும் இல்லாமல், இயற்கை இயற்கையாக மட்டும் புறவயமாகத் தொழில்படுகிறது என்பது அதன் பொருள். ஆயின் மார்க்சுக்கு இயற்கை இப்படி ஓர் எந்திரம் போல தொழில்படுவது ரசிக்கவில்லை.

இப்போது மார்க்சுக்கு எப்பிக்யூருக்கும் டெமாக்ரிட்டுக்கும் இடையிலான வேறுபாடு சரியாகத் தென்படுகிறது. டெமாக்ரிட்டின் இயற்கையில் சுதந்திரத்திற்கோ தன்னிச்சைக்கோ இடமில்லை. அணுக்களின் இயக்கமே கூட நேர்கோட்டுப் பாதைகளைக் கொண்டது. அது கறாரான நிர்ணயவாதத்திற்கு ஆட்பட்டது. எப்பிக்யூரின் பொருள் முதல்வாதம் சம அளவில் இயற்கையின் புறவயப் பண்பையும் மானுடப் பங்கேற்பின் அகவயப் பண்பையும் அங்கீகரிக்கிறது. அங்கு உயிர்ப் பண்பு, சுதந்திரம், தன்னிச்சை ஆகியவற்றுக்குப் போதுமான இடம் உண்டு. அணுக்கள் எப்பிக்யூரின் சித்தரிப்பில் நேர்கோட்டில் பயணிப்பதில்லை. அவை சுழல் இயக்கம் கொண்டவை. அவை வளைகோட்டுப் பாதையில் இயங்குகின்றன. அவை திசைமாறவும் (Swerve) செய்கின்றன.

மார்க்ஸ் கருத்துமுதல்வாதத் தத்துவங்களின் எதிரி என்பது உண்மைதான். ஆயின் அவர் அவருக்கு முந்திய காலத்தியப் பொருள் முதல்வாதங்களையும் விமர்சனங்களுக்கு ஆட்படுத்தினார். மார்க்சுக்கு முந்திய பொருள்முதல்வாதத் தத்துவங்களில் மிகபெரிய ஒரு குறைபாடு, பலவீனம், ஓர் இடைவெளி இருந்தது. அவை மனிதனைத்

தொடுவதில்லை, அவனை உசுப்புவதில்லை, அவனது ஆற்றலைச் சீண்டுவதில்லை. எப்பிக்யூரின் தத்துவத்தில் மார்க்ஸ் அதனைக் கண்டு கொண்டார். ஜெர்மனியில் ஹெகலுக்குப் பிறகு பொருள்முதல்வாதம் நோக்கிய ஒரு திசைமாற்றம் ஏற்பட வேண்டுமானால், அப்பொருள் முதல்வாதம் இயங்கியலைச் சுவீகரித்து, மானுடச் செயல்பாட்டிற்கு முன்னுரிமை வழங்கும் தத்துவமாக இருக்க வேண்டும். எப்பிக்யூரிட மிருந்து மார்க்ஸ் வரித்துக்கொண்ட பாடம் அது. எப்பிக்யூரின் உணர்ச்சிகளில் நனைந்த பொருள்முதல்வாதத்தை மார்க்சின் ஆய்வேடு பாராட்டியது. இளம் மார்க்சின் அற்புதமான முதல் படைப்புத் தருணம் இது.

மதம் குறித்த இளம் மார்க்சின் விமர்சனங்கள்

"மதம் குறித்த விமர்சனம்தான் எல்லா விமர்சனங்களுக்கும் முன் நிபந்தனையாகவும் உள்ளது." ஹெகல் குறித்த மார்க்சின் ஒரு கட்டுரை *(1843-44)* மேற்குறித்த வாக்கியத்தோடு தொடங்குகிறது. ஜெர்மானிய அறிஞர்கள் வட்டாரத்தில் அன்றைய நாட்களில் மதம் குறித்த விவாதங்கள் மிகக் காத்திரமாக நடைபெற்று வந்தன. மார்க்சும் எங்கெல்சும் இவ்விவாதங்களில் தீவிரமாகப் பங்கேற்றனர். மதம் குறித்த விமர்சனங்களில் மார்க்ஸ் இக்காலத்தில் ஜெர்மானிய மனிதவியல் பொருள்முதல்வாதியான லூத்விக் ஃபாயர்பாகைப் பின்பற்றினார்.

"பரலோகத்தின் விநோத யதார்த்தத்தில் அதிமானுடனைக் காண விரும்பிய மனிதன் தனது சொந்தப் பிரதிபிம்பத்தைத் தவிர வேறு எதையும் அங்குக் காணவில்லை." இதுவே ஃபாயர்பாகின் நிலைப்பாடு. இந்தக் கருத்தை இன்னும் பல சொற்களால் மார்க்ஸ் தீவிரப்படுத்துகிறார். அப்படித் தீவிரப்படுத்தும்போது அவரால் அடுத்த நிலையை நோக்கி நகர முடிகிறது.

"மதத்தின் துயரம் என்பது ஒரே சமயத்தில் உண்மையான துயரத்தின் வெளியீடாகவும், உண்மையான துயரத்துக்கெதிரான ஆட்சேபனையாகவும் இருக்கிறது." இது ஃபாயர்பாகின் அணுகுமுறை அல்ல. இங்கு ஹெகலிய இயங்கியல் தொழில்படுகிறது. மதம் குறித்த இயங்கியல் சித்தரிப்பு இது. மதத்தின் இரண்டு முகங்கள் இங்கு வெளிப்படுத்தப்பட்டுள்ளன. மதத்தில் மானுட துயரத்திற்கு எதிரான ஆட்சேபணை (விமர்சனம், எதிர்ப்பு) உள்ளது என்ற கருத்தைப் பகுத்தறிவு அவ்வளவு எளிதில் ஏற்றுக் கொள்ளாது. ஆயின் இயங்கியல் தத்துவம் மதத்தை உடன்பாடாகவும் எதிர்ப்பாகவும் இணைத்துக் காணும் ஆற்றல் கொண்டது. ஃபாயர்பாகிலிருந்து தொடங்கிய மார்க்ஸ், அதனுள் ஹெகலிய அணுகுமுறையை மிகநுட்பமாக நுழைப்பதைக் காணுகிறோம்.

மதத்தை மானுடத் துயரத்திற்கெதிரான ஆட்சேபனையாகக் கொள்ளும் போது, அது "இதயமில்லா உலகத்தின் இதயமாகவும் ஒடுக்கப்பட்ட சீவனின் பெருமூச்சாகவும்" ஆகிவிடுகிறது. "இவ்வாறாக, பரலோகத்தைப் பற்றிய விமர்சனம் பூவுலகைப் பற்றிய விமர்சனமாக மாறுகிறது. மதத்தைப் பற்றிய விமர்சனம் உரிமையைப் பற்றிய விமர்சனமாக மாறுகிறது. இறையியலைப் பற்றிய விமர்சனம், அரசியலைப் பற்றிய விமர்சனமாக மாறுகிறது". மார்க்ஸ் அவர் விரும்பிய இடத்தை வந்து சேர்ந்து விட்டார். மதத்தை விமர்சிக்க விரும்பிய மார்க்ஸ், அம்மதத்தை உற்பத்தி செய்த பூவுலகின் முரண்பாடுகளுக்கு வந்து சேர்ந்து விட்டார்.

சரி, பூவுலகின் முரண்பாடுகளை எப்படி எதிர்கொள்ளுவது? "பௌதீகமான பலத்தைப் பௌதீகமான பலத்தினால்தான் தூக்கியெறிய முடியும். விமர்சன ஆயுதத்தால் ஆயுத விமர்சனத்தை அகற்ற முடியாது". விமர்சன ஆயுதம் என்பது கருத்தியல் பலம். ஆயுத பலம் என்பது பொருள்வகைப்பட்ட பலம். பரலோக முரண்பாடுகளைப் பூவுலகின் முரண்பாடுகளாக மாற்றிய பிறகு, அப்பூவுலக முரண்பாடுகளை பூவுலகத் தன்மை கொண்ட பௌதீக ஆற்றல்களாலேயே எதிர்கொள்ள வேண்டும் என்கிறார். இங்கு மார்க்ஸ் ஒரு வன்மையான பொருள் முதல்வாதியாகக் காட்சியளிக்கிறார். அடுத்த வரியில், மார்க்ஸ் எனும் அந்த விந்தை மனிதர் தனது இயங்கியல் வித்தையை விளையாடிக் காட்டுகிறார். "மக்கள் மனதைப் பற்றிப் பிடித்த உடனேயே, கோட்பாடும் ஒரு பௌதீக சக்தியாக மாறிவிடுகிறது".

மார்க்சின் தேடல் தொடருகிறது. சமூக முரண்பாடுகளின் ஊடாக அவற்றின் தீர்வை நோக்கிப் பொருள்வகை சக்தியாகத் தொழில்படக் கூடிய ஒரு வர்க்கம் தோன்ற வேண்டும். அது தன்னை மட்டும் விடுதலை செய்து கொள்ளக்கூடிய வர்க்கமாக இருந்தால் போதாது. மொத்த சமூக முரணின் வெப்பத்தையும் தன்னில் சுமக்கும் வர்க்கமாக அது இருக்க வேண்டும். எல்லோரையும் விடுவிக்காமல் தன்னை விடுவிக்க முடியாத வர்க்கமாக அது இருக்க வேண்டும். சமுதாய முழுமைக்கான ஆற்றலாக அது பிறராலும் ஒப்புக்கொள்ளப்பட வேண்டும். பூரண இழப்பு என்ற ஒரு நிலையை எட்டி, பூரண மீள்வாக அது எழுச்சி பெறுவதாக இருக்க வேண்டும். அது சீர்குலைந்து உருமாறவேண்டும். இது மார்க்சின் இயங்கியல். ஹெகல் பற்றிய இக்கட்டுரை கீழ்க்கண்ட வரிகளுடன் முடிவு பெறுகிறது: "தத்துவம் தனது பௌதீக ஆயுதத்தைப் பாட்டாளியிடம் காண்பது போலவே, பாட்டாளி வர்க்கம் தனது ஆத்மார்த்த ஆயுதத்தைத் தத்துவத்திடம் காண்கிறது. இந்த விடுதலையின் மூளை தத்துவம்; இதன் இதயம் பாட்டாளி வர்க்கம்".

மதம் குறித்த இயங்கியல் விமர்சனம் சமூகம் குறித்த விமர்சனமாக உருமாறுதல், அது ஒரு சமூக வர்க்கத்தைக் கண்டறிதல் என்பதெல்லாம் மார்க்ஸ் தனக்காக ஏற்படுத்திக் கொண்ட படைப்புச் சூழல். அவரது தத்துவத் தேடல் எந்த நேர்கோட்டிலும் செல்லவில்லை. யார் நடந்து தேய்ந்த பாதையிலும் அவர் நடக்கவில்லை. எதிர்பார்த்திராத திருப்பங்களைக் கொண்ட பாதையை அவர் உருவாக்கிக் கொள்ளுகிறார்.

அந்நியமாதல் என்ற பிரச்சினை

கடவுள் தன்னிலிருந்தே உலகைப் படைத்தார் என்பதைக் கடவுளின் அந்நியப்பட்ட வடிவமே உலகம் என்று சொல்லலாம். அப்படித்தான் ஜெர்மானியத் தத்துவவாதியான ஹெகல் சொன்னார். கடவுள் உலகைத் தன்னிலிருந்து புறவயப்படுத்தினார். எல்லாவகையான புறவயப்படுத்தல்களையும் ஹெகல் அந்நியப்படுத்தல்கள் என்றார்.

கடவுள் உலகைத் தன்னிலிருந்து அந்நியப்படுத்தினார். புறவயப்படுத்தினார். பின் அவற்றோடு இயங்கியல் உறவு கொண்டார். எதிர்வுகளின் ஒன்றுபடுதலும் வேறுபடுதலும். கடவுளுக்கும் உலகுக்கும் இடையிலான இயங்கியலே மனிதகுல வரலாறு, சமூக வரலாறு. இதுவும் ஹெகலியத் தத்துவம். மனிதரின் உழைப்பு என்பதைக் கூட ஹெகல் புறவயப்படுத்தல் என்றார், எனவே அதனையும் அவர் அந்நியப்படுத்தல் என்றே கூறினார்.

1844ல் மார்க்ஸ் எழுதி விட்டுச் சென்றுள்ள 'பொருளாதார மற்றும் தத்துவார்த்தக் கையெழுத்துப் பிரதிகள்' என்ற நோட்டுப் புத்தகங்களிலிருந்து இளம் மார்க்சின் அந்நியமாதல் பற்றிய குறிப்புக்கள் நமக்குக் கிடைக்கின்றன. 1932ல் தான் அவை அச்சுக்கு வந்தன.

மனிதரின் உழைப்புத் திறனை மார்க்ஸ் முதன்மையான மனித இயல்பாகக் கொள்ளுகிறார். இது மார்க்சியத்தின் அரிச்சுவடி. உழைப்பு படைப்புத்தன்மை கொண்டது; அது சமூகத்தன்மை கொண்டது. அது மேலும் மேலும் செழுமைப்படும் பண்பு கொண்டது. ஆயின் உடமைச் சமுதாயத்தில் மனித இயல்பான உழைப்பு மனிதருக்கே அந்நியமாகும் அவலம் நிகழுகிறது என்று மார்க்ஸ் குறிப்பிடுகிறார். உழைப்புத் திறன் சுரண்டப்படுவதால் இது நிகழ்கிறது. தனது உழைப்பை இன்னொருவரிடம் பறிகொடுக்கும் சூழல்கள் நிலவும் சமூகத்தில் மனிதர்கள் அந்நியமாகிறார்கள் என்று மார்க்ஸ் எழுதுகிறார். அந்நியமாதல் என்பது மனித இயல்பின் சிதைவு, மனிதன் பிளவு படுகிறான். உழைப்பை இழக்கும் மனிதன் அவனது மானுடப் பண்புகளை இழக்கிறான். மனித இயல்புக்கும் சமூகச் சூழல்களுக்கும் இடையில் நிலவும் மிகப்பெரும் முரண்பாடு இது. இந்த முரண்பாடு

சமூகச் சூழல்களை மாற்றியமைக்கும் மானுடச் செயல்பாட்டால் தீர்க்கப்பட முடியும் என்பது மார்க்சியம்.

குறைந்தபட்சம் நான்கு வகையான அந்நியமாதல்களுக்கு மனிதர்கள் ஆட்படுகிறார்கள் என்று மார்க்ஸ் தனது 'கையெழுத்துப் பிரதிகளில்' எழுதிச் செல்லுகிறார். **முதலாவதாக,** உழைப்பு அந்நிய மாகிறது. அதைத்தான் மேலே குறிப்பிட்டோம். தனி உடமைச் சமூகத்தில் உழைப்பு சுரண்டப்படுகிறது. பின்னால் மார்க்ஸ், உழைப்புச் செயல் பாட்டின் போது உபரிமதிப்பு உற்பத்தியாவது குறித்தும் அது முதலாளியால் சுரண்டப்படுவது குறித்தும் விவரிப்பார். அந்நியமான உழைப்பே தனி உடமை, மூலதனம் என்ற வடிவங்களை எட்டுகின்றது. **இரண்டாவதாக,** உற்பத்தி செய்யப்படும் பொருட்களிலிருந்து உழைப்பாளி அந்நியப்படுகிறார். தொழிலாளிக்கு கூலி மட்டுமே வழங்கப்படுகிறது. அவர், உற்பத்தி செய்யப்பட்ட பொருட்களின் மீது உரிமை கொண்டாட முடியாது. கூலியைப் பெறும்போது உழைப்பாளி பொருளின் மீதான உரிமையை இழந்துவிடுகிறார். தனி உடமைச் சமுதாயத்தில், கூலி வழங்குதல் எனும் ஏற்பாடு உண்மையில் உழைப்பாளியை அவரது உற்பத்தியிலிருந்து பிரித்துவிடுகிறது. இதுவே அந்நியமாதல்.

மூன்றாவதாக, உழைப்பாளி உற்பத்திக் கருவிகளிலிருந்து அந்நியப்படுகிறார். பழைய சமூகங்களில் மூலதனம், நிலம், உழைப்பு ஆகியவை பிரிவுபட்டிருக்கவில்லை. உழைப்பாளிகளே உழைப்புக் கருவிகளையும் கொண்டிருந்தனர். உழைப்பைச் சுரண்டலுக்குத் தன்னை இழந்த தொழிலாளி அவர் பயன்படுத்தக்கூடிய உழைப்புக் கருவிகளையே வெறுக்கத் தொடங்குகிறார். இந்த எந்திரங்கள் முதலாளிக்காக வேலைசெய்கின்றன என அவர் எண்ணத் தொடங்குகிறார். எந்திரங்கள் எம்மைச் சக்கையாகப் பிழிகின்றன எனக் கருதுகிறார். இது ஓர் அந்நியமான உணர்வு. **நான்காவதாக,** உழைப்பாளி அவரது சமூகச் சூழல்களிலிருந்து அந்நியமாகிறார். உடன் வேலை செய்யும் பிற உழைப்பாளிகள் தனக்குப் போட்டியாக வந்தவர்களாக அவருக்குத் தோன்றுகிறார்கள். தொழிலாளர்களுக்கிடையிலான போட்டியைப் பயன் படுத்தி முதலாளி தொழிலாளியின் கூலியைக் குறைக்க முடிகிறது. குடும்பச் சூழல் சுரண்டலால் சுருங்கிப்போகும் உழைப்பாளிக்குச் சுமையாகத் தென்படுகிறது. அந்நியமாதலுக்கு ஆட்படும் உழைப்பாளி மதம், மது, உடல் இச்சைகள் ஆகியவற்றில் மட்டும் தற்காலிகமாக திருப்திப்படுபவராக மாறிவிடுகிறார்; படைப்புத்தன்மையையும் போராட்டக் குணத்தையும் இழந்துவிடுகிறார் என்று மார்க்ஸ் எழுதுகிறார்.

இவை மட்டுமே அந்நியமாதலின் வடிவங்கள் என்று முடித்துவிட முடியாது. இந்திய உழைப்பாளியை மிகக் கொடூரமாக அந்நியப்படுத்தும் ஒரு வடிவம் சாதியம். சாதியம் உழைப்பாளியைக் கடுமையாகச் சுரண்டுகிறது, இழிவுபடுத்துகிறது, அவமதிக்கிறது. மானுட ஆளுமையை அது சிதைக்கிறது. எனது சொந்த இயல்பு எது? என்பதை அது அறியமுடியாமல் செய்து விடுகிறது. ஆணாதிக்கச் சமூகத்தில் பெண்களின் ஆளுமையும் கோரமாகச் சிதைக்கப்படுகிறது.

ஹெகலிய அந்நியமாதலும் மார்க்சின் வரலாற்றுப் பொருள்முதல் வாதமும் அவரது *'1844* பொருளாதாரத் தத்துவக் கையெழுத்துப் பிரதிகளில்' சந்தித்துக் கொள்கின்றன. இந்த சந்திப்பு இத்தோடு முடியவில்லை. மூலதனம் நூலில் மனிதர் தம்மைப் பண்டங்களிலும் பணத்திலும் இழப்பது குறித்து மார்க்ஸ் விரிவாக எழுதுவார். ஜியார்ஜ் லுக்காச் முதலான பிற மார்க்சியரும் அந்நியமாதலை விரிய எடுத்துச் செல்கின்றனர்.

ஹெகல், ஃபாயர்பாக், மார்க்ஸ் என்ற முக்கோணம்

மார்க்ஸ், எங்கெல்சின் 'கம்யூனிஸ்ட் அறிக்கை' வெளிவருவதற்கு மூன்று ஆண்டுகளுக்கு முன்னால், மார்க்சியம் என்ற ஒரு கோட்பாடு இன்னும் வரையறுக்கப்பட்ட வடிவில் உருவெடுப்பதற்கு முன்னால், மார்க்ஸ் தனது சிந்தனைகளைத் தனக்குத் தானே தெளிவுபடுத்திக் கொள்வதற்காக எழுதிவைத்த குறிப்புகளே 'ஃபாயர்பாக் பற்றிய ஆய்வுரைகள்' என்ற பெயரில் இப்போது வழங்கப்படுகின்றன. வெறும் நான்கு பக்கங்களே கொண்ட குறிப்புகள் இவை. ஒன்று, இரண்டு, மூன்று... என *11* தனித்தனி ஆய்வுரைகளாக இவை விளங்கு கின்றன. இவற்றை ஒரு கட்டுரையாக வெளியிட வேண்டுமென்று மார்க்ஸ் எப்போதுமே விரும்பியதாகத் தெரியவில்லை. இப்படிச் சில குறிப்புகளைத் தான் எழுதி வைத்திருப்பதாக மார்க்ஸ் எங்கும் எவரிடமும் சொன்னதில்லை.

மார்க்ஸ் *1844-45* ஆம் ஆண்டுகளில் பெல்ஜிய நாட்டின் தலைநகரான பிரஸ்ஸெல்சில் புலம் பெயர்ந்து வாழ்ந்த போது இந்த குறிப்புரைகளை எழுதியிருக்கலாம் என்று அவரது நெருங்கிய நண்பர்கள் கணக்கிடுகின்றனர். *1844-45* ல் வெளிவந்த 'புனிதக் குடும்பம்', *1845-46* ல் வெளிவந்த 'ஜெர்மானியக் கருத்தியல்' என்ற இரண்டு நூல்களுக்கு இடைப்பட்ட காலத்தில் இக்குறிப்புரைகள் எழுதப்பட்டிருக்கலாம் என்று மார்க்சிய ஆய்வாளர்கள் கணக்கிடுகின்றனர். 'ஜெர்மானியக் கருத்தியல்' என்ற பெரிய நூலுக்கான திட்டங்களில் ஒன்றாகவும் இது இருந்திருக்க முடியும்.

மார்க்ஸ் 1883 ல் மரணமடைந்த பிறகு, அவரது பல்வேறு கையெழுத்துப் பிரதிகளைப் புரட்டிப்பார்த்த எங்கெல்ஸ், அவற்றுக்கிடையில் மறைந்து கிடந்த மேற்குறித்த குறிப்புரைகளைக் கண்டுபிடித்தார். இளமையில் ஒரு ஹெகலிய சிந்தனையாளராக இருந்த மார்க்ஸ், அடுத்த நிலையில் ஃபாயர்பாக் என்ற பொருள் முதல்வாதச் சிந்தனையாளரின் பின்பற்றாளராகச் சிலகாலம் விளங்கினார். மூன்றாவது நிலையில் அவர் ஹெகல், ஃபாயர்பாக் என்ற இருவரிலிருந்தும் விலகி தனக்கே உரிய சொந்தச் சிந்தனைகளை நோக்கி நகரத் தொடங்கினார்.

இந்தக் காலக்கட்டத்தில் மார்க்சும் எங்கெல்சும் ஏற்கனவே நெருங்கிய நண்பர்களாகி விட்டனர். எனவே குறிப்பிட்ட அந்த மூன்றாவது காலக்கட்டத்தில் மார்க்ஸ் நிகழ்த்தி வந்த படைப்புத் தன்மை கொண்ட தேடல்களில் எங்கெல்சும் பங்கேற்றார் எனச் சொல்ல வேண்டும். ஹெகலைத் தாண்டி ஃபாயர்பாக் மீது மார்க்ஸ் மிகுந்த ஆர்வம் காட்டியதும் பின்னர் அவரையும் தாண்டிச் செல்ல முயன்றதையும் எங்கெல்ஸ் நன்கு அறிவார். எனவேதான் இக்குறிப்புரைகளைக் கண்டதும் அவற்றின் காலச்சூழலை எங்கெல்சால் எளிதில் கண்டறிய முடிந்தது. 1888 ல் எங்கெல்ஸ் எழுதி வெளியிட்ட 'லுத்விக் ஃபாயர்பாகும் ஜெர்மானியச் செவ்வியல் தத்துவத்தின் முடிவும்' என்ற நூலின் பின்னிணைப்பாக எங்கெல்ஸ் மார்க்சின் 'ஃபாயர்பாக் பற்றிய ஆய்வுரை'களை வெளியிட்டார். சுமார் 44 ஆண்டுகளுக்குப் பிறகு தனது நண்பரின் அற்புதமான ஆய்வுரைகளை எங்கெல்ஸ் வெளிக் கொணர்ந்தார்.

1841 ஆம் ஆண்டில் ஃபாயர்பாகின் 'கிறித்தவ சமயத்தின் சாராம்சம்' (The Essence of Christianity) என்ற நூல் வெளிவந்தது. கிறித்தவ சமயம் குறித்த பொருள்முதல்வாத விமர்சன நூல் இது. "அதன் மாபெரும் விடுதலை ஆற்றலை நாங்கள் உணர்ந்தோம். உடனடியாக, அந்தக் கணத்திலேயே நாங்கள் ஃபாயர்பாகியர்களாக ஆகிப்போனோம்" என்று எங்கெல்ஸ் எழுதுகிறார். மதமோ கடவுளோ மனிதரைப் படைக்கவில்லை, மனிதர்கள்தாம் மதத்தைப் படைத்தனர் என்ற கருத்தை மிக விரிவான விவாதங்களுடன் ஃபாயர்பாக் அவரது நூலில் எழுதியிருந்தார். மனிதர்கள் தமது சொந்த ஆற்றலை, தாம் இழந்துப்போன சொந்த ஆற்றலையே இறைவன் என்ற பெயரில் மிகைக் கற்பனை வடிவில் படைத்துள்ளனர் என்று ஃபாயர்பாக் அந்நூலில் எழுதியிருந்தார்.

மார்க்சுக்கும் எங்கெல்சுக்கும் ஃபாயர்பாகின் இந்த அணுகுமுறை மிகவும் பிடித்திருந்தது. ஃபாயர்பாகின் தத்துவ நிலைப்பாடு

பொருள்முதல்வாதமாக இருந்தது. கூடுதலாக, மனிதமையவாதப் பொருள்முதல்வாதமாகவும் இருந்தது. பௌதீகப் பொருட்களை, பருப்பொருட்களை மையப்படுத்திய எந்திரகதியிலான பொருள்முதல் வாதத்தை ஃபாயர்பாக் கடந்து வந்துவிட்டார். மார்க்சுக்கும் எங்கெல்சுக்கும் இது பிடித்திருந்தது. அவர்கள் இருவரும் ஃபாயர்பாகியர்களாக ஆகிவிட்டனர். ஃபாயர்பாக் தத்துவத்தின் "தூய சிந்தனை"யிலிருந்து புலனுணர்ச்சிகளை நோக்கி, மனம் குறித்த தேடலிலிருந்து மனிதரை நோக்கி, இறுதியாக இயற்கையை நோக்கி எம்மை இட்டுவந்தார் என்று எங்கெல்ஸ் எழுதுகிறார்.

இருப்பினும் மார்க்சுக்கு ஃபாயர்பாகின் பொருள்முதல்வாதம் குறித்து இன்னும் சில ஆட்சேபனைகள் இருந்தன. ஃபாயர்பாகின் மனிதன் 'தூய சிந்தனை' போல, மிகப் பொதுவான மனிதனாக இருந்தான். அவன்மீது சமூகவாழ்வின் பதிவுகள் எதுவும் இல்லை. ஃபாயர்பாகின் மனிதன் மீது வரலாற்றின் தடங்கள் இல்லை. ஃபாயர்பாகின் மனிதன் இயங்கியல் பண்பு கொண்டவனாக இல்லை. ஆரம்பம் முதல் முடிவு வரை அந்த மனிதன் ஒருபடித்தானவனாக, ஒரே வகைப்பட்டவனாக, மாற்றங்களுக்கு ஆட்படாதவனாக இருந்தான். ஃபாயர்பாகின் பொருள்முதல்வாதம் மனிதனை நோக்கி வந்துவிட்டது சரி. ஆயின் அது இன்னும் சமூகப் பொருள்முதல்வாதமாக, வரலாற்றுப் பொருள்முதல்வாதமாக, இயங்கியல் பொருள்முதல்வாதமாக ஆகவில்லை. அது அப்படி ஆக வேண்டும். இதுவே மார்க்சின், மார்க்சியத்தின் தேவை.

பௌதீகப் பொருட்களை, புறப் பொருட்களை, பருப் பொருட்களை மையப்படுத்திய பொருள்முதல்வாதங்களை இன்னும் செழுமைப் படுத்த வேண்டும். அவை மனிதத்தொடர்பு கொண்டனவாக, மனிதப் பங்கேற்புக்கு இடமளிப்பனவாக இருக்க வேண்டும். அவை சமூக வாழ்வின் சிக்கல்களை, முரண்பாடுகளை சுமப்பனவாக இருக்க வேண்டும். அவை வரலாற்றுப் பண்பு கொண்டனவாக, வரலாற்றிலிருந்து அந்நியப்படாதனவாக இருக்க வேண்டும். அவை மாற்றங்களை முன்னெடுப்பனவாக இருக்க வேண்டும்.

எந்திரகதியிலான பழைய பொருள்முதல்வாதத்தை மனிதமையவாதப் பொருள்முதல்வாதமாக ஃபாயர்பாக் மாற்றினார். மனிதமையவாதப் பொருள்முதல்வாதத்தை கார்ல் மார்க்ஸ் வரலாற்றுப் பொருள்முதல் வாதமாகவும் இயங்கியல் பொருள்முதல்வாதமாகவும் மாற்றிக் காட்டினார்.

ஃபாயர்பாக் பற்றிய ஆய்வுரைகளில் இந்த மார்க்சிய உருவாக்கம் அதன் 11 ஆய்வு முடிவுகளிலும் பதிவாகியுள்ளது. அவை குறித்த

விரிந்த விளக்கங்கள் அங்கு இல்லை. ஆயின் திருக்குறள் போல, பத்துக் கட்டளைகள் போல மிகச்சுருக்கமான தந்திச் சொற்களில் முழு மார்க்சியத்தின் ரகசியம் அந்த ஆய்வுரைகளில் சொல்லப்பட்டிருக்கின்றது.

எடுத்தஎடுப்பில், முதல் ஆய்வு முடிவில், நாம் வெறும் பருப் பொருட்களை, பௌதீகப் பொருட்களை, புறப்பொருட்களை மையப் படுத்தவில்லை என்று மார்க்ஸ் கூறிவிடுகிறார். நடைமுறை, செயல்பாடு, உழைப்பு எனும் மானுட வடிவிலான, சமூகவடிவிலான, வரலாற்றின் தடங்களைச் சுமக்கும், இயங்கியல் பண்பு கொண்ட ஒரு மையத்தைத் தேர்வு செய்கிறோம் என்று மார்க்ஸ் அறிவிக்கிறார். இந்தப் புள்ளியிலிருந்து மார்க்சின் மார்க்சியத்தின் எல்லாவிதக் கோட்பாட்டுப் பரப்புகளும் விரிகின்றன. மார்க்சின் வாழ்நாள் முழுவதுமான படைப்புச் செயல்பாடுகள் அனைத்தும் நடைமுறை, செயல்பாடு, உழைப்பு என்ற மையங்களிலிருந்துதான் தோற்றம் பெறுகின்றன. புரட்சி என்ற மகத்தான செயலும் அதே பண்புகளைக் கொண்டதாகத்தான் அவரால் சித்தரிக்கப்படுகிறது. ஃபாயர்பாக் குறித்த முதல் ஆய்வுரை இவ்வாறாக ஒரு புதிய தத்துவத்தின் துவக்கவுரையாக ஆகிறது.

'ஃபாயர்பாக் பற்றிய ஆய்வுரைகள்' எடுத்துக்காட்டும் மார்க்சின் பொருள்முதல்வாதம் சமூகம், வரலாறு, இயங்கியல் ஆகியவற்றை உள்வாங்கிய பொருள்முதல்வாதமாக அமைந்தது. ஃபாயர்பாக் மனிதரை நோக்கித் தனது தத்துவத்தைத் திருப்பியதை மார்க்ஸ் உற்சாகத்துடன் எதிர்கொள்ளுகிறார். மனிதர்கள் புலனுணர்ச்சிகளில் நனைந்தவர்கள் என்பதை ஃபாயர்பாக் அங்கீகரிக்கிறார். அருவச் சிந்தனை எனும் கருத்துமுதல்வாதத்திலிருந்து, புலனுணர்ச்சிகள் சார்ந்த எதார்த்தச் சிந்தனையை ஃபாயர்பாக் எட்டிவிட்டார். ஆயினும் மனிதரின் அப்புலனுணர்ச்சிகள் சமூகச் செயல்பாடுகளில் ஈடுபடுகின்றன என்ற புள்ளிக்கு ஃபாயர்பாக் வந்து சேரவில்லை. உணர்ச்சிவயப்பட்ட செயல்பாடு என்ற எல்லையை ஃபாயர்பாக் எட்டவில்லை.

மார்க்சின் பொருள்முதல்வாதம் ஒரே நேரத்தில் உலகின் வாழ்நிலை குறித்த தத்துவ அடிப்படைகளைக் குறிப்பதாகவும் அறிவுத் தோற்றவியல் குறித்த கோட்பாடாகவும் உள்ளது. அறிவுத் தோற்றவியல் எனும்போது, நடைமுறையிலிருந்துதான் அறிவு தோன்றுகிறது என்ற செய்தியை மார்க்ஸ் வலியுறுத்துகிறார். புலனுணர்வுகளிலிருந்து அறிவு தோற்றம் பெறுகிறது என்ற முந்திய பொருள்முதல்வாதக் கருத்தை மார்க்சியம் ஏற்கிறது. இருப்பினும், புலனுணர்வுகள் என்ற மனித ஆற்றலோடு நிறுத்திவிடாமல், சமூக நடைமுறை என்ற விரிந்த தளத்திற்கு அறிவின் தோற்றவியலை மார்க்ஸ் இட்டுச் செல்கிறார்.

நடைமுறையைப் பற்றிச் சொல்லும் போது மார்க்ஸ் அதனைப் பூர்ஷ்வா அறிவுமுதல்வாதிகள் 'சாதாரண மனிதர்களின் அழுக்குப் பிடித்த' செயல்பாடுகள் என்று கொச்சைப்படுத்தி வைத்திருந்தனர் என்று குறிப்பிடுகிறார். 'பேரறிவு' படைத்த அறிவாளிகள் நடைமுறை என்பதனை அழுக்குப்பிடித்த செயல்பாடு என்றே கருதுகின்றனர். ஆயின் மார்க்ஸ் நடைமுறையின் வரலாற்றுரீதியான வடிவமாக 'உழைப்பை' மையப்படுத்துகிறார். உழைப்பு 'சாதாரண மக்களுடையது' என்பது உண்மைதான். ஆயின் அது படைப்புத்தன்மை கொண்டது. அதுவே மனித சமூக வரலாற்றை உற்பத்தி செய்தது. உழைப்பின் கூறுகளாக புலனுணர்வுகள், அனுபவம், ஒப்பிடுதல், அனுமானம், பகுத்தல், தொகுத்தல், ஞாபகம் வைத்துக் கொள்ளுதல், மறுவடிவம் வழங்குதல் என்ற பலவகையான அறிவு உற்பத்திச் செயல்பாடுகள் நடைமுறையில் உருப்பெறுகின்றன. அவற்றையெல்லாம் உள்ளடக்கி மார்க்சியத்தின் அறிவுத் தோற்றவியல் விரிகிறது.

நடைமுறை என்பது அறிவின் தோற்றுவாய் மட்டுமல்ல, அதுவே அறிவின் உண்மைத்தன்மையை மெய்ப்பிக்கும் கடைசி அளவுகோல் என்று மார்க்ஸ் வரையறுப்பார். உணவின் மெய்ம்மையை எப்படி நிரூபிப்பது? உணவின் ருசியை எப்படி மெய்ப்பிப்பது? சாப்பிடுவதன் மூலமாகத்தான் உணவை மெய்ப்பிக்க வேண்டும் என்று எங்கெல்ஸ் ஓரிடத்தில் குறிப்பிடுவார். ஒரு கோட்பாட்டின் உண்மைத்தன்மையை அதன் செயல்பாட்டு ஆற்றலைக் கொண்டுதான் அளக்க வேண்டும் என்று மார்க்சிய அறிவுத்தோற்றவியல் எடுத்துரைக்கிறது. உலகை அறியமுடியுமா? நாம் ஈட்டிய அறிவு உண்மையானதுதானா? போன்ற கேள்விகளெல்லாம் உண்மையில் நடைமுறை சார்ந்த கேள்விகள். அறிவின் மெய்மையை தர்க்கவியலால் ஓரளவே நிரூபிக்க முடியும். முதலும் கடைசியுமாக அறிவு நடைமுறைக்குப் பதில் சொல்லியாக வேண்டும்.

மார்க்சின் காலத்தில் பலவிதமான பொருள்முதல்வாதங்கள் இருந்தன. அவற்றில் ஒன்று, மனிதரின் இயல்பை, செயல்பாடுகளை, லட்சியங்களை அவர்களது 'சூழல்களைக்' கொண்டு புரிந்து கொள்ள வேண்டும் எனப்படும் பொருள்முதல்வாதம். இது ஒன்றும் தவறான கருத்து அல்ல. நல்ல கோட்பாடுதான். இருப்பினும் மார்க்ஸ் இதனைத் தாண்டி நகர்ந்து செல்கிறார். சூழல்களைக் கொண்டு மனிதரைப் புரிந்து கொள்ளலாம் எனில் சூழல்களைப் படைப்பவர் யார்? சூழல்களைச் செய்பவர் யார்? என்று மார்க்ஸ் கேட்கிறார். படித்துக் கொடுக்கும் ஆசிரியரும் படிக்க வேண்டுமல்லவா? மனிதர்கள் தாம் சூழல்களைப் படைக்கிறார்கள் என்பது மார்க்சின் பதில். எனவே சூழல்கள்

மனிதரைப் படைக்கின்றன என்ற விளக்கத்தில் சில போதாமைகள் உள்ளன என்று மார்க்ஸ் கருதுகிறார். மேற்குறித்த இரண்டு விளக்கங்களையும் ஒன்றிணைக்க வேண்டும் என்று அவர் சொல்லுகிறார். மனித வாழ்வின் சூழல்களையும் அவற்றைப் படைக்கும் மனித நடைமுறையையும் ஒன்றிணைக்க வேண்டும் என்கிறார். அவை இயங்கியல் ரீதியாக உறவு கொண்டவை. சூழல்களும் நடைமுறையும் ஒன்று சேரும் தருணத்தைப் புரட்சிகரமான சந்தர்ப்பம் என அவர் மதிப்பிடுகிறார்.

"தத்துவவாதிகள் இதுவரை உலகுக்கு வியாக்கியானங்கள் மட்டும் வழங்கி வந்தனர், ஆயின் உலகை மாற்றுவது எப்படி? என்பதே பிரச்சினை" என்பது மார்க்சின் 11 வது ஆய்வுரை. இது ஃபாயர்பாக் பற்றிய ஆய்வுரைகளில் மிகவும் பிரபலமானது ஆகும். மொத்த மார்க்சிய சிந்தனையின் குறிப்பான திசைவழியை இந்த ஒருவரி எடுத்துரைப்பதாக பலரும் கருதுகிறார்கள். அது உண்மையும் கூட. வியாக்கியானங்கள் எனும்போது அவை உலகின் இருப்பை ஏதோ ஒருவகையில் நியாயப்படுத்துபவை, சமூக அமைப்பை நியாயப்படுத்துபவை. அவை வாழ்வின் துயரங்களுக்கும் கொடுமைகளுக்கும் கூட நியாயம் வழங்குபவை. ஆனால் உலகை மாற்றுவதே பிரச்சினை எனும் போது, உலகின் இருப்பை, சமூக அமைப்பை, வாழ்வின் துயரங்களை, கொடுமைகளைக் கேள்விக்குள்ளாக்குவது. வாழ்க்கைச் சூழல்களை மாற்றியமைப்பதற்கான சிந்தனையிலும் செயல்பாட்டிலும் ஈடுபடுவது.

ஃபாயர்பாக் பற்றிய ஆய்வுரைகள் அனைத்திலும் அழுத்தமாக ஒலிக்கும் இயங்கியல் என்பது மாற்றம் குறித்த தத்துவம், விமர்சனம் குறித்த தத்துவம், விவாதம் குறித்த தத்துவம். 11 வது ஆய்வுரையில் அது மிகத் தெளிவாகத் தென்படுகிறது. ஒரு மார்க்சியரின் உலகு குறித்த பார்வையே விமர்சனப் பார்வையாக இருக்க வேண்டும் என்று இந்த ஆய்வுரை கூறுகிறது. ஐரோப்பிய விமர்சன மரபின் ஓர் உச்சக்கட்ட விளைவாக மார்க்சியம் தோன்றியது.

11 வது ஆய்வுரையின் பிற்பகுதியில் சொல்லப்படும் 'உலகை மாற்றுவது எப்படி?' என்ற பிரச்சினை மறுத்தல் என்ற ஒரு கோட்பாட்டைத் தன்னில் கொண்டுள்ளது. மறுத்தல் என்ற விடயம் தத்துவ வரலாற்றில் பேசப்பட்ட ஒன்றுதான். மார்க்சுக்குப் பின்னால் மறுத்தல் என்ற விடயம் அதிகம் பிரபலம் அடைந்துள்ளது. தத்துவம் என்றாலே விமர்சனச் சிந்தனை என்ற வரையறையை மார்க்ஸ் நிறுவிவிட்டார். மார்க்சுக்குப் பிறகு, மேற்கிலும் கிழக்கிலும் விமர்சன மரபுகளைத் தத்துவவாதிகள் அக்கறையுடன் தேடி அடைகின்றனர். புரோமித்தஸ்,

ஹெராக்லிட்டஸ், சாக்ரட்டீஸ், டெமாக்ரிட், எப்பிக்யூர், ஐரோப்பிய பொருள்முதல்வாதிகள், ஹெகல் என ஒரு நீண்ட வரிசை மேற்கில் உண்டு. சாருவாகர், சாங்கியர், வைசேடிகர், புத்தர், சித்தர்கள், கபீர், சூபியர்கள், ரவிதாஸ், அம்பேத்கர், சிங்காரவேலர், அயோத்திதாசர், பெரியார் எனத் தமிழிலும் விமர்சன மரபுகளுக்குப் பஞ்சம் கிடையாது.

பண்டைத் தமிழ் இலக்கியங்களில் நிலையாமை என்ற ஒரு கோட்பாடு சமண பௌத்தர்களால், இன்னும் சித்தர்களால் ஏராளமாகப் பேசப்பட்டுள்ளது. நிலையாமை என்பதை உலக மறுப்பு என்று பலவேளைகளில் நாம் நிராகரித்து விடுகிறோம். ஆயின் இயங்கியல் எனும் நோக்கில் அதனை நாம் மறுபரிசீலனை செய்ய வேண்டும். யாக்கை நிலையாமை, இளமை நிலையாமை போன்ற இயற்கை யிலேயே நிகழும் சிதைவுகளை மட்டுமின்றி செல்வம் நிலையாமை, உடமை நிலையாமை, அதிகாரம் நிலையாமை, அந்தஸ்து நிலை யாமை போன்ற கருத்துக்களும் கூட தமிழில் பேசப்பட்டுள்ளன. பின்னால் சொல்லப்பட்டவை சமூகம் சார்ந்த நிலை மறுப்புகள். அவற்றின் சமூகச் செய்தி யாது, அவற்றுக்கு மாற்றாக எவற்றைக் கருதினார்கள், இந்த உலகை மறுத்து வேறு எந்த கனவுலகைக் கட்ட முயன்றார்கள் போன்ற கேள்விகளோடு நாம் தமிழுக்குள் நுழைந்து பார்ப்பது பயனளிக்கும்.

ஹெகல், ஃபாயர்பாக், மார்க்ஸ் என்ற முக்கோண உரையாடல் மார்க்சியத்தின் ஆரம்பகால வரலாற்றில் மிக அற்புதமான பகுதி ஆகும். மார்க்சின் படைப்பாற்றலுக்கு இவ்வுரையாடல் இன்றுவரை சாட்சியமாக அமைந்துள்ளது.

கம்யூனிஸ்ட் அறிக்கை

1841 லிருந்து சுமார் ஏழு ஆண்டுகள் இளம் மார்க்ஸ் அவரது டாக்டர் பட்ட ஆய்வேடு, ஹெகலிய இயங்கியல் தத்துவம், ஃபாயர்பாகின் மனிதவியல் பொருள்முதல்வாதம், பிரெஞ்சு சோசலிசம், வரலாறு குறித்த புரிதல் ஆகியவற்றினூடாக மேற்கொண்டிருந்த படைப்பாக்கப் பயணம் *1848* ல் 'கம்யூனிஸ்ட் அறிக்கை' எனும் ஆவணத்தை உருவாக்கும் மிகப்பெரும் பணியோடு ஒரு (முதல் கட்ட) முடிவுக்கு வந்தது எனக் கூறலாம். கம்யூனிஸ்ட் அறிக்கை எனும் வரலாற்றுச் சிறப்பு மிக்க இப்பிரகடனத்துடன் மார்க்சியம் என்ற புதிய சிந்தனை ஐரோப்பியச் சூழல்களில் நிறுவப்பட்டு விட்டது எனக் கூறலாம். சர்வதேச தொழிலாளர் அமைப்பான கம்யூனிஸ்ட் கழகம் என்ற அமைப்பு 'கம்யூனிஸ்ட் அறிக்கை'யை தயாரிக்குமாறு மார்க்ஸ், எங்கெல்ஸ் ஆகிய இருவரையும் பணித்தது. 'கம்யூனிஸ்ட் அறிக்கை'

ஒரு கோட்பாட்டு ஆவணம் மட்டுமல்ல, அது அதன் தோற்றத்தில் சர்வதேச தொழிலாளர் அமைப்பின் நீண்டகால அரசியல் நடைமுறைக்கான வேலைத்திட்டம் என்பதையும் இதிலிருந்து புரிந்து கொள்ளலாம்.

'கம்யூனிஸ்ட் அறிக்கை' நான்கு இயல்களைக் கொண்டதாக அமைந்துள்ளது. அவை: 1. பூர்ஷ்வாக்களும் பாட்டாளிகளும் 2. பாட்டாளிகளும் கம்யூனிஸ்டுகளும் 3. சோசலிச மற்றும் கம்யூனிச இலக்கியம் 4. பல்வேறு எதிர்க்கட்சிகள் குறித்து கம்யூனிஸ்டுகளின் நிலைப்பாடு.

அறிக்கையின் முதல் இரண்டு இயல்களும் நவீன முதலாளிய சமூகத்தை மொத்த உலக வரலாற்றுச் சூழல்களில் குறிப்பிடத்தக்க ஒரு வரலாற்றுக் கட்டமாக முன்வைக்கிறது. "இதுவரையிலான சமுதாயம் அனைத்தின் வரலாறும் வர்க்கப்போராட்டங்களின் வரலாறாகவே இருந்துள்ளது" என்று தொடங்கும் 'அறிக்கை', வர்க்க சமுதாயங்களின் வரலாறு நவீன சகாப்தத்தில் ஓர் உச்சக்கட்டத்தை எட்டுகிறது எனச் சித்தரிக்கிறது. முந்திய வரலாற்றுக் கட்டங்களின் பலவகைப்பட்ட வர்க்க உறவுகள் முதலாளிய சமூகத்தில் பூர்ஷ்வாக்கள், பாட்டாளிகள் என்ற வர்க்கங்களின் முழுப்பகைமை உறவுகளாகப் பரிணமித்துள்ளன என எடுத்துக்காட்டுகிறது.

முதலாளிய சமூகத்தின் தொழில் புரட்சி, விஞ்ஞான தொழில் நுட்ப சாதனைகள், மனித உறவுகள் முழுவதையும் பண உறவுகளாக மாற்றிவிடும் அதன் அப்பட்டமான சுயநலம், மூடி மழுப்பாத சுரண்டல் வேட்டை ஆகியவை பூர்ஷ்வா சகாப்தத்தை முந்தைய சகாப்தங்கள் அனைத்திலிருந்தும் வேறுபடுத்திக் காட்டுகின்றன என்கிறார் மார்க்ஸ். இச்சமூகத்தில் "நிலைநிறுத்தப்பட்ட, திடமான அனைத்துமே காற்றில் கரைந்து விடுகின்றன (All that is solid melts into air). புனிதமானவை அனைத்தும் புனிதமற்றவையாக்கப்படுகின்றன". முதலாளிய சமூகத்தின் உற்பத்தி ஆற்றல்களையும் அதன் கொடூரங் களையும் ஒருசேர மார்க்ஸ் அடுக்கிக் காட்டுகிறார்.

ஆயின் முதலாளியம் இப்படியே தொடரமுடியாது. சமூக உழைப்பின் கருப்பையில் உறங்கிக் கொண்டிருக்கும் உற்பத்திச் சக்திகளை பிரும்மாண்டமாக உசுப்பிவிடும் இச்சமூகத்தின் உற்பத்தி உறவுகள் பாதாளத்திலிருந்து ஆவேசமாகப் புரண்டெழும் அதே உற்பத்தி சக்திகளுக்கு விரைவில் பலியாகின்றன. தனது சொந்தத் தேவைகளுக்காக பூர்ஷ்வா வர்க்கம் உற்பத்தி செய்த பாட்டாளி வர்க்கம் கோடிக்கால் பூதமென திரண்டெழுந்து தனது கூட்டு ஆற்றலால் பூர்ஷ்வா வர்க்கத்தை எதிர்கொள்ளுகிறது. மிகை

உற்பத்தியும் அடுத்தடுத்து காலம் தவறாது வெடிக்கும் பொருளாதார நெருக்கடிகளும் முதலாளியச் சமூக அமைப்பை சமூகப் புரட்சியை நோக்கி இட்டுச் செல்கின்றன. வரலாற்றின் நிர்ப்பந்தங்கள் பாட்டாளி வர்க்கத்தை அரசியலில் ஈடுபடச் செய்கின்றன.

கம்யூனிஸ்ட் அறிக்கையில் மார்க்ஸ் சமகால சமூக அமைப்பை மிக அற்புதமான இயங்கியல் ஆய்வுக்கு உட்படுத்துகிறார். பூர்ஷ்வாவும் பாட்டாளியும், மூலதனமும் கூலியுழைப்பும், தனி உடமைச் சமூகத்தின் வளர்ச்சியும் தவிர்க்கமுடியாத அதன் நெருக்கடிகளும், முன்னேற்றமும் சீர்குலைவும் எனும் எதிர்வுகளின் இயங்கியல் மார்க்சால் சமகால சமூக வரலாற்று ஆய்வில் மிக அற்புதமாகக் கையாளப்படுகின்றது.

கம்யூனிஸ்ட் அறிக்கையின் பிற்பகுதியில் மார்க்சும் எங்கெல்சும் அவர்களது காலத்தில் நிலவிய பலவகையான சோசலிசங்களை அறிமுகப்படுத்தி அவற்றை விமர்சனத்திற்கு உள்ளாக்குகிறார்கள். பிரபுத்துவ சோசலிசம், பாதிரியார்களின் சோசலிசம், குட்டி பூர்ஷ்வா சோசலிசம், விவசாயிகளின் சோசலிசம், ஜெர்மன் சோசலிசம், பூர்ஷ்வா சோசலிசம், கற்பனா சோசலிசம் எனப் பலவகை சோசலிசங்கள் அன்று வழக்கிலிருந்தன. அவற்றோடு பொருதிப் போராடி, விவாதங்களில் ஈடுபட்டு, மார்க்சும் எங்கெல்சும் தமது விஞ்ஞான சோசலிசத்தை உருவாக்கினார்கள்.

கம்யூனிஸ்ட் அறிக்கை பளிச்சென சில சொற்றொடர்களை உலகமெங்கும் பிரபலமாக்கியது. மார்க்சியத்தின் மகாவாக்கியங்கள் என்று அவற்றைச் சொல்ல வேண்டும். அவை ஆழமானவை, அர்த்தம் பொதிந்தவை, உண்மையானவை. அவற்றில் சில:

“ஐரோப்பாவை ஒரு பூதம் பிடித்து ஆட்டிக் கொண்டிருக்கிறது- கம்யூனிசம் எனும் பூதம். அதை விரட்டுவதற்காக, பழைய ஐரோப்பாவின் சக்திகள் அனைத்தும் ஒரு புனிதக் கூட்டணியை அமைத்துக் கொண்டுள்ளன.”

“இதுவரையிலான சமுதாயம் அனைத்தின் வரலாறும் வர்க்கப் போராட்டங்களின் வரலாறாகவே இருந்து வந்துள்ளது.”

“முதலாளிய சமூகம் தனது சாயலிலேயே ஓர் உலகத்தைப் படைக்கிறது.”

“இதற்கு முந்தைய இயக்கங்கள் எல்லாம் சிறுபான்மையினரின் நலன்களுக்காகச் சிறுபான்மையினரால் நடத்தப்பட்ட இயக்கங்கள். பாட்டாளி வர்க்க இயக்கம் மிகப் பெரும்பான்மையினருக்காக மிகப் பெரும்பான்மையினர் நடத்தும் சுயேச்சையான இயக்கம்.”

"பூர்ஷ்வா வர்க்கத்தை எதிர்த்துப் பாட்டாளி வர்க்கம் நடத்தும் போராட்டம் தொடக்கத்தில்... தேசிய வடிவிலானதாக உள்ளது. ஆகவே, இயல்பாகவே ஒவ்வொரு தேசத்தையும் சேர்ந்த பாட்டாளி வர்க்கம் தனது சொந்த பூர்ஷ்வா வர்க்கத்துடன் கணக்குத் தீர்த்துக் கொள்ள வேண்டியதாகிறது."

"ஆளும் வர்க்கங்கள் அஞ்சி நடுங்கட்டும், ஒரு கம்யூனிசப் புரட்சி வருகிறதென்று!"

"பாட்டாளிகளுக்கு இழப்பதற்கு எதுவுமில்லை, தங்கள் அடிமைச் சங்கிலியைத் தவிர. அவர்கள் வெற்றி பெறுவதற்கு ஓர் உலகம் உள்ளது."

"அனைத்து நாட்டுப் பாட்டாளிகளே, ஒன்று சேருங்கள்!"

மார்க்ஸ், எங்கெல்ஸ் தேர்வு நூல்கள் தொகுதி ஒன்று மார்க்ஸ், எங்கெல்ஸ் ஆகியோரின் படைப்பாக்கத் தருணங்களைச் சந்திக்க விழைவோருக்கு அற்புதமான வாசிப்பு அனுபவங்களை வழங்கும்.

மார்க்ஸ் எங்கெல்ஸ் தேர்வு நூல்கள்
தொகுதி 1க்கான அறிமுகவுரை

2

மார்க்ஸ் எங்கெல்ஸ் தேர்வு நூல்கள் தொகுதி 2 மார்க்சின் முதல் நூல்களில் ஒன்றான "மெய்யறிவின் வறுமை: திரு புரூதொன் எழுதிய 'வறுமையின் மெய்யறிவு' என்னும் நூலுக்குப் பதில்" என்ற முழு நூலையும் புரூதொன் பற்றிய மார்க்சின் ஒரு வரைவுரையையும், கூடுதலாக இரண்டு அரசியல் பொருளாதாரக் கட்டுரைகளையும் கொண்டுள்ளது. எல்லாக் கட்டுரைகளுமே அரசியல் பொருளாதாரம் குறித்தவை என்று பொதுவாகச் சொல்லலாம். 'மெய்யறிவின் வறுமை' எனும் மார்க்சின் நூல் 1847 ல் முதலில் பிரெஞ்சு மொழியில் வெளிவந்தது. மார்க்சியச் சிந்தனையின் கோட்பாட்டு உருவாக்கக் காலத்தை (Formative Period) குறிப்பிட்ட இக்காலம் சுமந்து நிற்பதால் அதனை மனதில் கொண்டு இந்நூலில் பேசப்பட்டுள்ள விடயங்களைப் புரிந்து கொள்ள முயற்சிப்போம்.

மார்க்சின் தத்துவம், குறிப்பாக அவரது வரலாற்றுப் பொருள் முதல்வாதம் ஹெகல், ஃபாயர்பாக் போன்றோரிலிருந்து தோன்றிய சித்திரம் நம்மிடையில் அதிகம் பேசப்படும் ஒன்றாகும். ஆயின் அவரது அரசியல் பொருளாதாரம், சோசலிசம் ஆகியவற்றின் தோற்று வாய்களைக் குறித்து நாம் குறைவாகவே அறிவோம். ஆடம் ஸ்மித், டேவிட் ரெக்கார்டோ, செயின்ட் சிமோன், ஃபூரியே, ராபர்ட் ஓவன் போன்ற சில முக்கியப் பெயர்களை அறிந்திருப்போம். ஆயின் குறிப்பிட்ட அம்மாறுபடு காலத்தில் மார்க்சின் அரசியல் பொருளாதார மற்றும் சோசலிச நகர்வுகளை நாம் துல்லியமாக அறிந்ததில்லை. அம்மாதிரியான சில முக்கிய நகர்வுகளை இந்தத் தொகுதியில் நாம் அறிந்து கொள்வோம்.

பியர் ஜோசெஃப் புரூதொன் (1809-1865) என்பார் 19 ஆம் நூற்றாண்டின் மத்தியில் பிரெஞ்சு நாட்டின் செல்வாக்குமிக்க சோசலிசச் சிந்தனையாளர்களில் ஒருவர். அவர் ஒரே நேரத்தில் அரசியல் பொருளாதார நிபுணராகவும் சோசலிசம் குறித்த கருத்தாளராகவும், இன்னும் கூடுதலாக ஓர் அராஜகச் சிந்தனையாளராகவும் இருந்து வந்தார். அக்காலத்திய பலவகைப்பட்ட கற்பனாவாத சோசலிசங்களோடு அராஜக சிந்தனையும் இணைந்தே பயணப்பட்டு வந்தது. சோசலிசச் சிந்தனை தனியுடமையை ஒழித்து பொதுவுடமை, சமத்துவம் போன்றனவற்றை நிறுவவேண்டும் என வலியுறுத்தியது. ஆயின்

அராஜக சிந்தனை உடமை ஒழிப்போடு அரசு, மதம் போன்ற நிறுவனங்களையும் ஒழிக்க வேண்டும் என்று கூறிவந்தது. சில வேளைகளில் உடமை ஒழிப்பைவிட அரசு, மதம் ஆகிய ஆதிக்க வடிவங்களை ஒழிப்பதில் அது அதிக அக்கறை காட்டி வந்தது. புரூதொன் அவ்வகைப்பட்ட சிந்தனையாளர்களில் ஒருவர்.

புரூதொன் மிக ஏழ்மையான குடும்பத்தில் பிறந்தவர். இளமையில் முறையான கல்வி பெறும் வாய்ப்பு அவருக்குக் கிடைக்கவில்லை. அச்சகம் ஒன்றில் அச்சுக் கோர்க்கும் பணி, பின்னர் அச்சுத் திருத்தும் பணி ஆகியவற்றைச் செய்துவந்தார். கத்தோலிக்க நூல்கள் பலவற்றை அச்சிடும் வேலைகளின் ஊடாகவே அவர் லத்தீன் மொழியைக் கற்றுக் கொண்டார் என்பார்கள். தனது அச்சகத்திற்கு அச்சு வேலைகளுக்காக வந்த எழுத்தாளர்களோடு கலந்துரையாடி தனது அறிவுப்புலத்தை வளர்த்துக் கொண்டவர் என்பார்கள். 1840 ஆம் ஆண்டு புரூதொன் 'சொத்து என்பது என்ன? What is Property?' என்ற நூலை எழுதினார். இந்த நூல் மார்க்சைப் பெரிதும் கவர்ந்தது. மார்க்ஸ் அவரது 'புனிதக் குடும்பம்' நூலில் புரூதொனைப் பெரிதும் பாராட்டி எழுதினார். "புரூதொன் பாட்டாளி வர்க்கத்தின் நலன்களை முன்னிலைப் படுத்துபவர் மட்டுமல்ல, அவரே ஒரு பாட்டாளி. அவரது நூல் பிரெஞ்சுப் பாட்டாளிகளின் விஞ்ஞானரீதியான பிரகடனம்" என்று மார்க்ஸ் எழுதினார். 'சொத்து என்பது என்ன?' என்ற நூல் "சகாப்தப் படைப்புத் தன்மை கொண்டது" என்று மார்க்ஸ் பின்னாட்களில் புரூதொனின் மறைவை (1865) ஒட்டி எழுதுகிறார்.

செயின்ட் சிமோன், ஃபூரியே ஆகியோருடன் புரூதொனுக்கான உறவு ஹெகலுக்கும் ஃபாயர்பாகிற்கும் இடையிலான உறவு போன்றது என மார்க்ஸ் ஒப்பிடுகிறார். எப்படி? ஹெகலுடன் ஒப்பிடும்போது ஃபாயர்பாகின் தத்துவ ஆற்றல் அற்பசொற்பமே ஆனாலும் அவர் ஹெகலுக்குப் பிறகு முக்கியமான திசைமாற்றத்தை ஏற்படுத்தினார். அது புதிய சகாப்தத்தைப் படைத்தது. அதுபோலத்தான், புரூதொனும் என்கிறார் மார்க்ஸ். சோசலிசம் குறித்த சிந்தனையில் ஒரு திசை மாற்றத்தை ஏற்படுத்தியவர் புரூதொன் என்று மார்க்ஸ் கருதியதாகத் தெரிகிறது. புரூதொனின் எழுத்துநடையை மார்க்ஸ் அமோகமாகப் பாராட்டுகிறார். "இன்னமும் வலுவுடன் இருக்கும் தசைப்பிடிப்புள்ள எழுத்துநடை... ஒளிமிக்க முரண்மெய்க்கூற்று... சுட்டெரிக்கும் விமர்சனம்... கசப்பேறிய நையாண்டி... இன்றைய [சமூக] அமைப்பு முறையின் கயமையின் மீது அவருக்குள்ள ஓர் ஆழ்ந்த உண்மையான வெஞ்சினம்.." போன்ற சொற்களைச் சூடி மார்க்ஸ் புரூதொனை அலங்கரிக்கிறார். புரூதொன் தனது ஆய்வு முறையியலில் ஜெர்மன்

தத்துவ அறிஞரான இம்மானுவேல் கான்ட்டின் முரண்முழுமைகளை (Antinomies) எடுத்துக் கையாளுகிறார் என்பதையும் மார்க்ஸ் எடுத்துக்காட்டுகிறார்.

1841 ஆம் ஆண்டில் புரூதொன், 'ஏழ்மையின் மெய்யியல்' (Philosophy of Poverty) என்ற நூலை எழுதி வெளியிட்டார். இரண்டு தொகுதிகளாக பிரெஞ்சு மொழியிலும் ஜெர்மானிய மொழியிலும் வெளியான இந்நூல் தொழிலாளர் வர்க்க அறிவாளிகளுக்கிடையில் பிரபலமாக வாசிக்கப்பட்டது.

புரூதொன் பல நோக்குகளிலிருந்து மார்க்சிய ஆய்வுகளுக்கு முக்கியப்படுகிறார். முதலாவதாக, அவரது அரசியல் பொருளாதாரக் கருத்துக்கள் கவனத்திற்கு உரியன. அவை ஒரு புரிதலுக்கான, விவாதங் களுக்கான களத்தை உருவாக்குகின்றன. 'சொத்து' குறித்த புரூதொனின் கருத்துக்களை வெகுவாகப் பாராட்டிய மார்க்ஸ் 'வறுமையின் மெய்யியல்' எனும் அவரது இரண்டாவது நூலைக் கடுமையாக விமர்சித்தார். இருப்பினும், புரூதொனின் கருத்துக்களை விமர்சிப்பதின் ஊடாகவே மார்க்ஸ் தனக்கே உரிய அரசியல் பொருளாதாரக் கருத்துக்களை நோக்கி நகருகிறார் என்பது கவனத்திற்கு உரியது.

இரண்டாவதாக, புரூதொனின் அராஜகம் எனும் கருத்துநிலை தொடர்ந்து மார்க்சால் விமர்சிக்கப்பட்டு வந்துள்ளது. மார்க்சின் வாழ்க்கைக் காலம் முழுவதிலும் (தொடக்கத்தில் புரூதொனுடன், பின்னாட்களில் பகூனினுடன்) இந்த மோதல் நீடித்து வந்துள்ளது. மூலதனம், அரசு, மதம் ஆகிய மூன்றையும் ஒருசேர நிராகரிக்கும் நிலைப்பாட்டை அராஜகம் மேற்கொண்டு வந்தது. வர்க்கப் போராட்டத்திற்கு அரசியல் தேவையில்லை என்ற ஒரு நிலைப்பாடு அராஜகத்தினுடையது. எனவே அரசியல் சம்பந்தப்படும் அத்தனைப் பிரச்சினைகளையும் அராஜகம் வேறுவிதமாகக் கையாண்டது. தொழிலாளர் வர்க்கத்திற்கு ஓர் அரசியல் கட்சி தேவையா? அரசுத் துறைப் பொருளாதாரம் தேவையா? அரசுமயமாக்கம் தேவையா? அரசு சோசலிசம் தேவையா? அது அதிகாரவர்க்க சோசலிசமாக மாறிவிடுமல்லவா? புரட்சி என்பதே அரசியல் அதிகாரம் நோக்கிய நகர்வு எனில் அதனை எவ்வாறு ஏற்பது? இவையெல்லாம் மார்க்சின் காலத்திலும் அவருக்கும் பின்னும் அராஜகவாதிகள் எழுப்பிய கேள்விகள்.

மூன்றாவதாக, அரசியல் குறித்த அராஜகவாதிகளின் கருத்துக்களைத் தொடரும் அவர்களின் சோசலிசம் குறித்த கருதுகோள்களும் வித்தியாச மானவை. எடுத்துக்காட்டாக, புரட்சி என்பது ஒரு மிகப்பெரும்

அரசியல் செயல்பாடாக அமையும் போது, அராஜகவாதிகள் அதனை ஆதரிக்க மறுக்கின்றனர். ஆட்சி அதிகாரத்தைக் கைப்பற்றுவதில் அவர்களுக்கு மிகப்பெரும் ஒவ்வாமை உள்ளது. சீர்திருத்தம், படிப்படியான மாற்றம், தொழிலாளர் கூட்டுறவு, பரஸ்பரத் தன்மை, தொழிலாளர் சுயநிர்வாகம் போன்ற வழிமுறைகளின் மூலம் தொழிலாளர்கள் சோசலிசத்தை நோக்கி நகர வேண்டும் என்று அவர்கள் கருதுகிறார்கள். சோசலிசம் என்பதை அராஜகவாதிகள் ஒரு கறாரான அரசியல் பொருளாதாரக் கோட்பாடு இன்றி, முனைப்பான அரசியல் செயல்பாடும் இன்றி ஓர் அறநெறிச் சிந்தனையாக ஆக்கி விடுகிறார்கள்.

மார்க்சிய நிலைப்பாடுகளிலிருந்து, புரூதொனையும் அராஜகர் அணியையும் எதிர்கொள்ளுவது எப்படி?

புரூதொனும் பிற அராஜகரும் எழுப்பும் கேள்விகள் உண்மையானவை, முக்கியமானவை. அரசு, அரசியல், அதிகாரவர்க்கம் பற்றிய கேள்விகளைப் புறக்கணித்து விட்டு மார்க்சியர்கள் பயணிக்க முடியாது. நமது காலத்தில் அவை அதிகத் தீவிரமடைந்துள்ளன. அவை குறித்த ஒற்றைப்படையான (ஏற்கனவே இருக்கின்ற) முடிவுகளிலும் பல போதாமைகள் உள்ளதை உணருகிறோம். பாரிஸ் கம்யூன் (1871) எழுச்சிகளில் புரூதொனியத்தின் செல்வாக்கு அதிகமாக இருந்தது. அரசியல் அதிகாரத்தைப் பொருட்படுத்தாத போக்கு அதில் தென்பட்டது. ஆனால் தொழிலாளர்களின் சுயநிர்வாக ஆட்சி ரத்த வெள்ளத்தில் ஆழ்த்தப்பட்டது. பாரிஸ் கம்யூன் அனுபவங்களிலிருந்து தொழிலாளர் கட்சிகள் பாடம் படித்துக் கொள்ளவேண்டும் என்றார் மார்க்ஸ். புரட்சியை அடுத்துவரும் மாறுபடுகாலத்திற்குச் சொந்தமான ஓர் அரசியல் வடிவம் தேவை என்பதை மார்க்ஸ் வலியுறுத்தினார். இவ்விவாதத்தின் அடிப்படையிலேயே பாட்டாளிவர்க்க சர்வாதிகாரம் என்ற கருத்தாக்கம் உருவானது. கோத்தா வேலைத்திட்டம் பற்றிய விவாதங்களிலும் மார்க்ஸ் மீண்டும் இப்பிரச்சினையைக் கையாண்டார். இருபதாம் நூற்றாண்டின் பிற்பகுதியில் அமைப்பியல், பின்னமைப்பியல் சிந்தனையாளர்கள், குறிப்பாக மிகயில் ஃபூக்கோ, அதிகாரம் குறித்த பிரச்சினையை பெரிதும் பேசினர். அந்தோனியோ கிராம்சியின் எழுத்துக்களிலும் அதிகாரம் குறித்த புதிய அழுத்தங்கள் உண்டு.

....

இந்த முன்னுரையுடன் இத்தொகுதியின் முக்கிய நூலான 'மெய்யறிவின் வறுமை' பற்றிப் பேசுவோம். குறிப்பிட்ட இக்காலம் மார்க்சிய வகைப்பட்ட சோசலிசமும் அதன் தத்துவமும் உருவாகிக்

கொண்டிருந்த காலம் என்று முன்பே குறிப்பிட்டோம். ஏற்கனவே ஒருசில ஆண்டுகளாக புரூதொனுடன் நட்பு பாராட்டி வந்த மார்க்ஸ் 'வறுமையின் மெய்யியல் அல்லது பொருளாதார முரண்பாடுகளின் அமைப்பு' என்ற இரண்டாவது நூலில் புரூதொனின் கருத்துக்களிலிருந்து, தான் அடிப்படையாக வேறுபடுவதை உணர்ந்தார். புரூதொனின் அரசியல் பொருளாதாரக் கருத்துக்கள், தத்துவ முறையியல் ஆகியவற்றிலிருந்து தான் வேறுபட்டு நிற்பதை 'மெய்யறிவின் வறுமை' (Poverty of Philosophy) என்ற தலைப்பினைக் கொண்ட ஒரு நூலில் பதிவு செய்தார். அது அரசியல் பொருளாதார நூலாக இருந்த போதிலும், நூலாசிரியருக்குத் தத்துவ வறுமை உள்ளது என்பதை நூலின் தலைப்பு சுட்டிக்காட்டுகிறது. 'கம்யூனிஸ்ட் அறிக்கை'க்குச் சற்று முன்னதாக, மார்க்சின் வரலாற்றுப் பொருள்முதல்வாதப் புரிதலையும் அரசியல் பொருளாதார நிலைப்பாடுகளையும் சிறப்பாக முன்வைத்த நூல் இது என்று பாராட்டப்படுகிறது. மூலதனம் நூலைப் படிக்க விரும்புவோர் முதலில் இந்நூலைப் படிக்கலாம் என்றும் கூறுவார்கள்.

புரூதொனின் நூலுக்கு எதிர்வினையாக மார்க்ஸ் எழுதியுள்ள இந்நூல் இரண்டு பகுதிகளைக் கொண்டுள்ளது. முதல் பகுதி, நேரடியாக புரூதொனின் அரசியல் பொருளாதாரக் கருத்தமைப்பை விமர்சிக்கிறது. இரண்டாவது பகுதி, புரூதொனின் முறையியலை அல்லது தத்துவப் பின்புலத்தை விமர்சிக்கிறது.

அரசியல் பொருளாதாரத்தின் அடிப்படையான கருத்துக்களில் ஒன்றான 'மதிப்பு' குறித்த விவாதத்திலிருந்து புரூதொன் தொடங்கு கிறார். புரூதொனுக்கும் மார்க்சுக்கும் முன்பே அரசியல் பொருளாதார நூல்களில் மதிப்பு எனும் கருத்தாக்கம் பயன்படுத்தப்பட்டு வந்தது. குறிப்பாக டேவிட் ரெக்கார்டோ என்ற ஆங்கிலேயப் பொருளாதார அறிஞர் மதிப்பு குறித்த விதியினை வரையறுத்து வழங்கினார். பண்டங்களின் மதிப்பை உருவாக்குவது மனித உழைப்பே என்று அவர் நிறுவினார். பழங்காலம் தொட்டு சமமதிப்புள்ள பண்டங்கள் பரிமாறிக் கொள்ளப்படுகின்றன எனில் அது பரிமாற்றதாரர்களிடையில் சமத்துவத்தை ஏற்படுத்த வேண்டுமல்லவா! என்ற கேள்வி நீண்ட காலமாகப் பேசப்பட்டு வந்தது. ரெக்கார்டோவின் கருத்தினைக் கொண்டே ஆரம்ப காலத்திய சமத்துவக் கொள்கை உருவாக்கப் பட்டது என்பதனை மார்க்சும் ஏற்றுக்கொண்டார்.

புரூதொனின் விவாதம் இதிலிருந்தே தொடங்குகிறது. பயன் பாட்டு மதிப்பு, பரிமாற்ற மதிப்பு என்ற இரண்டு கருத்தாக்கங்களுக்கு இடையிலான உறவு என்ன? என்ற கேள்வியுடன் புரூதொன் தொடங்கு

கிறார். அவற்றிலிருந்து, அடுத்தடுத்து, தேவை (Demand) - அளிப்பு (Supply), பற்றாக்குறை - நிறைவு, உற்பத்தியாளன் - நுகர்வோன் போன்ற சில ஜோடி ஜோடியான கருத்தாக்கங்களை நோக்கி புரூதொன் நகர்கிறார். பயன்பாடு - பரிமாற்றம் தொடங்கி பிற ஜோடிக் கருத்தாக்கங்களோடு ஒரு சமப்படுத்தலை புரூதொன் நிகழ்த்துகிறார். சமமதிப்புள்ள பண்டங்கள் தாம் பரிமாறிக் கொள்ளப்படுகின்றன எனில் சமூகத்தில் சமத்துவம் எப்படிப் பிறழுகிறது? என்ற கேள்வியைச் சுற்றி புரூதொன் மிகத்தீவிரமாக ஒரு தேடலை நிகழ்த்துகிறார். அக்கேள்விக்கான பதிலைக் காணுவதற்காக தேவை, பற்றாக்குறை, நுகர்வு எனப் பல திசைகளில் பயணப்படுகிறார். அடுத்தடுத்த ஜோடிக் கருத்தாக்கங்களை ஆய்வு செய்யும்போது அவற்றினூடே சமத்துவமின்மை மற்றும் சுரண்டலுக்கான ஆதாரங்களைக் கண்டறிந்து விடலாமா என முயற்சிக்கிறார். 'சொத்து என்றால் என்ன?' என்ற முதல் நூலில் 'சொத்து எனில் திருட்டு' எனும் ஒரு தீர்ப்பை புரூதொன் வழங்குவார். சமமதிப்புள்ள பண்டங்கள் பரிமாறிக் கொள்ளப்படும் போதும் அதனிடையில் 'திருட்டு' போன்ற ஒரு மறைந்திருக்கும் நிகழ்வினையே புரூதொன் தேடுகிறார். போதாதகுறைக்கு வாங்குபவர், விற்பவர் ஆகியவர்களின் 'சுயேச்சையான சித்தம்' தொழில்படுகிறது என்ற ஒரு பதிலையும் வழங்குகிறார். கறாரான பொருளாதார உறவுகளுக்கிடை யிலேயே, அவற்றின் அங்கீகரிக்கப்பட்ட விதிமுறைகளின் ஊடாகவே சுரண்டல் எனும் பொருளாதாரச் செயல்பாடு நிகழ முடியும் என்பதைப் புரூதொனால் கணக்கிட முடியவில்லை. சுயேச்சையான சித்தம் தான் அதனை 'நிர்ணயிக்கிறது' என்ற அசட்டுத்தனமாக பதிலுக்கு அவர் வந்து சேருகிறார். மட்டுமின்றி, பண்டப்பரிமாற்றம் எனும் நிகழ்வை முதலாளியத்திற்கு முந்திய காலங்களின் வடிவிலேயே அவரால் முன் வைக்க முடிகிறது. முதலாளியப் பண்டப் பரிமாற்றத்தின் பிரத்தியேக வடிவங்களை நோக்கி அவரால் நகர முடியவில்லை. அவரது ஆய்வுகள் தேவை, பற்றாக்குறை எனப் பரக்க விரிந்திருந்த போதும், தொழிலாளி வர்க்கம், உழைப்பு என்ற குவிமையத்தை விட்டு விலகிவிடுகின்றன.

புரூதொன் தேர்வு செய்த கான்டிய முறையியலும் அவருக்குப் பெரிதும் உதவி செய்யவில்லை. ஹெகலிய முறையியலில் உள்ள முதலுரை, எதிருரை, மாற்றுரை (Thesis, Anti-thesis and Synthesis) என்ற முப்படி நிலை கொண்ட அணுகுமுறையையும் அவரால் சிறப்பாகப் பயன்படுத்த முடியவில்லை. இரண்டு படிநிலைகளுக்குப் பிறகு 'சுயேச்சையான சித்தம்' என்ற சம்பந்தமில்லாத ஒன்றினை நோக்கி ஓடுவது கான்டின் முறையியல். ஹெக்லின் மூன்றாவது கட்டத்தை எட்டமுடியாமல் போகும்போது புரூதொன் 'சுயேச்சையான சித்தத்தில்' சென்று அடைக்கலமாகி விடுகிறார். பல வேளைகளில்

புரூதொனின் முதல் இரண்டு உரைகளுமே கூட 'நல்லது', 'கெட்டது' என்ற அறச் சொற்களாக மாற்றப்பட்டு விடுகின்றன. அரசியல் பொருளாதாரத்திற்கு அறச் சொல்லாடல்கள் தேவையில்லை என்று நாம் கூறவரவில்லை. ஆயின் அரசியல் பொருளாதாரக் கருத்தாக்கங்களை விட்டெறிந்து விட்டு அறச்சொற்களை நாடுவது பயனுள்ள முறையியல் அல்ல.

மார்க்ஸ் பண்டப்பரிமாற்றத்தை வரலாற்றுக்கு அப்பாற்பட்ட நிகழ்வாகக் கொள்ளவில்லை. முதலாளியத்திற்கு முந்திய காலத்திலும் பண்டப்பரிமாற்றங்கள் நிகழ்ந்தன. ஆயின் முதலாளியச் சமூகத்தின் பண்டப் பரிமாற்றம் குணாம்சரீதியாக வேறுபட்டது. முதலாளியச் சமூகத்தின் ஒரு சிறப்புத்தன்மை (அதுவே ஒரு கொடூரமும் கூட) என்னவெனில், இங்கு மனித உழைப்பு சக்தி ஒரு பண்டமாக வாங்கவும் விற்கவும் படுகிறது. அந்த மனித உழைப்பை அம்முதலாளி சமூகத்தில் வழக்கிலுள்ள சராசரி விலைக்கே வாங்குகிறார். அதாவது சமூகத்தில் வழக்கிலுள்ள சராசரி கூலியையே வழங்குகிறார். இருப்பினும், உயிருள்ள உழைப்பு சக்தி எனும் அப்பிரத்தியேகப் பண்டம் தொழிற்சாலையில், பணியிடத்தில் 'பயன்படுத்தப்படும்போது', கூடுதல் மதிப்பை உற்பத்தி செய்கிறது. இக்கூடுதல் மதிப்பே உபரி மதிப்பு என்ற பெயரினைப் பெறுகிறது. இவ்வகையில் மனித உழைப்பைத் தவிர வேறு எந்த ஒரு பண்டத்தாலும் இப்படி உபரி மதிப்பை உற்பத்தி செய்ய இயலாது. மனித உழைப்பைப் பண்டமாக்கும் இந்த நிகழ்வு முதலாளிய சமூகத்தின் அடிப்படை நிகழ்வு, கட்டாய நிகழ்வு. மனித உழைப்பை விலை கொடுத்து வாங்கியுள்ள முதலாளி அந்த உபரி மதிப்பைத் தன்னுடையதாக்கிக் கொள்ளுகிறான். முதலாளியச் சமூகத்தின் சட்டம் அதற்கான முழு உரிமையை அவனுக்கு வழங்கியுள்ளது.

புரூதொன் ஒரு பிரெஞ்சுக்காரர். அவர் தனது முதல் நூலில் ஜெர்மனியைச் சேர்ந்த இம்மானுவெல் கான்ட்டின் முழுமுரண்கள் (Antinomies) என்ற கருத்தாக்கத்தைக் கொண்டு ஆய்வுகளை நடத்தினார். தனது இரண்டாவது நூலில் ஹெகலின் இயங்கியல் தத்துவத்தின் கருத்தாக்கங்களில் ஆர்வம் கொள்ளுகிறார். ஒரு வேடிக்கை என்ன வென்றால், பல இரவுகள் மார்க்சுடன் சேர்ந்து அமர்ந்து, இருவரும் விடிய விடிய இயங்கியல் குறித்துப் பேசிக்கொண்டிருப்பார்கள் என்று மார்க்சே பிறிதோரிடத்தில் குறிப்பிடுகிறார். எங்கெல்சும் இதனை உறுதிப்படுத்துகிறார். பிரச்சினை என்னவென்றால், மார்க்சிடம் இயங்கியல் கற்றுக்கொண்ட புரூதொன், அரசியல் பொருளாதாரத்தில் அந்த இயங்கியலைப் பரிசோதித்து அறிய முடிவு செய்திருக்கிறார்.

அதன் விளைவுதான் பயன்பாட்டு மதிப்பு, பரிமாற்ற மதிப்பு என்ற இரண்டு கருத்தாக்கங்களை அடுத்தடுத்த நாலைந்து ஜோடி கருத்தாக்கங்களாக அவர் வளர்த்தெடுத்துள்ள முறைமை.

பின்னாட்களில் பண்டத்தின் இரண்டு பக்கங்களான பயன்பாடு, பரிமாற்றம் என்பவற்றிலிருந்து தொடங்கும் மார்க்ஸ், தனது மூலதனம் நூலில், அவற்றிலிருந்து பிரத்தியட்ச உழைப்பு - சூக்கும உழைப்பு, அவசியமான உழைப்பு நேரம் - கூடுதலான உழைப்பு நேரம், நிலையான மூலதனம் - மாறுபடும் மூலதனம் என அடுத்தடுத்த ஜோடிக் கருத்தாக்கங்களை நோக்கி நகருவார். அவற்றிலிருந்து உபரி மதிப்பு என்ற கருத்தாக்கத்திற்கும் வந்து சேர்கிறார். மார்க்ஸ் மூலதனம் நூலில் பயன்படுத்துவது ஓர் இயங்கியல் செயல்பாடு தான். இருப்பினும் புரூதொனின் இயங்கியலுக்கும் மார்க்சின் இயங்கியலுக்கும் இடையில் அடிப்படையான வேறுபாடுகள் உள்ளன.

புரூதொன் மார்க்சிடமிருந்து ஹெகலிய இயங்கியலைக் கற்றிருக்கலாம். ஆனால் மார்க்சின் பொருள்முதல்வாதத்தை அவரிடமிருந்து கற்றுக்கொள்ள அவர் தவறிவிட்டார். அதன் விளைவு, பொருள்முதல்வாத அடிப்படையற்ற ஓர் இயங்கியலைப் புரூதொன் பயன்படுத்தியிருக்கிறார். மார்க்சின் அரசியல் பொருளாதாரம் மிக நுட்பமாக மனித உழைப்பு எனும் முதற்புள்ளியிலிருந்து தொடங்குவது. உழைப்பே விலங்குகளுக்கும் மனிதர்களுக்கும் இடையிலான அடிப்படை வேறுபாடு என்பது மார்க்சிய முதற்பாடம். மார்க்சியத்தை அதன் எந்தப் புள்ளியிலிருந்து நாம் பயிலத் தொடங்கினாலும் உழைப்பு, நடைமுறை, வர்க்கப் போராட்டம், சமூக மாற்றம், புரட்சி போன்ற கருத்தாக்கங்கள் இல்லாமல் அது இருக்காது. இந்த அர்த்தத்தில் மார்க்சியம் ஒரு பொருள்முதல்வாதமாகவும் ஓர் இயங்கியலாகவும் இரண்டறக் கலந்த நிலையில் உள்ளது.

மார்க்சின் அரசியல் பொருளாதாரமும் அப்படித்தான். மூலதனம் நூலில், நெடுக, மார்க்ஸ் நகர்ந்து செல்லும் ஒவ்வொரு (ஜோடிக்) கருத்தாக்கமும் இயங்கியல் பண்பு கொண்டவை, அதுபோலவே அவை பொருள்முதல்வாத அடிப்படை கொண்டவை. உழைப்பு எனும் புள்ளியிலிருந்து தனது பயணத்தைத் துவக்கும் மார்க்சின் அரசியல் பொருளாதாரம் அதன் பிற எல்லாப் புள்ளிகளிலுமே, எப்போதுமே, உழைப்பு எனும் அந்த மைய அச்சைத் தவறவிடுவது கிடையாது. எனவேதான் உபரி மதிப்பு என்ற உச்சாணிக் கருத்தாக்கத்திற்கு அவர் வந்து சேர்ந்தபோது, அது உழைப்பு சக்தி எனும் மனித ஆற்றலைப் பண்டமாக்கிப் பயன்படுத்தும் சுரண்டல்

செயலைக் கொண்டுள்ளது என்று அவரால் கூற முடிந்தது. அது அவரது மிகப்பெரும் கண்டுபிடிப்பாகவும் அமைய முடிந்தது.

புரூதொனின் நூலில் அவர் இயங்கியலில் கொண்டுள்ள ஆர்வம் வெளிப்படுகிறது. ஜோடி ஜோடியாக எதிர்வுகளைக் கண்டறிந்து விட்டால் இயங்கியல் கைவந்துவிடும் என அவர் கருதியிருக்கிறார். எதிர்வுகளின் வடிவில் நாம் கண்டறியும் கருத்தாக்கங்களுக்கு வாழ்வியல் (பொருள்வகை) அடிப்படைகள் நிலவவேண்டும் என்பதைப் புரூதொன் கவனிக்கத் தவறிவிட்டார். இதன் விளைவாக, புரூதொனின் இயங்கியல் அவரது நூலில் ஒரு போலிமையாக, பொய்யான இயங்கியலாகப் போய்விட்டது. இயல்பாகவே, மார்க்ஸ் தனது நூலில் புரூதொனின் நிலைப்பாடுகளைக் கடுமையான விமர்சனத்திற்கு உள்ளாக்குகிறார்.

ஒரு வீடு என்பதிலிருந்து அது கட்டப்படுவதற்குரிய பொருட்கள், அதன் வடிவம் என ஒவ்வொன்றாக விலக்கிக் கொண்டே வந்தால் மிஞ்சி அதில் என்ன இருக்கும்? கடைசியில் மிஞ்சுவது வீடு எனும் வெற்றுக் கருத்தே. சூக்குமப்படுத்துவது மூலம் பொருளை நெருங்கிச் செல்லுவதாக தத்துவவாதிகள் நினைத்துக் கொள்ளுகிறார்கள். ஆயின் அவர்கள் அசல் பொருளிலிருந்து விலகிச் செல்லுகிறார்கள். உற்பத்தி உறவுகளையும் மனிதர்கள்தாம் குறிப்பிட்ட காலச் சூழல்களில் படைக்கிறார்கள். ஆயின் அவற்றிலிருந்து மனிதர்களையும் வரலாற்றுக் காலத்தையும் அப்புறப்படுத்திவிட்டால் என்ன மிஞ்சும்? தனியொரு தர்க்க சூத்திரத்தால் சமுதாய அமைப்பை விளக்கிவிட முடியுமா? நல்லது, தீயது என்ற கருத்தாக்கங்கள் இயங்கியலுக்கு இட்டுச் செல்லாது. அது இருமைவாதத்திற்கு வேண்டுமானால் இட்டுச் செல்லும். இந்த இருமைவாதம் ஒரு குட்டி பூர்ஷ்வாவுக்கு வசதியான நிலைப்பாடு: இங்கும் அங்கும், இந்தப் பக்கமும் அந்தப் பக்கமும், இப்படியும் அப்படியும். - இவையெல்லாம் மார்க்ஸ் புரூதொன் குறித்து இந்நூலில் முன்வைக்கும் விமர்சன மதிப்பீடுகள். ஒரு வலுவான விவாதத்தை முன்கொண்டு செல்லும் ஒரு நூலாக 'மெய்யறிவின் வறுமை' அமைந்துள்ளதை இந்நூலைப் படிப்போர் உணர முடியும்.

மார்க்ஸ் எங்கெல்ஸ் தேர்வு நூல்கள்
தொகுதி 2க்கான அறிமுகவுரை

3

மார்க்ஸ் எங்கெல்ஸ் தேர்வு நூல்களின் மூன்றாவது தொகுதி மூன்று அற்புதமான நூல்களைத் தன்னகத்தே கொண்டுள்ளது. அவை 'பிரான்சில் வர்க்கப் போராட்டங்கள்' எனும் நூல், 'லூயி போனபார்ட்டின் பதினெட்டாம் புரூமேர்' எனும் நூல் மற்றும் 'ஜெர்மனியில் புரட்சியும் எதிர்ப்புரட்சியும்' எனும் நூல். கூடுதலாக தொகுப்பின் இறுதியில் இரண்டு கட்டுரைகள் இணைக்கப்பட்டுள்ளன. மூன்று நூல்களில் முதல் இரண்டு நூல்களும் மார்க்சால் எழுதப் பட்டவை. அவை இரண்டுமே 1848-1852 ஆகிய ஆண்டுகளில் பிரான்சில் நிகழ்ந்த புரட்சிகரக் கொந்தளிப்புகளையும் அரசியல் மாற்றங்களையும் பற்றியன. மூன்றாவதான நூல் எங்கெல்சால் எழுதப்பட்டது. அது 1848 ல் ஜெர்மனியில் நிகழ்ந்த புரட்சிகர எழுச்சிகளைக் குறித்தது. மூன்று நூல்களுமே மேற்கு ஐரோப்பிய நாடுகள் இரண்டில் அந்த நூற்றாண்டின் மைய ஆண்டுகளில் நிகழ்ந்த தீவிரமான சமூக மாற்றங்களை நோக்கிய மக்கள் எழுச்சிகளைப் பற்றியவை. அன்றைய காலத்தில் முன்னோடி வர்க்கமாக விளங்கிய பூர்ஷ்வா வர்க்கமும், வரலாற்றுரீதியாக அரசியல் உணர்வில் தீவிரமடைந்த தொழிலாளர் வர்க்கமும், எண்ணிக்கையில் அதிகமாக அந்நாடுகளில் விளங்கிய விவசாய வர்க்கங்களும் இப்புரட்சிகளில் முக்கியப் பங்காற்றின.

மேற்கு ஐரோப்பாவில் மூன்று நாடுகள் எப்போதுமே மார்க்ஸ், எங்கெல்ஸ் ஆகியோருடைய கவனத்தை விட்டு விலகியது கிடையாது. மார்க்சும் எங்கெல்சும் ஜெர்மனியில் பிறந்தவர்கள், வளர்ந்தவர்கள். அவர்கள் தமது சொந்த நாட்டை விட்டு விலகி வாழ்ந்த நாட்களிலும் கூட, தமது நாட்டின் தொழிலாளர் அமைப்புகள், புலம்பெயர்ந்து வாழ்ந்த ஜெர்மானியர்கள் ஆகியோரிடம் நெருக்கமான தொடர்பு கொண்டிருந்தார்கள். மார்க்சுக்கும் எங்கெல்சுக்கும் பிரான்ஸ் நாடு இரண்டாவது தாயகம் போல் நெருக்கமானது. 1789 ல் நிகழ்ந்தேறிய மாபெரும் பிரெஞ்சுப் புரட்சி ஐரோப்பாவின் முற்போக்கு ஆர்வலர்கள் அத்தனை பேரையுமே கவர்ந்திழுத்த ஒன்றாகும். சோசலிசம் குறித்த சிந்தனை உட்பட அத்தனை வகை சனநாயக சிந்தனைப் போக்குகளுக்கும் பிரெஞ்சுப் புரட்சி தோற்றுவாயாக விளங்கியது. மார்க்சும் எங்கெல்சும் ஜெர்மனியிலுள்ள ரைன் மாநிலத்தைச் சேர்ந்தவர்கள். அது பிரான்ஸ்

நாட்டின் எல்லைப்புற மாநிலம். பிரெஞ்சுப் புரட்சியின் தாக்கங்களை வெகுவாக அனுபவித்த பிரதேசம் அது. மார்க்ஸ் ஜெர்மனியை விட்டுப் புலம்பெயர நேரிட்டபோது அவர் பாரீசில் குடியிருக்கத்தான் விழைந்தார். சிறிது காலம் அப்படியே வாழ்ந்தார். மார்க்சியத்தின் சோசலிச அரசியலுக்கு முன்னோடியாகப் பிரெஞ்சு நாட்டு சிந்தனையாளர்களே அமைந்தனர். மூன்றாவதாக மார்க்ஸ், எங்கெல்ஸ் ஆகியோரின் வாழ்வில், சிந்தனையில் பங்கேற்ற நாடு இங்கிலாந்து. ஐரோப்பாவின் முன்னேறிய முதலாளிய நாடு அது. ஐரோப்பாவில் தொழில் புரட்சியை பெருமளவிற்கு அந்நாட்களிலேயே நடத்தி முடித்த நாடு அது. எனவே பெரும் எண்ணிக்கையிலான தொழிலாளர் வர்க்கத்தைக் கொண்ட நாடு இங்கிலாந்து. லூட்டிஸ்டுகள், சார்ட்டிஸ்டுகள் போன்ற முன்னோடித் தொழிலாளர் வர்க்க இயக்கங்களைக் கொண்ட நாடு இங்கிலாந்து. மார்க்சும் எங்கெல்சும் முதலாளிய சமூகம் பற்றிய நேரடி அனுபவங்களையும் அதன் அரசியல் பொருளாதாரச் சிந்தனைகளையும் அறிந்து கொண்டது இங்கிலாந்து நாட்டில் தான்.

பொதுவாக ஜெர்மனியைப் பற்றி எழுத வேண்டிய அவசியங்கள் ஏற்பட்ட போதெல்லாம் எங்கெல்ஸ் அந்த வேலையைச் செய்வார். பிரான்சைப் பற்றி எழுத வேண்டி வரும் போது மார்க்ஸ் அதனைச் செய்வார். இது அவர்களுக்கிடையில் ஒரு வகையான வேலைப் பிரிவினை. இருவருமே தமது வேலைகளைத் தமக்குள் கலந்து கொண்டுதான் செய்வார்கள் என்பதையும் நாம் கவனத்தில் கொள்வோம். இத்தொகுதியில் உள்ள மூன்று நூல்களுக்கும் இந்த வேலைப் பிரிவினை பொருந்தும்.

இத்தொகுதியில் இடம்பெற்றுள்ள மூன்று நூல்களுமே மார்க்சியர்களுக்கு மிக முக்கியமானவை. மார்க்சும் எங்கெல்சும் ஐரோப்பாவின் மையத்தில் அமைந்துள்ள இரண்டு நாடுகளில், *1848-52* ஆகிய ஆண்டுகளில், வெகுமக்கள் பங்கேற்புடன் நிகழ்ந்த, பல திருப்புமுனைகளைக் கொண்ட நிகழ்வுகளை காவியச் சுவையுடன் இந்நூல்களில் சித்தரித்துள்ளனர். மார்க்சும் எங்கெல்சும் *1848* ஆம் ஆண்டை ஒட்டித்தான் தமது இளமைக் காலத்தைக் கடந்து, மார்க்சியம் எனப்படும் தமது வடிவமைக்கப்பட்ட கொள்கை நிலைகளுக்கு வந்து சேருகின்றனர். கிட்டத்தட்ட அதே ஆண்டிலிருந்து 'சமூகப் புரட்சி' என்று அவர்கள் வரித்துக் கொண்ட ஒரு கோட்பாட்டின் நடைமுறை வடிவத்தை அவர்கள் பிரான்சிலும் ஜெர்மனியிலும் சந்தித்தனர் என்பது ஒரு மிகப்பெரும் வரலாற்றுச் சந்தர்ப்பம் ஆகும். புரட்சியை அவர்கள் உண்மையாகச் சந்தித்தனர் என்பதோடு, புரட்சியின் எதிர்பாராத திருப்பு

முனைகளில் தொழில்பட்ட பல்வேறு வர்க்கங்களின் அரசியல் நடத்தையையும் அவர்கள் கண்டுணர்ந்தனர் என்று சொல்ல வேண்டும்.

'பிரான்சில் வர்க்கப் போராட்டங்கள்' என்ற நூலும் 'லூயி போனபார்ட்டின் 18 ஆம் புரூமேர்' எனும் நூலும் மார்க்ஸ் அவரது சமகால வரலாற்றின் சம்பவங்களை ஒரு பகுப்பாய்வுக்கு உட்படுத்தும் நூல்கள் என்று பலராலும் பாராட்டப்படுகின்றன. மார்க்சின் புதியதொரு கோட்பாடான வரலாற்றுப் பொருள்முதல்வாதம் என்பதனை அவர் தனது சமகால அரசியல் பகுப்பாய்வுக்கு முதன் முறையாகப் பயன்படுத்தியுள்ளார் என்று அவர்கள் கூறுகிறார்கள். வரலாற்றுப் பொருள்முதல்வாதத்தை ஓர் ஆய்வு முறையியலாகப் பயன்படுத்துவது எப்படி? மார்க்சுக்கு முந்தி அக்கோட்பாடும் இல்லை, அதனை இன்னொருவர் குறிப்பிட்டதோர் ஆய்வுக்குப் பயன்படுத்தியதும் கிடையாது. அந்தக் கோட்பாட்டின் கருத்தாக்கங்கள் யாவை? அவற்றை எவ்வாறு ஒரு சமகால நிகழ்வுக்குப் பொருத்திக் காட்டுவது? இவையெல்லாமே யாருமே அறியாத, யாருமே செய்யாத செயல்கள். மார்க்சின் மேற்குறித்த இரண்டு நூல்களும் இக்கேள்விகளுக்குப் பதில் சொல்லுகின்றன.

மார்க்சும் எங்கெல்சும் புரட்சி பற்றிய ஒரு புரிதலையும் கொண்டிருந்தனர். இன்னும் அதனை அவர்கள் முழுமையாக வடிவமைத்து வழங்கவில்லை எனினும் அது அவர்களின் மையமான ஒரு கொள்கை நிலையாக ஏற்கனவே கம்யூனிஸ்ட் அறிக்கை போன்ற நூல்களின் மூலம் அறிமுகப்படுத்தப்பட்டு விட்டது. அதுபோலவே அவர்களின் அரசு பற்றிய புரிதல், பாட்டாளி வர்க்க அரசியல் பற்றிய புரிதல் ஆகியவையும். புரட்சி, வர்க்கப் போராட்டம், அரசு, பாட்டாளி வர்க்க அரசியல் போன்ற பல விடயங்கள் அக்காலங்களில் அவர்களிடையில் தோராயமான கருத்துக்களாகத்தான் இருந்தனவே யொழிய அவை குறித்த அவர்களின் நடைமுறை அனுபவங்கள் மிகக் குறைவானவை. இந்த அர்த்தத்தில், 1848-52 ஆம் ஆண்டுகள் மார்க்சுக்கும் எங்கெல்சுக்கும் அளப்பரிய அனுபவங்களை அள்ளித் தந்தவை என்று சொல்ல வேண்டும். புத்தம் புதிய தமது புரட்சி அனுபவங்களை விவரித்து அவற்றைப் புதியதோர் ஆய்வு நோக்கில் அணுகும் முறைமையை மார்க்ஸ் எங்கெல்சின் மேற்குறித்த நூல்களில் நாம் காண முடியும்.

வரலாற்றுப் பொருள்முதல்வாதம் என்ற கோட்பாட்டைப் பயன்படுத்தி சமகால நிகழ்வுகளை ஆய்வு செய்வது என்றால் என்ன?

அதனை மார்க்ஸ் இந்நூல்களில் எவ்வாறு செய்துள்ளார்? வரலாற்றுப் பொருள்முதல்வாதத்தில் ஒரு சமூக அமைப்பின் பொருளாதார உறவுகளைக் கொண்டு அரசியலை ஆய்வு செய்யும் அணுகுமுறை மார்க்சிடம் உண்டு. எனில் 1840 களில் பிரான்ஸ் நாட்டின் சமூகப் பொருளாதார அமைப்பு எத்தகையதாக இருந்தது என்பதை முதலில் சுட்டிக்காட்ட வேண்டும். அது நகர்ப்புற தொழில் சமூகத்திலும் கிராமப்புற விவசாய சமூகத்திலும் எப்படித் தொழில்படுகிறது என்பது தெளிவாக்கப்பட வேண்டும். குறிப்பிட்ட அத்தகைய பொருளாதாரச் சூழல்களில் வாழ்ந்த சமூக வர்க்கங்கள் யாவை? அவை தமக்குள் எவ்வகையான சமூக உறவுகளைக் கொண்டிருந்தன? என்பதும் விளக்கப்பட வேண்டும். இன்னின்ன வர்க்கங்கள் என்று மட்டும் சொல்லாமல், அவற்றின் உள்ளடுக்குகள் யாவை? அவற்றின் நலன்கள் யாவை? அவற்றுக்கிடையிலான உறவுகள் யாவை? என்ற விவரங்களும் நமக்குத் தேவையாக இருக்கலாம். மேற்குறித்த பொருளாதாரப் பின்புலங்களையும் நலன்களையும் வேறுபாடுகளையும் கொண்ட வர்க்கங்கள், வர்க்கப் பிரிவுகள் ஆகியவற்றின் அரசியல் நிலைப்பாடுகள் யாவை? அவை அந்த அரசியலை எவ்வாறெல்லாம் வெளிப்படுத்திக் கொள்ளுகின்றன? என்பது போன்ற தகவல்களும் நம் ஆய்வுக்குத் தேவைப்படும். வர்க்கங்கள், நலன்கள், அவற்றின் அரசியல் என்று நாம் தொடரும் போது அவற்றுக்கு இடையே நிலவும் முரண்கள் எவை? என்ற கேள்வியும் நிச்சயம் தேவைப்படும். இப்பிரச்சினைகளை வெளிப்படுத்துவதில் ஒவ்வொரு நாட்டின் பிரத்தியேக வரலாற்று, பண்பாட்டுத் தனித் தன்மைகளுக்கு முக்கிய இடம் இருக்கும் என்பதையும் நாம் மறந்துவிடக் கூடாது.

இவையெல்லாம் மார்க்சிய ஆய்வின் முறையியல் கோட்பாடுகள் என சுமார் 160 வருட அனுபவங்களுக்குப் பிறகு இன்றைக்கு எடுத்துரைப்பது எளிதானதொரு காரியமாகும். ஆயின் 1848-52ல் மார்க்ஸ் இதனைச் செய்வது அபூர்வமான மேதமை கொண்ட ஒரு செயலாகும். அதுவரையில் எவருக்கும் அறியப்படாதிருந்த பாதையில் மார்க்ஸ் நடந்து சென்றார். மார்க்ஸ், எங்கெல்ஸ் ஆகிய இருவரின் மேற்குறித்த மூன்று நூல்களும் இந்த வகையில்தான் தமது ஒப்பரிய சிறப்பைக் கொண்டுள்ளன. "உற்பத்தி முறைகளில் நடைபெற்று வரும் மாற்றங்களைக் கண்டுணர்வது இங்கிலாந்தில் இன்றும் கூட சாத்திய மற்றதாகவே இருக்கிறது. அன்றியும், சதா மாறிவரும் முக்கியமான காரணிகள் மேல்மட்டத்தில் தம்மைத்தாமே உணர்த்துவதற்கு முன்பாகப் பொதுவாக நீண்டகாலம் ரகசியமாகச் செயல்படுகின்றன.

ஒரு குறிப்பிட்ட காலப்பகுதிக்கான பொருளாதார வரலாற்றின் ஒரு தெளிவான மதிப்பீட்டை உடனிகழ்வான முறையில் என்றுமே பெறமுடியாது."

பிரான்சில் 1848 பிப்ரவரியில் புரட்சி வெடிப்பதற்குப் பின்புலமாக அமைந்த காரணிகள் எவை? நெருக்கடித் தன்மை கொண்ட இரண்டு பொருளாதார நிகழ்வுகளைக் குறிப்பிடுவதிலிருந்து மார்க்ஸ் தொடங்குகிறார். 1845-47 ஆண்டுகளில் வெடித்த விவசாய நெருக்கடியும் அதனைத் தொடர்ந்த பஞ்சமும், அதே காலத்தில் இங்கிலாந்தில் ஏற்பட்ட வாணிக மற்றும் தொழில்துறை நெருக்கடியும் பிரான்சில் வெகுஜன அதிருப்திகளை உருவாக்கின என அவர் எடுத்துக் காட்டுகிறார். புரட்சி வெடிப்பதற்கு முன்பு பிரான்சில் விவசாயிகள் பட்டினிக்கு எதிரான கலகங்களில் ஈடுபட்டனர், இங்கிலாந்து நாட்டின் நிதி எதேச்சாதிகாரத்திற்கு எதிராக பிரெஞ்சு பூர்ஷ்வாக்களும் போராட்டங்களில் இறங்கினர் என மார்க்ஸ் சுட்டிக்காட்டுகிறார்.

புரட்சியின் போக்கில் நிகழ்ந்த மாற்றத்தை எங்கெல்ஸ் அந்நூலுக்கு எழுதிய முன்னுரையில் கீழ்க்கண்டவாறு சித்தரிக்கிறார். "1847 ஆம் ஆண்டின் உலக வணிக நெருக்கடியே பிப்ரவரி, மார்ச் புரட்சிகளின் மெய்யான தாயாக இருந்து வந்துள்ளது என்பதும் 1848 க்குப் பின்னர் படிப்படியாகத் திரும்பி வந்து கொண்டிருந்ததும், 1849 மற்றும் 1850 ல் முழு மலர்ச்சி அடைந்ததுமான தொழில்துறை சுபிட்சம் புதிதாக வலுப்படுத்தப்பட்ட ஐரோப்பிய பிற்போக்கு சக்தி களுக்கு மீண்டும் உயிர்க்களையூட்டும் சக்தியாக இருந்தது என்பதும் தெட்டத் தெளிவாகியது. அது தீர்மானகரமானதாக இருந்தது."

பிப்ரவரி மாதத்தில் சனநாயக சக்திகளுக்கு ஆதரவாக அமைந் திருந்த புரட்சியின் போக்கு 1848 சூனில் திசை திருப்பப்பட்டது. தொழிலாளர் வர்க்கத்தின் பங்கேற்பில் புரட்சி தீவிர வடிவத்தினை எட்டி வருகிறது என்பதை உணர்ந்த பிரெஞ்சு பூர்ஷ்வாக்கள், "அப்போது தான் வீழ்த்தப்பட்ட முடியரசின் நிலப்பிரபுத்துவ பிற்போக்கின் அணிகளுக்கு மீண்டும் ஓடிச் சென்றனர்" என்று எங்கெல்ஸ் எழுது கிறார். பிற்போக்காளர்களால் அடங்கிக் கிடக்கும் பெரும்பான்மை மக்களைத் திரட்ட முடிந்தது. "ஆளப்படுகின்ற பெரும்பான்மை சிறுபான்மையின் நலனுக்காகப் புரட்சியில் கலந்து கொண்டது, அல்லது அதன் ஆட்சிக்கு அமைதியாக எதிர்ப்பின்றி உடன்பட்டது.. இது ஒரு சிறுபான்மைக்குச் சேவை செய்யும் முறையிலேயே அவ்வாறு செய்தது. பெரும்பான்மையின் மந்தமான எதிர்ப்பற்ற தோரணை

காரணமாகவும் கூட இந்தச் சிறுபான்மை மக்கள் முழுமையின் பிரதிநிதியாக இருக்கும் ஒரு தோற்றத்தைப் பெற்றது."

1848 சூனுக்குப் பிறகு நிலவிய சூழல்களை மார்க்ஸ் 'கதம்பமான முரண்கள்' என்று கூறுகிறார். பூர்ஷ்வா அரசியலின் சந்தர்ப்பவாத அரசியலின் அருவருக்கத்தக்கப் பக்கங்கள் அவை. மார்க்ஸ் எழுதுகிறார்: 'அழியாக் கறைகளின் கலவையான குடியரசு; பிரிந்து போவதை முதல் ஷரத்தாகக் கொண்ட கூட்டணிகள்; ஊசலாட்டத்தை முக்கிய விதியாகக் கொண்ட போராட்டங்கள்; அமைதி என்று சொல்லிக் கொண்டு வெறித்தனமாக நடத்தப்படும் கிளர்ச்சிப் பிரச்சாரம்; புரட்சி என்று சொல்லிக் கொண்டு அமைதியைப் பரப்புதல்; உண்மையில்லாத உணர்ச்சிகள்; உணர்ச்சி இல்லாத உண்மைகள்; வீரம் இல்லாத வீரபுருஷர்கள்; சம்பவங்கள் இல்லாத சரித்திரம்; வருடாந்திரக் கணக்குக்காகவே முயன்று செய்யப்படும் வளர்ச்சி."

1848 சூனுக்குப் பின் புரட்சி தோல்வியை நோக்கித் திரும்பியது என்பது உண்மை. புரட்சியின் தோல்வி என்ற குரல் எங்கும் ஒலித்தது. ஆயின் இந்தத் தோல்விகளில் அழிந்துபட்டது புரட்சி அல்ல, புரட்சி குறித்த நமது பழைய பிரமைகளே என்று மார்க்ஸ் எழுதுகிறார். "கடுமையான வர்க்கப்பகைமை நிலைக்கு இன்னும் வந்திராத சமுதாய உறவுகளின் விளைவுகள்... இந்த நபர்கள், பிரமைகள், கருத்தோட்டங்கள், திட்டங்கள்... இவற்றிலிருந்து புரட்சிகரக் கட்சி பிப்ரவரி புரட்சிக்கு முன்னால் விடுபட்டிருக்கவில்லை. மாறாக, தொடர்ச்சியான தோல்விகள் மூலம் மட்டுமே விடுவிக்க முடிந்தது." புரட்சிக்காரர்கள் தமது பிரமைகளிலிருந்து விடுபட 'தொடர்ச்சியான தோல்விகள்' அவர்களுக்குத் தேவையாக இருந்தன என்று மார்க்ஸ் கருதியதாகத் தெரிகிறது.

"சுருங்கக் கூறின்: புரட்சியானது முன்னேற்றம் கண்டதும் முதன்மைக்கு விரைந்ததும் அதன் உடனடியான இன்ப துன்ப சாதனைகளால் அல்ல. மாறாக, ஒரு வலிமைமிக்க ஒன்றிணைந்த எதிர்ப்புரட்சியை உருவாக்கியது மூலமும், சண்டையில் ஓர் எதிராளியை உருவாக்கியது மூலமும் ஆகும். இந்த எதிராளியுடன் மோதி மட்டுமே, இந்தப் புரட்சி எழுச்சியின் கட்சி ஒரு மெய்யான புரட்சிகரக் கட்சியாக முதிர்ச்சியடைந்தது."

மார்க்சின் இரண்டாவது நூலான 'லூயி போனபார்ட்டின் பதினெட்டாம் புரூமேர்' எனும் நூல் 1851 ஆம் ஆண்டு பிரான்சில்

நடந்த திடீர் புரட்சி பற்றியது. அப்போது ஆட்சியிலிருந்த லூயி போனபார்ட் என்பார் *1851* டிசம்பர் 2ந்தேதி தன்னை பிரான்சின் சக்கரவர்த்தி என்றும் மூன்றாம் நெப்போலியன் என்றும் அறிவித்துக் கொண்டார். பிரெஞ்சுப் புரட்சிக்குப் பத்து ஆண்டுகளுக்குப் பிறகு *1799* ஆம் ஆண்டு நவம்பர் *9* ஆம் நாளன்று நெப்போலியன் போனபார்ட் ஒரு திடீர் புரட்சியை நிகழ்த்தி பிரான்சில் அவரது ராணுவச் சர்வாதிகாரத்தை நிலைநாட்டினார். பிரெஞ்சுக் காலண்டரின் படி அந்நாள் 'புரூமேர் *18*' என வழங்கப்படுகிறது. அதைக் கேலியாக நினைவூட்டும் விதமாக, மார்க்ஸ் லூயி போனபார்ட்டின் புரூமேர் *18* என்று தனது நூலுக்குப் பெயரிட்டார். பழைய நெப்போலியன் மிகப்பெரிய போர்த் தளபதி. லூயி போனபார்ட்டோ போர்த் திறமைகள் எதுவுமற்ற ஒரு பேர்வழி. இருப்பினும் பழைய நெப்போலியனை ஒத்த வகையில் தன்னைத் தானே சக்கரவர்த்தி என அறிவித்துக் கொண்டார்.

லூயி போனபார்ட் தன்னைச் சக்கரவர்த்தி என அறிவித்த பிறகு அவர் பிரெஞ்சுப் பூர்ஷ்வா கட்சிகளுடன் நடத்திய அரசியலை நூல் விரிவாக எடுத்துரைக்கிறது. நிலப்பிரபுத்துவ பூர்ஷ்வாக்கள், நிதி மூலதன பூர்ஷ்வாக்கள் எனப் பலவகைப்படும் அணிகளோடு ஒட்டியும் வெட்டியும் அவர் பயணம் செய்தார். கேலிக்குரிய தனிமனிதப் பண்புகளைக் கொண்ட ஒருவர், சுற்றியிருந்த கேடுகெட்ட அரசியலைப் பயன்படுத்தி எவ்வாறு ஒரு சர்வாதிகாரியாக ஆட்சி செய்ய முடிந்தது என்பதை மார்க்ஸ் தரும் விளக்கங்கள் தெளிவுபடுத்துகின்றன. லூயி போனபார்ட் எந்த ஒரு சமூகப் பிரிவினரையும் நிரந்தரமாகப் பின்பற்றாமல் ராணுவம் மற்றும் அதிகாரவர்க்கம் ஆகியவற்றின் துணையைக் கொண்டு அடக்குமுறை ஆட்சி ஒன்றை நடத்தினார் என்பது சுட்டிக்காட்டப்படுகிறது.

1848-52 ஆம் ஆண்டுகளில் பிரான்சில் உருவாகிய சர்வாதிகார ஆட்சி மற்றும் அதிகாரவர்க்க முறைமையை சில வரலாற்று ஆசிரியர்கள் *20* ஆம் நூற்றாண்டில் தோன்றிய பாசிசத்தோடு ஒப்பிடுகின்றனர். மாக்ஸ் வேபர் போன்ற சமூகவியலாளர்கள் அதிகாரவர்க்கம் என்ற ஒரு சமூகப்பிரிவின் தோற்றத்தையும் நவீன வரலாற்றில் அதன் பாத்திரத்தையும் குறித்த தனித்த ஆய்வுகள் தேவை என்று வலியுறுத்து கின்றனர். மார்க்சின் *18* ஆம் புரூமேர் நூல் அப்படிப்பட்ட ஓர் ஆய்வுக்கு முன்னோடியாக அமைந்துள்ளது என்றும் சுட்டிக்காட்டு கின்றனர்.

மார்க்ஸ் எங்கெல்ஸ் தேர்வு நூல்கள் மூன்றாவது தொகுதியின் கடைசிப் பகுதியில் சார்ட்டிஸ்ட் கட்சியின் பத்திரிக்கையாக லண்டனிலிருந்து வெளிவந்த 'மக்கள் பத்திரிக்கை' எனும் அரசியல் இதழின் நான்காவது ஆண்டுவிழாவில் மார்க்ஸ் ஆற்றிய ஓர் உரை இடம்பெற்றுள்ளது. மூன்றே பக்கங்கள் கொண்ட அந்த உரை 1848 ஆம் ஆண்டிலிருந்து தொடங்கிய ஐரோப்பியப் புரட்சிகளை மையமாகக் கொண்டு அந்த நூற்றாண்டின் சில குறிப்பிடத்தக்க பண்புகளை வரிசைப்படுத்துகிறது. அவற்றைப் 'பத்தொன்பதாம் நூற்றாண்டின் ரகசியங்கள்' என்று மார்க்ஸ் பெயரிடுகிறார். 19 ஆம் நூற்றாண்டில்தான் முதலாளியம் உருப்பெற்றது, தொழிலாளர் வர்க்கம் உருவெடுத்தது, அது மூலதனத்திற்கு எதிராகத் தனது போராட்டத்தைத் துவக்கியது, சோசலிசம் என்ற இலக்கை நோக்கி மனிதகுலம் நடைபோடத் துவங்கியது, இதுதான் அந்த நூற்றாண்டின் மிகப்பெரிய ரகசியம் என்று மார்க்ஸ் கருதியிருக்க வேண்டும்.

சில வேளைகளில் மார்க்ஸ் 19 ஆம் நூற்றாண்டின் அந்த ரகசியத்தை ஒரு சோகம் நிறைந்த முரண்பாட்டின் வடிவில் சொல்லுகிறார்: "ஒரு பக்கத்தில், இதற்கு முந்திய மனிதகுல வரலாற்றின் எந்த சகாப்தத்திலும் சந்தேகிக்கப்பட்டிராத தொழில்துறை மற்றும் விஞ்ஞான சக்திகள் வாழ்க்கையில் ஆரம்பமாகி விட்டன. மறுபக்கத்தில், ரோமானியப் பேரரசின் கடைசிக் காலங்களில் பதிவு செய்யப்பட்ட பயங்கரங் களையும் மிஞ்சுகின்ற அழிவின் அறிகுறிகள் தென்படத் தொடங்கி விட்டன."

மற்றுமொரு சிறிய சொற்றொடரில் மார்க்ஸ் 19 ஆம் நூற்றாண்டின் ரகசியத்தை வேறொரு விதமாகச் சொல்லுகிறார்: "நம் காலத்தில் ஒவ்வொன்றும் அதன் மறுப்பையும் சூல் கொண்டிருப்பதாகத் தோன்றுகிறது." இந்தச் சிறிய வாக்கியத்தைக் கீழே மார்க்ஸ் விரிவாக்கிக் காட்டுகிறார்.

"மனித உழைப்பைக் குறைக்கக் கூடிய, அதிகப் பலனை விளைவிக்கக்கூடிய அதிசயமான சக்தியைக் கொண்ட இயந்திரம் மக்களைப் பட்டினி போடுவதையும் அவர்களைக் கூடுதலாக உழைக்கச் செய்வதையும் பார்க்கிறோம்."

"புதுவரவான செல்வத்தின் தோற்றுவாய்கள் ஏதோ ஒரு விசித்திரமான சாபத்தினால் வறுமையின் தோற்றுவாய்களாக மாற்றப்பட்டிருக்கின்றன."

"ஒழுக்கத்தின் வீழ்ச்சியை விலையாகக் கொடுத்து கலையின் உன்னதமான சாதனைகளை வாங்குவதாகத் தோன்றுகிறது."

"மனித குலம் இயற்கையை அடிமைப்படுத்துகின்ற அதே வேகத்தில் மனிதன் மற்ற மனிதர்களுக்கு அல்லது தன்னுடைய கொடும்பழிகளுக்கு அடிமையாகிவிடுவதைப் போலத் தோன்றுகிறது."

"விஞ்ஞானத்தின் தூய்மையான வெளிச்சம் அறியாமை என்ற இருண்ட பின்னணி இல்லாவிட்டால் ஒளி வீச முடியாது என்று தோன்றுகிறது."

"நம்முடைய எல்லாக் கண்டுபிடிப்பும் முன்னேற்றமும் பொருளாயதச் சக்திகளுக்கு அறிவுபூர்வமான வாழ்க்கையைக் கொடுத்து மனித வாழ்க்கையை ஒரு பொருளாயதச் சக்தியாக வீணாக்கும் விளைவில் முடிவதைப் போலத் தோன்றுகின்றன."

"ஒரு பக்கத்தில் நவீனத் தொழில்துறை மற்றும் விஞ்ஞானத்துக்கும் மறுபக்கத்தில் நவீன வறுமை மற்றும் சீரழிவுக்கும் இடையிலுள்ள இந்த முரண்பகை... நம்மை மூழ்கடிக்கின்ற உண்மையாக நம்முன் நிற்கிறது."

"இம்முரண்பாடுகள் அனைத்திலும் தொடர்ந்து இடம் பெற்றுள்ள கூருணர்ச்சியின் வடிவத்தை நாம் சரியாகப் புரிந்து கொள்ள வேண்டும். சமூக வரலாற்றில் புதிதாகத் தோன்றியுள்ள இச்சக்திகளை நன்றாக உபயோகிப்பதற்கு, அவை புதிய மனிதர்களால் மட்டுமே கையாளப் படுவதை விரும்புகின்றன - உழைக்கும் மனிதர்கள் அப்படிப் பட்டவர்களே!"

மார்க்சின் மிக அற்புதமான இயங்கியல் நுட்பத்தையும் மனித நேயத்தையும் இச்சொற்றொடர்களில் ஒருவர் உணரமுடியும்.

மார்க்ஸ் எங்கெல்ஸ் தேர்வு நூல்கள் தொகுதி 3 ஒரு நிறைவான வாசிப்பையும் 19 ஆம் நூற்றாண்டின் நடுப்பகுதியில் தொழிலாளர் வர்க்கத்தின் உக்கிரமான போராட்ட அனுபவங்களையும் நமக்கு வழங்குகின்றது.

மார்க்ஸ் எங்கெல்ஸ் தேர்வு நூல்கள்
தொகுதி 3க்கான அறிமுகவுரை

4

[இக்கட்டுரை கெவின் பி. ஆண்டர்சன் எழுதிய விளிம்புநிலை மார்க்ஸ் என்ற நூலைத் தமிழ் வாசகர்களுக்கு அறிமுகப் படுத்தும் விதமாக எழுதப்பட்டது. ஆண்டர்சன் நூலுக்கான ஆதாரங்களின் பெரும்பகுதி, மார்க்ஸ்-எங்கெல்ஸ் தேர்வு நூல்கள் ஐந்தாம் தொகுதியில் இடம்பெற்றுள்ள இந்தியா, சீனா, அடிமை நாடுகள் பற்றிய எழுத்துகளே ஆகும். ஆகவே, அந்நூலுக்கு எழுதப்பட்ட அறிமுகக் கட்டுரை, இத் தொகுதியைப் புரிந்துகொள்வதற்கான அறிமுகவுரை யாகவும் விளங்குகின்றது.]

ஒரு புதிய நூல்

இந்த ஆண்டின் தொடக்கத்தில் எனக்குப் படிக்கக் கிடைத்த நூல்களில் 'விளிம்புநிலை மார்க்ஸ்: தேசியம், இனம், மேற்கல்லாத சமூகங்கள் குறித்து' என்ற நூல் (Kevin B. Anderson, Marx at the Margins: On Nationalism, Ethnicity, and Non-Western Societies, The University of Chicago Press, 2010) மிக அற்புதமான நூல் என்ற வரிசையில் இடம்பெறும் நூலாகும். இந்நூலின் ஆசிரியரான கெவின் ஆண்டர்சன், கலிஃபோர்னியா பல்கலைக்கழகத்தில் சமூகவியல் மற்றும் அரசியல் விஞ்ஞானத் துறையில் பேராசிரியராகப் பணிபுரிகிறார். ஏற்கனவே இவர் எழுதிய நூல்களில் 'லெனின், ஹெகல் மற்றும் மேற்கத்திய மார்க்சியம்' என்ற நூல் முக்கியமானது. இது தவிர, ஜானே அஃபாரி என்ற பெண்மணியாருடன் இணைந்து ஈரானியப் புரட்சி பற்றியும் இஸ்லாமியச் சூழலில் பெண்ணியம் குறித்தும் தலா ஒரு நூல் எழுதியுள்ளார்.

இவை எல்லாவற்றையும்விட முக்கியமான தகவல் என்னவென்றால், 114 பகுதிகளைக் கொண்ட மார்க்ஸ், எங்கெல்ஸ் முழுத் தொகுப்பு நூல்களை வெளிக்கொணரும் ஒரு பிரும்மாண்டமான ஆய்வுத் திட்டத்தில் (Marx-Engels Gesamtausgabe - MEGA) இவர் பணிபுரிகிறார். 50 பகுதிகளைக் கொண்ட மார்க்ஸ், எங்கெல்ஸ் தொகுப்பு நூல்கள் 1980களில் வெளிவந்தன. அது மார்க்ஸ் எங்கெல்சின் முழுத் தொகுப்பாக அப்போது சொல்லப்பட்டது. இருப்பினும், இன்னும் ஏராளமாக மார்க்ஸ் எங்கெல்சின் கையெழுத்துப் பிரதிகள்

வெளியிடப்படாமல் உள்ளன என்பதால், அவை தொகுக்கப்பட்டு, இப்போது இப்புது வெளியீட்டுத் திட்டம் உருவாக்கப்பட்டுள்ளது. இத்திட்டத்தில் தான் கெவின் ஆண்டர்சன் பணிபுரிந்து வருகிறார். தனது பதிப்புப் பணிகளுக்கிடையில், பதிப்பு வேலையின் ஊடாகக் கிடைத்த வாசிப்பு அனுபவங்களைக் கொண்டு, கீழை நாடுகள் பற்றி மார்க்ஸ், எங்கெல்ஸ் எழுதியுள்ள எழுத்துக்களை அறிமுகப்படுத்தி இந் நூலைத் தயார் செய்துள்ளார். தெளிவான ஆங்கில மொழியில் அழகாக எழுதப்பட்டுள்ள நூல் இது. 319 பக்கங்களைக் கொண்ட நூல்.

கீழை நாடுகள் பற்றிய நூல் இது என்று மேலே குறிப்பிட்டேன். இருப்பினும், விளிம்பு நிலையிலுள்ள சமூகங்களைப் பற்றிய மார்க்சின் (எங்கெல்சின்) எழுத்துக்கள் என்று தலைப்பிடப்பட்டுள்ளது. எப்படி? இந்தியா, இந்தோனேசியா, அல்ஜீரியா, சீனா, ரஷ்யா, போலந்து, அயர்லாந்து ஆகிய நாடுகளின் சமூக அமைப்புகள், அந்நாடுகளில் 19ஆம் நூற்றாண்டின் நடுப்பகுதியிலிருந்து எழுந்த காலனிய எதிர்ப்பு இயக்கங்கள், தேசிய, இன விடுதலை எழுச்சிகள் ஆகியவற்றைப் பற்றிய மார்க்ஸ் - எங்கெல்சின் எழுத்துக்கள் இந்நூலில் பேசப் படுகின்றன. 1860களில் தொடங்கிய, அமெரிக்க உள்நாட்டுப் போர் என அழைக்கப்படும் கறுப்பர் போராட்டங்கள் பற்றிய மார்க்சின் மதிப்பீடுகளும் இந்நூலில் பேசப்படுகின்றன. இவ்வாறாக, மேற்கு ஐரோப்பிய நாடுகளில் மையம் கொண்டிருந்த முதலாளிய சமூகம் பற்றிய மார்க்சின் முதன்மையான அரசியல் பொருளாதார எழுத்துக் களுக்கு வெளியே, ஆசியாவிலும் கிழக்கு ஐரோப்பாவிலும் அமெரிக்க நாட்டிலும் வேர் கொண்டிருந்த காலனிய எதிர்ப்பு, தேசிய எழுச்சிகள், கறுப்பர்கள் போராட்டம் ஆகியவை குறித்த மார்க்சின் எழுத்துக்கள் இந் நூலில் கவனம் பெறுகின்றன. இப்பிரச்சினைகள் தாம் இந்நூலுக்கு விளிம்புநிலை மார்க்சியம் என்ற பெயரை வழங்குகின்றன. அதாவது அரசியல் பொருளாதாரத்திற்கான விமர்சன முன்னுரை, மூலதனம் போன்ற நூல்களின் வழியாக அறியப்பட்ட மார்க்சியத்திலிருந்து வேறுபட்ட ஆசிய ஆப்பிரிக்க லத்தின் அமெரிக்க நாடுகளின் சூழல் களுக்குப் பொருந்தக் கூடிய சில கருத்துருக்கள் மார்க்சிடம் அவரது காலத்திலேயே தோன்றியிருக்கின்றன என்பதை முன்வைத்து இந்நூல் எழுதப்பட்டுள்ளது. இந்திய சமூகத்தின் தனித்த பண்புகள், வர்க்க அரசியலும் அடையாள அரசியலும், பொருளாதார அரசியலும், பண்பாட்டு அரசியலும், வர்க்கமும் சாதியும், இவற்றை ஒன்றுக்குள் ஒன்றாக உள்ளடக்குவதா, தொகுத்திணைப்பதா? எதற்கு முன்னுரிமை கொடுப்பது? என்றெல்லாம் விவாதங்கள் நடத்திவரும் நம் போன்றோருக்கு

இந்நூலும் இந்நூல் சுட்டிக்காட்டும் மார்க்சின் எழுத்துக்களும் மிக முக்கியமானவை. இந்நூலைப் படிக்கும்போது, மார்க்ஸ் என்ற புரட்சிக்காரரின் மேதைமை, மார்க்சியத்தின் செழுமை ஆகியவை குறித்த மலைப்பு மீண்டும் ஒருமுறை மேலிடுகிறது. உலகமயமாக்கம், பின்னைக் காலனியம் ஆகிய சூழல்களில், உலக முதலாளியத்தின் தலைவிதி இனி ஆசிய ஆப்பிரிக்க லத்தீன் அமெரிக்க நாடுகளில்தாம் முடிவாகும் என்ற கருதுகோள் கெவின் ஆண்டர்சனின் நூலில் இடம் பெற்றிருப்பதாகத் தோன்றுகிறது.

நூலின் இரண்டு பிரச்சினைகள்

மிகப் பெரிய இரண்டு பிரச்சினைகளை இந் நூல் விவாதிப்பதாக கெவின் ஆண்டர்சன் நூலின் முன்னுரையில் தெரிவிக்கிறார். அவை:

1. இந்தியா, ரஷ்யா, சீனா, அல்ஜீரியா, இந்தோனேசியா ஆகிய நாடுகள் மேற்கு ஐரோப்பாவிலிருந்து வேறுபட்ட சமூக அமைப்புகளைக் கொண்டிருக்கின்றன என்பதை மார்க்ஸ் விரைவில் புரிந்து கொண்டார். இருப்பினும், அந்நாடுகளின் பழமைத் தன்மை கொண்ட சமூகங்கள் முதலாளியம், காலனியம் ஆகியவற்றின் வழியாக உலகச் சந்தையினுள் உள்ளிழுக்கப்பட்டு அடிப்படையான மாற்றங்களுக்கு உள்ளாகும் என்று மார்க்ஸ் முதலில் கருதினார். எனவே காலனிய முதலாளியத்தை அவர் வரலாற்றின் கருவி என்று கூறினார். இதன்படி, மேற்கு ஐரோப்பிய முதலாளியத்தின் முரட்டுத் தலையீடுகளின்றி இந்நாடுகளின் நவீனமயமாக்கம் அமைய முடியாது என மார்க்ஸ் கருதினார். ஆனால் காலப் போக்கில் மார்க்சின் இக்கருத்து நிலையில் மாற்றம் ஏற்பட்டது என்பது இந்நூலின் வாதம். மேலே குறிப்பிட்ட நாடுகளின் தனித்தன்மைகளை மார்க்ஸ் ஆழமாகப் புரிந்துகொள்ளத் தொடங்கிய போது, மேற்கு ஐரோப்பாவைச் சாராத தனித்த வளர்ச்சிப் பாதை இந்நாடுகளில் சாத்தியம் என மார்க்ஸ் புரிந்துகொண்டார். எனவே, ஐரோப்பாவை மையமாகக் கொண்ட மார்க்சின் வரலாற்றுக் கோட்பாடு ஒருபுறமிருக்க, மேற்கல்லாத நாடுகளுக்கான மற்றொரு வரலாற்றுப் பாதை அவரில் உருவாகியது.

2. மேற்கல்லாத நாடுகளின் வரலாற்றுப் பாதையில் காலனிய எதிர்ப்பு, தேசியம், இன உணர்வு சார்ந்த இயக்கங்களுக்கும், நிறவெறி எதிர்ப்பியக்கங்களுக்கும் முக்கிய பாத்திரம்

இருக்குமென மார்க்ஸ் கருதினார். போலந்து, அயர்லாந்து, அமெரிக்காவில் கறுப்பினப் பிரச்சினை ஆகியவை பற்றிய மார்க்சின் கவனம் கூர்மையடைந்தபோது, அவர் ஒடுக்கப் பட்ட தேசியங்கள், இனங்கள் ஆகியோரின் சனநாயக உரிமை களுக்கான போராட்டங்களை முன்னிலைப்படுத்தினார். வளர்ச்சியடைந்த முதலாளிய நாடுகளின் தொழிலாளர் வர்க்கம் தேசிய, இன, நிற வெறி ஒடுக்குமுறைகளுக்கு எதிரான போராட்டங்களை ஆதரிக்கத் தவறியதை மார்க்ஸ் கண்டிக்கிறார். இப்பிரச்சினைகளின் பிரத்தியேகப் பண்பு களைப் புரிந்து தொழிலாளர் வர்க்க இயக்கங்கள் அவற்றை எதிர்கொள்ளத் தவறினால், புரட்சிகள் வெற்றியடைவதில் சுணக்கம் ஏற்படும் என்று மார்க்ஸ் கருதினார்.

நூலில் பேசப்படும் இந்த இரண்டு பிரச்சினைகளும் மார்க்சியம் குறித்த புதிய வெளிச்சங்களைப் பாய்ச்சுகின்றன என்று கெவின் ஆண்டர்சன் கூறுகிறார். உலகின் எல்லா நாடுகளுக்கும் எல்லாச் சூழல் களுக்கும் பொருந்தக்கூடிய ஒற்றையான முன்மாதிரி ஒன்றை மார்க்ஸ் முன்வைத்தார் என்ற கருத்தை இந்நூல் மறுக்கிறது. மற்றொருபுறம், உலக மூலதனத்திற்கு எதிரான போராட்டங்களில் பாட்டாளி வர்க்கத்தின் கூட்டாளிகளைப் பற்றிய தேடல் மார்க்சிடம் எப்போதுமே இருந்து வந்திருக்கிறது என்று இந்நூல் வாதிடுகிறது. முதலாளியம், காலனியம் ஆகியவற்றின் ஊடுருவலால் ரஷ்யா, இந்தியா, சீனா போன்ற நாடுகளின் பழஞ்சமூக அமைப்புகள் சிதைவுறும்போது, அச்சிதைவுகளின் ஊடாகப் புரட்சிகர அரசியலுக்கான புதிய வாசல்கள் திறந்துகொள்ளும் என்பதை மார்க்சால் கண்டறிய முடிந்தது. ரஷ்யா, இந்தியா, அயர்லாந்து போன்ற நாடுகளில் கிராமப்புற விவசாயிகளின் கூட்டு அடையாள வடிவங்கள் முதலாளிய எதிர்ப்பின் வேர்களாக முடியும் என்று மார்க்ஸ் கருதியிருக்கிறார். நீக்ரோ மக்களின் நிறவெறி எதிர்ப்பியக்கங்களும் உலக முதலாளியத்தை மிக அடிப்படையாக அச்சுறுத்தும் என மார்க்ஸ் கணக்கிட்டுள்ளார். இதுபோன்ற கருத்துக் களுக்காகவே இந்நூல் நமக்கு முக்கியப்படுகிறது. இந்நூலாசிரியர் முன்வைக்கும் கருத்துக்களை அப்படியே ஏற்றுக்கொள்ளாத பட்சத்தில் கூட, இந்நூலின் கருத்துக்கள் நம் ஆர்வத்தைத் தூண்டுகின்றன. மார்க்சின் மூல நூல்களை மீண்டும் நம்மை வாசிக்கத் தூண்டுகின்றன.

1853-இல் இந்தியா குறித்து

*1848*லிருந்து மார்க்சின் எழுத்துக்களை கெவின் ஆண்டர்சன் பரிசீலனை செய்கிறார். இந்தியா, இந்தோனேசியா, சீனா ஆகிய

நாடுகளைப் பற்றிய குறிப்பான கட்டுரைகள் எதுவும் மார்க்ஸ் இக்காலத்தில் எழுதவில்லை. ஆயின் 'நாகரிகமடைந்த' மேற்கு ஐரோப்பிய முதலாளியச் சந்தை 'நாகரிகமடையாத' பல உலக நாடுகளைத் தன்னை நோக்கி உள்ளிழுக்கிறது என்பது மார்க்சின் பொது நிலைப்பாடாக அக் காலத்தில் விளங்கியது. இங்கு மார்க்ஸ் பயன் படுத்தும் 'நாகரிகமடைந்த / நாகரிகமடையாத' என்ற சொல்லாட்சிகள் ஹெகல் போன்ற சிந்தனையாளர்களிடம் நிலவிய ஐரோப்பிய மைய வாதத்தின் தொடர்ச்சி என எட்வர்ட் சையத் போன்றோர் மார்க்சை விமர்சித்துள்ளனர். முதலாளியம் உலகின் எல்லா நாடுகளையும் தனது உருவத்திலேயே படைக்க விரும்புகிறது. முதலாளியத்திற்கு முந்திய படிநிலையிலுள்ள சமூகங்களையெல்லாம் அது தன்னுள் வருமாறு வற்புறுத்துகிறது என்றெல்லாம் மார்க்ஸ் அக்காலத்தில் எழுதினார். இந்த அர்த்தத்தில் காலனியம் என்பது வரலாற்றின் ஒரு கருவி என்றுகூட மார்க்ஸ் கூறினார். உலக வரலாற்றின் பல்வேறு வளர்ச்சிக் கட்டங்களுக்குச் சொந்தமான சமூக முரண்பாடுகளெல்லாம் கூட தொழிலாளி / முதலாளி என்ற ஒற்றை முரண்பாடாகத் துருவப்பட்டே சோசலிசம் நோக்கி நகரும் என்று மார்க்ஸ் அப்போது கருதினார்.

1849-இல் மார்க்ஸ் லண்டனில் குடியேறினார். *1883*-இல் அவரது மறைவுக் காலம் வரை மார்க்ஸ் லண்டனில் தான் வாழ்ந்தார். மார்க்ஸ் அவரது வாழ்க்கை முழுவதும் புலம்பெயர்ந்து வாழ்ந்தவர் என்று தெரிதா குறிப்பிடுகிறார். மார்க்சின் லண்டன் வாழ்க்கை மிக வளர்ச்சியடைந்த ஒரு முதலாளிய நாட்டில் அவரது வாழ்க்கை என்றே இதுவரை புரிந்துகொள்ளப்பட்டுள்ளது. இப்போது கூடுதலாக அது ஒரு புலம்பெயர் வாழ்க்கை என்றும், ஒரு காலனிய சாம்ராஜ்யத்தின் மையத்திலான வாழ்க்கை என்றும் புரிந்துகொள்ள வேண்டியுள்ளது. லண்டனில் வாழ்ந்த காலத்தில்தான் மார்க்ஸ் பிரிட்டிஷ் காலனிய சாம்ராஜ்யத்தில் உள்ளடங்கிய நாடுகளைப் பற்றி விரிவாக வாசிக்கத் தொடங்கினார். பிரிட்டிஷ் முதலாளியத்தின் உருவாக்கத்திலும் வளர்ச்சியிலும் காலனிய நாடுகளின் பங்கு குறித்த ஆர்வம் என அதனைக் கூறலாம். எப்படியோ மேற்கல்லாத நாடுகளையும் சமூகங் களையும் பற்றிய புரிதல்களுக்கான வாய்ப்புகளை லண்டன் வாழ்க்கை அவருக்கு வழங்கியது. பிரிட்டிஷ் காலனிய (முதலாளிய) சாம் ராஜ்யத்தைப் பலவீனப்படுத்தும் அம்சங்களைக் கூடுதலாகத் தேடி அடைவதற்கான முயற்சிகளாக அப்புரிதல்கள் அமைந்தன என்று கூறலாம். மார்க்சைப் பொறுத்தமட்டில் அறிதல் என்பதே புரட்சிக்கான (கூடுதல்) வாய்ப்புகளை அறிதல் என்பதேயாகும். அறிதல் என்பதே

சமூக மாற்றத்திற்கு இட்டுச் செல்லும் சமூக முரண்களை அறிதல், அங்கீகரித்தல் என்பதே மார்க்சியம்.

லண்டனில் இருக்கும்போது மார்க்ஸ் நியூயார்க் ட்ரிப்யூன் பத்திரிகையின் நிருபராகப் பொறுப்பேற்றார். இப்பொறுப்பினை அவர் 1851லிருந்து 1862 வரை ஏற்றிருந்தார். அப்பத்திரிகை பிரிட்டிஷ் காலனி ஆட்சி பற்றியும் காலனி நாடுகள் தொடர்பான அரசியல் திருப்பங்கள் பற்றியும் எழுதுமாறு மார்க்சைக் கேட்டிருந்தது. கிட்டத்தட்ட வாரம் ஒரு கட்டுரை என்ற அளவில் மார்க்ஸ் ட்ரிப்யூனுக்காக எழுதினார். 50 பகுதிகளாக வெளிவந்துள்ள மார்க்சின் தொகுப்பில் 12 முதல் 17 வரையிலான நூல்களில் நியூயார்க் ட்ரிப்யூனில் மார்க்ஸ் எழுதிய கட்டுரைகள் இடம்பெற்றுள்ளன. ஒவ்வொரு தொகுதியும் சுமார் 500 பக்கங்களுக்கு மேல் எனக் கொண்டால் சுமார் 3500 பக்கங்கள் வரை ட்ரிப்யூன் கட்டுரைகளாகும். இக்கட்டுரைகளில் பல ஐரோப்பிய நாடுகள் பற்றியவை என கழித்துக் கொண்டாலும் எஞ்சியவை இந்தியா, இந்தோனேசியா, சீனா போன்ற நாடுகளைப் பற்றியவை யாகும். இதே காலத்தில் மார்க்ஸ் லண்டன் நூலகத்தில் இரவும் பகலும் அடைந்து கிடந்து 'மூலதனம்' நூலுக்கான ஆய்வுகளை மேற்கொண்டார் என்பதும் உண்மை. எனவே மார்க்சின் ட்ரிப்யூன் கட்டுரைகள் அவரது 'மூலதனம்' நூலுக்கான தயாரிப்பிலிருந்து விலகியவை என்றும் அவை அவரது மைய நீரோட்டத்திற்குள் வராதவை என்றும் பல ஆய்வாளர் களால் புறக்கணிக்கப்படுகின்றன. இக்கருத்தை இந்நூல் மறுதலிக்கிறது. மிகப் பிரத்தியட்சமான மார்க்சின் புரிதலில் மேற்கல்லாத சமூகங்கள் பற்றிய தேடல்கள் அடிப்படையில் இடம்பெறுகின்றன என்று இந்நூல் வாதிடுகிறது. 'மூலதனம்' நூலுக்கான கையெழுத்துப் பிரதிகளிலும் மூலதனம் நூலிலும் மேற்கல்லாத சமூகங்கள் பற்றிய அவரது கருத்துக்கள் முக்கிய இடம் வகிக்கின்றன என்பதை இந்நூல் எடுத்துக் காட்டுகிறது.

ட்ரிப்யூன் கட்டுரைகளுக்காக மார்க்ஸ் ஏராளமாக வாசித்துள்ளார். இந்தியாவைப் பற்றி பிரான்கோ பெர்னியர், இந்தோனேசியாவைப் பற்றி தாமஸ் ஸ்டாம்ஃபோர்ட் ரஃப்பில்ஸ் ஆகியோரின் நூல்களை வாசித்தார். ஆம்ஸ்டர்டாமிலிருந்த சர்வதேச சமூக வரலாற்று நிறுவனத்தின் நூலகத்திலிருந்து பல நூல்களைப் பெற்று வாசித்துள்ளார். பிரிட்டிஷ் பார்லிமெண்டில் இந்தியா, பிற காலனி நாடுகள் பற்றி நடந்த விவாதங்களும் அவரது ஆர்வத்தைத் தூண்டியிருக்கின்றன. ட்ரிப்யூன் கட்டுரைகளை எழுதத் தொடங்கியபோது, மேற்கு ஐரோப்பாவின் புரட்சிகளுக்கு காலனிய நாடுகளின் பங்களிப்பு என்ற நோக்கிலேயே

முதலில் மார்க்ஸ் யோசித்திருக்கிறார். ஆயின் இந்தியாவில் சிப்பாய்க் கலகம் (1857) எனப்பட்ட விடுதலை எழுச்சிகள், சீன விவசாயிகளின் தைப்பிங் கிளர்ச்சிகள் (1850-1864) ஆகியவை பற்றி மார்க்ஸ் அறிய ஆரம்பித்த போது, மேற்கல்லாத நாடுகளில் புரட்சி என்ற நோக்கி லிருந்தும் அவர் சிந்திக்கத் தொடங்கிவிட்டார். மேற்கல்லாத நாடுகளில் புரட்சி எனச் சிந்திக்கும் போது, அந்தச் சமூகங்களின் தனித்தன்மைகளைப் பிரத்தியேகமாகப் பயில வேண்டும் என்ற அவசியமும் அவருக்கு எழுந்தது. எனவே மார்க்சிடம் தொடர்ந்து இந்த ஆர்வம் அவரது இறுதிக்காலம் வரையில் இருந்து வந்தது என்பதே இந்நூலின் கருத்து நிலையாகும்.

1853-இல் மார்க்ஸ் எழுதிய ட்ரிப்யூன் கட்டுரைகளில் 'இந்தியாவில் பிரிட்டிஷ் ஆட்சி', 'கிழக்கிந்தியக் கம்பெனி: அதன் வரலாறும் விளைவுகளும்', 'இந்தியாவில் பிரிட்டிஷ் ஆட்சியின் எதிர்கால விளைவுகள்' ஆகிய மூன்று கட்டுரைகள் முக்கியமானவை. ஹெகல் போன்றோர் இந்தியாவைப் பற்றி எழுதிய போது, இந்தியாவில் சமயச் சிந்தனை பற்றிய கவனமே அவர்களிடம் முனைப்பாக இருந்தது. மத இலக்கியங்கள் பற்றிய வாசிப்பே அவர்களை அதிகம் கவர்ந்தது. ஐரோப்பியத் தத்துவங்களும் கிறித்தவமும் ஹெகலின் பின்புலமாக இருந்ததால், இந்தியச் சமயச் சிந்தனைகள் அவருக்கு வளர்ச்சி யடையாததாகக் காட்சியளித்தது. ஆயின் மார்க்சின் துவக்கமே வேறானதாக இருந்தது. இந்தியாவின் கிராமப்புற சமூக அமைப்பிலிருந்து மார்க்ஸ் தொடங்குகிறார். கிராமப்புற சமூகத்தின் மூடிய பண்பு, தேக்கநிலை, சாதி அமைப்பு, இந்தியச் சமூகத்தில் தனி உடைமை வளர்ச்சியடையாத நிலை ஆகியவை மார்க்சால் சுட்டிக்காட்டப்படு கின்றன. அதுவரையில் நிலஉடைமையை அறியாதிருந்த இந்தியர் களிடையில் கிழக்கிந்தியக் கம்பெனி ஜமீன்தாரி தனி உடைமை முறையை அறிமுகப்படுத்தியதை மார்க்ஸ் சுட்டிக்காட்டுகிறார்.

அரசர்களின் ஆதரவோடு நில உரிமை மற்றும் வரிவசூல் உரிமையை மட்டும் அனுபவித்து வந்த ஜமீன்தார்கள் திடீரென்று உடைமைதாரர்களாக மாற்றப்பட்ட போது, அதனால் கிராமப்புற அடித்தள மக்கள் கொடூரமாகச் சுரண்டப்படும் நிலை உருவாகியதை மார்க்ஸ் சுட்டிக்காட்டுகிறார். கிழக்கிந்தியக் கம்பெனி குளங்கள், கால்வாய்கள் ஆகியவற்றைப் பேணாமல் அழியவிட்ட கதையையும் புதிதாகக் கிடைத்த நில உடைமையின் வழியாக ஜமீன்தார்கள் விவசாயிகளிடையில் ஏழ்மையையும் பஞ்சங்களையும் நோய்களையும் பெருக்கியதையும் சுட்டிக்காட்டுகிறார். கிழக்கிந்தியக் கம்பெனியின்

ஆட்சிக் காலத்தில் கிராமப்புற உழைப்பாளிகள் அழிவுக்குள்ளானதைப் பற்றிய அண்ணல் அம்பேத்கரின் ஆய்வுகள் இங்கு நினைவுகூரத் தக்கன. பிரிட்டிஷ் ஆட்சியாளர்கள் ரயில் பாதை, அச்சு எந்திரம், நவீன கல்வி, நிலத்தில் சொத்துடைமை, பணப்பயிர் விவசாயம், விவசாயத்தின் அழிவு ஆகியவற்றை அறிமுகப்படுத்தினார்கள் என்று எழுதும் மார்க்ஸ், காலனிய முதலாளியத்தின் இரட்டைத் தன்மையை, முரண்பட்ட பண்புகளை வெளிக்கொணர்கிறார்.

'இந்தியாவில் பிரிட்டிஷ் ஆட்சியின் எதிர்கால விளைவுகள்' என்ற கட்டுரையில் இந்தியாவில் சமூகப் புரட்சி பற்றி மார்க்ஸ் தீர்மானகரமாகப் பேசத் தொடங்கினார் என்று கெவின் ஆண்டர்சன் கருதுகிறார். அந்த மாபெரும் நாட்டில் மிக விரைவில் ஆங்கிலேயர் ஆட்சியைத் தூக்கியெறியும் அடிப்படையான மாற்றங்களை எதிர்பார்க்க முடியும் என்று இக்கட்டுரையில் மார்க்ஸ் எழுதுகிறார். இந்தியாவை நாகரிகமடையாத நாடு என்று குறிப்பிட்ட பழைய எழுத்து முறை மாறி, பூர்ஷ்வா நாகரிகத்தின் உள்ளீடான காட்டுமிராண்டித்தனம் இந்தியாவை அழித்து வருகிறது என மார்க்ஸ் எழுதுகிறார். இக் கட்டுரையின் எழுத்துமுறை அதிக இயங்கியல் தன்மை கொண்டது என்று கெவின் மதிப்பிடுகிறார். மேற்கு ஐரோப்பாவில் நடைபெறும் சோசலிசப் புரட்சிகளே இந்தியரை விடுவிக்கும் என்ற நிலையிலிருந்து மார்க்ஸ் மாறி வந்து இந்திய மக்கள் அவர்களாகவே தமது நாட்டு விடுதலையைச் சாதிப்பர் என்ற எதிர்பார்ப்பினை இங்குக் குறிப்பிட்டுள்ளார் என இர்ஃபான் ஹபீப் மதிப்பிடுகிறார். இவ்வாறாக, *1853*-இன் இறுதியில் மார்க்ஸ் இரண்டு புரட்சிகரப் போக்குகளைப் பற்றிக் குறிப்பிடுகிறார்: ஒன்று, மேற்கு ஐரோப்பாவின் தொழிலாளர் வர்க்கம். மற்றொன்று, காலனி ஆட்சியைத் தூக்கியெறியத் திரளும் இந்திய மக்கள். அதாவது, மேற்கல்லாத சமூகங்களின் சொந்த மக்கள் சக்திகளை மார்க்ஸ் அக்காலத்தில் நம்பத் தயாராகியிருந்தார் என்பதைக் கெவின் எடுத்துக்காட்டுகிறார்.

இந்தோனேசியா குறித்து மார்க்ஸ்

இதே நாட்களில் மார்க்ஸ் இந்தோனேசிய சமூக அமைப்பைப் பற்றியும் சுருக்கமாக எழுதியுள்ளார். இந்திய சமூக அமைப்பை ஒத்த பண்புகள் இந்தோனேசியாவிலும் உள்ளதை எடுத்துக்காட்டும் மார்க்ஸ், இந்தோனேசியக் கிராமங்களில் காணக் கிடைக்கும் சுயாட்சி முறைகள், காலனி ஆதிக்கத்திற்கு ஆட்படாத கிராமங்களின் சுயநிர்வாகப் பரப்பு, இந்தோனேசியச் சாதிகளுக்கிடையில் நிலவும் பரஸ்பரப் பண்பு ஆகியவை குறித்து எழுதுகிறார். கிராமங்களின் சுயாட்சிப் பண்பு

என்னும் விசயத்தை எச்சரிக்கையாக அணுகவேண்டும். அது ஒருபுறம் அரசின் செயல்பாடுகளை மீறி சாதியத்தைத் தக்க வைக்கும் பண்பாகவும் இன்னொருபுறம் காலனியத்திற்கான எதிர்ப்பை உருவாக்கும் ஆதாரமாகவும் இரட்டைப் பண்பு கொண்டுள்ளது. இந்தோனேசியக் கிராமங்களில் ஒடுக்கப்பட்ட சாதியினர் ஊர் எல்லைக்கு வெளியில் குடியமர்த்தப்பட்டுள்ள நிலைமையை மார்க்ஸ் எடுத்துக்காட்டுகிறார். பாசனத்திற்கு உட்படாத புறம்போக்கு நிலங்களும் மேய்ச்சல் காடுகளும் கிராமத்தவரின் பொதுச் சொத்தாக நிலவியதையும் எடுத்துக்காட்டுகிறார். இந்தோனேசிய வாழ்வும் பண்பாடும் காலனியத்திற்கு முந்திய, ஆசிய நாடுகளுக்கிடையிலேயான கடல்வழி மற்றும் நிலவழித் தொடர்புகளாலேயே பெருமளவில் உருவாகி வந்துள்ளன என்றும் மார்க்ஸ் தெரிவிக்கிறார். சமீப நாட்களில் ஆசிய நாடுகளுக்கிடையிலான உறவுகளை ஒரு பிரத்தியேகக் களமாகக் கொண்டு அணுக வேண்டும் என்பது குறித்த சிந்தனைகள் பின்னைக் காலனியவாதிகளால் சொல்லப்படுவதை இங்கு நினைவு கூர்வோம்.

தைபிங் எழுச்சிகள்: கிழக்கில் ஒரு பிரான்ஸ்

1850லிருந்தே மார்க்ஸ் சீனாவை உற்றுக் கவனிக்கத் தொடங்கி விட்டார். 1850-இல் தொடங்கி 1864 வரை சீனாவை உலுக்கிய தைபிங் விவசாயிகள் எழுச்சிகளே இதற்குக் காரணம். தெற்கு சீனாவில் தொடங்கிய இவ்வெழுச்சி 10 லட்சத்திற்கும் மேற்பட்ட விவசாயிகளை ஆயுத பாணிகளாக்கி மஞ்சூரிய ஆட்சிக்கு எதிராகப் போராட வைத்தது. சுமார் 14 ஆண்டுகள் ஒரு மிகப்பெரும் உள்நாட்டு யுத்தத்தின் வடிவில் இப்போராட்டம் நிகழ்ந்தது. சீனாவில் நிலவிய மிகப்பெரிய ஏற்றத்தாழ்வுகளைச் சுட்டிக்காட்டி சீன விவசாயிகள் நிலங்களை மறுபகிர்வு செய்தலை அப்போராட்டங்களில் கோரினார்கள். அவர்கள் நிலத்தில் தனிஉடைமையை ஒழிக்க வேண்டும் எனக் கோரினார்கள் என்றும் தைபிங் எழுச்சிகளில் கம்யூனிஸ்ட் சிந்தனைப் போக்குகள் தென்பட்டன என்றும் சில மேற்கத்திய அறிஞர்கள் எழுதினார்கள். பிரிட்டிஷ், பிரெஞ்சு ராணுவங்களின் உதவியோடு சுமார் 3 லட்சம் மக்களைக் கொன்றழித்து இப்போராட்டங்கள் முடிவுக்குக் கொண்டு வரப்பட்டன.

கிழக்கில் ஒரு பிரான்ஸ் என்று மார்க்ஸ் சீனாவை அப்போது வர்ணித்தார். ஐரோப்பாவின் புரட்சிகரப் போராட்டங்களுக்குப் பயந்து கிழக்கு நோக்கித் தப்பித்தோம் பிழைத்தோம் என ஓடும் ஐரோப்பியப் பிற்போக்குவாதிகள், கிழக்கில் சீனப் பெருஞ்சுவரைச் சென்று சேரும் போது அச்சுவரில் "சீனக் குடியரசு: சுதந்திரம், சமத்துவம், சகோதரத்துவம்"

எனப் பொறிக்கப்பட்டிருப்பதைக் காண்பார்கள் என்று மார்க்ஸ் எழுதினார். ஐரோப்பியப் பிற்போக்காளர்கள் அவர்களது நாட்டில் தவிர்க்க விரும்பும் சமூக மாற்றத்தை சீனா நிகழ்த்திக் கொண்டிருக்கிறது என்ற தொனி மார்க்சின் எழுத்துக்களில் உள்ளது. ஐரோப்பியர்கள் தாம் புரட்சியைக் கீழை நாடுகளுக்கு இறக்குமதி செய்வர் என்ற தொனி மார்க்சின் எழுத்துக்களில் இல்லை. மரபுரீதியான சீனாவின் உள்நாட்டு சக்திகள் திரட்சி பெற்று மஞ்சூரியப் பேரரசையும் பிரிட்டிஷ், பிரெஞ்சுப் படைகளையும் திணற அடித்துக் கொண்டிருக்கின்றன என்று மார்க்ஸ் எழுதினார்.

1853-இல் மார்க்ஸ் 'சீனாவிலும் ஐரோப்பாவிலும் புரட்சி' என்றொரு கட்டுரை எழுதினார். இக் கட்டுரையில் 'எதிரெதிர் போக்குகள் சந்தித்துக் கொள்ளும்' என்ற முதுமொழிக்கிணங்க, புரட்சிகரப் பண்புகளே இல்லாததாகக் கருதப்பட்ட சீனாவில் இப்போது நடக்கும் மாற்றங்கள் மிகப் புரட்சிகரமானதாகக் கருதப்படும் ஐரோப்பாவிற்குப் பாடம் படித்துக் கொடுக்கும் நிலைக்குச் சென்று கொண்டிருப்பதாக மார்க்ஸ் எழுதுகிறார். ஐரோப்பாவில் அடுத்து எழும் சுதந்திரத்திற்கான புரட்சி இனி சீனாவில் நிகழ்ந்துவரும் புரட்சிகர மாற்றங்களைச் சார்ந்தே அமையும். சீனா ஐரோப்பாவிற்கு வழிகாட்டும் என்று மார்க்ஸ் மிக உற்சாகமாக எழுதினார். ஒரு நாட்டின் வளர்ச்சி நிலையை அந்நாட்டின் தொழில் வளர்ச்சி என்ற ஒற்றை அளவுகோலால் மார்க்ஸ் அளக்கவில்லை, அந் நாட்டின் புரட்சிகர சக்திகள், புரட்சிக்கான தயாரிப்பு நிலை, சமூக விழிப்புணர்வு ஆகியவற்றினூடாகவும் மார்க்ஸ் அளந்தார் என்பதைக் காணுகிறோம்.

தைபிங் எழுச்சிகள் ஒரு தேசிய யுத்தமாக நடந்து கொண்டிருக்கிறது என்று மார்க்ஸ் மதிப்பிட்டார். தைபிங் எழுச்சிகளில் விவசாயிகள் பயன்படுத்திய வன்முறை பற்றி மார்க்ஸ் எழுதுகிறார். விவசாயிகள் இப்போது பயன்படுத்தும் வன்முறை உண்மையில் அமைதியாக வாழ்ந்துகொண்டிருந்த ஒரு பெரிய நாட்டினுள் ஐரோப்பியர்களால் இறக்குமதி செய்யப்பட்ட வன்முறை என்கிறார் மார்க்ஸ். இந்தியாவில் **1857** சிப்பாய் எழுச்சிகளின் போதும் மார்க்ஸ் இதுபோலவே எழுதினார் என்பது குறிப்பிடத்தக்கது. விடுதலைக்காக விவசாயிகள் பயன்படுத்தும் வன்முறை பிரிட்டிஷ் படைகள் அந்த மக்களைக் கொள்ளையடிப்பதற்காகப் பயன்படுத்திய கொடூரங்களுடன் ஒப்பிட மிகக் குறைவானதே என்கிறார் மார்க்ஸ். பிரான்ஸ் பனோனின் நூலுக்கு ஷான் பால் சார்த்தர் எழுதிய முன்னுரை மிகத் தீவிரமாக இப் பிரச்சினையைப் பேசும், உலக மக்கள் தொகையில் மூன்றில் ஒரு

பங்கைத் தன்னில் கொண்டுள்ள அந்தப் பழைய நாட்டை முதலாளிய, காலனிய நலன்களுக்காக பிரிட்டிஷார் சுரண்டிக் கொள்ளையடிப்பது அறநோக்கில் எவ்வகையில் நியாயம்? என்ற கேள்வியையும் மார்க்ஸ் எழுப்புகிறார்.

புராதன இனக்குழு சமூகங்கள் அறநோக்கில் வர்க்க சமூகத்தை விட உயர்ந்தவை என்ற கருத்து ஜியார்ஜ் லுக்காச் போன்ற அறிஞர்களால் பேசப்பட்ட ஒன்று. இன்று பின்னைக்காலனிய சிந்தனையாளர்கள் காலனியத்தின் அறம் பற்றிய விவாதங்களை மீண்டும் துவக்கியுள்ளனர். சமூக 'வளர்ச்சி'யின் ஒவ்வொரு கட்டத்திலும் மிக அபூர்வமான சில சமூகத் தகவுகளை நாம் இழக்கவும் செய்கிறோம் என்ற விவாதம் வளர்ச்சியின் முரண்பட்ட தன்மையைச் சுட்டிக் காட்டுகிறது. இந்த விவாதத்தில் மார்க்ஸ் அவரது காலத்தில் பங்கேற்றிருக்கிறார் என்பதைக் காண முடிகிறது. ஒவ்வொரு வளர்ச்சிப் படியின் கருவினுள்ளும் அதற்கு எதிரானதும் பிறப்பெடுக்கிறது என்று மார்க்ஸ் எழுதுகிறார். தைபிங் எழுச்சிகளினூடாக மறைஞான நாடாக அறியப்பட்டிருந்த சீனா அறிவுபூர்வமான சமூக மாற்றச் செயல்பாட்டில் இறங்கியிருப்பதாகவும் அறிவு பூர்வமானதாக அறியப்பட்டிருந்த ஐரோப்பா மறைஞான மௌடியத்தினுள் சிக்கிக்கொண்டு வர்ணிக்கிறார். புரட்சிகரமான மக்கள் எழுச்சிகள் பூமிப் பரப்பின் எந்தப் பகுதியில் எழுந்தாலும் அவற்றை உடனடியாக அடையாளம் கண்டு அமோகமாகப் பாராட்டி அரவணைத்துக் கொள்ளும் மார்க்சின் பண்பு வியப்படையச் செய்கிறது. மார்க்ஸ் அவரது சீனா பற்றிய கட்டுரைகளில் மேற்குலகம் கீழை நாடுகளை விடுதலை செய்ய உதவுகிறது. வளர்ச்சியடைய உதவுகிறது என்ற கருத்திலிருந்து பெரிதும் விலகிச் செல்கிறார் என்பதைக் காணுகிறோம்.

1857: இப்போது இந்தியாவே நமது மிகச் சிறந்த கூட்டாளி

மார்க்சின் அடுத்த கட்ட நகர்வு 1857 இந்தியப் புரட்சிகர எழுச்சிகளை ஒட்டி நிகழுகிறது. சிப்பாய்க் கலகம் என அழைக்கப்பட்ட இந்திய எழுச்சிகளின் செய்திகள் லண்டனை எட்டியபோது, மார்க்ஸ் அவற்றைப் பற்றி 1857-58 ஆண்டுகளில் ட்ரிப்யூன் இதழ்களில் தொடர்ச்சியாகப் பல கட்டுரைகளை எழுதி வெளியிட்டார். இவற்றில் 21 கட்டுரைகள் மார்க்சால் எழுதப்பட்டவை : 10 கட்டுரைகள் எங்கெல்சால் எழுதப்பட்டவை. மார்க்ஸ் எங்கெல்ஸ் தொகுப்பில் 15ஆவது தொகுதியில் சுமார் 150 பக்கங்களில் இக்கட்டுரைகள் இடம்பெற்றுள்ளன. காலனியப்பட்டிருந்த மக்களின்

சுயமான புரட்சிகரச் செயல்பாடுகளைப் பற்றிய மார்க்சின் கோட்பாட்டு உருவாக்கம் இக்கட்டுரைகளில் பதிவாகியுள்ளது என ஓர் அறிஞர் எழுதியதை கெவின் ஆண்டர்சன் சுட்டிக்காட்டுகிறார்.

சிப்பாய்கள் எழுச்சியின் பலம், பலவீனம் பற்றி இக்கட்டுரைகள் பேசுகின்றன. மரபுரீதியான சொல்லாடல்களின் ஊடாகத் திரண்ட அவ்வெழுச்சிகளின் புரட்சிகரத் தன்மையை மார்க்ஸ் இக்கட்டுரை களில் முன்னிலைப்படுத்துகிறார். முதலாளியம் அதற்குக் குழி தோண்டுபவர்களை தவிர்க்கயியலாதபடி உற்பத்தி செய்கிறது என்று மார்க்ஸ் முன்பு மேற்கு ஐரோப்பிய சூழல்களில் எழுதினார். அதே முரண்பாட்டுத் தருக்கத்தை இப்போது மார்க்ஸ் காலனிய எதார்த்தத்திற்கும் பயன்படுத்துகிறார். காலனிய ஆட்சியினரால் மக்களை ஒடுக்குவதற்காக உருவாக்கப்பட்ட ராணுவத்தின் சிப்பாய்களே ஆட்சியாளருக்கு எதிராக ஆயுதங்களைத் திருப்பிப் பிடித்து விட்டனர் என்று மார்க்ஸ் எழுதுகிறார். பிரிட்டிஷ் காலனியம் தனது ஆதிக்கத்தைத் தக்கவைத்துக் கொள்வதற்காக ஒரு இனக் குழுவை மற்றொன்றுக்கு எதிராக, ஒரு சாதியை இன்னொரு சாதிக்கு எதிராக, ஒரு மதத்தை இன்னொன்றுக்கு எதிராக நிறுத்தும் அரசியலை இந்தியாவில் செய்து வந்துள்ளது என்று கூறும் மார்க்ஸ், இருப்பினும் ஒடுக்கப்பட்ட அம்மக்களிடையே ஒரு தேசிய தன்னுணர்வு தோற்றம் பெற்றுவிட்டது என்று எழுதுகிறார். இப்போதைக்கு ஆட்சியாளர்கள் இவ்வெழுச்சியை அடக்கிவிட்டாலும், இன்னும் பல காலத்திற்கு இவ்வெழுச்சியின் வேர்கள் படர்ந்து செல்லும் என்று மார்க்ஸ் முன்னறிவிக்கிறார்.

கலகக்காரர்கள் ஆங்கிலேய அதிகாரிகள் மீது தொடுத்த வன்முறையான தாக்குதல்கள், உண்மையில் பிரிட்டிஷார் இந்திய மக்கள் மீது முன்பு தொடுத்த வன்முறைகளின் எதிரொலிகளே என்று மார்க்ஸ் மதிப்பிடுகிறார். ஐரோப்பியர்கள் அவர்களது வரலாற்றில் செய்யாத கொடூரங்கள், சித்திரவதைகள், அழிமானங்கள் எதையும் இந்தியச் சிப்பாய்கள் செய்துவிட்டார்களா, என்ன? என்று மார்க்ஸ் கேட்கிறார். இத்தனை வெறுப்புகளை விதைத்தவர்கள் நீங்கள் தாம், என்ற மார்க்ஸ் ஐரோப்பியர்களை நோக்கிச் சொல்லுகிறார். இவை, நீங்கள் உருவாக்கிய வரலாற்றின் எதிர்விளைவுகள் தாம், என்கிறார். ஐரோப்பியர்கள் ரோமாபுரி சாம்ராஜ்யத்தில், பைசாண்டியப் பேரரசில், அரபு நாடுகளில், ஆப்பிரிக்க நாடுகளில், இதே இந்திய நாட்டில் நிகழ்த்திய வன்முறைகளின் எதிர்விளைவுகள் தாம் இவை என்று மார்க்ஸ் கூறுகிறார். காலனிகளாக்கப்பட்டு அவமதிக்கப்பட்ட மக்கள்

எதிர்த்துப் போராடுவதில், அப்போராட்டங்களில் வெளிப்படும் வன்முறையில் வரலாற்றுரீதியான நியாயம் உள்ளது என்று மார்க்ஸ் எழுதுகிறார். மார்க்சின் எழுத்துக்களில் காலனியச் சூழல்களே காலனிய எதிர்ப்புக்கான சூழல்களை உருவாக்குகின்றன என்ற கோட்பாடு வேலை செய்கிறது.

1858, ஜனவரி *16*-இல் மார்க்ஸ் எங்கெல்சுக்கு எழுதிய கடிதத்தில் சொல்லுகிறார்: “இப்போது இந்தியாவே நமது மிகச் சிறந்த கூட்டாளி” (India is now our best ally).

ரஷ்ய கம்யூன்கள் புரட்சிக்கான ஆதாரங்களாக முடியும்

ஐரோப்பாவில் அன்று நிலவிய பொதுவான சூழல்களில் மார்க்ஸ், எங்கெல்சுக்கு ரஷ்யாவைப் பற்றி நல்ல அபிப்பிராயம் கிடையாது. மேற்கு ஐரோப்பிய நாடுகளில் சனநாயக மாற்றங்கள் கொஞ்சமாகவோ அதிகமாகவோ நடந்து கொண்டிருந்த அன்றைய சூழல்களில் சனநாயகத்திற்கு எதிரான பழமைச் சக்தியாக ரஷ்யா விளங்கி வந்ததே இதற்குக் காரணம். ரஷ்ய நிலஉடைமை முடியாட்சி அரசு மேற்கு ஐரோப்பிய நாடுகளில் *19* ஆம் நூற்றாண்டின் மத்தியில் சனநாயக எழுச்சிகள் ஏற்பட்ட சந்தர்ப்பங்களில் எல்லாம் பிரான்ஸ், பிரஷ்யா, ஆஸ்த்ரியா போன்ற நாடுகளின் ஆட்சியாளர்களுக்கு ஆதரவாகத் தனது முரட்டு ராணுவத்தை அனுப்பி உதவிகள் செய்து வந்தது. மேற்கு ஐரோப்பாவில் சனநாயகத்தைத் தாமதப்படுத்துவதன் மூலம் கிழக்கில் தனது முடியாட்சிக்கு எதிரான சக்திகளைப் பலவீனப் படுத்த முடியும் என ரஷ்யா கருதி வந்தது. எனவே அது ஓர் எதிர்ப் புரட்சி சக்தி என்ற கருத்தே மார்க்சின் ஆரம்பகால எழுத்துக்களில் காணப்படுகிறது. ரஷ்ய கம்யூன்கள் என்ற மூடிய கிராமப்புறப் பொருளுற்பத்தி முறை பழமையின் ஆதார சக்தியாகவும் கீழை எதேச்சாதிகாரம் என்ற அரசியல் வடிவத்தின் பின்புலமாகவும் மார்க்சால் அப்போது அணுகப்பட்டது. மிகயில் பகூனின் என்ற புலம் பெயர்ந்த ரஷ்யரின் அராஜக சிந்தனைகளின் வழியாக ரஷ்ய கம்யூன்கள் பற்றிய செய்திகள் ஐரோப்பிய புரட்சியாளர்களுக்கிடையில் அக் காலத்தில் பரவிவந்தன. ரஷ்ய கம்யூன்கள் கம்யூனிசத்தின் முன்னோடி அமைப்புகள் என்றும் ரஷ்ய விவசாயிகள் பிறப்பிலேயே கம்யூனிஸ்டுகள் என்றும் பகூனின் பேசித் திரிவதாக எங்கெல்ஸ் கேலியாகக் கூட எழுதியதுண்டு.

இருப்பினும், *1858*-இல் ஜார் இரண்டாம் அலெக்சாண்டர் ஆட்சிக்கு வந்து ரஷ்யாவில் விவசாய சீர்திருத்தங்களை அறிமுகப்படுத்திய

காலத்தில், ரஷ்யா குறித்த மார்க்சின் அபிப்பிராயங்களும் மாறுதல்களுக்கு உள்ளாயின. ரஷ்ய அரசு உள்நாட்டில் நிலச்சீர்திருத்தங்களைச் செய்ய முன் வந்திருப்பதாகவும் அது ரஷ்யாவின் வெளிநாட்டுக் கொள்கையிலும் மாறுதலை ஏற்படுத்தும் என்றும் மார்க்ஸ் 1858-இல் எங்கெல்சுக்கு எழுதிய ஒரு கடிதத்தில் குறிப்பிடுகிறார். அதே ஆண்டில் மார்க்ஸ் ட்ரிப்யூன் பத்திரிகைக்கு எழுதிய ஒரு கட்டுரையில், ரஷ்யாவில் புரட்சிக்கான சக்திகள் திரண்டு வருவதாக எழுதுகிறார். நீண்ட காலமாக ஏமாற்றப்பட்டுள்ள ரஷ்ய விவசாயிகள் திடீரென வெடிக்கத் தயாராக உள்ள வெடிமருந்தைப் போல ரஷ்ய மண்ணில் கூடி வருவதாக மார்க்ஸ் எழுதுகிறார். அரசின் தவறான வெளிநாட்டுக் கொள்கையால் கிரீமிய யுத்தத்தில் தோல்வியடைந்துள்ள ரஷ்யப் போர் வீரர்கள் அரசு குறித்து தீவிரமாக அதிருப்தி அடைந்துள்ளார்கள், அவர்களது ஆற்றாமைகள் உள்நாட்டில் உடனடியான விவசாய சீர்திருத்தங்களைக் கோருகின்றன என்று மார்க்ஸ் மதிப்பிட்டார்.

ரஷ்ய ஆளும் வர்க்கமும் பிரபுக்களும் விவசாயிகளின் பார்வையில் மதிப்பிழந்து போய்விட்டதைக் குறிப்பிடும் மார்க்ஸ், ரஷ்யா ஒரு விவசாயிகள் எழுச்சிக்குத் தயாராகிக் கொண்டிருப்பதாகக் கணக்கிடுகிறார். 1859 வாக்கில் மட்டும் சுமார் நூறு இலக்கியப் பத்திரிகைகள் புதிதாகத் தொடங்கப் பட்டிருக்கின்றன என்ற தகவலை அவர் கவனத்திற்குக் கொண்டு வருகிறார். ரஷ்ய அரசு அப்போது அறிமுகப்படுத்திய சில சீர்திருத்தங்கள் முதலாளியத் தன்மை கொண்டவை. கிராமப்புற ரஷ்யாவில் சுயநிர்வாக உரிமைகள் பலவற்றைக் கொண்டிருந்த ரஷ்ய கம்யூன்களின் அதிகாரங்களை அரசு அச்சீர்திருத்தங்களின் மூலம் பறித்துக் கொண்டது. இது குறித்து மார்க்ஸ் எழுதும்போது, இத்தகைய சூழல்களில் கிராமப்புற ரஷ்யக் கம்யூன்கள் அரசுக்கு எதிராக விவசாயிகளைத் திரட்ட இச்சந்தர்ப்பத்தைப் பயன்படுத்திக் கொள்ளும் என எழுதினார்.

அரசியல் சட்ட பூர்வமான அதிகாரத்தை நிலைநாட்ட ரஷ்ய பிரபுக்கள் முயற்சி செய்யும்போது மரபுரீதியான கம்யூன் உரிமைகளைத் தக்க வைக்க விவசாயிகள் போராட்டங்களைத் துவக்கியுள்ளனர் என்று மார்க்ஸ் எழுதுகிறார். முன்பு, கீழை எதேச்சதிகாரத்தின் ஆதாரமாகச் செயல்பட்டதாக மார்க்ஸ் மதிப்பிட்ட கிராமப்புற கம்யூன்கள், இப்போது அவராலேயே புரட்சிகர சக்தியாக மதிப்பிடப்பட்டுள்ளது. மார்க்ஸ் கணக்கிட்டபடியே 1860-70களில் ரஷ்ய விவசாயிகளின் போராட்டங்கள் தீவிரமடைந்தன. ரஷ்ய விவசாயிகளும் எழுத்தாளர்களும் இக்காலத்தில் ரஷ்யாவில் வேகமாகப் பரவிவந்த முதலாளிய

சமூக உறவுகளைத் தீவிரமாக விமர்சிப்பவர்களாக உருப்பெற்றார்கள். மார்க்ஸ் 1870களில் ரஷ்ய கம்யூன்கள் அந்நாட்டில் சோசலிசத்திற்கான ஆதாரமாக ஆகமுடியும் என்று எழுதினார்.

போலந்து: எரிமலைக் குழம்பு கிழக்கிலிருந்து மேற்காக ஓடும்

போலந்து மார்க்சின் கவனத்தைப் பெரிதும் பெற்றிருந்த ஒரு நாடு. இதற்குக் காரணம் அந் நாட்டின் தேசிய உணர்வுகள் 18-19ஆம் நூற்றாண்டுகளில் பலமுறை அவமதிக்கப்பட்டிருந்தமையே ஆகும். இரண்டு நூற்றாண்டுகளாக போலந்து நாடு ஜெர்மன், ரஷ்ய, ஆஸ்திரியப் பேரரசுகளால் மாற்றி மாற்றி அடிமைப்படுத்தப்பட்டிருந்தது. இதுவே போலந்து மக்களின் தேசிய உணர்வுகளை வளர்த்தெடுத்த காரணமாகவும் அமைந்தது. ஜெர்மனியர், ரஷ்யர், பிரெஞ்சுக்காரர் ஆகிய தேசிய இனங்களைப் போலவே, அவற்றிற்கு எந்த வகையிலும் குறையாத பழமையும், செழுமையும் கொண்டது போலந்து தேசியம். இருப்பினும் பல்வேறு அரசியல் காரணங்களால் போலந்து மக்கள் நீண்ட காலமாக சுதந்திரமான தேசிய உரிமைகளை அனுபவிக்க முடியாமல் போயிற்று. மார்க்ஸ் போலந்து மக்களின் தேசிய விடுதலையைப் பலமாக ஆதரித்தார். போலந்தின் தேசிய விடுதலை பல ஐரோப்பிய நாடுகளின் சனநாயகத் தன்மையை அளக்கும் தெர்மாமீட்டராக உள்ளது என்று மார்க்ஸ் எங்கெல்சுக்கு எழுதிய ஒரு கடிதத்தில் குறிப்பிடுவார். 1794, 1830, 1846 ஆகிய ஆண்டுகளில் போலந்து மக்கள் அடுத்தடுத்த தேசிய எழுச்சிகளில் ஈடுபட்ட போதும் அவ்வெழுச்சிகள் போலந்தின் அண்டை நாடுகளில் அடக்கி ஒடுக்கப் பட்டன.

போலந்தின் தேசிய விடுதலையை வெகுவாக ஆதரித்தபோதும் அப்போராட்டங்கள் தோல்வியடைந்து வருவதை மார்க்ஸ் விமர்சன நோக்கிலும் அணுகினார். போலந்து தேசியம் நிலஉடைமைப் பண்பு கொண்டதாக அமைந்திருப்பதை மார்க்ஸ் சுட்டிக்காட்டுகிறார். மாறாக போலந்து நாட்டின் சனநாயக சக்திகள் போலந்து தேசியத்தைத் தீவிர விவசாய சீர்திருத்தங்களோடு ஒன்றிணைக்க முயன்றன. போலந்து தேசியம், விவசாயப் புரட்சி, சனநாயகம் ஆகிய மூன்றும் ஒன்று படுகின்றன என்று மார்க்ஸ் எழுதினார். 1846 போலந்து எழுச்சியில் கம்யூனிஸ்டுகளின் ஆதிக்கம் இருப்பதாகக் குற்றம் சாட்டப்பட்ட போது, மார்க்ஸ் அதனை மறுத்தார். தேசிய உணர்வு, சமூக வர்க்கங் களுக்கிடையில் சமமான அரசியல் உரிமைகள், நிலங்கள் சிறு விவசாயிகளிடம் பகிர்ந்தளிக்கப்படுவது ஆகியவற்றை முன்வைத்தே

1846 எழுச்சி நடந்ததாக மார்க்ஸ் தெளிவுபடுத்துகிறார். தீவிர விவசாய சீர்திருத்தங்களின் மூலமாக விவசாய மக்கள் சார்ந்த சனநாயகத்தைச் சாதிக்க விழைவது போலந்து தேசியத்தின் சிறப்பு என்று மார்க்ஸ் பாராட்டினார். ஆனால் போலந்தின் உள்ளிலும் வெளியிலும் பிரபுத்துவ சக்திகள் அத்தகைய விவசாயச் சார்பை போலந்து தேசியத்திலிருந்து அப்புறப்படுத்த விழைந்தார்கள். எனவே போலந்தின் எழுச்சியை அழித்தார்கள்.

1861-இல் மீண்டும் போலந்தில் மக்கள் எழுச்சிகள் வெடித்தன. அவை 1863-இல் மேலும் தீவிரமடைந்தன. போலந்தின் மக்கள் எழுச்சிகளை மார்க்ஸ் ஐரோப்பாவில் மீண்டும் ஒரு புரட்சிகர அலை தோற்றம் பெறுவதாக மதிப்பிட்டார். "இந்த முறை எரிமலைக் குழம்பு கிழக்கிலிருந்து மேற்காக ஓடும்" என்று மார்க்ஸ் எழுதினார். மௌரில் பர்பியர் என்ற ஒரு பிரெஞ்சுக்காரர் சொல்லுகிறார்: 1848-இல் மார்க்ஸ் மேற்கு நாடுகளில் பாட்டாளி வர்க்கப் புரட்சிகளின் விளைவாகப் போலந்திற்கு விடுதலை கிட்டும் எனக் கருதினார்; ஆனால் 1860 களில் மேற்கு நாடுகளில் தொழிலாளர் புரட்சிகள் வெற்றிபெற போலந்தின் விடுதலை ஒரு முன் நிபந்தனை என்று கருதினார். சனநாயகப் போராட்டங்களும் வர்க்கப் போராட்டங்களும் ஒடுக்கப்பட்ட தேசிய இனப் பிரச்சினைகளோடு அணிசேரத் தவறினால் அவை முழு வெற்றி பெறாது என்ற முடிவுக்கு மார்க்ஸ் இக்காலகட்டத்தில் வந்து சேர்ந்ததாக கெவின் ஆண்டர்சன் எழுகிறார்.

மார்க்சின் இன / வர்க்கம் இயங்கியல்

1850களில் பல ஐரோப்பிய நாடுகளில் எழுந்த புரட்சிகள் அடக்கி ஒடுக்கப்பட்டன. பிற்போக்கான பத்தாண்டுகள் என்று அக்காலத்தை மார்க்ஸ் மதிப்பிட்டார். 1860கள் மார்க்சிற்கு படைப்புத் தன்மை கொண்ட காலம். இவ்வாண்டுகளில் மார்க்ஸ் மூலதனம் நூலின் முதல்பகுதியை எழுதி முடித்து 1867-இல் வெளியிட்டார். நூலின் இரண்டாம் மூன்றாம் பாகங்களும் இக்காலத்தில் பெருமளவு எழுதி முடிக்கப்பட்டன. இதே கால கட்டத்தில் மார்க்ஸ் முதலாம் கம்யூனிஸ்ட் அகிலம் எனப் பின்னால் அழைக்கப்பட்ட அமைப்பினை நிறுவினார். இவை எல்லாவற்றுக்கும் மேலாக, அமெரிக்காவில் 1861-65 ஆண்டுகளில் நிகழ்ந்த கறுப்பின மக்களின் விடுதலைக்கான எழுச்சிகள் மார்க்சிற்கு பெரும் உற்சாகத்தை வழங்கின. ஐம்பதுகளில் நிலவிய தேக்கத்தைக் கடந்து மார்க்ஸ் முன்னேறினார். நீக்ரோ அடிமைமுறைக்கு எதிராக ஐரோப்பிய நாடுகளெங்கிலும் ஆதரவைத்

திரட்டுவதில் மார்க்ஸ் முன்னிலை வகித்தார். கோட்பாட்டு ரீதியாக, வர்க்கமும் இனமும் என்ற பிரச்சினையை மார்க்ஸ் இக்காலத்தில் இணைத்துச் சிந்தித்தார். இந்த நூற்றாண்டில் மானுட விடுதலைக்கான மிகப்பெரும் எழுச்சிகளில் ஒன்று இது என மார்க்ஸ் அமெரிக்க நீக்ரோக்களின் எழுச்சியை மதிப்பிட்டார். இந்த சமூகப் புரட்சி அரசியல் மாற்றங்களை மட்டுமல்லாமல், வர்க்க மற்றும் உடைமை உறவுகளில் மாற்றங்களை ஏற்படுத்தும் என்று மார்க்ஸ் எழுதினார்.

அமெரிக்க நீக்ரோ மக்களின் எழுச்சிகள் 1861-65ஆம் ஆண்டுகளில் வடமாநிலங்களுக்கும் தென் மாநிலங்களுக்கும் இடையிலான உள்நாட்டு யுத்தம் என்ற வடிவில் நிகழ்ந்தது. கருப்பின அடிமை முறையை ஒழிக்கவேண்டும் எனத் தொழில் வளர்ச்சி பெற்ற வடமாநிலங்கள் கோரின. 50 லட்சம் கருப்பின மக்களை அடிமை களாகக் கொண்டிருந்த தென் மாநில நில உடைமையாளர்கள் அடிமை முறையைத் தொடர வேண்டும் என்ற நிலைப்பாட்டைக் கொண் டிருந்தனர். அமெரிக்க ஐக்கிய நாடுகள் என்ற ஒன்றிணைந்த நாடு வடக்கு/தெற்கு என இரண்டாகப் பிளந்துவிடுமோ என்ற நிலை உருவானது. தென் மாநிலங்களின் கருப்பின மக்கள் தமது உடைமை யாளர்களுக்கு எதிராக ஆயுதம் ஏந்தினர்.

W.E.B. துபோய் என்ற மூத்த கறுப்பினச் சிந்தனையாளர் "மேற்கத்திய வெள்ளை மூலதனம் கருப்பினத்தவரது அடிமை உழைப்பின் மீது கட்டியெழுப்பப்பட்டுள்ளது என்பதை மார்க்ஸ் இக் காலத்தில் புரிந்துகொண்டார்" என எழுதுகிறார். 'நிறவெறிச் சாதி முறை' இல்லாமல் வெள்ளை மூலதனம் இத்தனை திமிர் கொண்டதாக உருவாக்கியிருக்க முடியாது என்று அவர் குறிப்பிடுவார். நவீன காலம் உருவாக்கிய சனநாயக மாற்றங்களை நிறவெறி அடிமைமுறை சிதைத்து விட்டது என்று அவர் மேலும் எழுதுவார். அமெரிக்க உள்நாட்டுப் போர் குறித்த மார்க்சின் எழுத்துக்களை சி.எல்.ஆர்.ஜேம்ஸ், ரயா துனயேவ்ஸ்கயா போன்ற மார்க்சியர்களும் பெரிதும் பாராட்டிப் பேசுவர். இக்கால மார்க்சின் எழுத்துக்களில் இனம், வர்க்கம் ஆகியவற்றின் இயங்கியல் என்ற புதியதொரு சிந்தனைப்போக்கு தொடக்கம் பெற்றிருப்பதாக அவர்கள் கருதுகின்றனர். போலந்தின் தேசிய விடுதலை, கருப்பின மக்களின் போராட்டம் ஆகியவற்றிற்கு ஆதரவு திரட்டுவதற்காகவே மார்க்ஸ் முதலாம் கம்யூனிஸ்ட் அகிலத்தைக் கூட்டினார் என்று அவர்கள் கூறுகின்றனர். கறுப்பின மக்களுக்கு மார்க்சின் அமோக ஆதரவு தாராளவாத வகைப்பட்டது என்று சில கறாரான கம்யூனிஸ்டுகள் அவரைக் குறை கூறியதும் உண்டு.

மார்க்ஸ் 1846-இல் அவரது ரஷ்ய நண்பரான அனென்கோவிற்கு எழுதிய ஒரு கடிதத்தில் முதல் முறையாக அமெரிக்காவிலும் மேற்கிந்தியத் தீவுகளிலும் கறுப்பின அடிமைமுறை வழக்கில் இருப்பதைச் சுட்டிக்காட்டுகிறார். இன்றைய தொழில் முதலாளியம் நேரடியாக அடிமைமுறைக்குக் கடன்பட்டிருக்கிறது. அடிமைமுறை இல்லையெனில், பருத்தி உற்பத்தி இல்லை. பருத்தி இல்லையெனில் நவீன ஆலைகள் இல்லை. எனவே காலனிகளில் அடிமை முறையைக் கொண்டே நவீன தொழில் துறையும் சர்வதேச வர்த்தகமும் உருவாக்கப்பட்டு உள்ளன. எனவே அடிமைமுறை என்பதை அதி முக்கியமான ஒரு பொருளாதார நிறுவனமாகக் கொள்ளவேண்டும் என்று அக்கடிதத்தில் மார்க்ஸ் எழுதினார். மார்க்சின் எழுத்துக்களே அடிமை முறைமைக்கும் தொழில் முதலாளியத்திற்கும் இடையிலான உறவுகளை முதலில் வெளிப்படுத்தின. நீக்ரோ அடிமை உருவாக்கம் என்ற விசயத்தை அம்பலப்படுத்தியவரும் மார்க்சே என்று செட்ரிக் ராபின்சன் என்ற சிந்தனையாளரும் குறிப்பிடுகிறார்.

அமெரிக்க நீக்ரோக்கள் குறித்த மார்க்சின் எழுத்துக்களில் முக்கியமான திருப்புமுனை 1860-இல் நிகழ்ந்தது என கெவின் ஆண்டர்சன் கருதுகிறார். ஆப்பிரிக்க அமெரிக்கர்களைத் தன்னிலை கொண்ட புரட்சிகர சக்திகளாக மார்க்ஸ் இவ்வாண்டிலேயே அடையாளம் கண்டார் என்று கெவின் குறிப்பிடுகிறார். அமெரிக்கக் கண்டத்திலிருந்து மிகவும் குறிப்பிடத்தக்க தகவல் கிடைத்திருப்பதாக மார்க்ஸ் எழுதினார். அடிமைகள் புரட்சித் தோற்றம் பெற்று வருவதாக மார்க்ஸ் அதனைக் கணித்தார். தெற்கு மாநிலத்தவர் நிறவெறி அடிமை முறையை ஆதரிப்பது மட்டுமல்ல, அது தமது அடிப்படை உரிமை எனக் கோருகின்றனர். இன்னும் கூடுதலாக, தமது அடிமைமுறைக்கு அவர்கள் வடக்கிலும் நிலம் தேடுகின்றனர். நிற அடிப்படையிலான அடிமை முறையைத் தென்மாநில உடைமையாளர்கள் பரப்ப முனைகின்றனர், இந்த முயற்சி வெற்றி பெற்றால் நிறம்/இனம் அடிப்படையிலான ஒரு புதுவகை முதலாளியம் இனி உருப்பெறும் என்று மார்க்ஸ் எச்சரிக்கிறார். நிற அடிமைத்தனத்திற்கு அவர்கள் தெய்வீக அங்கீகாரம் தேடுகின்றனர், அது நாகரிகத்தின் அடையாளம் என நிரூபிக்க முனைகின்றனர். இங்கிலாந்து போன்ற நாடுகளின் முதலாளிகளும் தென்மாநிலங்களை ஆதரிக்கின்றனர், ஏனெனில் உருளைக்கிழங்கு, பருத்தி ஆகிய உற்பத்திப் பொருட்களுக்கு அவர்கள் அம்மாநிலங்களைச் சார்ந்திருக்கின்றனர். எனவே அமெரிக்காவில் நீக்ரோக்களின் சனநாயகப் புரட்சிக்கான சர்வதேச ஆதரவைத்

திரட்டியாக வேண்டும் என மார்க்ஸ் எழுதுகிறார். இது அமெரிக்காவின் இரண்டாவது சுதந்திரப்போர், தென்மாநிலங்களின் கறுப்பின மக்களை ஆயுதபாணிகளாக்க நாம் உதவ வேண்டும். இது ஓர் அறவியல் மற்றும் அரசியல், ராணுவத் தேவை என்று மார்க்ஸ் அறைகூவல் விடுத்தார்.

கறுப்பின மக்களின் விடுதலையை ஆதரித்து வந்த அதிபர் ஆப்ரகாம் லிங்கன் மிதமான முறையில் அதனைக் கையாளுகிறார் என மார்க்ஸ் கருதினார். அடிக்கடி ஆமை போல் அவர் தன்னை உள்ளிழுத்துக் கொள்கிறார் என்று மார்க்ஸ் ஒரு கடிதத்தில் குறிப்பிடுகிறார். பல்வேறு அரசியல் குழுவினரும் அக்காலத்தில் சட்டபூர்வமான வழிகளின் மூலமாகவே பிரச்சினையை எதிர்கொள்ள முடியும் எனக் கூறி வந்தனர். ஆயின் இம்மாதிரியான பிரச்சினைகள் புரட்சிகரமான வழிமுறைகளால் நேரடியாகக் கையாளப்படவேண்டும் என்று மார்க்ஸ் எழுதினார். விடுதலை பெற்ற ஹாய்த்தி, லிபேரியா போன்ற புதிய நீக்ரோ குடியரசுகளுக்கு அமெரிக்க அரசு அங்கீகாரம் வழங்கி, அந்நாடுகளின் கறுப்பினப் போராளிகளைத் தென்மாநிலங்களுக்கு எதிரான யுத்தத்தில் ஈடுபடுத்த வேண்டும் என்று மார்க்ஸ் எழுதினார். 1863-இல் அதிபர் லிங்கன் வெளியிட்ட கறுப்பர் விடுதலைப் பிரகடனத்தை இப்போதைய பிரகடனம் பலவகைகளில் விஞ்சி விட்டது என்று மார்க்ஸ் லிங்கனைப் பாராட்டினார். முந்தைய அமெரிக்க சுதந்திரப்போர் மத்தியதர வர்க்கத்தினரின் தொடர்ந்த வளர்ச்சியை உறுதிப்படுத்தியது; இப்போதைய கறுப்பின எழுச்சிகள் உழைக்கும் வர்க்கத்தினரின் வளர்ச்சியை உறுதிப்படுத்தும் என்று மார்க்ஸ் எழுதினார். 1865-இல் ஆப்ரகாம் லிங்கன் கொலை செய்யப்பட்டபோது மார்க்ஸ் பெரிதும் வருந்தினார். அடுத்து வந்த அதிபர் ஜான்சன் தென்மாநிலங்களுக்கு ஆதரவாகச் செயல்பட்ட போது மார்க்ஸ் அவரைக் கண்டித்து 'அமெரிக்க மக்களுக்கு ஒரு பகிரங்கக் கடிதம்' எழுதினார். "கறுப்புத்தோலின் மீது பதிக்கப்பட்டுள்ள அடிமை முத்திரை அகற்றப்படும் வரை, வெள்ளைத்தோலின் உழைப்பிற்கு விடுதலை கிட்டாது" என்று மார்க்ஸ் பிரான்கோ லஃபார்க் என்ற தனது நண்பருக்கு எழுதினார். இந்த நண்பரின் மகனான பால் லஃபார்க் என்பாரே மார்க்சின் மகளான லௌரா மார்க்சை மணம் முடித்தார். பிரெஞ்-க்யூப கலப்பினத் திருமணமான இது 1868-இல் நடந்தேறியது.

அயர்லாந்து: தேசிய இனப் பாட்டாளிகள்

1870-ஐ ஒட்டிய மார்க்சின் எழுத்துக்களில் வர்க்கம், கறுப்பினம், தேசிய இனம் ஆகியவற்றிற்கிடையிலான இயங்கியலின் முதிர்ச்சியைக்

காண முடிகிறது என்று கெவின் ஆண்டர்சன் குறிப்பிடுகிறார். குறிப்பாக 16-ஆம் நூற்றாண்டிலிருந்தே பிரிட்டிஷ் பேரரசுக்கு எதிராகப் போராடி வந்த அயர்லாந்து மக்களைப் பற்றிய எழுத்துக்களில் இம்முதிர்ச்சியைத் தெளிவாகக் காணமுடிகிறது என்று அவர் கூறுகிறார். அயர்லாந்து தேசிய இனப் போராளிகளை மார்க்ஸ் உப பாட்டாளிகள் என்று மதிப்பிட முன்வருகிறார். இச்சொல்லை இக்கட்டுரையில் நாம் தேசிய இனப் பாட்டாளிகள் என மொழிபெயர்த்துக் கொள்வோம். ஒரு பேரரசின் ஆதிக்கத்திற்கு உட்பட்டு ஒடுக்கப்படும் ஒரு தேசிய இனம் உண்மையில் ஒரு முதலாளிய நாட்டின் பாட்டாளி வர்க்கத்தை விட அதிகமாக உரிமைகளை இழந்து, அப்பட்டமான சுரண்டலுக்கு ஆட்படுகிறது என்ற பொருளில் இச்சொல் பயன்படுத்தப்படுகிறது.

அயர்லாந்து மக்களின் போராட்டங்கள் குறித்து முதலில் எங்கெல்ஸ் எழுதத் தொடங்கினார் என்பது குறிப்பிடத்தக்கது. 1843-இல் இன்னும் அவர் மார்க்சை சந்திக்காத நாட்களிலேயே அயர்லாந்து பற்றி எழுதத் தொடங்கிவிட்டார். எங்கெல்சின் கட்டுரைகளில் அயர்லாந்து மக்களை அவர் 'இழப்பதற்கு ஏதுமில்லாதவர்கள்', 'உண்மையான பாட்டாளிகள்' என்பது போன்ற சொற்களால் அடையாளப்படுத்துகிறார். 1845-இல் எங்கெல்ஸ் 'இங்கிலாந்து தொழிலாளர் வர்க்கத்தின் இன்றைய நிலைமை' என்றொரு நூல் எழுதினார். இந்நூலில் அவர் தொழில்புரட்சியின் விளைவாகத் தோன்றியுள்ள தொழிலாளர் வர்க்கத்தின் வாழ்க்கை நிலைமைகளைப் பற்றி எழுதுகிறார். அப்போது, இங்கிலாந்து நாட்டில் மிக அதிகப் படியான சுரண்டலுக்கு உள்ளாக்கப்பட்டுள்ள தொழிலாளர் வர்க்கம் அயர்லாந்தினரே என்று குறிப்பிடுகிறார். இந்நூல் வர்க்கச் சுரண்டலோடு தேசிய இன ஒடுக்குமுறைக்கு உள்ளாக்கப்படும் மக்கள் பகுதியினர் பற்றிய நுட்பமான மதிப்பீடுகளைக் கொண்டுள்ளதாக ஆய்வாளர்கள் கணிக்கின்றனர். அயர்லாந்து தொழிலாளரின் கழி-மண் குடிசைகள், அவற்றின் முன்னும் பின்னும் தேங்கி நிற்கும் சாக்கடை நீர், அழுகி நாற்றமெடுக்கும் கழிவுகள், அவற்றினூடாக வெறுங்காலுடன் நடந்து செல்லும் தொழிலாளர் குடும்பத்தினர், ஆலைகள் உமிழும் புகையால் விஷமாகி இருண்டு போகும் பகல் நேரங்கள், வெறும் உருளைக் கிழங்குகளை மட்டும் தின்று பட்டினியில் வாழும் குழந்தைகள் போன்ற சொற்களால் எங்கெல்ஸ் அயர்லாந்து தொழிலாளர் வாழ்விடங்களைச் சித்திரிக்கிறார். அயர்லாந்து விவசாயப் பாட்டாளிகள் பற்றியும் எங்கெல்ஸ் அந்நூலில் விரிவாக எழுதுகிறார். 1845-49 ஆண்டுகளில் அயர்லாந்தில் பரவிய பஞ்சத்தில் 15 லட்சம் விவசாயிகள் செத்து

மடிந்ததையும் இன்னும் பத்து லட்சத்தினர் பிழைப்புக்காகப் புலம் பெயர்ந்து சென்றதையும் எங்கெல்ஸ் பதிவு செய்கிறார்.

1848-இல் மார்க்ஸ் ஆற்றிய ஓர் உரையில் அயர்லாந்து பற்றிய அவரது முதல் குறிப்பு இடம் பெற்றுள்ளது. அயர்லாந்தின் தேசிய விடுதலையும் அந்நாட்டின் விவசாயப் புரட்சியும் ஒன்றிணைய வேண்டும் என்று அவ்வுரையில் மார்க்ஸ் வலியுறுத்துகிறார். அதாவது, அயர்லாந்து தேசிய விடுதலைப் போராட்டத்தின் தலைமை அந்நாட்டின் நில உடைமையாளர்களிடமிருந்து கைமாறி விவசாயிகளின் கைகளில் வந்து சேரவேண்டுமென்று மார்க்ஸ் குறிப்பிடுகிறார். 1853-இல் மார்க்ஸ் அயர்லாந்து நாட்டின் கிராமப்புற சமூக முரண்பாடுகளில் அக்கறை காட்டுகிறார். அம்மக்களின் நில உரிமைப் போராட்டங்களில் கவனம் செலுத்துகிறார். அப் போராட்டங்கள் நில உடைமையாளர்களை ஆதரித்து வரும் கத்தோலிக்க மதகுருமார்களுக்கும் அடித்தள விவசாயிகளுக்கும் இடையில் விரைவில் பிளவுகளை ஏற்படுத்தும் என மார்க்ஸ் மதிப்பிடுகிறார். அயர்லாந்தின் கிராமப்புறங்களை ஊடுருவி வரும் பிரிட்டிஷ் முதலாளிகள் அந்நாட்டு விவசாயிகளைப் பஞ்சைப்பராரிகளாக ஆக்குவது மட்டுமல்ல; அயர்லாந்தின் விவசாய மூலதனத்தையும் கைப்பற்றி வருகின்றனர் என்பதை மார்க்ஸ் கணித்துச் சொல்கிறார். சமூகரீதியாக அயர்லாந்து மக்கள் தாழ்வானவர்களாக நடத்தப்படுவதால், புரட்சிகரப் போராட்டங்களுக்கான தன்னுணர்வை அவர்கள் இன்னும் ஈட்டாமல் இருக்கிறார்கள் என்பதைத் தெரிவிக்கிறார். அயர்லாந்து மக்களின் மீது இங்கிலாந்து முழு அடக்குமுறையைக் கையாண்டு வருவதால், அயர்லாந்து மக்களின் சமூகமாற்றத்திற்கான சின்னஞ்சிறு அசைவும் கூட தேசிய இன எழுச்சியின் வழியாகவே சாத்தியப்படும் என்று மார்க்ஸ் குறிப்பிடுகிறார்.

மார்க்சின் மேற்கூறிய மதிப்பீடுகளின்படியே, 1858-இல் அயர்லாந்தில் ஃபெனியன் எனப்பட்ட புரட்சிகர தேசிய இன அமைப்பொன்று உருவானது. இங்கிலாந்து ஆட்சியை ஆயுதப் போராட்டங்களின் வழியாகத் தூக்கியெறிவதற்கான ரகசிய அமைப்பாக அது வடிவம் பெற்றது. 'அயர்லாந்தில் ஒரு புத்தெழுச்சி' எனத் தலைப்பிட்டு மார்க்ஸ் 1857-இல் அது குறித்து ஒரு கட்டுரை எழுதினார். முந்திய தலைமுறையைச் சார்ந்த ஓ கோன்னல் போன்றோரின் கத்தோலிக்கத் தேசியத்தை ஃபெனியன் அமைப்பினர் தாண்டிச் சென்று விவசாயிகளையும் தொழிலாளர்களையும் ஆதாரமாகக் கொண்டனர்.

1867-இல் மார்க்ஸ் மூலதனம் நூலின் முதல் பகுதியை வெளியிட்ட போது, அயர்லாந்து குறித்த அவரது பார்வை தீவிரமடைந்தது என கெவின் ஆண்டர்சன் குறிப்பிடுகிறார். அயர்லாந்தின் விடுதலைக்கு மேட்டுக்குடி மக்களை நாங்கள் இனியும் நம்ப மாட்டோம், மக்கள் தம்மைத் தாமே காப்பாற்றிக்கொள்ள வேண்டும். அயர்லாந்து மண்ணை நிலத்திருடர்களிடமிருந்து மீட்கப் பாடுபடும் விவசாயிகளே அதனைக் கையகப்படுத்த வேண்டும், புரட்சி ஒன்றே இதற்கான வழி என்று அப்போது ஃபெனியன் அமைப்பின் பத்திரிகை ஒன்று எழுதியது. இக்காலகட்டத்தில் கம்யூனிஸ்ட் அகிலம் ஃபெனியன் அமைப்பிற்குத் தனது ஆதரவைத் தெரிவித்தது. இங்கிலாந்திலும் கனடாவிலும் ஃபெனியன் அமைப்பிற்கு ஆதரவாகத் தொழிலாளர் அமைப்புக்களை மார்க்ஸ் திரட்ட முனைந்தார். இக்காலகட்டத்தில் ஃபெனியன் விவசாயிகள் நடத்திய ஆயுதம் தாங்கிய எழுச்சிகளை பிரிட்டிஷ் ராணுவம் அடக்கியொடுக்கியது. மூன்று ஃபெனியன் போராளிகள் மான்செஸ்டர் நகரில் பகிரங்கமாகத் தூக்கிலிடப்பட்டனர். தொடர்ந்து பல ஃபெனியன் போராளிகள் கைது செய்யப்பட்டு சிறையிலடைக்கப்பட்டனர். 1870-இல் மார்க்ஸ் எழுதினார்: "இங்கிலாந்திலிருந்து அயர்லாந்து தனிநாடாகப் பிரிவது சாத்தியமில்லை என்று நான் ஒரு காலத்தில் நம்பிக்கொண்டிருந்தேன்; ஆனால் இப்போது அது தவிர்க்க இயலாதது எனக் கருதுகிறேன்". ஃபெனியன் போராளிகளைப் பகிரங்கமாகத் தூக்கிலிட்டதன் மூலம் இங்கிலாந்து அரசு தனி அயர்லாந்து உருவாவதை உறுதிப்படுத்திவிட்டது. ஆங்கில அரசு ஃபெனியன் இயக்கத்திற்கு ரத்த முழுக்குடன் ஞானஸ்நானம் வழங்கிவிட்டது என்று மார்க்ஸ் எழுதினார்.

அயர்லாந்தில் ஆங்கில முதலாளிகள் விவசாயிகளை மரண எல்லைக்கு விரட்டுகிறார்கள். நிலங்களைக் கையகப்படுத்துகிறார்கள். அந்நிலங்களில் ஆங்கிலேயர்களைக் குடியமர்த்துகிறார்கள். அயர்லாந்தின் இயற்கைச் சூழல்களைப் பாழ்படுத்துகிறார்கள் என்று மார்க்ஸ் எழுதினார். அயர்லாந்தில் தொழில் வளர்ச்சி ஏற்படுவதை இங்கிலாந்து எப்போதுமே அனுமதித்ததில்லை, ஆங்கில மூலதனத்திற்குத் தேவையான மலிவு உழைப்பு மற்றும் மலிவான விவசாய கச்சாப் பொருட்களுக்குரிய சந்தையாகவே அது அந்நாட்டை இதுவரையிலும் வைத்திருந்தது என்று மார்க்ஸ் எழுதுகிறார். இவற்றிற்கு எதிராகச் செயல்படும் ஃபெனியன் இயக்கம் தனித்தன்மைகள் கொண்டது. அது சோசலிசப் பண்பு கொண்டது, அது ஓர் அடித்தள மக்கள் இயக்கம் என்று மார்க்ஸ் மதிப்பிட்டார். அயர்லாந்து மக்களுக்கு என்ன

வேண்டும்? 1. இங்கிலாந்திலிருந்து விடுதலை பெற்ற சுய அரசாங்கம் 2. விவசாயப் புரட்சி இங்கிலாந்திற்கு எதிராகத் தன்னைப் பாதுகாத்துக் கொள்வதற்கான பொருளாதார ஏற்பாடுகள் என்று மார்க்ஸ் மிகவும் வரையறுக்கப்பட்ட வடிவில் எழுதினார்.

1869 அக்டோபர் 24-இல் ஃபெனியன் இயக்கத்திற்கு ஆதரவாக ஒரு லட்சம் மக்களைக் கொண்ட மாபெரும் பேரணி ஒன்று லண்டனில் நடத்தப்பட்டது. மார்க்சின் குடும்பத்தினர் அனைவரும் இப்பேரணியில் பங்கேற்றனர். "ஆங்கிலேய அரசு இப்போராட்டத்தை ஓர் இனப் போராட்டமாகவே இதுவரை சித்திரித்து வந்திருக்கிறது. ஆனால் கடந்த ஞாயிற்றுக் கிழமை நடந்த பேரணி இது வர்க்கப் போராட்டம் என்பதை எடுத்துக்காட்டியது" என்று மார்க்சின் நண்பர் ஒருவர் எழுதினார். ஒடுக்கப்பட்ட தேசிய இனங்களும் உழைக்கும் வர்க்கங்களும் ஓரணியில் திரளுதல் என்ற வேலைத் திட்டம் கனிந்து வருவதை மார்க்ஸ் விருப்புடன் நோக்கினார்.

அயர்லாந்து விவசாய சமூகத்தின் அடிப்படையாக ஆசிய உற்பத்தி முறை போன்ற கம்யூன்கள் அமைந்திருப்பதை மார்க்ஸ் கவனத்திற்குக் கொண்டு வந்தார். 1850 வரையில் ஆசியப்பண்பு கொண்ட கம்யூன்களை மார்க்ஸ் கீழை எதேச்சாதிகாரம் என்ற அரசியல் வடிவத்தின் அடிப்படையாகக் கருதியதுண்டு. ஆயின் 1868-க்குப் பிறகு அவர் ஆசிய வடிவிலான கம்யூன்களை சோசலிசத் தடயங்களாகப் பார்க்கத் தொடங்கினார். அவை கீழைநாடுகளில் மூலதனப் பரவலைத் தடுக்கும் எதிர்ப்பு மையங்களாக உருவாக முடியும் என மார்க்ஸ் கருதினார். அயர்லாந்தில், நிலத்தில் தனி உடைமையைப் பரப்பியவர்கள் ஆங்கிலேயர்களே என எழுதும் மார்க்ஸ், அயர்லாந்தின் தேசிய உணர்வு விவசாயிகள் சார்ந்ததாக அமையும் பட்சத்தில் அது முதலாளியத்திற்கு எதிரான அரசியல் சக்தியாகப் பரிணமிக்கும் என எழுதினார். 1869 இல் எங்கெல்சுக்கு எழுதிய ஒரு கடிதத்தில் மார்க்ஸ் குறிப்பிடுகிறார்: "ஆங்கிலேய தொழிலாளர் வர்க்கத்தின் எழுச்சியே அயர்லாந்து விடுதலையைச் சாதித்துக் கொடுக்கும் என நான் நீண்ட நாட்களாக நம்பியிருந்தேன். எனது நியூயார்க் டிரிப்யூன் கட்டுரைகளிலும் அப்படியே எழுதினேன். ஆனால் ஆழமான ஆய்வுகள் நேர் எதிரான முடிவுகளுக்கு என்னை இப்போது இட்டு வந்துள்ளன. அயர்லாந்து விடுதலை பெறாமல் ஆங்கிலேய தொழிலாளர் வர்க்கம் எதனையும் சாதிக்கப்போவதில்லை. எல்லா விசையையும் நாம் இப்போது அயர்லாந்தில் தான் செலுத்தவேண்டும். எனவேதான் அயர்லாந்தின் தேசிய விடுதலையை இன்றைய சமூக இயக்கத்தின் மிக முக்கியமான பிரச்சினையாகக் கருதுகிறேன்."

பிரிட்டனில் வளர்ச்சியடைந்த தொழில் முதலாளிகள் உள்ளனர், உண்மைதான். ஆயின் அவர்களது மூலதனத்திற்குப் பின்புலமாக உள்ள நில உடைமையாளர்கள் தமது நில ஆதாரங்களை அயர்லாந்திலும் பிற காலனிகளிலும் கொண்டு உள்ளனர். ஆங்கிலேய நில உடைமையாளர் களுக்கு எதிரான விவசாயிகளின் எழுச்சிகள் ஆங்கிலேய மூலதனத்தைத் தகர்க்கும். இது அயர்லாந்தில் நிகழமுடியும். ஏனெனில் அயர்லாந்தியர் களுக்கு இது பொருளாதாரப் பிரச்சினை மட்டுமல்ல, தேசிய பிரச்சினையும் கூட என்று மார்க்ஸ் அப்போது எழுதினார். வளர்ச்சியடைந்த முதலாளியத்தை அதன் மையத்திலேயே தாக்குவது ஒருபுறமிருக்க, மார்க்ஸ் அதனை அதன் பின்புலங்களில் தாக்குவது குறித்து இங்கு எழுதுகிறார். லெனின் ரஷ்யப் புரட்சியின்போது ஏகாதிபத்தியத்தை அதன் பலவீனமான கண்ணியில் தாக்கவேண்டும் என்று கூறியதைப் போன்ற வேலைத்திட்டம் இது. தேசிய உணர்வும் மூலதன எதிர்ப்பும் ஒன்றுபடும் இடத்தில் தாக்கவேண்டும் என்ற வேலைத்திட்டம் *1869-70* ஆண்டுகளில் மார்க்சிடம் உருவாகியிருக்கிறது என கெவின் ஆண்டர்சன் எழுதுகிறார்.

ஆசிய உற்பத்தி முறை குறித்த விவாதங்கள்

1857-58 ஆம் ஆண்டுகளில் மார்க்ஸ் மூலதனம் நூல் எழுது வதற்காக மிக விரிவான தயாரிப்புகளில் ஈடுபட்டபோது கீழைச் சமூகங்கள் பற்றிய ஏராளமான குறிப்புகளைத் தனது கையெழுத்துப் பிரதிகளில் விட்டுச்சென்றுள்ளார். அக்கையெழுத்துப் பிரதிகள் Grundrisse *1857-58* என்ற தலைப்பில் தனியாகப் பிரசுரம் ஆகியுள்ளன. இவை தவிர '*1861-63* பொருளாதாரக் கையெழுத்துப் பிரதிகள்' என்ற பதிப்பும் வெளியாகியுள்ளது. 'விளிம்பு நிலை மார்க்ஸ்' நூலின் பிற்பகுதியில் அதன் ஆசிரியர் கெவின் ஆண்டர்சன் இக்கையெழுத்துப் பிரதிகளை விரிவான ஆய்விற்கு உட்படுத்துகிறார். மார்க்சின் வரலாற்றுப் பொருள்முதல்வாதம் இக்கையெழுத்துப் பிரதிகளில் ஒற்றை வடிவம் கொண்டதாக இல்லாமல் வரலாறு குறித்த பன்மீய வளர்ச்சிப் போக்குகள் கொண்டதாக இருப்பதை கெவின் சுட்டிக்காட்டுகிறார். மேற்கு ஐரோப்பா குறித்த வரலாற்றுத் தகவல்களைத் தாண்டி, ரஷ்யா, இந்தியா, சீனா போன்ற நாடுகளில் நிலவும் சமூக அமைப்புகளைக் குறித்த தகவல்களை மார்க்ஸ் தேடி அடைந்ததினாலேயே மேற்குறித்த பன்மீய வளர்ச்சிப் போக்குகள் என்ற முடிவுக்கு மார்க்ஸ் வந்துசேர முடிந்தது என்று கெவின் வாதிடுகிறார். மார்க்சின் மீது குற்றச்சாட்டாக வைக்கப்படும் 'பொருளாதார நிர்ணயவாதத்தைத்' தாண்டிய சித்திரிப்புகள் மார்க்சின் கையெழுத்துப் பிரதிகளில் விரிந்து கிடக்கின்றன என்றும் கெவின் ஆண்டர்சன் குறிப்பிடுகிறார்.

மார்க்ஸ் மூலதனம் நூலுக்காகத் தயாரிப்பு வேலைகளில் ஈடுபட்டபோது, மிக விரிவாக நூல்களைச் சேகரித்து வாசித்தார். குறிப்பாக மேற்கல்லாத நாடுகளின் சமூக அமைப்புகள் பற்றிய அவரது வாசிப்புகள் பிரும்மாண்டமானவை. முதலாளியத்தின் தோற்றத்தில் காலனியத்தின் பங்கு, காலனிய ஆதிக்கம் நிலவிய நாடுகளில் முதலாளியப் பரவலை எதிர்கொண்ட சமூகங்களின் தனித்தன்மைகள், அந்நாடுகளின் பூர்வீக சமூக அமைப்புகளிலிருந்து முதலாளியம் / முதலாளிய எதிர்ப்பு உருவாவதற்கான சாத்தியங்கள் போன்ற பல்வேறு பிரச்சினைகளை மார்க்ஸ் அக்காலத்தில் யோசித்திருக்கிறார். இப்பிரச்சினைகளெல்லாம் மார்க்சிடம் ஏற்கனவே இருந்த வரலாற்றுப் பொருளாதாரச் சிந்தனையில் கணிசமான மாற்றங்களை ஏற்படுத்தி யிருக்கின்றன. அதாவது மேற்கல்லாத நாடுகள் பற்றிய சிந்தனை மார்க்சின் முந்தைய கருத்தாக்கங்களில் மாற்றங்களை ஏற்படுத்தியிருக் கின்றன. நூலின் பிற்பகுதியில் கெவின் ஆண்டர்சன் இது குறித்து விரிவாகப் பேசுகிறார்.

மேற்கல்லாத நாடுகள் பற்றிய மார்க்சின் இச்சிந்தனையில் முக்கியமான இடம் வகிக்கும் ஒரு கருத்தாக்கம் ஆசிய உற்பத்தி முறை ஆகும். ஐரோப்பியத் தொழிலாளர்களைப் பற்றி மார்க்ஸ் சிந்தித்த போது, அவர்கள் ஐரோப்பியச் சமூகத்தின் வளர்ச்சியடைந்த தனி உடைமையின் காரணமாகவும் தனிமனித சுதந்திரம் என்ற கருத்தியலின் காரணமாகவும் அணுத்துகள்கள் போல் தனித்தனியானவர்களாக உள்ளார்கள் என்ற விசயத்தை அவர் கவனிக்க நேர்ந்தது. ஆயின் ஆசிய சமூகங்களில் நீண்ட நெடிய காலமாக, சில பகுதிகளில் இப்போதும் கூட, கூட்டுச் சொத்து வடிவங்கள் நிலவி வருவதால், அங்குள்ள மக்கள் கூட்டுணர்வுகளை எளிதில் ஏற்றுக்கொள்பவர்களாக உள்ளார்கள் என்பதை மார்க்ஸ் கண்டுணர்கிறார். ஆசிய வகைப்பட்ட சமூகங்களில் அதன் உறுப்பினர்கள் உண்மையில் தனிமனிதர்களாக இல்லாமல் ஏதாவதொரு (Community of blood, language, customs) கூட்டு அடையாளத்தின் வழியாகக் குறிக்கப்படுகின்றனர். உடைமை சார்ந்த உறவுகளில் மட்டுமல்லாமல், சமூகக் கட்டமைப்பிலேயே அத்தகைய கூட்டு அடையாளங்கள் முன்னுரிமை பெறுகின்றன. கூட்டுக் குழுமம் என்ற அமைப்பு உடைமை உறவுகளால் உருவான ஒரு விளைவாக இல்லாமல். எல்லா வகைச் சமூக உறவுகளுக்குமான முன் நிபந் தனையாகக்கூட அமைகிறது. இவ்வகைச் சமூகத்தில் பொருளாதார உற்பத்தியின் இலக்கு வணிகமோ பண்டப்பரிமாற்றமோ அல்ல. மாறாக கூட்டுப் பயன்பாட்டு மதிப்புகளை உற்பத்தி செய்வது மட்டுமே. இவையெல்லாம் (இன்னும் கூடுதலாக) மார்க்ஸ் அவரது

கையெழுத்துப் பிரதிகளில் ஆசிய வகைப்பட்ட சமூகங்கள் பற்றிப் பேசும் கருத்துக்களாகும்.

ஆசிய உற்பத்தி முறை என்ற கருத்தாக்கத்தின் கீழ் மார்க்ஸ் இந்தியாவைப் பற்றி மட்டும் பேசவில்லை. இன்னும் ரொமேனியா, மெக்சிகோ, பெரு ஆகிய நாடுகளிலும் அது நீண்ட காலமாக வழக்கி லிருந்ததாகக் குறிப்பிடுகிறார். எனவே அந்நாடுகளைப் பற்றியும் மார்க்ஸ் வாசிக்கிறார். கூட்டு உடைமையும் கூட்டு அடையாளங்களும் வாழ்விடம் சார்ந்து உருவாகாமல், மூதாதையர் அல்லது பிறப்பு அடிப்படையில் உருவாகியமையைச் சுட்டிக் காட்டுகிறார். (இந்திய/ தமிழ்ச் சூழல்களில் திணைக் கோட்பாடு வாழ்விடம் சார்ந்ததெனவும் அதனை அழித்துப் பரவிய சாதி அமைப்பு பிறப்பு அடிப்படையில் உருவானதெனவும் தோராயமாகக் கொள்ளலாம். நாடோடி மக்களாக அலைந்த ஆரியர்களுக்கிடையில் வாழ்விடத்தை விட மூதாதையரும் பிறப்பு அடிப்படையுமே முக்கிய ஆதாரங்களாயின.) மார்க்சின் கணக்குப்படி, பிறப்பு அடிப்படையிலான குழுமங்கள் கால அடிப்படையில் பழமையானவை. எனவே மிகப் பழங்காலச் சமூகப் பழக்கவழக்கங்களை வாய்வழி மரபுகளாகவும் நம்பிக்கைகளாகவும் வகுத்தளித்த மதங்களோடு அவை தொடர்பு கொண்டவை. இந்தியச் சாதிச் சமூகம் இதன் எடுத்துக்காட்டு.

ஆசிய உற்பத்தி முறை என்ற கருத்தாக்கத்தைக் கூட மார்க்ஸ் ஒற்றையான வடிவில் கருதவில்லை. இந்தியாவில் மிகப் பழங்காலத்திற்குச் சொந்தமான கிட்டத்தட்ட எல்லாவகையான கூட்டு உடைமை மற்றும் கூட்டு வாழ்க்கை வடிவங்களையும் காண முடியும் என்று மார்க்ஸ் எழுதுகிறார். இப்பழங்கால வடிவங்களை சமத்துவப் பொற்காலம் என சிலாகிக்குமாறு மார்க்ஸ் கூறவில்லை. மாறாக, கூட்டு உடைமை, கூட்டு உணர்வு ஆகியவற்றோடு கூட்டுத்தன்மை கொண்ட சுரண்டல் முறை, எனவே கூட்டு அடையாள வடிவிலான எதிர்ப்பு வடிவங்கள் என்பதாக விரித்துப் பொருள் கொள்ளவேண்டும்.

காலனிய முதலாளியத்தின் செல்வாக்கால் இப்பழஞ்சமூகங்கள் மாற்றமடைகின்றன என்ற அடுத்த பிரச்சினைக்கு மார்க்ஸ் நகர்கிறார். காலனிய முதலாளித்துவம் பழஞ்சமூக வடிவங்களை அடித்து நொறுக்குகிறது என்பதை மார்க்ஸ் ஒத்துக் கொள்ளுகிறார். ஆயின் இப்பழஞ்சமூகங்கள் காலனியத்தையும் முதலாளித்துவ வகைப்பட்ட மாற்றங்களையும் தமக்கே உரிய முறையில் எதிர்க்கின்றன என்ற விசயத்தில் மார்க்ஸ் கவனம் செலுத்துகிறார். எனவே உலகின் எல்லா நாடுகளும் ஒரே விதமாக முதலாளியமாக மாற்றம் பெற்று, அதன்

பின்னரே சோசலிசத்தை நோக்கி நகர முடியும் என்ற ஒற்றைப்பாதையை மார்க்ஸ் அவரது கையெழுத்துப் பிரதிகளில் முன்மொழியவில்லை. மாறாக, ஆசிய உற்பத்தி முறையின் வடிவங்கள் எப்படி பலதரப் பட்டவையோ, அவை எப்படி பிரத்தியட்சமாக மிகச் சிக்கலானவையோ, அவற்றிற்கேற்ப, அச்சமூகங்களின் அடுத்தகட்ட நகர்வுகளும் பலதரப் பட்டவையாக, சிக்கலானவையாக இருக்கும் என்று மார்க்ஸ் கருதுகிறார். பழஞ்சமூக அமைப்புகள் சிதையும் என்பது உண்மை. ஆயின் அச்சிதைவுகள் முற்போக்கானவையாக அல்லது பிற்போக்கான வையாக அமைய முடியும். அச்சமூகங்களினுள் தொழில்படும் சமூக அரசியல் சக்திகளின் பரஸ்பர நிலைப்பாடுகளைப் பொறுத்து அவை அமையும்.

இக்கையெழுத்துப் பிரதிகளை எழுதும்போது, மார்க்சின் முதலாளிய எதிர்ப்புணர்வு மிகத் தீவிரமாகச் செயல்படுகிறது. முதலாளியம் காலனிப் பழஞ் சமூகங்களில் ஏற்படுத்தும் மாற்றங் களெல்லாம் முற்போக்கானவை என்று அவர் கருதவில்லை. மாறாக, காலனிய முதலாளியத்தைப் பழஞ்சமூகங்கள் எவ்வகைகளிலெல்லாம் எதிர்க்கின்றன என்ற விசயத்தில் அவர் தனது ஆர்வத்தை வெளிப் படுத்துகிறார். இக்கட்டுரையின் முற்பகுதியில் நாம் பேசியுள்ள சீனாவில் தைபிங் எழுச்சி, இந்தியாவில் சிப்பாய்கள் எழுச்சி, போலந்தின் தேசிய விடுதலை, அமெரிக்காவில் கறுப்பின விடுதலை, அயர்லாந்து மக்களின் போராட்டங்கள் ஆகியவற்றோடு இப்போது நாம் பேசிக் கொண்டிருக்கும் பழஞ்சமூக எதிர்ப்புக்களையும் சேர்த்துப் பொருள் கொள்ள வேண்டும். முதலாளியம் நவீன காலத்தில் ஏற்படுத்தி வரும் காலனிய அடிமைத்தனம் பழைய காலங்களின் அடிமைத்தனத்தைவிட மிகக் கொடூரமானது என்று மார்க்ஸ் எழுதுகிறார். எனவே காலனிய முதலாளியச் சூழல்களில் மேற்கல்லாத விளிம்பு நிலை நாடுகளில் தோன்றும் முதலாளிய எதிர்ப்பு இயக்கங்களை மிகக் காத்திரமானவையாக மார்க்ஸ் கொள்ளுகிறார். மேற்கு நாடுகளில் தோன்றும் தொழிலாளர் வர்க்க வகைப்பட்ட எதிர்ப்புகளுக்கு எந்த வகையிலும் குறையாத காத்திரம் கொண்ட வையாக மேற்கல்லாத நாடுகளில் தோன்றும் எதிர்ப்புகளைக் கருத மார்க்ஸ் தலைப்படுகிறார். மார்க்ஸ் வாழ்ந்த காலத்திலேயே வெளிவந்த மூலதனம் நூலின் பிரெஞ்சுப் பதிப்பில் மார்க்ஸ் ஏற்படுத்திய சில மாற்றங்கள் மேற்கல்லாத நாடுகளின் சுயாதீனமான புரட்சி ஆற்றல்களை அங்கீகரிப்பதாக அமைந்திருந்தன என்று கெவின் ஆண்டர்சன் எடுத்துக் காட்டுகிறார்.

முடிவுரையாக

மார்க்சியம் என்பது எந்த வகையிலும் முடிந்துபோன கதையல்ல. சார்த்தர் சொன்னது போல, மார்க்சியத்தை உருவாக்கிய வரலாற்றுச் சூழல்கள் (முதலாளியம்) இன்னும் கடக்கப்படாமல் இருக்கும் வரை மார்க்சியத்தைக் கடந்துபோவதும் சாத்தியமல்ல. நமது காலத்தில் உருவாகியுள்ள பின்னை நவீனத்துவம், பின்னைக் காலனியம், பெண்ணியம், தலித்தியம் போன்ற சிந்தனைப் போக்குகள் மார்க்சியத்தின் உள்ளுறை ஆற்றல்களை மேலும் பளிச்செனத் தெளிவாக்குகின்றனவே அன்றி அவற்றை மங்கச் செய்வன அல்ல. இந்த நூலின் ஆசிரியரான கெவின் ஆண்டர்சன் சமகாலச் சிந்தனைப் போக்குகளோடு அடிப்படையான மார்க்சியப் புலமையும் பெற்றவர். தொட்டனைத் தூறும் மணற்கேணி போல மார்க்சியத்தை அணுகியுள்ளார். கீழைச் சமூகங்கள் கடுமையான வர்க்க, சாதி, இன வகைப்பட்ட சிக்கல்களின் ஊடாக, சமூக மாற்றம் குறித்த பார்வையோடு, மார்க்சை மறுவாசிப்புக்கு உட்படுத்தும்போது நமக்கான ஆயுதங்களை அவரில் கண்டுகொள்ளமுடியும் என்பதை கெவின் ஆண்டர்சன் இந்நூலில் நிரூபித்துக்காட்டியுள்ளார்.

அன்று முதலாளியத்தின் கொடுமுடியாக இருந்த மேற்கு ஐரோப்பாவை மையப்படுத்தி மார்க்ஸ் சிந்தித்தபோது, வளர்ச்சி யடைந்த தொழிலாளி வர்க்கமே புரட்சியை வழிநடத்தும் என மார்க்ஸ் மதிப்பிட்டார். ஆயின் ரஷ்யா, சீனா, இந்தியா, அயர்லாந்து, போலந்து ஆகிய நாடுகளை முன்வைத்து அவர் சிந்தித்தபோது அந்நாடுகளில் வரலாற்று ரீதியாகக் குவிந்துள்ள பலதரப்பட்ட சமூக முரண்களின் ஆழமும் அடர்த்தியும் புரட்சிக்கான ஆதாரங்களாக முடியும் என அவர் கண்டுணர்ந்துள்ளார். உற்பத்தி சக்திகளின் வளர்ச்சி நிலை ஒருபுறமிருக்க, சமூக முரண்களின் தீவிரம் புரட்சியை வேகப்படுத்தும் என்ற முடிவுக்கு அவரால் வரமுடிந்திருக்கிறது. ஐரோப்பா கடந்து சென்ற வரலாற்றை அதே தடங்களின் வழி கீழை நாடுகளும் கடக்கவேண்டும் என்ற பார்வையிலிருந்து அவர் விலகிச் சென்று மேற்கல்லாத நாடுகளின் மார்க்சியத்திற்கான விரிந்த வெளியைத் தனது எழுத்துக்களின் ஊடாக உருவாக்கியுள்ளார். மார்க்ஸ் உருவாக்கித் தந்துள்ள அவ்வெளியைப் பயன்படுத்திக் கொள்ளும் போதே விளிம்புநிலை மார்க்ஸ் என்ற ஒரு கருத்தாக்கம் நம்மை வந்தடைகிறது.

மார்க்ஸ் எங்கெல்ஸ் தேர்வு நூல்கள்
தொகுதி 5க்கான அறிமுகவுரை

5

மார்க்ஸ் எங்கெல்ஸ் தேர்வு நூல்கள் தொகுதி 6 ன் பெரும்பகுதிக் கட்டுரைகள் முதலாம் கம்யூனிஸ்ட் அகிலம் என அழைக்கப்படும் சர்வதேசத் தொழிலாளர் சங்கத்தின் ஆவணங்களைக் கொண்டுள்ள தொகுப்பு ஆகும். அகிலத்தின் தொடக்க அறிக்கை முதற்கொண்டு சங்கத்தின் பொது விதிமுறைகள், மத்தியக்குழுவின் சில ஆணைகள், அறிக்கைகள், சில மாநாட்டுத் தீர்மானங்கள், கடிதங்கள் ஆகியவை தேர்வு செய்யப்பட்டுத் தொகுக்கப்பட்டுள்ளன. முதல் அகிலம் எனப்படும் சர்வதேசத் தொழிலாளர் சங்கத்தின் 1864 முதல் 1874 வரையிலான வாழ்க்கையைத் தெரிந்து கொள்ள இத்தொகுதி பெரிதும் பயன்படும். வரலாற்றின் மிக முக்கியமான, முதலாவதான, மிகப் பெரும் பரிசோதனை முயற்சி என முதல் அகிலத்தின் இந்த வாழ்க்கையைச் சொல்ல வேண்டும். லண்டன், பிரஸ்ஸேல்ஸ், பாரிஸ், இன்னும் பல நாடுகள், நகரங்கள் என ஐரோப்பிய, அமெரிக்க கண்டங்களில் இவ்வரலாறு விரிந்து செல்கின்றது. இன்று மூன்றாம் உலக நாடுகள் எனப்படும் ஆசிய ஆப்பிரிக்க நாடுகள் மேற்குறித்த சூழல்களில் பங்கேற்கவில்லை. ஆயின் அந்நாடுகளும் அகிலத்தில் இணைந்திருக்க வேண்டும் என்று மார்க்ஸ் விரும்பியிருப்பார். அவரது விருப்பம் அவரது பிற எழுத்துக்களில் பதிவாகியுள்ளன.

இத்தொகுப்பில், மார்க்சின் அரசியல் பொருளாதார எழுத்துக்களில் ஒன்றான 'மதிப்பு விலை லாபம்' என்ற 80 பக்கங்கள் கொண்ட சிறு நூலும் சேர்க்கப்பட்டுள்ளது. சர்வதேசத் தொழிலாளர் சங்கத்தின் பொதுக்குழுவின் கூட்டமொன்றில் மார்க்ஸ் 1865ஆம் ஆண்டு ஆற்றிய சொற்பொழிவின் எழுத்து வடிவம் இது. இந்த சொற்பொழிவிலேயே மார்க்ஸ் முதன்முதலாக அவரது மிகப்பெரும் கண்டுபிடிப்பான 'உபரி மதிப்புக் கோட்பாடு' குறித்துப் பேசினார். இது ஒரு வரலாற்றுச் சிறப்புமிக்க நிகழ்வு. இச்சொற்பொழிவு ஒரு தனித்த பிரசுரமாக பலமுறை வெளியிடப்பட்டுள்ளது. இந்நூலின் சிறப்பு கருதியும் அது சங்கத்தின் பொதுக்குழுவில் ஆற்றப்பட்ட சொற்பொழிவு என்பதன் பொருட்டும் இத்தொகுப்பில் இடம் பெறுகிறது. அகிலத்தின் கோட்பாட்டு முன்னோடியாக, அதன் மூளையாக மார்க்சே அமைந் திருந்தார். அவரது கருத்துநிலைகளின் பலமே அகிலத்தின் உருவாக்கத் திற்கும் அதன் தொடர்ந்த செயல்பாடுகளுக்கு உத்வேகமாகவும்

அமைந்திருந்தது. பாட்டாளி வர்க்கம் அதன் தத்துவத்தையும் தத்துவம் அதன் வர்க்கத்தையும் கண்டு கொண்டது என மார்க்ஸ் இச்சந்தர்ப்பத்தைப் பற்றிச் சொல்லுவார்.

இந்நூல் தொகுதியின் முதல் கட்டுரையான 'சர்வதேசத் தொழிலாளர் சங்கத்தின் தொடக்க அறிக்கை', *1848* முதல் *1864* வரையிலான, அதாவது கம்யூனிஸ்ட் அறிக்கை வெளிவந்த காலத்திலிருந்து சர்வதேசத் தொழிலாளர் சங்கம் தொடங்கப்பட்ட காலம் வரையிலான, காலத்திய தொழிலாளர் வாழ்க்கை நிலை பற்றிய ஒரு மதிப்பீட்டினை முன்வைக்கிறது. குறிப்பிட்ட இக்காலத்தில் இங்கிலாந்தின் ஏற்றுமதி-இறக்குமதி வணிகம் மூன்று மடங்கு அதிகமாகியுள்ளது. நாட்டின் பொருளாதார வளர்ச்சி சில ஆண்டுகளில் *6* விழுக்காடும் இன்னும் சில ஆண்டுகளில் *20* விழுக்காடும் அதிகரித்துள்ளன. இங்கிலாந்தின் நிதியமைச்சர், கட்டுக்கடங்காத பரவசத்தோடு, போதையேற்றுமளவிற்கு தேசத்தின் முன்னேற்றமும் செல்வமும் சக்தியும் பெருகியுள்ளன என்று பாராளுமன்றத்தில் பேசுகிறார்.

ஆயின் "மனித வாழ்க்கை... பத்தில் ஒன்பது பேருக்கு உயிர் பிழைத்திருப்பதற்கான போராட்டமாகவே இருக்கிறது... பட்டினியால் ஏற்படும் நோய்கள் பெருகுகின்றன... கார்பன், நைட்ரஜன் பற்றாக்குறை... உடல்ரீதியாகவும் மனரீதியாகவும் மிகவும் சீரழிந்த மக்கள் தொகையினர்... ஆரோக்கியமற்ற குழந்தைகள்... தொழிலாளி வர்க்கத்தினரில் பெருந்திரளினர் அதலபாதாளத்தில் மூழ்கிக் கொண்டிருக்கிறார்கள்."

நாட்டின் தொழில் மற்றும் வணிக வளர்ச்சியும் தொழிலாளர் வாழ்நிலையும் இங்கு ஒப்பிடப்படுகின்றன. இயல்பான நமது எதிர்பார்ப்பான "தொழில் வளர்ச்சியின்போது தொழிலாளியின் ஊதியம் உயரும்" என்ற ஒத்திசைவான சமன்பாடு அப்பட்டமான பொய் என்பதைச் சர்வதேச சங்கத்தின் அறிக்கை புள்ளிவிவரங்களுடன் நிறுவுகிறது. மாறாக, முதலாளிய சமூகத்தில் உற்பத்தி மற்றும் வணிக வளர்ச்சிக்கு எதிர்விகிதத்தில் தொழிலாளரின் ஊதியமும் வாழ்க்கை நிலைகளும் அமைகின்றன என்று மார்க்ஸ் எடுத்துக்காட்டுகிறார். நாட்டின் செல்வத்தைத் தொழிலாளர்கள் உற்பத்தி செய்கிறார்கள் என்பது உண்மைதான். ஆயின் அவை தொழிலாளர்களின் கைகளில் போய்ச் சேர்வதில்லை. உற்பத்தியின் பெருக்கம் முதலாளிகளின் கைகளில் போய்ச்சேர்கின்றன. எனவே உற்பத்திப் பெருக்கமும் தொழிலாளர் ஊதியமும் எதிர்விகிதம் கொண்டவை என்பது முதலாளியத்தின் பொதுவிதிகளில் ஒன்று. அச்சமூகத்தின் அடிப்படையான முரண்பாடுகளில் ஒன்று அது.

இக்கட்டுரையில் இடம்பெறும் இரண்டு வாக்கியங்கள் முதலாளிய 'வளர்ச்சி'யின் இயங்கியலை, அது குறித்து மார்க்சின் நிலைப்பாடுகளை மிகத்துல்லியமாக எடுத்துக் கூறுகின்றன. "இயந்திரங்களில் ஏற்பட்ட மேம்பாடோ, பொருளுற்பத்தியில் அறிவியலைப் பயன்படுத்துவதோ, போக்குவரத்துச் சாதனங்களின் மேம்பாடோ, புதிய காலனிகளோ, வெளிநாடுகளுக்குக் குடிபெயர்வதோ, புதிய சந்தைகளோ, வணிகச் சுதந்திரமோ - அல்லது இவை அனைத்தும் சேர்ந்தோ - பெருந்திரளான உழைக்கும் மக்களின் துன்பங்களை ஒழிக்கப் போவதில்லை."

"பொருளாதார முன்னேற்றத்தின் இந்தப் போதையேற்றும் சகாப்தத்தில், பிரிட்டிஷ் பேரரசின் தலைநகரத்தில் பட்டினிச் சாவு கிட்டத்தட்ட ஒரு நிறுவன அந்தஸ்துக்கு வளர்ச்சியடைந்தது. வணிக மற்றும் தொழில் நெருக்கடி என்று சொல்லப்படும் சமூக நச்சுச் சுழல் சுற்றித் தழுவும் எல்லைகள் விரிவடைந்து வருவதை, முன்னைக் காட்டிலும் அது ஏற்படுத்தும் மரண விளைவுகளை உலக வரலாற்றின் இந்த சகாப்தம் குறிக்கின்றது."

விஞ்ஞானம், தொழில்நுட்பம் ஆகியவற்றின் வளர்ச்சியால் தொழில்துறையில் புதிய வேலைகள் அறிமுகப்படுத்தப்பட்டன. கூடுதல் ஊதியமும் அறிமுகப்படுத்தப்பட்டது. மார்க்ஸ் சொல்லுகிறார்: "பாட்டாளி வர்க்கத்தில் செயலூக்கமுள்ள உறுப்பினர்களாக இருந்த பலர் கூடுதல் வேலை, கூடுதல் ஊதியம் எனும் தற்காலிக லஞ்சத்தில் மாட்டிக்கொண்டு 'அரசியல் கருங்காலிகளாக' மாறிப்போனார்கள்". மார்க்சின் இதுபோன்ற வாக்கியங்கள் அவரது கால எல்லைகளைத் தாண்டி, இன்றைய எதார்த்தங்களை எடுத்துரைப்பன போல் ஒலிக்கின்றன.

மேற்குறித்த மதிப்பீடுகளெல்லாம், சர்வதேசத் தொழிலாளர் சங்கம் என்ற ஓர் அமைப்பின் தேவை ஏன் ஏற்பட்டது? என்பதை எடுத்துரைக்கின்றன. முதலாளி - தொழிலாளி என்ற முரண்பாட்டில், உற்பத்தி வளர்ச்சி - ஊதிய உயர்வு என்ற விகிதாச்சாரத்தில், வேலை நேரம் நீட்டிப்பு - நியாயமான வேலை நேரம் என்ற போராட்டத்தில் தொழிலாளர்கள் தரப்பில் நின்று பேசுவதற்கும் போராடுவதற்கும் தொழிலாளர் சங்கம் என்ற அமைப்பு தேவைப்படுகிறது என்பதைக் குறிப்பிட்ட இந்த தொடக்க அறிக்கை முன்வைக்கிறது.

அடுத்து வரும் கட்டுரை, சர்வதேசத் தொழிலாளர் சங்கத்தின் பொது விதிமுறைகளை எடுத்துரைக்கிறது. விதிமுறைகளின் முதல்

வரி, “தொழிலாளர் வர்க்கத்தின் விடுதலையைத் தொழிலாளி வர்க்கத்தினரே வென்றெடுத்துக் கொள்ள வேண்டும்” என்று கூறுகிறது. தொழிலாளர் புரட்சியின் மிக அடிப்படையான சனநாயகத் தன்மையை இவ்வரி குறித்து நிற்கிறது. மார்க்சியத்தின் தனித்தன்மையே அது அதுவரையில் மேட்டுக்குடிகளின் விவகாரமாக இருந்த ஆட்சி மாற்றங்களை, சமூக மாற்றங்களை வெகுசனப் பிரச்சினையாக மாற்றியது என்பதாகும். மேலிருந்து திணிக்கப்படும் மாற்றங்களையோ, இறக்குமதி செய்யப்படும் புரட்சியையோ மார்க்சியம் முன்னிலைப் படுத்தவில்லை என்பதையும் இவ்வரிகள் குறிக்கின்றன.

அடுத்துவரும் மற்றுமொரு வரி: “உழைப்பின் விடுதலை என்பது உள்ளூர்ப் பிரச்சினையல்ல; தேசியப் பிரச்சினையுமல்ல; அது நவீன சமூகம் இருக்கின்ற நாடுகள் அனைத்தையும் தழுவிய பிரச்சினை.” ஐரோப்பிய வரலாறு படைத்துத் தந்துள்ள ‘நவீனம்’ என்பதன் போலித்தனத்தை இந்த வரி எடுத்துக்காட்டுகிறது. ‘நவீனம்’ என்பதை முதலாளியம் எனச் சுட்டிக்காட்டி அது குறித்த சமரசமற்ற விமர்சனத்தை முன்வைத்தவர் மார்க்ஸ் என்பது இங்கு சுட்டிக்காட்டப்பட வேண்டும். ஒரு சர்வதேசத் தொழிலாளர் அமைப்பு ஏன் தேவைப்படுகிறது? என்பதையும் இங்கு மார்க்ஸ் நியாயப்படுத்துகிறார். பொது விதிமுறைகள் அவற்றின் எல்லாச் சரத்துக்களிலும் தொழிலாளி வர்க்கத்தின் ஒற்றுமை, இணைப்பின் சக்தி, சகோதர ஒத்துழைப்பு ஆகியவற்றைத் துலக்கமாக வலியுறுத்துகின்றன.

பின்னால் இடம்பெறும் ஒரு கட்டுரையில், சங்கத்தின் பொதுக் குழு சர்வதேச அளவில் தொழிலாளர் வர்க்கம் குறித்த ஓர் ஒருங்கிணைந்த புள்ளிவிவர ஆராய்ச்சியை மேற்கொள்ள வேண்டும் என்று மார்க்ஸ் குறிப்பிடுகிறார். இந்த ஆராய்ச்சிக்கான தகவல் சேகரிப்பை நடத்து வதற்கான ஒரு முன்படிவ மாதிரியை கட்டுரையின் இறுதிப்பகுதியில் அவர் எழுதிச் சேர்த்துள்ளார். மார்க்ஸ் முன்மொழியும் இந்த தகவல் சேகரிப்பும் ஆராய்ச்சியும் இன்றளவுக்கும் தொழிலாளர் வர்க்கத்திற்கு மிக முக்கியமானதாகத் தென்படுகின்றன.

பிறிதொரு கட்டுரையில் மார்க்ஸ் நவீனத் தொழில் துறை குறித்த ஒரு நுட்பமான விவாதத்தை முன்னெடுக்கிறார். சமூக உறுப்பினர்கள் அனைவரும் மூளையைக் கொண்டும் கைகளைக் கொண்டும் உழைக்க வேண்டும் என்ற நவீன சமூகத்தின் தொழில் துறைப் போக்கு முற்போக்கானது, நியாயமானது என்று கூறும் மார்க்ஸ், ஆயின் முதலாளியத்தின் கீழ் அது “அருவருப்பான வடிவங்களில் சிதைக்கப் பட்டுள்ளது” என்று எழுதுகிறார். குறிப்பாகக் குழந்தை உழைப்பு

போன்றவை பயன்படுத்தப்படும் இடங்களில் இவ்வகைச் சிதைவுகள் மிகவும் கொடூரமானவை என்பதனைச் சுட்டிக்காட்டுகிறார். சுற்றுச் சூழல் அழிவு, உழைப்புச் சூழல்களிலிருந்து அந்நியமாதல் போன்ற வற்றையும் இங்கு சொல்ல முடியும். நவீனத் தொழில் யுகத்தின் ஒவ்வொரு முற்போக்கான அம்சத்தையும் முதலாளியம் சிதைத்து நாசப்படுத்தியுள்ளது என்று சொல்ல முடியும். மார்க்சியத்தில் பேசப் படுகின்ற உழைப்பின் அந்நியமாதல் என்ற பிரச்சினையையும் இங்கு சேர்த்து யோசிக்க முடியும். நவீனத் தொழில் யுகத்தை முதலாளியம் எவ்வாறு சிதைக்கிறது? என்பது விரிவான, தொடர்ந்த ஆய்வுக்குரிய பிரச்சினையாகவும் இருக்க முடியும்.

அகிலத்தின் தீர்மானங்களில் ஒன்று, தொழிலாளருக்கிடையில் கூட்டுறவு எனும் வடிவத்தை வளர்த்தெடுப்பது குறித்ததாகும். கூட்டுறவு எனும் கோட்பாடு முதலாளியத்திற்கு எதிராக, முதலாளிய வர்க்கத்திற்கு மாற்றாக சோசலிஸ்டுகள் முன்வைத்த ஒரு நீண்டகாலத் திட்டமாகும். இக்கோட்பாட்டை அராஜகர்களும் முன்வைத்தனர், வளர்த்தெடுத்தனர். அராஜகர்களைப் பொறுத்தமட்டில் தொழிலாளர் வர்க்கச் செயல்பாட்டில் அரசியல் அம்சத்தைக் குறைப்பதற்கு கூட்டுறவு, பரஸ்பரத்தன்மை ஆகியவற்றின் செயல்பாட்டை வலுப்படுத்தினர். தொழிலாளர்களுக்கிடையில் கூட்டுறவு விற்பனை நிலையங்களை உருவாக்குவதைக் காட்டிலும், கூட்டுறவு உற்பத்தி அமைப்புகள் கட்டி எழுப்பப்பட வேண்டும் என்பதில் சோசலிஸ்டுகள் அதிக அக்கறை காட்டினர். கூட்டுறவு விற்பனை முதலாளியப் பொருளாதார அமைப்பின் மேற்பரப்பை மட்டுமே தொடுகிறது, கூட்டு உற்பத்தி அதன் அடித்தளத்தைத் தாக்குகிறது என்று சர்வதேசத் தொழிலாளர் சங்கத்தின் தீர்மானம் ஒன்று குறிப்பிடுகிறது. கூட்டு உழைப்பு, கூட்டு உற்பத்தி என்ற சொற்கள் மார்க்ஸ், எங்கெல்ஸ் ஆகியோரால் பரந்த அர்த்தத்தில் பயன்படுத்தப்பட்டுள்ளன. முதலாளியத்தினுள் அதற்கு மாற்றான ஓர் உற்பத்தி முறையை அதன் உள்ளிருந்தே உருவாக்குதல் எனும் வேலைத்திட்டத்தை அது கொண்டுள்ளது. தொழில், வணிகம், விவசாயம் எனப் பரவலான துறைகளில் உழைக்கும் மக்களிடையில் கூட்டு உழைப்பு, கூட்டுறவு எனும் சுயமரியாதை சார்ந்த, சுய நிர்வாகம் சார்ந்த கருத்தியல் ஓர்மையை உருவாக்குவதிலும் அது பங்களிக்க முடியும். பொருளாதார வாதத்தைக் கட்டுப்படுத்தி அரசியல் உணர்வை வளர்ப்பதற்கு அது இட்டுச் செல்லும். கூட்டுறவை தொடர்ச்சியான ஓர் இயக்கமாக முன்னெடுத்துச் செல்லும் நோக்கு சர்வதேச சங்கத்தில் உள்ளது. ஆயின்

இந்த ஆரம்பகால உணர்ச்சி தொழிற்சங்கங்களிலோ, கட்சியிலோ தொடர்ந்து தொழில்பட்டதா? என்ற கேள்வியை நாம் கேட்டுப் பார்த்துக் கொள்ள வேண்டும்.

தேசிய இனங்களின் பிரச்சினை என்ற வகையில் போலந்து, அயர்லாந்து, அமெரிக்கக் கறுப்பின மக்கள் ஆகியோரின் விடுதலை குறித்து சர்வதேசத் தொழிலாளர் சங்கத்தின் பொதுக்குழு சில முக்கியமான தீர்மானங்களை நிறைவேற்றி செயல்பாடுகளில் ஈடுபட்டுள்ளது. ஐரோப்பாவின் பூர்ஷ்வா வர்க்கம் பல தேசிய இனங்களின் எழுச்சிகளை ஆதரித்த போதிலும் போலந்து மக்களின் தேசிய இனப்பிரச்சினையில் மௌனம் சாதிக்கிறது என மார்க்ஸ் குற்றம் சாட்டுகிறார். கிழக்கு ஐரோப்பாவில் போலந்து மக்களின் சூடான தேசிய உணர்வுகளை ரஷ்யப் பேரரசு நீண்ட காலமாக அடக்கி ஒடுக்கி வைத்திருந்தது. மேற்கு ஐரோப்பிய நாடுகள் இதனைத் தமக்குச் சாதகமாக எடுத்துக்கொண்டன. ஆயின் ஒரு சனநாயகப் போலந்தை ஏற்படுத்துவது அம்மக்களுக்கு மட்டுமின்றி ஐரோப்பிய தொழிலாளர் வர்க்கம் முழுமைக்கும் அவசியத்தேவை என்று மார்க்ஸ் எழுதுகிறார். போலந்தின் தேசியவாதத் தலைமை நிலவுடமையாளர்களிடமிருந்து விவசாயிகளின் கைகளுக்கு வந்து சேரவேண்டும் என்று மார்க்ஸ் எழுதிய சந்தர்ப்பங்களும் உண்டு. மார்க்சால் ஐரோப்பாவில் இரண்டுவித தேசிய வாதங்கள் நிலவுவதைக் காணமுடிந்தது. ஒன்று, ஆளும் பூர்ஷ்வா வர்க்கங்கள் பேசிய பகைமை உணர்ச்சி நிறைந்த தேசியம், மற்றொன்று, ஒடுக்கப்பட்ட மக்களின் விடுதலைக்கான தேசியம்.

அமெரிக்காவில் அடிமைமுறைக்கு எதிரான யுத்தம் தொழிலாளர் வர்க்கத்தின் வரலாற்றில் ஒரு புதிய சகாப்தத்தை தொடங்கி வைத்திருக்கிறது என்று சர்வதேசத் தொழிலாளர் சங்கத்தின் பொதுக்குழு ஓர் அறிக்கையில் தெரிவித்துள்ளது. அடிமைமுறை வழக்கிலுள்ள ஒரு நாட்டில் சுதந்திரமான தொழிலாளர் இயக்கம் சாத்தியமில்லை என்று கூறும் அவ்வறிக்கை, அடிமை முறை ஒழிந்த அந்நாளிலிருந்து சுதந்திரமான தொழிலாளி வர்க்க இயக்கம் புத்துயிர் பெற்றுவிட்டது என்று கூறுகிறது.

அடுத்து மற்றுமொரு பொதுக்குழு தீர்மானம், இங்கிலாந்து மற்றும் அயர்லாந்து நாடுகள் பற்றிப் பேசுகிறது. இங்கிலாந்தை மற்ற நாடுகளோடு சேர்த்து இன்னொரு நாடாக நாம் கருதமுடியாது என்று கூறும் இத்தீர்மானம், அது மூலதனத்தின் தலைமை நாடு, முதலாளித்துவ எசமானர்களின் கீழ் மிகப்பெரிய அளவில், அநேகமாக

உற்பத்தி முழுவதுமே நடைபெறுகின்ற ஒரே நாடு இது மட்டுமே என்று குறிப்பிடுகிறது. நிலவுடமைப் பண்ணை முறைக்கும் ஐரோப்பாவின் முதலாளித்துவத்திற்கும் இங்கிலாந்து அரணாக இருக்கிறது என்றால், அதிகாரபூர்வமான இங்கிலாந்தை முழுபலத்தோடு நாம் தாக்கக்கூடிய ஒரே இடம் அயர்லாந்துதான், ஏனெனில் ஆங்கிலப் பண்ணை முறையின் அரண் அயர்லாந்து என்று அத்தீர்மானம் கூறுகிறது. அயர்லாந்தில் நடைபெறுகின்ற பொருளாதாரப் போராட்டங்கள் முற்றிலும் நிலவுடமைச் சொத்தின்மீது குவிக்கப்பட்டுள்ளன. இந்தப் போராட்டம் ஒரே நேரத்தில் தேசியப் போராட்டமாகவும் இருக்கிறது. இங்கிலாந்தின் ராணுவம் ஒன்றுதான் அயர்லாந்தில் பண்ணைமுறையைப் பாதுகாக்கிறது. வேறு எந்த தார்மீக பலமும் அயர்லாந்தின் மீது இங்கிலாந்துக்கு இல்லை என்று அத்தீர்மானம் பேசுகிறது.

பிறிதொரு நோக்கிலிருந்தும் அயர்லாந்து மக்களின் தேசிய விடுதலையை சர்வதேசத் தொழிலாளர் சங்கம் ஆதரிக்கிறது. ஆங்கில முதலாளி வர்க்கம் அயர்லாந்தின் பாட்டாளி வர்க்கத்திற்கும் ஆங்கிலப் பாட்டாளி வர்க்கத்திற்கும் இடையில் போட்டியையும் பகைமையையும் வளர்க்கிறது. சராசரி ஆங்கிலத் தொழிலாளரிடையில் ஐரீஷ் தொழிலாளர் மீது தேசிய மற்றும் மதரீதியான வெறுப்பை ஏற்படுத்துகிறது. வட அமெரிக்காவில் ஏழை வெள்ளையரிடையில் கறுப்பு அடிமைகள் மீதான வெறுப்பு அரசியலை உருவாக்குவது போல, இங்கிலாந்தில் அயர்லாந்து மக்களைப் பற்றிய இழிவு உணர்வுகளைப் பரப்புகின்றனர். ஆளும் வர்க்கம் எவ்வாறு தேசியப் பகைமையைச் செயற்கையாகப் பரப்புகிறது என்பதற்கு இது ஓர் எடுத்துக்காட்டு.

சர்வதேசத் தொழிலாளர் சங்கம் படிப்படியாக அதன் பிரச்சினைப் பரப்பை விரித்துக் கொண்டு செல்வதை இந்நூலைப் படிப்பவர்கள் புரிந்து கொள்ள முடியும். அமெரிக்கக் கறுப்பின மக்கள் விடுதலை, போலந்து, அயர்லாந்து போன்ற நாடுகளின் தேசிய விடுதலை ஆகிய வற்றையும் தொழிலாளர் அகிலம் தன்னை நோக்கி ஈர்ப்பதை உணர முடிகிறது. ஒடுக்கப்பட்ட மக்களின் இயல்பான கூட்டாளியாக தொழிலாளர் அகிலம் விளங்கமுடியும் என்பதனை சங்கத்தின் ஆவணங்கள் தெளிவுபடுத்துகின்றன. ஒடுக்கப்பட்ட மக்களைக் கொண்ட ஒவ்வொரு சமூக, அரசியல் இயக்கத்திற்கும் சங்கம் உதவி செய்ய வேண்டும் என்ற தீர்மானம் நிறைவேற்றப்படுகிறது. குறிப்பாக விவசாயத் தொழிலாளர்களுடைய நலன்களுக்காக அதிகமான கவனத்துடன் பாடுபட வேண்டும் என்ற கருத்து முன்வைக்கப்படுகிறது.

'நிலத்தைத் தேசவுடமையாக்குதல்' என்ற தலைப்பிலான ஒரு வரைவு இந்நூலில் இடம் பெற்றுள்ளது. "இந்த மாபெரும் பிரச்சினையைத் தீர்ப்பதைப் பொறுத்தே தொழிலாளி வர்க்கத்தின் எதிர்காலம் இருக்கிறது" என்று அவ்வரைவு தொடங்குகிறது. பூர்வக் குடிகளிடமிருந்து 'நிலப்பறி' செய்வதிலிருந்து இப்பிரச்சினை தொடங்குவதாக மார்க்ஸ் குறிப்பிடுகிறார். வெற்றிபெற்றவர்களின் மிருகபலத்தை அடிப்படையாகக் கொண்டும், அவர்கள் வரலாற்றுப் போக்கில் திணித்த சட்டங்களின் உதவியுடனும் நிலப்பறிகளை நிகழ்த்தினர் என்பதை எடுத்துக்காட்டுகிறார். ஆயின் இன்றைய நவீன சூழல்களில் இயந்திரங்களின் பயன்பாடு, விரிந்த நீர்ப்பாசன முறைகள், ரசாயன உரம், பெரும் பரப்பளவிலான விவசாயம், கூட்டு உழைப்பு ஆகியவை நிலத்தைத் தேசவுடமையாக்குதல் என்பதை "சமூக அவசியமாக்குகிறது" என்று மார்க்ஸ் எழுதுகிறார். இதனைச் செய்யமுடியாமல் போவது, விவசாயத்தில் முதலாளியத்தை அனுமதிப்பதாகவும், "நிலத்தின் சக்தியை முட்டாள்தனமாகச் சூறையாடுவதை அனுமதிப்பதாகவும்" முடிந்து போய்விடும் என மார்க்ஸ் எச்சரிக்கை விடுக்கிறார்.

சர்வதேசத் தொழிலாளர் சங்கத்தின் பொதுக்குழுவில் ஓர் உறுப்பினராக ரஷ்யப் புரட்சியாளர்களின் கிளை பங்கேற்கும் சந்தர்ப்பத்தையும் மார்க்சின் கடிதம் ஒன்று எடுத்துக்காட்டுகிறது. பொதுக்குழுவில் ரஷ்யக் கிளையின் பிரதிநிதியாக மார்க்சை அவ்வமைப்பினர் முன்மொழிவதையும் மார்க்ஸ் அதனை மகிழ்வுடன் ஏற்றுக்கொள்வதையும் அதே கடிதத்திலிருந்து தெரிந்து கொள்கிறோம்.

நூலின் பிற்பகுதியில் தொழிலாளர் அகிலத்தின் ஹேக் மாநாடு, அதன் முக்கிய முடிவுகள் குறித்து ஆம்ஸ்டர்டாமில் மார்க்ஸ் நிகழ்த்திய சொற்பொழிவு (செப்டெம்பர் 8, 1872) ஒன்று இணைக்கப் பட்டுள்ளது. இவ்வுரையில் மார்க்ஸ் சில முக்கியமான விவாதங்களை முன்னெடுக்கிறார் என்ற வகையில் இது குறிப்பிடத்தக்கது ஆகும். முக்கியமான பிரச்சினை, தொழிலாளர் வர்க்கத்திற்கு அரசியல் தேவையா, இல்லையா? என்பது குறித்தது. தொழிலாளர் இயக்கத்தில் அதிகம் அறியப்பட்ட பிரச்சினையாகவும், அதிகம் விவாதிக்கப்பட்ட பிரச்சினையாகவும் அன்று அது இருந்தது. தொழிலாளர்கள் அரசியலிலிருந்து ஒதுங்கி நிற்க வேண்டும் என்ற கோஷ்டி ஒன்று எங்களிடையில் இருந்தது என்று மார்க்ஸ் கூறித் தொடங்குகிறார். ஆயின் உழைப்பைப் புதிய வழிகளில் அமைப்பதற்காகத் தொழிலாளி என்றாவது ஒருநாள் அரசியல் அதிகாரத்தை வென்றெடுக்க வேண்டும் என நாம் முடிவெடுத்துள்ளோம் என மார்க்ஸ் தெரிவிக்கிறார்.

முன்பு இதுபோன்ற ஒரு விவாதத்தின் போது, புரூதொன் மார்க்சை நோக்கி ஒரு கிறித்தவ உவமையை விட்டெறிந்தார். கத்தோலிக்க இறையியலை ஒழிக்க விரும்பிய மார்ட்டின் லூதர், பின்னாட்களில் புராட்டஸ்டண்ட் இறையியலை உண்டாக்கியது போல் நீங்களும் ஆகிவிட்டீர்கள் என்று அவர் மார்க்சை விமர்சித்தார். மார்க்சும் இப்போது மற்றொரு கிறித்தவ ஒப்புமையைக் குறிப்பிடு கிறார்: அரசியலைப் புறக்கணித்த பண்டைக்காலக் கிறித்தவர்கள் அதன் விளைவாக தேவனின் சாம்ராஜ்யத்தைப் பூமியில் ஒருபோதும் பார்க்கமுடியாமல் போய்விட்டார்கள்! என்று குறிப்பிடுகின்றார்.

ஹேக் மாநாட்டு முடிவுகள் குறித்த மார்க்சின் இச்சொற் பொழிவில் அவர், புரட்சியில் பலாத்காரம், புரட்சியின் தார்மீக செல்வாக்கு என்ற இரண்டுமிடையிலான ஒரு விவாதத்தைத் துவக்கி யுள்ளார். பின்னாட்களில் அந்தோனியோ கிராம்சி எழுப்பிய விவாதங் களை இது நினைவுக்குக் கொண்டுவருகிறது. மார்க்சைப் பொறுத்த மட்டில், ஒருதலைப் பட்சமாக இவ்விவாதத்தை முடித்து விடாமல், இரண்டு அம்சங்களுக்கும் இடையிலான சிக்கலான உறவுகளைத் தெளிவுபடுத்தியுள்ளார். ஐரோப்பிய நாடுகளின் தலைநகரங்களில் தொழிலாளருக்கு எதிராகக் கடுமையான அடக்குமுறைகள் திட்டமிடப்படும் சூழல்களில், தார்மீக பலம் மட்டும் போதுமா? என்ற கேள்வியை மார்க்ஸ் எழுப்புகிறார். மார்க்சின் விவாதம் கேள்விகளின் வடிவிலேயே முன்செல்லுகிறது. சமாதானமான வழிகளில் தொழிலாளர்கள் தங்களுடைய லட்சியங்களைச் சாதித்துக் கொள்ளும் வாய்ப்புகள் சில நாடுகளில் உள்ளன என்பதை மார்க்ஸ் ஒத்துக்கொண்டு பேசுகிறார். ஆயின் பல வேளைகளில் பலாத்காரமே புரட்சியின் நெம்புகோலாக விளங்குகிறது என்பதையும் அவர் குறிப்பிடத் தவறவில்லை. மார்க்ஸ் நடத்தியுள்ள இவ்விவாதத்தை இன்றைய சூழல்களுக்குக் கொண்டு வந்து தொடர்ந்து விவாதிப்பது கூட பயனுள்ளதாக இருக்கலாம்.

சர்வதேசத் தொழிலாளர் சங்கம் குறித்த ஆவணங்களையும் கட்டுரைகளையும் கொண்ட இத்தொகுதி வரலாற்று ரீதியாக முக்கியமான சில பிரச்சினைகளைத் தொட்டு நிற்கிறது. குறிப்பிட்ட சில ஆண்டுகளுக்குப் பிறகு அகிலம் என்ற கருத்தாக்கத்திலிருந்து மார்க்ஸ் சுயேச்சையாக ஒவ்வொரு நாட்டிலும் செயல்படும் கட்சிகள் என்ற நிலைப்பாட்டினை நெருங்கி வருகிறார். இருப்பினும், பாட்டாளி வர்க்க சர்வதேசியம், பல நாடுகளில் பணிபுரியும் சங்கங்கள், கட்சிகள் ஆகியவற்றுக்கிடையிலான பரஸ்பர ஒத்துழைப்பு, ஒவ்வொரு

நாட்டிலும் நிலவும் பிரத்தியேகமான பிரச்சினைகளில் தனித்த அக்கறை எனப் பல கோணங்களில் அகிலத்தின் விவாதங்களை வளர்த்தெடுத்து உள்ளார். முதல், இரண்டாவது, மூன்றாவது அகிலங்கள் மேற்குறித்தப் பிரச்சினைகளில் செழுமையான அனுபவங்களைப் பெற்றிருக்கின்றன என்பதையும் காணுகிறோம். இருபதாம் நூற்றாண்டின் பிற்பகுதியில் அகிலம் என்ற அமைப்பே இல்லாமலும் உலக நாடுகளின் கம்யூனிஸ்டு நாடுகள் தமது விவாத மரபை முன்னுக்குக் கொண்டு சென்றுள்ளன.

20 ஆம் நூற்றாண்டின் இறுதி ஆண்டுகளில் சோவியத் அமைப்பு தகர்ந்து போனபிறகு, உலகமயமாதல், கார்ப்பரேட் முதலாளியம் போன்ற பின்னை முதலாளிய வடிவங்கள் அரங்கத்திற்கு வந்தபோது, எதிர்பாராத ஒரு முனையிலிருந்து அகிலம் (International) எனும் சர்வதேச வடிவத்தை மீட்டெடுக்க வேண்டும் என்று ஒரு குரல் எழுந்தது. பிளேட்டோவிலிருந்து ஹெய்டேகர் வரையிலான மேற்கத்தியக் கருத்துமுதல்வாத மரபுகளைக் 'கட்டுடைப்பு' (Deconstruction) எனும் பின்நவீனத்திய தத்துவ முறையியலுக்கு ஆட்படுத்திய ஜேக் டெரிடா என்ற அறிஞர் பின்னை முதலாளிய சமூகத்தின் கொடூரமான வடிவங்களை எதிர்கொள்ள மார்க்சின் சர்வதேசியம், அகிலம் போன்ற உத்திகளை மீட்டுக் கொணர வேண்டும் என்ற கோரிக்கையை தனது Specters of Marx என்ற பிரபலமான நூலில் முன்வைத்தார். டெரிடாவின் பல்வேறு கருத்துக்களை ஏற்றுக்கொள்ளாத பல சமகால அறிஞர்களும் கூட, பின்னை முதலாளியம் மற்றும் அகிலம் குறித்த அவரது கருத்துக்களை ஆச்சரியத்துடன் எதிர்கொண்டனர். அகிலங்களின் வாழ்வு வெறுமனே முடிந்து போன வரலாற்று நிகழ்வுகள் அல்ல, அவை இன்றைய வரலாற்றுக்கும் படிப்பினைகளை வழங்கமுடியும் என்பதனையே இது போன்ற சம்பவங்கள் எடுத்துக்காட்டுகின்றன.

மார்க்ஸ் எங்கெல்ஸ் தேர்வு நூல்கள்
தொகுதி 6க்கான அறிமுகவுரை

6

மார்க்ஸ் எங்கெல்ஸ் தேர்வு நூல்கள் ஏழாவது தொகுதி, 1871 ல் பாரீசில் நிகழ்ந்தேறிய வரலாற்றுச் சிறப்பு மிக்க தொழிலாளர் எழுச்சியையும் அதைத் தொடர்ந்து அமைந்த 'பாரிஸ் கம்யூன்' என்ற முதல் தொழிலாளர் ஆட்சியமைப்பைப் பற்றியுமான ஆவணங்கள் மற்றும் மார்க்சின் கட்டுரைகள், அறிக்கைகள், நேர்முகங்கள் ஆகிய வற்றைக் கொண்டமைந்துள்ளது. இவற்றில் ஆக முக்கியமானதாக மார்க்ஸ் 1871 ல் எழுதிய 'பிரான்சில் உள்நாட்டுப் போர்' என்ற நூல் இத்தொகுதியின் மையமாக அமைகிறது. "மாபெரும் வரலாற்றுச் சம்பவங்கள் நம் கண்களுக்கு முன்னால் நடைபெற்றுக் கொண்டிருக்கும் பொழுது அல்லது அப்பொழுதே முடிவடைந்திருக்கும் பொழுது அவற்றின் தன்மை, முக்கியத்துவம் மற்றும் விளைவுகளைத் தெளிவாகச்" சித்தரிக்கும் நூல் என்று (மார்க்சின் பிறிதொரு நுலைப்பற்றி) எங்கெல்ஸ் கூறும் சொற்கள் இந்நூலுக்கும் அசலாகப் பொருந்தக்கூடியவை. சுமார் 71 நாட்கள் மட்டுமே (மார்ச் 18, 1871 - மே 28, 1871) பாரீசில் தொழிலாளர் ஆட்சி நீடித்தது. பிரஷ்ய ராணுவமும் பிரெஞ்சு தேசிய அரசாங்கத்தின் ராணுவமும் இணைந்து தொழிலாளர்களின் ஆட்சியை ரத்தவெள்ளத்தில் மூழ்கடித்தன. மிகக் குறுகியகாலமே நிலவிய பாரீஸ் கம்யூனின் அனுபவங்கள் பரந்த அளவில் இடதுசாரிகளால் கடந்த 140 ஆண்டுகளுக்கும் மேலான காலத்தில் மீண்டும் மீண்டும் பேசப்பட்டு வருகின்றன.

பொதுவாகப் பாரீஸ் கம்யூனைப் பற்றிய விவாதங்களில், தொழிலாளர் எழுச்சிக்குப் பிறகு அமைந்த பாட்டாளி வர்க்கத்தின் அரசு பற்றிய மதிப்பீடுகள் அதிகம் இடம் பெறுகின்றன. பாரீசில் முதலாளிய அரசை வீழ்த்தியபின், அன்றைய உள்நாட்டு, வெளி நாட்டுச் சூழல்களை மனதில் கொண்டு தொழிலாளர் அரசு திட்ட வட்டமான ஒரு வடிவில் உருவாக்கப்படவில்லை என்ற விமர்சனம் பல சிந்தனையாளர்களால் முன்வைக்கப்பட்டுள்ளது. இது உண்மையும் கூட, இருப்பினும் பாரீஸ் கம்யூன் என்பது நவீன காலத்தின் முதல் தொழிலாளர் வர்க்க எழுச்சி. அன்றைய தினத்தில் ஐரோப்பிய நாடுகளில் தொழில் புரட்சியைத் தொடர்ந்து சுமார் ஒருநூறு ஆண்டுக்கால தொழிலாளர் இயக்கங்களுக்குப் பிறகு, தொழிலாளர்கள் ஆயுதமேந்திய ஓர் எழுச்சியின் மூலம் ஆட்சியைக் கைப்பற்றிய

மிகப்பெரிய சம்பவத்தை அது நிகழ்த்திக் காட்டியது. பல கற்பனாவாத சோசலிசங்கள், சார்ட்டிஸ்ட் இயக்கம், மார்க்சியம், பகூனியம், பிளாங்கியர்கள், புரூதொனியர்கள், லஸ்ஸலியர்கள் போன்ற இயக்கங்களும் சிந்தனைப் போக்குகளும் முடிந்தும் முடியாத பல விவாதங்களை தொடர்ந்து நடத்திக் கொண்டிருந்த சூழல்களில் பாரீஸ் கம்யூன் நடந்தேறியது. அது சோசலிச சமூக அமைப்புக்கான முதல் புரட்சி என்ற மதிப்பீட்டையும் பெற்றுள்ளது.

பாரீஸ் கம்யூன் குறித்த மேற்கூறிய பின்புலங்களை மனதில் கொண்டு அதனை மதிப்பிடுவதெனில், அந்த 71 நாட்களின் அனுபவங்களிலிருந்து விரிவாகப் பல பிரச்சினைகளை நாம் பேசவேண்டியவர்களாக ஆகிறோம். சோசலிசத்திற்கான புரட்சி என்றால் என்ன? புரட்சிக்கான சமூக அரசியல் பொருளாதாரக் காரணிகள் (பண்பாட்டு அறவியல் காரணிகள் உட்பட) என்று எவற்றைக் கொள்கிறோம்? புரட்சியை முன்னின்று நடத்தும் வர்க்கங்கள் எவை? புரட்சிக்கான புறவயமான மற்றும் அகவயமான சூழல்கள் எவை? புரட்சிக்குத் தலைமை தாங்குவது யார், வர்க்கமா, கட்சியா? ஆயுதம் தாங்கிய எழுச்சி தவிர்க்க இயலாததா? புரட்சியை அடுத்து வரும் அரசு அமைப்பின் வடிவம் யாது? பழைய அரசாங்கத்தின் வடிவங்களை சோசலிசத்திற்கான அரசு ஏற்றுப் பயன்படுத்திக் கொள்ளலாமா? பழைய அரசாங்கத்தின் அதிகாரவர்க்கத்தை சோசலிசத்திற்கான அரசு எடுத்துப் பயன்படுத்திக் கொள்ளலாமா? புதிய, நமக்கான அதிகார வர்க்கத்தை எவ்வாறு உருவாக்குவது? புதிய பொருளாதாரத் திட்டங்களை எவ்வாறு வகுப்பது? ஆக மொத்தத்தில் பாரீஸ் கம்யூன் சோசலிசப் புரட்சி பற்றிய ஒரு கோடி கேள்விகளை முன்வைக்கிறது. ஏனெனில் நடைமுறையில் அது முதலாவதான புரட்சி, அதன் அரசியல் சமூகப் பொருளாதார வடிவம் இன்னும் உருவாக்க நிலையில்தான் இருந்தது. இந்த அர்த்தத்தில் பாரீஸ் கம்யூன் பற்றிய மார்க்ஸ் எங்கெல்ஸ் ஏழாம் தொகுதி இன்றைக்கும் மிக முக்கியமானதாகிறது. முதலில் பாரீஸ் கம்யூனிலும் பின்னர் ரஷ்ய, சீன, வியட்நாமிய மற்றும் கியூபப் புரட்சிகளிலும் கடந்த 160 ஆண்டுகளாகப் பேசப்பட்டு வந்த புரட்சி குறித்த மேற்கண்ட கேள்விகள் இன்றும் கூட மீண்டும் பேசப்பட வேண்டியுள்ளது.

•••

1789 ஆம் ஆண்டின் மாபெரும் பிரெஞ்சுப் புரட்சியின் போதாமைகள் அடுத்து வந்த நூற்றாண்டு முழுவதிலும் பிரான்சு நாட்டின் அரசியல் வாழ்வைப் பெரிதும் பாதித்தன. சுதந்திரம்,

சமத்துவம், சகோதரத்துவம் என்ற முழக்கங்களோடு நடத்தப்பட்ட பிரெஞ்சுப் புரட்சி மிக விரைவில் நெப்போலியனிடம் தனது சுதந்திரத்தை இழந்தது. நெப்போலியன் பிரெஞ்சு நாட்டின் சர்வாதிகாரி ஆனார். பல ஐரோப்பிய நாடுகள் இணைந்து நெப்போலியனை அழித்தன. எனினும் குடியரசை மீண்டும் நிறுவுவதற்கான மக்கள் கொந்தளிப்புகள் அந்நாட்டில் தொடர்ந்தன. 1848-50 ஆம் ஆண்டுகளில் பிரான்சில் தொழிலாளர் எழுச்சிகள் 'சிவப்புக் குடியரசை' அமைக்க முயன்றன. ஆயின் அவை அடக்கப்பட்டன. சனநாயக அமைப்புகளான சட்டமன்றமும் அரசு நிர்வாக அமைப்புகளும் கலைக்கப்பட்டு, 1852ல் மூன்றாம் நெப்போலியன் முடியாட்சிக்குச் சொந்தக்காரர் ஆனார். அடுத்து வந்த 15 ஆண்டுகளில் மூன்றாம் நெப்போலியனும் பலவீனம் அடையத் தொடங்கினார். தனது பலவீனத்தை மறைத்துக் கொள்ள, அன்றைய முடியாட்சிகளின் உத்தியான, அண்டை நாட்டுடன் ஒரு போரைத் துவக்குவது என அவர் முடிவு செய்தார். 1870 ல் போர் முனையில் அவர் தோற்றதோடு, பிரெஞ்சுப் படைகளும் சரணாகதி அடைந்தன. இத்தகைய சூழல்களில்தான் 1871 மார்ச் 18 ல் பாரீசைத் தொழிலாளர்கள் கைப்பற்றினர். பிரான்ஸ் எவ்வகையிலும் பிரஷ்யாவுக்கு அடிமையாகாது என்ற வைராக்கியத்துடன் தொழிலாளர்கள் பாரீஸ் நகரைச் சுற்றித் தமது சுதந்திர கம்யூன் அரசை அறிவித்தனர். பாரீஸ் ஆயுதமேந்தினால் அது புரட்சியே ஆயுதமேந்தியதாகும் என்று இதனை மார்க்ஸ் வர்ணிக்கிறார். தியேர் என்பாரின் தலைமையிலான தேசிய அரசு பிரஷ்யாவின் பிஸ்மார்க்குடன் கூட்டு சேர்ந்து கொண்டு பாரீஸ் தொழிலாளர் அரசுக்கு எதிராக வெளியிலிருந்து போர் தொடுத்தது. பாரீஸ் தொழிலாளர் அரசு ஒரே நேரத்தில் தேசிய நலன்களையும் வர்க்க நலன்களையும் குறித்த அரசாக அமைந்தது. இதுவே பாரீஸ் கம்யூனாக அறியப்படுகிறது. பாரீசுக்குள் நுழைவது, தொழிலாளர்களிட மிருந்து ஆயுதங்களைப் பறிமுதல் செய்வது ஆகியவற்றை இலக்காக அறிவித்துப் புறத்தேயிருந்து தாக்கிய ராணுவங்கள் போர் நடத்தின. மார்க்ஸ் அன்றைய சூழல்களைக் கீழ்க்கண்டவாறு சித்தரிக்கிறார்: தேசியக் கடமைக்கும் வர்க்க நலன்களுக்கும் இடையே ஏற்பட்ட மோதலில் தேசப் பாதுகாப்பு அரசாங்கம் தேசத் துரோக அரசாங்கமாகத் தன்னை மாற்றிக் கொள்வதற்கு ஒரு விநாடி கூடத் தயங்கவில்லை.

கம்யூன் அரசு 19 ஆம் நூற்றாண்டின் மத்தியிலிருந்து ஐரோப்பாவில் நிலவிய பலதரப்பட்ட சோசலிஸ்டுகளைத் தன்னில் கொண்டிருந்தது. பிளாங்கியர்கள் என்ற ஒருவகைத் தீவிரவாதிகள் பாரீஸ் கம்யூனுக்குத் தலைமை தாங்கியதாகச் சொல்லுவார்கள். தொழிலாளரிடையில்

சோசலிசத் தத்துவத்தில் ஒருமித்த நம்பிக்கை உருவானதில் மார்க்ஸ், எங்கெல்ஸ் ஆகியோரின் சிந்தனைக்கு முக்கியமான இடம் உண்டு. முதலாம் அகிலம் (1867-72) என்று வரலாற்றில் அழைக்கப்படுகின்ற சர்வதேச தொழிலாளர் சங்கத்தின் பிரகடனங்கள் கோட்பாட்டு வேறுபாடுகளுக்கு அப்பாற்பட்டுப் பலதேசிய தொழிலாளர் அமைப்பு களை நடைமுறையில் ஒன்றுபடுத்தின. முதலாம் அகிலத்தால் வெகுவாக வளர்க்கப்பட்ட பாட்டாளி வர்க்க சர்வதேசியம் என்ற உணர்வு பாரீஸ் கம்யூனில் அழுத்தமாகத் தொழில்பட்டது.

தேசிய அரசின் ராணுவம் பிரஷ்யர்களுடன் இணைந்து நின்று பாரீசை முற்றுகையிட்டதால், நிரந்தர ராணுவத்தை ஒழித்துவிட்டு, உழைக்கும் மக்களைப் பெரும்பான்மையாகக் கொண்ட, ஆயுதமேந்திய மக்களின் படையை ஏற்படுத்துவதைக் கம்யூன் முதல் ஆணையாக வெளியிட்டது. பாரீஸ் நகரத்தின் பல்வேறு வட்டங்களில் பொது வாக்குரிமையின் மூலம் தேர்ந்தெடுக்கப்பட்ட கவுன்சிலர்களைக் கொண்டு கம்யூன் அமைக்கப்பட்டிருந்தது. அந்த வட்டங்கள் அவர்களை எந்த நேரத்திலும் திருப்பியழைக்க முடியும். அரசாங்கத்தின் கருவியாக போலீஸ் நீடிப்பதற்குப் பதிலாக அதன் அரசியல் சார்பான பணிகள் உடனே நிறுத்தப்பட்டன. அரசின் உயர்பதவிகளை வகித்தவர்களுக்குத் தரப்பட்ட விசேஷ ஊதியங்களும் சலுகைகளும் அந்த அதிகாரிகளோடு சேர்ந்து மறைந்து விட்டன. கம்யூன் உறுப்பினர்களிலிருந்து கீழேயுள்ள சிறு அதிகாரிகள் வரையில் அனைவருடைய பணிகளுக்கும் தொழிலாளர்களின் சராசரி ஊதியமே வழங்கப்படும். நிரந்தர ராணுவம், அரசுப் பதவிகள் என்ற இரண்டு மாபெரும் செலவினங்களை ஒழித்ததன் மூலம் மலிவான அரசாங்கம் என்ற நீண்ட நாளைய கோரிக்கை எதார்த்தமாக்கப்பட்டது. மத நிறுவனங்கள் அரசிடமிருந்து பிரிக்கப்பட்டன. கல்வி நிலையங்கள் அனைத்தும் மக்களுக்கு திறந்து விடப்பட்டன. அங்கே கல்விக்குக் கட்டணமில்லை. "வர்க்க தப்பெண்ணங்களும் அரசாங்க அதிகாரமும் பூட்டிய விலங்குகளிலிருந்து விஞ்ஞானம் விடுவிக்கப்பட்டது". நாட்டுப்புறங்களிலுள்ள சிறிய கிராமங்களிலும் கம்யூனே அரசியல் வடிவமாக இருக்கும். குறுகிய கால சேவைகளுக்கு மக்கள் தொண்டர் படைகள் ஏற்படுத்தப்படும். "அரசு அதிகாரம் தேசியத்தின் ரத்தத்தை உறிஞ்சுகிற மிகை உறுப்பாக இருந்த நிலை மாற்றப்பட்டது. தேசியத்திலிருந்து தனித்திருக்கிற, அதைக் காட்டிலும் உயர்வானதாக இருக்க விரும்புகிற அரசு அதிகாரம் ஒழிக்கப்பட்டதன் மூலம் தேசியத்தின் ஒற்றுமை எதார்த்தமாக மாற்றப்பட்டது." மார்க்ஸ் எங்கெல்ஸ் தொகுதி 7 ல் இடம் பெற்றுள்ள

'பிரான்சில் உள்நாட்டுப் போர்' என்ற மார்க்சின் படைப்பில், மூன்றாவது பகுதியில், பாரீஸ் கம்யூனின் அரசியல் பொருளாதார மற்றும் நிர்வாக வேலைத்திட்டங்கள் விரிவாக எடுத்துரைக்கப்பட்டுள்ளன.

கம்யூனின் வர்க்கக் கட்டமைப்பை மார்க்ஸ் சுட்டிக்காட்டுகிறார். "பணக்கார முதலாளிகளைத் தவிர சிறிய கடைக்காரர்கள், கை வினைஞர்கள், வர்த்தகர்களைக் கொண்ட பாரீஸ் மத்தியதர வர்க்கத்தின் மிகப்பெரும் எண்ணிக்கையினர் கூட சமூக முயற்சியைக் கொண்ட ஒரே வர்க்கம் என்று தொழிலாளி வர்க்கத்தை அங்கீகரித்த முதல் புரட்சி இதுவே... கம்யூனுடைய வெற்றிதான் உங்களுடைய ஒரே நம்பிக்கை என்று விவசாயிகளிடம் கம்யூன் கூறியது முற்றிலும் சரியே... விவசாயியின் துண்டு நிலத்தின் மீது அமுக்குப் பேயைப் போல உட்கார்ந்திருக்கும் ஒத்திக்கடன், தினமும் அதில் வளர்ச்சி யடைகின்ற விவசாயத் தொழிலாளர்கள், நவீன விவசாயத்தின் வளர்ச்சி யினாலும் முதலாளித்துவ விவசாய முறையின் போட்டியினாலும் விவசாயிகளே மென்மேலும் விரைவாக உடமை பறிக்கப்பட்டது ஆகிய ஜீவாதாரமான பிரச்சினைகளை கம்யூன் அவசியமாக தீர்க்க வேண்டியனவாகக் கொண்டது... கம்யூன் பிரெஞ்சு சமூகத்திலுள்ள எல்லா விவேகமான சக்திகளின் உண்மையான பிரதிநிதியாக, ஆகவே உண்மையான தேசிய அரசாங்கமாக... உழைப்பின் விடுதலையைத் துணிச்சலோடு ஆதரித்து நின்றது என்ற முறையில் அழுத்தமான சர்வதேசியத் தன்மை கொண்டிருந்தது" என்று மார்க்ஸ் எழுதுகிறார். கம்யூன் ஒரு ஜெர்மானியத் தொழிலாளியைத் தன்னுடைய தொழிலாளர் அமைச்சராக நியமித்தது. பாரிசைப் பாதுகாக்கும் கம்யூன் படைகளுக்கு இரு போலந்து வீரர்களைத் தளபதிகளாக நியமித்தது.

கம்யூன் பாரீசில் ஏற்படுத்திய மாற்றத்தை மார்க்ஸ் ஓர் "அற்புதம்" என்று சொல்கிறார். "பிரிட்டிஷ் நிலப்பிரபுக்கள், அமெரிக்க முன்னாளைய அடிமை எஜமானர்கள், ரஷ்யாவின் முன்னாளைய பண்ணையடிமை உடமையாளர்கள் கூடுமிடமாக பாரிஸ் இனியும் இல்லை. பிணக்கிடங்குகளில் ஒரு பிரேதம் கூட இல்லை. இரவுநேரக் கொள்ளைகள் இனி இல்லை. திருட்டுக்கள் கூட அநேகமாக இல்லை. உண்மையைச் சொல்வதென்றால் 1848 பிப்ரவரி நாட்களுக்குப் பிறகு முதல் தடவையாக பாரிஸ் தெருக்கள் எவ்விதமான போலிஸ் காவலும் இல்லாமலே பாதுகாப்பாக இருந்தன."

பாரீஸ் கம்யூனுக்கு எதிரான ஏராளமான பொய்ப் பிரச்சாரங்களை அதன் எதிரிகள் அவிழ்த்துவிட்டனர். பாரீஸ் தொழிலாளர்களைக் கலகக்காரர்கள் என்றும் கொள்ளைக்காரர்கள் என்றும் அவர்கள்

பிரச்சாரம் செய்தனர். சமரச முயற்சி, பேச்சுவார்த்தை போன்ற பல உத்திகளை ஒருபுறம் அறிவித்தபடி பாரீசை குண்டுவீசி அழிக்க முனைந்தனர். தேசிய ராணுவத்தின் ஒரு பகுதியைக் கையில் வைத்திருந்த தியோர், "சட்டத்தை என் கைகளில் எடுத்துக் கொண்டு பாரீசுக்குள் நுழைவேன்... நான் இரக்கமில்லாமல் நடந்து கொள்வேன்... உங்கள் இதயங்கள் திருப்தி அடைகின்ற அளவுக்கு பாரீஸ் மீது வஞ்சம் தீர்த்துக் கொள்ளுங்கள்" என்று அறைகூவல் விடுத்தார். உனக்கு இனி அழிவே என்று அவர் ஆக்ரோஷமாகப் பாரீசைச் சபித்தார்.

வெர்சேய் முகாமிலிருந்து துருப்புகள் பாரீசுக்குள் நுழைந்த போது, ஒரு வாரம் முழுவதும், ஆண்கள், பெண்கள், குழந்தைகள் என ஆயிரக்கணக்கானோரைக் கொன்றழித்தன. அவர்கள் கூலிப்படைகள், பழிவாங்குபவர்கள். சண்டை முடிந்தபோது கொல்லப்பட்ட மனிதர்களின் பிரேதங்கள் மலையாகக் குவிந்து கிடந்தன. மார்ச் மாதத்தில் பாரீஸ் புரட்சி வன்முறை எதுவுமின்றி நடந்தது. மேயில் வெடித்த எதிர்ப்புரட்சி கொடுரமான வன்முறையைப் பயன்படுத்தியது. கம்யூனார்டுகள் மீது தொடுக்கப்பட்டப் படுகொலைகளை நேரில் கண்ட பலநாடுகளின் பத்திரிக்கையாளர்களின் பதிவுகளை மார்க்ஸ் தனது நூலில் எடுத்துக்காட்டியுள்ளார். உழைப்பை அடிமைப்படுத்துவதை அடிப்படையாகக் கொண்ட அருவருக்கத் தக்க 'நாகரீகம்' பாரீஸ் நகரத்தை அந்த ஒருவாரத்தில் பேய்க்கூடமாக மாற்றியது என்று மார்க்ஸ் எழுதுகிறார். ராணுவ வீரர்கள் பல கிராமங்கள் மீது பெட்ரோல் ஊற்றித் தீவைத்து எரித்தனர். பாரீசுக்குள் நுழைந்து தாக்குதல் நடத்திய பிரஷ்யப் படைகளை மார்க்ஸ் கூலி வாங்கிய கொலையாளிப் படைகள் என்று சித்தரிக்கிறார்.

வெற்றியடைந்த (பிரஷ்ய) ராணுவமும் வெற்றிகொள்ளப்பட்ட (பிரெஞ்சுப்) படைகளும் பாட்டாளி வர்க்கத்தைப் படுகொலை செய்வதற்காக ஒன்று சேர்ந்து கொண்டது நவீன வரலாற்றின் குறிப்பிடத்தக்க சம்பவம் ஆயிற்று. தேசிய அரசாங்கங்கள் பாட்டாளி வர்க்கத்திற்கு எதிராக ஒன்று திரண்டன. பாட்டாளி மக்களுக்கு எதிராக எல்லா ஆளும் வர்க்கங்களும் ஒன்றுபடுகின்றன. ஒவ்வொரு புரட்சிக்குப் பிறகும் அரசு அதிகாரத்தின் அப்பட்டமான ஒடுக்குமுறைத் தன்மை மேலும் அழுத்தமாகத் தன்னை வெளிக்காட்டிக் கொள்கிறது, அரசு அதிகாரம் வர்க்க எதேச்சாதிகாரத்தின் எந்திரம் என்ற குணாம்சத்தை மேலும் வலிமைப்படுத்திக் கொள்கிறது என்று மார்க்ஸ் எழுதுகிறார்.

கம்யூன் பற்றி மார்க்ஸ் எழுதிய நூலின் கடைசிப்பகுதி வலியும் வைராக்கியமும் நிறைந்த வரிகளுடன் முடிவடைகிறது. "கம்யூனும்

தொழிலாளர்களின் பாரிசும் ஒரு புதிய சமூகம் ஏற்படும் என்ற மகத்தான அறிவிப்பாக என்றும் இருக்கும். அதற்காக உயிரைக் கொடுத்தவர்கள் தொழிலாளி வர்க்கத்தின் விரிந்த இதயத்தில் பதிக்கப்படுவார்கள். அதை அழித்தவர்களை வரலாறு ஏற்கனவே அந்த நிரந்தரமான தண்டனைக் கட்டையில் ஆணிகளால் அடித்து விட்டது. அவர்களுடைய மதகுருக்களின் பிரார்த்தனைகள் அனைத்துமே அவர்களைக் காப்பாற்றப் போதியன அல்ல."

பாரீஸ் கம்யூனை அழித்த கடைசி யுத்தம் 1871 மே 28 ஆம் நாளில் நடந்து முடிந்தது. சரியாக இரண்டு நாட்களுக்குப் பிறகு கம்யூன் நிகழ்வுகள் குறித்த ஓர் விரிவான அறிக்கையை மார்க்ஸ் 'பிரான்சில் உள்நாட்டுப் போர்' என்ற தலைப்பின் கீழ் சர்வதேசத் தொழிலாளர் சங்கத்தின் பொதுக்குழுவில் சமர்ப்பித்தார். 20 ஆண்டுகளுக்குப் பிறகு பாரிஸ் கம்யூனின் 20 வது ஆண்டுவிழாவின்போது மார்க்சின் நூல் புதிய பதிப்பொன்றைக் கண்டது. அந்நூலுக்கு எங்கெல்ஸ் ஒரு முன்னுரையை வழங்கினார். "பாரிஸ் கம்யூனின் வரலாற்று முக்கியத்துவம் சிறிய வன்மையான வாக்கியங்களில், ஆனால் ஆணித்தரமான முறையில், எல்லாவற்றுக்கும் மேலாக, இதைப்பற்றி எழுதப்பட்டிருக்கின்ற அனைத்து நூல்களிலும் இல்லாத அளவுக்கு மிகவும் உண்மையான முறையில் எடுத்துக் கூறப்பட்டிருக்கிறது" என்று எங்கெல்ஸ் எழுதுகிறார். இதே முன்னுரையில் எங்கெல்ஸ் பாரிஸ் கம்யூன் நிகழ்வுகளில் பிளாங்கியர்கள் (Blanquists) எனப்பட்ட ஓர் அணியினரைப் பற்றி சில கூடுதல் விபரங்களைத் தருகிறார். கம்யூன் குறித்த சில விவாதங்களை முன்கொண்டு செல்லுவதற்கு எங்கெல்ஸ் வழங்கும் அத்தகவல்கள் உதவுகின்றன.

•••

"கம்யூன் உறுப்பினர்களில் பெரும்பான்மையினர் பிளாங்கியர்கள். இவர்கள் தேசிய காவல் படையின் மத்தியக் கமிட்டியில் ஆதிக்கம் பெற்றிருந்தார்கள். அதில் சிறுபான்மையினர் சர்வதேசத் தொழிலாளர் சங்கத்தின் உறுப்பினர்கள். இவர்கள் பிரதானமாக, சோசலிசத்தில் புரூதொன் மரபை ஆதரிப்பவர்கள். அந்த சமயத்தில் பிளாங்கியர்களில் அதிகப் பெரும்பான்மையினர் புரட்சிகரமான பாட்டாளி வர்க்க உணர்ச்சியினால் மட்டுமே சோசலிஸ்டுகள்; ஜெர்மனியின் விஞ்ஞான சோசலிசத்தைக் கற்றிருந்த திரு. வையான் மூலம் சிலர் மட்டுமே கொள்கைப் பிரச்சினைகளில் அதிகமான தெளிவைக் கொண்டிருந்தார்கள். எனவே இன்று நம்முடைய கருத்தின்படி பொருளாதாரத் துறையில் கம்யூன் செய்திருக்க வேண்டிய பல நடவடிக்கைகளை அது செய்யவில்லை

என்பது புரிந்து கொள்ளப்படக் கூடியதே." எங்கெல்சின் இந்த குறிப்பு பாரிஸ் கம்யூன் குறித்த விவாதங்களைத் தொடருமாறு நிர்ப்பந்திக்கிறது. குறிப்பாக, கம்யூன் நிகழ்வுகளைப் புரிந்துகொள்ள பிளாங்கியர்கள், புரூதொனியர்கள், விஞ்ஞான சோசலிசம் போன்ற வேறுபட்ட சர்வதேசத் தொழிலாளர்களின் போக்குகளை நாம் புரிந்து கொள்ளுவதை அவசியப் படுத்துகிறது. குறிப்பாகப் பிளாங்கியர்கள் பற்றி முதலில் தெரிந்து கொள்ள வேண்டும்.

பிளாங்கியர்கள் எனும் அணி லூயி ஆகஸ்ட் பிளாங்கி (1805 - 1881) என்பாரின் தலைமையைக் கொண்ட இயக்கம். பிரெஞ்சுப் புரட்சியின் காலத்திலிருந்து புரட்சிக்காரர்களில் ஓரணியாகச் செயல்பட்ட ஜேக்கோபியர்கள் என்ற தீவிரவாத அணியின் தொடர்ச்சியாக இது கருதப்படுகிறது. பிளாங்கியர்களை இடதுசாரி ஜேக்கோபியர்கள் என்று அழைத்தனர். ரகசியக் குழு, ஆயுதப் புரட்சி, சதிச் செயல்பாடுகள் மூலம் ஆட்சியைக் கவிழ்ப்பது, எதிராளிகளை அழித்தொழிப்பது போன்றவை ஜேக்கோபியர்கள், பிளாங்கியர்கள் ஆகியோருக்குப் பொதுவாக அமைபவை. எங்கெல்ஸ் எழுதிய மேற்கூறிய முன்னுரையில் பிளாங்கியரை அவர் கீழ்க்கண்டவாறு வரையறுக்கிறார். "பிளாங்கியர்கள் சதி என்ற பயிற்சி நிலையத்தில் உருவானவர்கள்; அவர்கள் கண்டிப்பான கட்டுப்பாட்டினால் பிணைக்கப்பட்டவர்கள். ஒப்புநோக்கில் குறைவான எண்ணிக்கையைக் கொண்ட உறுதியான, நன்கு அமைக்கப்பட்ட நபர்கள் ஒரு குறிப்பிட்ட சாதகமான தருணத்தில் அரசின் சுக்கானைக் கைப்பற்ற முடியும் என்பதோடு, பெருந்திரளான மக்களைப் புரட்சியில் இழுத்துச் சென்று தலைவர்கள் என்ற சிறு குழுவைச் சுற்றி அவர்களைத் திரட்டுவதில் வெற்றியடைகின்ற வரை தங்களுடைய எல்லையற்ற.. சக்தியைக் கொண்டு ஆட்சியதிகாரத்தை வகிக்க முடியும் என்பது அவர்களுடைய கண்ணோட்டம்." எங்கெல்ஸ் மேலும் தொடர்கிறார். "முந்திய மத்தியப்படுத்தப்பட்ட அரசாங்கத்தின், ராணுவத்தின், அரசியல் போலீசின், அதிகார வர்க்கத்தின் ஒடுக்கும் சக்தி - இது 1798ல் நெப்பொலியனால் ஏற்படுத்தப்பட்டு அதன் பிறகு வந்த ஒவ்வொரு புதிய அரசாங்கத்தினாலும் உபயோகமுள்ள கருவி என்று எடுத்துக்கொள்ளப்பட்டுத் தன் எதிரிகளின் மீது பிரயோகிக்கப்பட்டது."

கம்யூன் இரண்டு காரியங்களுக்காகக் குறிப்பாகக் குற்றம் சாட்டப் படுகிறது. ஒன்று, அது பழைய அரசின் அதிகார வடிவங்களைப் பயன் படுத்தியது என்பதற்காக. இரண்டாவது, புதிய, சோசலிச மாற்றங்களை நோக்கிய அரசின் துல்லியமான வடிவத்தைத் திட்டமிடவில்லை, உருவாக்கவில்லை என்பதற்காக. இரண்டு குற்றச்சாட்டுகளிலும்

பிளாங்கியர்கள் அவற்றுக்குப் பொறுப்பாக்கப்படுகின்றனர். பாரீஸ் கம்யூன் எனும் புதிய அரசியல் அமைப்பில் நெருக்கடி ஏற்படும்போது, பழைய அதிகார வடிவங்களை எடுத்துப் பயன்படுத்தியதை மார்க்ஸ், எங்கெல்ஸ் ஆகியோரும் சர்வதேசத் தொழிலாளர் சங்கத்தின் பல தீர்மானங்களும் விமர்சிக்கின்றன. பிளாங்கியர்களை மார்க்சும் எங்கெல்சும் விமர்சித்த போதும், அவர்களது நேர்மையையும் புரட்சிகர உணர்வையும் பாராட்ட அவர்கள் தயங்கவில்லை என்பது குறிப்பிடத் தக்கது. அதுபோலவே மாற்றங்களை முன்னின்று நடத்தும் புதிய அரசு வடிவங்கள் பற்றியும் அவர்கள் பேசுகின்றனர். புதிய அரசு குறித்த விவாதங்களில் பாட்டாளி வர்க்க சர்வாதிகாரம் என்ற கருத்தாக்கமும் முன்னுக்கு வருகிறது. பழைய, புதிய அரசுகள் பற்றிய விவாதங்கள் எல்லாவற்றிலும் அரசு எந்திரம் பற்றிய பிரச்சினை மீண்டுமொரு முறை முக்கியப்படுகின்றது.

பாரிஸ் கம்யூனின் 20 ஆவது ஆண்டுவிழாவில் எங்கெல்சின் உரை ஒன்று, "பாட்டாளி வர்க்க சர்வாதிகாரம்! சமீபகாலத்தில் இந்த வார்த்தைகளைக் கேட்டு சமூக சனநாயக அற்பவாதி மிகவும் பீதியடைந்து நடுங்குகிறார். சரி, நல்லது கனவான்களே! இந்த சர்வாதிகாரம் எப்படி இருக்குமென்று நீங்கள் அறிய விரும்புகிறீர்களா? பாரீஸ் கம்யூனைப் பாருங்கள். அதுதான் பாட்டாளி வர்க்கத்தின் சர்வாதிகாரம்" என்று அறிவிக்கின்றது. அது தனிமனித சர்வாதிகாரமோ வன்முறையோ அல்ல என்பதை மார்க்சும் எங்கெல்சும் தெளிவு படுத்துவதில் அக்கறை கொண்டவர்களாக உள்ளனர். குறிப்பாக அதிகார வர்க்க வன்முறையாக அது மாறிவிடக் கூடாது என்பதில் அவர்கள் அக்கறை காட்டியிருக்கிறார்கள்.

"எதார்த்தத்தில் அரசு என்பது ஒரு வர்க்கம் மற்றொரு வர்க்கத்தை ஒடுக்குகின்ற இயந்திரம் என்பதைத் தவிர வேறு ஒன்றுமில்லை. இது முடியாட்சியைப் போல சனநாயகக் குடியரசுக்கும் உண்மையானதே. எவ்வளவு தாராளமாகப் பார்த்தாலும் அரசு என்பது வர்க்கத் தலைமைக்கானப் போராட்டத்தில் வெற்றியடைந்த பாட்டாளி வர்க்கம் மரபு வழியாகப் பெற்ற தீமையே. புதிய சுதந்திரமான சமூக நிலைமைகளில் வளர்ச்சியடைந்த தலைமுறை அரசு என்ற மொத்த மரத்தையும் குப்பைக் கிடங்கில் தூக்கியெறிய முடியும் காலம் ஏற்படுகின்ற வரையில் வெற்றியடைந்த பாட்டாளி வர்க்கமும் கம்யூனைப் போலவே அதன் மோசமான பகுதிகளை இயன்ற அளவுக்கு வெட்டிப்போடாமலிருக்க முடியாது." பாட்டாளி வர்க்க சர்வாதிகாரம் என்பதைக் கூட எங்கெல்ஸ் "மரபு வழியாகப் பெற்ற தீமை" என்றே குறிப்பிடுகிறார்.

புரட்சியின் ஒவ்வொரு பகுதியும் சனநாயகப் பண்பு கொண்டதாக இருக்க வேண்டும் என்று மார்க்சும் எங்கெல்சும் விழைந்தனர். புரட்சியின் ஒவ்வொரு கட்டத்திலும் அரசு இயந்திரத்தின் மோசமான பகுதிகளை இயன்ற அளவுக்கு வெட்டிப் போடவேண்டும் என்றே அவர்கள் விரும்பியிருக்கின்றனர். ஒவ்வொரு புரட்சி - எதிர்ப்புரட்சிக் காலக்கட்டத்திலும் அரசு எந்திரம், அதன் அதிகாரி வர்க்கம் மேலும் மேலும் வலிமையடைகிறது என்பதை அவர்கள் கவனித்து வந்துள்ளனர். இருப்பினும் கம்யூனிசம் என்பது 'அரசு உதிர்தல்' என்ற இலக்கிலிருந்து அவர்கள் விலகவில்லை.

தொழிலாளர் வர்க்கத்திற்கு அரசியல் தேவையில்லை என்ற பகூனின் முதலான அராஜகர் நிலைப்பாட்டிலிருந்து தொழிலாளர் இயக்கங்கள் வெகுதூரம் விலகி வந்துவிட்டன. ஆயின் அரசு இயந்திரம், அதிகார வர்க்க ஆட்சி ஆகியவை குறித்த எச்சரிக்கை உணர்வு தொழிலாளர் இயக்கங்களில் தொடர்ந்து இருந்து வந்துள்ளது. இதே எச்சரிக்கை உணர்வின் அடிப்படைகளைக் கொண்டே மார்க்சும் எங்கெல்சும் 'பாட்டாளி வர்க்க சர்வாதிகாரம்' பற்றிய விவாதங்களிலும் ஈடுபட்டு வந்துள்ளனர். "தொழிலாளர்கள் அதை விரும்பினாலும் விரும்பாவிட்டாலும், வாழ்க்கை அனுபவமும் தொழிலாளர்கள் மீது இன்றைய அரசாங்கங்களின் அரசியல் ஒடுக்குமுறையும் அவர்களை, அரசியல் லட்சியங்களுக்காக அல்லது சமூக லட்சியங்களுக்காக, அரசியலில் ஈடுபடும்படி நிர்ப்பந்திக்கின்றன. அவர்களிடம் ஒதுங்கியிருத்தலைப் பிரச்சாரம் செய்வது முதலாளி வர்க்க அரசியலின் அரவணைப்பில் அவர்களைத் தூக்கி எறிவதற்கு ஒப்பாகும்." என்று அகிலத்தின் லண்டன் மாநாட்டில் 1871 செப்டெம்பர் 21 ல் எங்கெல்ஸ் பேசியிருக்கிறார்.

பாரீஸ் கம்யூனுக்கு இன்னும் சுமார் 40 ஆண்டுகளுக்குப் பிறகு 1917ல் மாபெரும் அக்டோபர் புரட்சி ரஷ்யாவில் நடந்தேறியது. கம்யூன் என்ற சொல்லை பிரெஞ்சுக்காரர்கள் மையப்படுத்தியதைப் போல சோவியத்துக்கள் என்ற சொல்லை ரஷ்யர்கள் மையப்படுத்தினர். புரட்சி குறித்த விரிவான புதிய வரையறைகள் அக்டோபர் புரட்சியின் அனுபவங்களைக் கொண்டு உருவாக்கப்பட்டன. கம்யூனையும் சோவியத்தையும் ஒப்பிடுவது கூட புரட்சி குறித்த மார்க்சியக் கோட்பாட்டு உருவாக்கத்திற்குப் பயனுள்ள காரியமாக இருக்கலாம். ரஷ்யப் புரட்சியில் லெனின் முதலான பல சிந்தனையாளர்களின் மற்றும் செயல்பாட்டாளர்களின் பிரம்மாண்டமான பங்களிப்புகள் உண்டு. புரட்சியின் அக, புற காரணிகள், கட்சி, வர்க்கம், முதலாளிய

உறவுகளின் வளர்ச்சி நிலை, தொழிலாளர் தவிர்த்த விவசாயிகள் முதலான பிற வர்க்கங்களின் பங்களிப்பு, உள்நாட்டு வெளிநாட்டு அரசியல் சூழல்கள் போன்ற விடயங்களெல்லாம் விரிவாக ரஷ்ய அறிஞர்களால் பேசப்பட்டுள்ளன. பாட்டாளி வர்க்க சர்வாதிகாரம் என்ற கருத்தாக்க உருவாக்கத்திலும் ரஷ்ய அனுபவங்களுக்கு முக்கியப் பங்கு உண்டு. இருப்பினும் ரஷ்ய அனுபவங்களையே முடிந்த முடிவான அனுபவங்களாகச் சொல்ல முடியாது என்பதும் உண்மையே.

பாரீஸ் கம்யூன் அனுபவங்களை கியூபப் புரட்சியோடு ஒப்பிட்டுப் பேசுவதற்கும் வாய்ப்புகள் உண்டு. இவை போன்ற ஒப்பீடுகளை இந்திய மார்க்சியர்கள் இன்னும் போதுமான அளவில் செய்யவில்லை என்ற குறைபாடும் உண்டு. இந்தியச் சூழல்களில் மார்க்சியத்தைச் செழுமைப்படுத்த பாரீஸ் கம்யூன் குறித்த உரையாடல்கள் பெரிதும் பயன்படும் என்பதை மார்க்ஸ் எங்கெல்ஸ் தேர்வு நூல்கள் தொகுதி 7 குறித்து நிற்கிறது.

மார்க்ஸ் எங்கெல்ஸ் தேர்வு நூல்கள்
தொகுதி 7க்கான அறிமுகவுரை

7

1872 லிருந்து 1883 வரையிலான காலப்பகுதியில் மார்க்சும் எங்கெல்சும் எழுதிய சில முக்கியமான சிறுநூல்களும் கட்டுரைகளும் இத்தொகுதியில் இடம் பெற்றுள்ளன. இக்காலக்கட்டம் பல காரணங்களுக்காகச் சிறப்பானதாகக் கருதப்பட முடியும்.

1867 ஆம் ஆண்டு மார்க்சின் 'மூலதனம்' நூலின் முதல் பகுதி வெளியானது. மார்க்சின் வரலாற்றுப் பொருள்முதல்வாதமும் உபரிமதிப்பு பற்றிய அரசியல் பொருளாதாரக் கண்டுபிடிப்பும் கிட்டத்தட்ட முழுவடிவில் வெளியாகி, மார்க்ஸ் என்ற சிந்தனையாளர் ஐரோப்பியப் புரட்சிகர அமைப்புகளுக்குள் ஒரு புதிய கோட்பாட்டுக்குச் சொந்தக்காரராக நன்கு அறியப்பட்டவராக அக்காலத்தில் ஆகியிருந்தார். அதுபோலவே, சர்வதேசத் தொழிலாளர் சங்கம் என்ற பெயரைக் கொண்டிருந்த முதல் அகிலம் 1864 முதல் 1872 வரையிலான காலத்தில் ஐரோப்பிய நாடுகள் பலவற்றிலும் தொழிலாளர் வர்க்கத்தின் சோசலிசம் என்ற பதாகையை முன்னெப்போதும் இல்லாத அளவில் முன்னெடுத்துச் சென்ற காலம் அது. சோசலிசம் என்ற இலக்கு ஒருபுறம் இருக்க, போர்க்குணம் கொண்ட தொழிலாளர் வர்க்க சர்வதேசியம் என்ற புது உணர்வு அக்காலத்தில் பிறப்பெடுத்தது. மூன்றாவதாக, இந் நூற்தொகுதியின் காலப்பகுதி 1871 ல் நிகழ்ந்த பாரீஸ் கம்யூன் எழுச்சியை அடுத்துவந்த ஆண்டுகளாகவும் அமைகிறது. சோசலிசத்திற்கான இயக்கத்தில் பாரீஸ் கம்யூன் முக்கியமானதோர் இடத்தைக் குறிக்கிறது என்பதிலும் சந்தேகம் கிடையாது. இன்றுவரை ஐரோப்பாவில் நிகழ்ந்த மிகப்பெரும் தொழிலாளர் எழுச்சியாக பாரீஸ் கம்யூன் அமைந்துள்ளது. இவற்றோடு, 1883 ல் மார்க்ஸ் மறைந்தார் என்ற சம்பவத்தையும் சேர்த்துக் கொள்ள வேண்டும். மார்க்ஸ் எங்கெல்ஸ் தேர்வு நூல்கள் தொகுதி 9 ஐப் புரட்டத் தொடங்கும்போது, மேற்குறித்த சூழல்களை, சந்தர்ப்பங்களை மனதில் கொள்ளலாம்.

மேலே குறிப்பிட்ட அத்தனைச் சூழல்களின் போதும் மார்க்சும் எங்கெல்சும் பலவகைப்பட்ட சோசலிசவாதிகளை, வெவ்வேறு வகையான புரட்சிக்காரர்களைச் சந்தித்தனர். எங்கெல்ஸ் ஆங்கிலேய வாழ்க்கையோடு அதிகம் அறிமுகமாகி மென்மையான பழக்க வழக்கங்களை, நடையுடை பாவனைகளைக் கொண்டவர் என

அறியப்பட்டவர். ஆயின் மார்க்ஸ், துல்லியமான மதிப்பீடுகளுக்கு உரியவர் என்ற கறாரத்தனத்துடன், ‘சண்டைக் கோழி’ எனவும் பெயர் பெற்றவர். இத்தொகுதியின் நூல்களும் கட்டுரைகளும் மார்க்ஸ், எங்கெல்சுடன் கருத்து வேறுபாடு கொண்டிருந்த பல சிந்தனைப் போக்கினரை நமக்கு அறிமுகப்படுத்துகின்றன. பகூனிஸ்டுகள், புரூதொனியர்கள், பிளாங்கியர்கள், லஸ்ஸலியர்கள், நரோத்னிக்குகள் போன்றோர் அவர்களில் முக்கியமானவர்கள். இவர்கள் அனைவருடனும் மார்க்சும் எங்கெல்சும் காத்திரமான கருத்தியல் மோதல்களில் ஈடுபட்டிருக்கின்றனர்.

இத் தொகுதியில் இடம்பெறும் சுமார் 140 பக்கங்களைக் கொண்ட ‘குடியிருப்புப் பிரச்சினை’ எனும் நூலுக்கு எங்கெல்ஸ் எழுதிய முன்னுரையில் மார்க்சுக்கும் தனக்கும் இடையில் இக்காலக்கட்டத்தில் ஏற்பட்டிருந்த வேலைப் பிரிவினையைப் பற்றி எழுதுகிறார். மார்க்சின் ‘மூலதனம்’ நூலின் இரண்டாவது, மூன்றாவது பகுதிகளை மார்க்ஸ் எழுதி முடிக்க வேண்டும் என்பதற்காக, “எதிரணியினரின் கருத்துக்களை மறுக்கின்ற பொறுப்பு” தனக்குத் தரப்பட்டது என்று எங்கெல்ஸ் குறிப்பிடுகிறார். அதன்படி, தொகுதியின் இறுதிப் பகுதியில் சேர்க்கப்பட்டுள்ள “கோதா வேலைத்திட்டம் பற்றிய விமர்சனம்” (மார்க்ஸ் எழுதியது) என்ற பகுதியைத் தவிர எஞ்சிய எல்லாக் கட்டுரைகளும் எங்கெல்சால் எழுதப்பட்டவை. இவை குறித்து எங்கெல்ஸ் எழுதும்போது, “நவீன சோசலிசத்தைப் பற்றி நுணுக்கமாக ஆராய்பவர் தொழிலாளி வர்க்க இயக்கம் ‘வெற்றி கொண்ட கருத்து நிலைகளைப்” பற்றியும் நன்றாக அறிந்திருக்க வேண்டும்’ என்று குறிப்பிடுகிறார். ஒரு வகையில் தம்மோடு தொடர்பு கொண்ட, அதே வேளையில் வேறுபாடு கொண்ட சிந்தனையாளர்களுடன் நிகழ்ந்த கருத்துப் போராட்டத்தின் வழியாகவே மார்க்சும் எங்கெல்சும் தமது குறிப்பான கருத்துக்களைத் துல்லியப்படுத்திக் கொண்டார்கள் எனச் சொல்லலாம்.

நூலின் முற்பகுதியில் அமைந்துள்ள ‘குடியிருப்புப் பிரச்சினை’ என்ற நூல், இங்கிலாந்துக்கும் பிரான்சுக்கும் அடுத்தபடியாகத் தொழில் புரட்சியால் வேகமான முதலாளிய வளர்ச்சியை சாதித்துக் கொண்டிருந்த ஜெர்மானிய நாட்டின் நகரங்களில் புதிதாக எழுந்த குடியிருப்புப் பிரச்சினையைப் பின்புலமாகக் கொண்டது. கிட்டத்தட்ட இன்றைய இந்திய நகரங்களில் உள்ள குடியிருப்புப் பிரச்சினைகளைப் பெரிதும் ஒத்தவை அவை. இச்சிறு நூல் இரண்டு வகைகளில் முக்கிய மாகின்றது. ஒன்று, நகரமயமாக்கத்தின் விளைவாக தொழிலாளர்

மற்றும் மத்தியதர வர்க்க மக்களின் தன்னிச்சையாக எழும் நெருங்கிய குடியிருப்புகள், வாடகை வீடுகள், காலனிகள் மற்றும் புதிய தொகுப்பு வீடுகளின் எழுச்சி, குடியிருப்புகளில் சுகாதாரக் கேடுகள், அங்கு பரவும் நோய்கள் போன்ற பலதரப்பட்ட பிரச்சினைகளை இந்நூல் விரிவாகப் பேசுகிறது. இரண்டாவதாக, குடியிருப்புப் பிரச்சினையை மத்தியதர வர்க்க நோக்கிலிருந்தும் முதலாளி வர்க்கத்தின் நோக்கிலிருந்தும் அணுகும் சில அறிஞர்களின் கருத்துக்களிலிருந்து மார்க்சியர் எவ்வாறு வேறுபடுகின்றனர்? என்ற பிரச்சினைக்காகவும் இந்நூல் முக்கியப்படுகிறது.

நூலின் முக்கியப் பிரச்சினைக்குள் நுழையும் முன்பாக, நூலாசிரியரான எங்கெல்ஸ், அன்றைய ஜெர்மானிய நாட்டில் வேகமான தொழில்மயமாக்கம் ஏற்படுத்திய புதிய விளைவுகளைத் தொட்டுப் பேசத் தொடங்குகிறார். ஜெர்மனி 18 ஆம் நூற்றாண்டின் இறுதிவரை பெரும்பாலும் ஒரு விவசாய நாடாக இருந்து, 19 ஆம் நூற்றாண்டில் கிராமப் புறங்களில் சிறு தொழில்கள் மற்றும் பட்டறைத் தொழில்கள் பெருக்கமடைந்து, அதே நூற்றாண்டில் எந்திரத் துறை சார்ந்த தொழில் புரட்சிக்கும் ஆட்படுகிறது. சுமார் ஒரு நூறு ஆண்டு களுக்குள் விவசாயத்திலிருந்து பட்டறைகளுக்கும் பின்னர் இயந்திர நுழைவால் பட்டறைத் தொழில்கள் பாதிக்கப்படும் சூழல்களையும் ஜெர்மனி சந்தித்து வருகிறது என்ற சித்திரத்தை எங்கெல்ஸ் நமக்கு அறிமுகப்படுத்துகிறார். அமைதியாகவும் ஆர்ப்பாட்டமின்றியும், பெருமளவில் பழமைவாதிகளாகவும் வாழ்ந்த கிராமப்புற மக்கள், அலை அலையாக, அடுத்தடுத்து எழுந்த முதலாளிய வகைப்பட்ட மாற்றங்களால் பாதிக்கப்படும்போது, அவர்கள் எவ்வாறு போர்க் குணம் கொண்டவர்களாக மாறுகிறார்கள் என்பதை எங்கெல்ஸ் தனது நூலின் துவக்கத்தில் எடுத்துக்காட்டுகின்றார். விவசாயத்தினுள் நுழையும் மூலதனம் அதனைப் பெருநிலப்பிரபுக்களுக்குச் சாதகமான முதலாளிய விவசாயமாக்கி ஜெர்மானிய விவசாய வர்க்கத்தை மென்மேலும் அதிகமாகப் புரட்சிமயமாக்கி வருகிறது என்று எங்கெல்ஸ் எழுதுகிறார்.

இதேபோன்ற சூழல்கள்தாம் நாடு முழுவதும், குறிப்பாக நகரங்களில், குடியிருப்புப் பிரச்சினையையும் தீவிரப்படுத்துகின்றன. குடியிருப்புப் பிரச்சினையை முல்பெர்கெர் என்ற ஜெர்மானியச் சிந்தனையாளர் (அவர் பிரெஞ்சு நாட்டவரான புரூதொன் என்பாரைப் பின்பற்றியவர்) அணுகும்முறையை எங்கெல்ஸ் எடுத்து ஆராய்கிறார். வீட்டு உடமையாளருக்கும் குடித்தனக்காரருக்கும் இடையிலான உறவு முறையை முதலாளிக்கும் தொழிலாளிக்கும் உள்ள உறவு என்று

முல்பெர்கெர் எழுதுகிறார். முல்பெர்கெர் முன்வைக்கும் ஒப்பீடு மிகக் காத்திரமானது, ஆயின் அது முழுக்கத் தவறானது என்று எங்கெல்ஸ் குறிப்பிடுகிறார். முதலாளி தொழிலாளி உறவின் அரசியல் பொருளாதாரம் குறித்த எந்த விவரிப்பும் இன்றி, தொழிலாளியின் உழைப்பு சக்தி உபரி மதிப்பை உற்பத்தி செய்ய அனுமதிக்கும் முதலாளியச் சமூக உறவுகள் பற்றிய ஓர்மை எதுவும் இன்றி முல்பெர்கெர் இந்த ஒப்பீட்டை நிகழ்த்தியுள்ளார் என்று எங்கெல்ஸ் எடுத்துக்காட்டுகிறார். வீட்டு வாடகை என்பது உண்மையில் நில உறவுகளில் முதலாளியம் நுழையும் போது ஏற்படும் ஒரு புது விளைவு. நிலம் அல்லது வீட்டின் பயன்பாட்டு மதிப்பை நுகர்வதற்கு வாடகை செலுத்தப்படுகிறது. இதன் ஒருபகுதி வட்டி போன்ற பண்பைக் கொண்டது. வீட்டு உடமையாளர் வாடகைப் பணத்தை மூலதனமாகப் பயன்படுத்தி அதனை உபரி மதிப்பின் உற்பத்திக்கு இட்டுச் செல்லலாம். ஆயின் தொழிலாளியின் உயிருள்ள உழைப்பு சம்பந்தப்படாத நிலையில் வாடகையிலிருந்தே உபரி மதிப்பு உருவாவதாகக் கருதுவது வெறும் கற்பனையாகும். முல்பெர்கர் வீட்டு வாடகையை 'மூலதனத்தின் உற்பத்தித் திறன்' என்று வரையறுக்கிறார். இது அபத்தம் என்கிறார் எங்கெல்ஸ். மானுட உழைப்புக்கு மட்டுமே உற்பத்தித் திறன் உண்டு, மூலதனத்துக்கு எவ்வகையான உற்பத்தித் திறனும் கிடையாது என்று எங்கெல்ஸ் மார்க்சின் கருத்தை முன்னிறுத்தி வாதிடுகிறார்.

வரலாற்றில் முதல் முறையாக, நவீனப் பாட்டாளி எந்த வித உடமையுமற்று அந்தரத்தில் தொங்கிக் கொண்டிருக்கிறான் என்று முல்பெர்கெர் வருந்துகிறார். இது ஒரு வீழ்ச்சி என்று மதிப்பிடுகிறார். ஸாக்ஸ் என்ற மற்றொரு அறிஞரும் உடமை குறித்த சிறுமுதலாளியக் கருத்தை வலியுறுத்துகிறார். உடமை என்பது "மனிதனுடைய உள்ளுறையான ஏக்கம்... அது நிலவுடமையின் பொருளாதாரச் சாதனை... எல்லாத் தொழில்களும் உடமை என்பதில் நிரந்தர அடிப்படையைக் கொண்டுள்ளன... தனிமனிதன் முழு அதிகாரத்துடன் ஆட்சி செய்யும் பிரதேசம் அது... அவன் அங்கு முதலாளியாக மாறுகிறான்..அவன் உடமை வர்க்கத்தின் அணிக்கு உயர்த்தப்படுகிறான்.." இதுவே சிறுமுதலாளியச் (குட்டி பூர்ஷ்வா) சிந்தனை என்று எங்கெல்ஸ் வாதிடுகிறார். இதுவே சிறுமுதலாளியக் கனவு, ஏக்கம். அவன் முதலாளியாக மாறவேண்டும், அவன் உடமை வர்க்கத்தின் அணிக்கு உயர வேண்டும். அவன் தனது எஜமானனைப் பாவனை செய்கிறான். உடமை உறவுகளை ஒழிக்க அவன் விரும்புவதில்லை. அவன் தனது

பாட்டனாரைப் போல் ஒரு துண்டு நிலத்துக்கு உடமைதாரனாக இருக்க விழைகிறான். அவன் தொழில் புரட்சியை வெறுக்கிறான்.

வரலாற்றில் தொழிலாளர் வர்க்கம் என்ற புதிய வர்க்கம் தோன்றியதன் குறிப்பான முக்கியத்துவத்தை எங்கெல்ஸ் எடுத்துக் காட்டுகிறார். அது அதன் வரையரையின்படி, அது அதன் வரலாற்றுத் தருக்கத்தின் படி, உடமையற்ற வர்க்கம். தனது உழைப்புச் சக்தியை உழைப்புச் சந்தையில் பண்டமாக விற்று தன் வாழ்வைச் சம்பாதித்துக் கொள்ளும் வர்க்கம் அது. உபரி மதிப்பை உற்பத்தி செய்யும் பிரத்தியேகப் பண்பு அந்த உழைப்புக்கு உண்டு. இப்படிப்பட்ட வர்க்கம் வரலாற்றில் இது ஒன்றே. நில உடமைச் சமூகத்தின் தனிநபர் உழைப்பு, தனிப்பட்ட உழைப்பு முதலாளியச் சமூகத்தில் ஒழிக்கப் பட்டு, ஆயிரக்கணக்கானோரின் கூட்டு உழைப்பு உருவாயிற்று. காலம்காலமாக நிலத்தோடு இருந்த உறவை தொழிலாளர் வர்க்கம் அறுத்துக் கொண்டது. மனித குல வரலாற்றில் நாம் காணும் பலவகையான உடமை வர்க்கங்களிலிருந்து அடிப்படையிலேயே வேறுபட்டு, உடமையற்று, உழைப்பின் வர்க்கமாக உருப்பெற்ற ஒரே வர்க்கம் தொழிலாளர் வர்க்கம். தொழிலாளர் வர்க்கம் தோன்றிய போதே சோசலிசம் என்பது கனவாக இருந்த நிலை மாறி, நடைமுறை இலக்காக மாறிற்று. ஆயின் முல்பெர்கெர், ஸாக்ஸ் போன்றோர் விரும்புவது போல தொழிலாளி உடமையாளன் ஆனால் அது ஒரு வரலாற்றுப் பின்னடைவு என்று எங்கெல்ஸ் வாதிடுகிறார்.

ஜெர்மனியில் முதலாளி வர்க்கமே தொழிலாளர் குடியிருப்புகள், காலனிகள், தொகுப்பு வீடுகள் ஆகியவற்றைக் கட்டி, தவணைக்கு விற்பனை செய்யும் வணிகச் சூதாட்டத்தை நிகழ்த்தி வருவதை எங்கெல்ஸ் சுட்டிக்காட்டுகிறார். தொழிற்சாலைகளும் வங்கிகளும் தொழிலாளருக்குக் கடன் வழங்கி அவர்களை நீண்டகாலத்துக்குக் கட்டிப்போடும் உத்தியைப் பயன்படுத்துவதை எடுத்துக்காட்டுகிறார். தொழிலாளர் வர்க்கத்தை உடமை உணர்வுக்குள் வீழ்த்தும்போது அவர்கள் தமது போர்க்குணத்தை இழக்கும் அரசியல் அதன் பின்னால் உள்ளது. தொழிலாளர்களுக்கு முதலாளிகளே வீடு கட்டுவதற்கான கடன்களை வழங்கும் போது, அதே விகிதாச்சாரத்தில் பணியிடத்தில் அவர்களது ஊதியம் குறைக்கப்படும் சூழல் நிலவுவதையும் எங்கெல்ஸ் எடுத்துக்காட்டுகிறார்.

நூலின் பிற்பகுதி தொழிலாளர் குடியிருப்புகளின் சுகாதார வசதியின்மை, அங்கு கட்டுப்பாடின்றிப் பரவி வரும் கொள்ளை

நோய்கள் ஆகியவை குறித்துப் பேசத்தொடங்குகிறது. 1840களில் எங்கெல்ஸ் ‘இங்கிலாந்தில் தொழிலாளர் வர்க்கத்தின் வாழ்க்கை நிலமைகள்’ என்ற ஒரு நூலை எழுதி வெளியிட்டார். மான்செஸ்டர் முதலான ஆங்கிலேய நகரங்களில் தொழிலாளர்கள் பேட்டைகள் குறித்த ஆய்வு அது. எங்கெல்சின் இளமைக்கால முதல் நூல் அது. மார்க்சுக்கு முந்தியே எங்கெல்ஸ் தொழிலாளர் வர்க்கம், அரசியல் பொருளாதாரம் போன்ற விடயங்களில் ஈடுபாடு காட்டி அவற்றை நோக்கி மார்க்சை ஆற்றுப்படுத்தினார் என்றுகூடச் சொல்லமுடியும். எனவே இப்போது தொழிலாளரின் ‘குடியிருப்புப் பிரச்சினை’ குறித்து அவர் பேசுவது மிகவும் இயல்பானதாகக் காட்சியளிக்கிறது.

புரூதொனியச் சிந்தனையாளர்கள் குடியிருப்புப் பிரச்சினையை அதன் பொருளாதாரப் பின்புலத்திலிருந்து நகர்த்தி அதனை ஒரு சட்டப்பிரச்சினையாக மாற்ற முனைகிறார்கள் என்று எங்கெல்ஸ் இங்கு குறிப்பிடுகிறார். ‘இயற்கையான உரிமை’, ‘புரட்சி பற்றிய உரிமைக் கருதுகோள்’, ‘நிரந்தர நீதி’ போன்ற பல சட்டவியல் கருத்தாக்கங் களைக் கொண்டு அவர்கள் வாடகையாளரின் உரிமைகள் பற்றிய சொல்லாடல்களை நடத்திச் செல்கின்றனர். வர்க்க நலன்கள், சுரண்டலை ஒழிப்பது போன்ற நிலைப்பாடுகளிலிருந்து உரிமைகள், நீதி போன்ற நிலைப்பாடுகளை நோக்கி நகருவது தொழிலாளர் வர்க்கத்திற்கு உதவுமா? என்ற கேள்வியை எங்கெல்ஸ் எழுப்புகிறார். சட்டங்களின் மூலம் உரிமை, நீதி ஆகியவற்றை முன்னிறுத்தும் முறைமை நிலவுடமைச் சமூகம் முடிவுக்குக் கொண்டு வரப்பட்டு, பூர்ஷ்வா சனநாயகம் அறிவிக்கப்பட்ட காலத்திலிருந்தே வழக்கிலிருந்து வந்த ஒன்றுதான். ஆயின் அவை நடைமுறைப்படுத்த முடியாமல் போயின என்பதைக் கண்டறிந்த பிறகுதான், பொருளாதாரச் சுரண்டல், வர்க்க நலன்கள் போன்ற கருத்தாக்கங்கள் அரங்கிற்கு வந்தன. “துல்லியமாக இதில்தான் ஜெர்மானிய விஞ்ஞான சோசலிசத்திற்கும் புரூதொனுக்கும் இடையிலுள்ள அடிப்படையான வேறுபாடு அடங்கி யிருக்கிறது” என்பதை எங்கெல்ஸ் எடுத்துக்காட்டுகிறார். எனவே வரலாற்றை அதன் இயலாமல் போன முந்திய நிலைக்கு இட்டுச் செல்வது சரியாக இருக்குமா? என்ற கேள்வியை எங்கெல்ஸ் முன்வைக்கிறார்.

புரூதொன் அவர் எழுதிய ‘புரட்சியிலும் திருச்சபையிலும் நீதி’ என்ற நூலில், “நீதி என்றால் என்ன? அது மனிதகுலத்தின் சாராம்சமாகும். உலகம் தோன்றிய காலத்திலிருந்து அதன் நிலை என்ன? ஒன்றுமில்லை. எதிர்காலத்தில் அது எப்படி இருக்க வேண்டும்? எல்லாமாக இருக்க

வேண்டும்” என்று எழுதுகிறார். உலகம் தோன்றிய காலத்திலிருந்து நேற்று வரை ‘ஒன்றுமில்லை’யாக இருந்த ஒன்றை மனித குலத்தின் சாராம்சம் என்று எப்படிச் சொல்ல முடியும்? அதனை எதிர்காலத்தில் ‘எல்லாமாக’ எப்படி ஆக்க முடியும்? மேற்குறித்த வரலாற்று அனுபவங்களிலிருந்து தான் மார்க்சியத்தின் தலையீடு முக்கியப் படுகிறது. மார்க்ஸ் அவரது மூலதனம் நூலில், “சமூகத்தின் திட்ட வட்டமான, ஸ்தூலமான உறவுகளுக்கு மிகவும் நெருங்கி வந்தார்; அவர் அவற்றை எல்லாக் கோணங்களிலிருந்தும் ஆராய்வதில் இருபத்தைந்து ஆண்டுகளைச் செலவிட்டார். அவருடைய ஆராய்ச்சிகள் [அப்பிரச்சினைகளின் தீர்வுகளைச்] சாத்தியப்படுத்தும் உயிரணுக் கூறுகளைக் கொண்டிருக்கின்றன” என்று எங்கெல்ஸ் எழுதுகிறார்.

எங்கெல்சின் ‘குடியிருப்புப் பிரச்சினை’ என்ற நூல் அன்று புரூதொனியவாதிகளால் எழுப்பப்பட்ட பல கோட்பாட்டு மற்றும் நடைமுறைப் பிரச்சினைகளைக் கையாளுகிறது. தொழிலாளர்களின் குடியிருப்புப் பிரச்சினை இன்றைய நிலையிலும் கூட முறையான தீர்வுகளை எட்டிவிடவில்லை. எனவே இந்நூலின் கருத்துக்களைக் கொண்டும், கூடுதலாகவும் இது விரிவாகப் பேசப்பட வேண்டிய ஒன்றாகும்.

•••

தொகுதி 9 ல் இரண்டு சிறு கட்டுரைகள் மிகயீல் பகூனினின் அராஜகம் எனும் கருத்தியலோடு தொடர்பு கொண்டவை. பகூனினும் அவரது ஆதரவாளர்களும் மார்க்ஸ், எங்கெல்சோடும், முதல் அகிலம் என அழைக்கப்பட்ட சர்வதேசத் தொழிலாளர் சங்கத்தோடும் நீண்ட நெடிய போராட்டங்களை நடத்தி வந்தனர். அராஜகம் என்ற அவர்களது கருத்தியல் தொழிலாளர் மற்றும் மத்தியதர வர்க்கத்தினரிடையில் எல்லாவிதமான அதிகார வடிவங்களுக்கும் எதிராகப் போராட்டம் நடத்தி வந்த சிந்தனைப் போக்காகும். அராஜகச் சிந்தனையாளர்கள் குறிப்பாக இரண்டு வகையான அதிகார நிறுவனங்களை வரலாற்றில் அடையாளப்படுத்துகின்றனர். அவை: மதம் மற்றும் அரசு. இவை இரண்டுமே வரலாறு நெடுக வலுவாகத் தொழில்பட்டு வருபவை. மார்க்ஸ் அவரது வரலாற்றுப் பொருள்முதல்வாதம், அரசியல் பொருளாதாரம், சோசலிசம் போன்ற கருத்தாக்கங்களுக்கு வந்து சேர்வதற்கு முன்னாலேயே அராஜகச் சிந்தனையாளர்கள் தொழிலாளர் மற்றும் மத்தியதர வர்க்கத்தினரிடையில் மதத்திற்கும் அரசுக்கும் எதிரான கருத்துக்களை விதைத்திருந்தனர். மக்களை அடக்கு முறைக்கும் ஆதிக்கத்திற்கும் உள்ளாக்கி வரும் நிறுவனங்கள் அரசும்

மதமும் என்ற கருத்து அவர்களால் பரவலாகவே பேசப்பட்டு வந்தது. 19 ஆம் நூற்றாண்டின் மத்தியில், அராஜகர்களின் சிந்தனைக்கு மிகப்பெரும் சவாலாகவும் போட்டியாகவும் வந்து சேர்ந்த சிந்தனை மார்க்சிய சிந்தனை என்று சொல்ல வேண்டும். அராஜகர்களில் பலர், பகூனின் உட்பட, மார்க்சின் பொருளாதாரச் சிந்தனையின் ஆற்றலை அங்கீகரித்தனர். இருப்பினும் சோசலிசம் என்ற இலக்கு அரசு மற்றும் மதத்தை ஒழிப்பதற்கு முன்னுரிமை கொடுக்க வேண்டும் என அவர்கள் வற்புறுத்தி வந்தனர்.

மார்க்சிய விவாதங்களில் பல கருத்தாக்கங்கள் அராஜகரின் நிலைப்பாடுகளிலிருந்து முரண்பட்டு நின்றன. தொழிலாளர் வர்க்கத்தின் முன்னணிப் படையாக கட்சி, தொழிலாளர் வர்க்கத்தின் அரசியல் வேலைத்திட்டம், புரட்சியில் அரசியல் அதிகாரத்தைக் கைப்பற்றுதல், புரட்சிக்குப் பிறகான மாறுபடு காலத்தில் அரசியல் அதிகாரம், பாட்டாளி வர்க்க சர்வாதிகாரம், சோசலிசத்தைக் கட்டுவதில் தொழிலாளர் வர்க்க அரசின் பாத்திரம் இன்னபிற நிலைப் பாடுகள் அராஜகரின் கொள்கைகளிலிருந்து அடிப்படையாக வேறுபட்டு நின்றன. மார்க்சியம் பொருளாதாரச் சுரண்டலில் இருந்தே ஆளும்வர்க்கத்தின் அரசியல் அதிகாரத்தை வருவிக்கிறது. ஆளும் வர்க்கத்தின் அதிகாரத்தை உடைத்து அழிக்கும் நோக்கம் கம்யூனிச இயக்கத்திற்கு உண்டு. ஆயின் தொழிலாளர் வர்க்கம் அரசியல் அதிகாரத்தைக் கைப்பற்றுதல் அதற்கான கருவியாகப் பயன்படுத்தப் படுகிறது. வர்க்கங்களாகப் பிளவுபட்டுள்ள சமூகத்தில் ஆளும் வர்க்கத்தின் அடக்குமுறை எந்திரமாகவே அரசு நிறுவனம் செயல் படுகிறது எனக்கூறும் மார்க்சியம் சோசலிச சமூகத்தின் வளர்ந்த கட்டத்தில் சிறுகச் சிறுக அரசு எந்திரம் 'உதிருகிறது' என்ற முடிவுக்கு வருகிறது. மேற்குறித்த பிரச்சினைகள் அனைத்திலும் மார்க்சியத்தின் சுயமான கோட்பாட்டு நிலைப்பாடுகளை நாம் உணர முடிகிறது எனினும் புறத்தே இருந்து அராஜகரின் அழுத்தமும் உண்டு என்பதை மறுப்பதற்கில்லை. மார்க்ஸ் எங்கெல்சின் வாழ்க்கைக் காலம் முழுவதும், 19 ஆம் நூற்றாண்டின் பிற்பகுதியிலான ஐரோப்பிய தொழிலாளர் இயக்கங்களின் செயல்பாடுகள் அனைத்திலும் அராஜகரின் இருப்பை உணரமுடிகிறது.

9 வது தொகுதியிலுள்ள அரசியல் அதிகாரம் குறித்த மார்க்ஸ் எங்கெல்சின் இரண்டு கட்டுரைகளும் மேற்குறித்த பின்புலத்தில் எழுதப்பட்டவை. அராஜகரை விமர்சிப்பதில் மார்க்ஸ் எங்கெல்சின் மிகச்சிறந்த கட்டுரைகள் என அவற்றைச் சொல்ல முடியவில்லை

எனினும் சில முக்கியப் புள்ளிகளில் அவை அராஜகரின் அதிகாரம் குறித்த நிலைப்பாடுகளைக் குறிப்பாக விமர்சிக்கின்றன. நிர்வாகம், ஒருங்கிணைப்பு, அமைப்பு ஆகிய அத்தியாவசியக் கூறுகளைக் கணக்கில் கொள்ளாமல் அதிகாரத்தை விமர்சித்தல் சமயோசிதம் அல்ல என்ற கருத்து இக்கட்டுரைகளில் முன்வைக்கப்படுகிறது.

•••

தொகுதி *9* ன் பிற்பகுதியில் எங்கெல்ஸ் *1894* ல் எழுதிய 'ருஷ்ய சமூக உறவுகளைப் பற்றி" என்ற ஒரு கட்டுரை இடம் பெறுகிறது. இந்தக் கட்டுரைக்கு, "கீழை நாடுகளின் சமூக உறவுகளைப் பற்றி' என்று பெயரிட்டிருந்தால் கூடப் பொருத்தமாக இருந்திருக்கும். *19* ஆம் நூற்றாண்டின் இறுதிவரை, மேற்கு ஐரோப்பிய நாடுகள் போல் தொழில் வளர்ச்சி பெறாத ருஷ்யா, இந்தியா, சீனா போன்ற கீழை நாடுகளின் கிராமிய, விவசாயப் பின்புலம் கொண்ட சமூக அமைப்புகள் சோசலிசம் நோக்கிய தமது பாதைகளை எவ்வாறு உருவாக்கிக் கொள்ளும் என்பது குறித்த ஓர் ஆய்வாக இக்கட்டுரை அமைந்துள்ளது. ரஷ்ய சிந்தனையாளரான ஹெர்த்சன் என்பாரைப் பின்பற்றி பியோதர் திகச்சோவ் என்பவர் எழுதிய ஒரு கட்டுரைக்குப் பதிலாக எங்கெல்ஸ் எழுதிய கட்டுரை இது.

ரஷ்ய விவசாயிகள் நிலத்தைச் சமூக உடமையாக வைத்துள்ளார்கள் என்ற தகவலை ஹெர்த்சன் மிகைப்படுத்தி விட்டார் என்று எங்கெல்ஸ் கருதுகிறார். ரஷ்யாவில் நிலம் சமூக உடமையாக உள்ளது என்ற "மெய்விவரத்தை உபயோகித்து ருஷ்ய விவசாயிகள் சோசலிசத்தின் உண்மையான ஊர்திகள்... பிறவிக் கம்யூனிஸ்டுகள்" என்றெல்லாம் ஹெர்த்சன், பகூனின், திகச்சோவ் போன்றோர் வர்ணிக்கத் தொடங்கி விட்டனர் என்று எங்கெல்ஸ் அவர்களை விமர்சிக்கிறார். கூட்டுடமை எனும் கருத்து ரஷ்ய விவசாயிகளுடைய மொத்த உலகக் கண்ணோட்டத்துடன் மிகவும் நெருக்கமாகப் பிணைந்திருக்கிறது, நம்முடைய மக்கள் சோசலிசத்துக்கு அதிக நெருக்கமாக இருக்கிறார்கள் என்று திகச்சோவும் எழுதுகிறார்.

கூட்டுடமை எனும் உறவு முறை இந்தியா முதல் அயர்லாந்து வரையில், ஜாவாவில் மலாய் மக்களிடையில், மிகச் சமீபகாலம் வரையில் ஜெர்மனியில், அதுபோலவே ரஷ்யாவிலும், பொதுவாகவும் தொடர்வரிசையாகவும் அங்கொன்றும் இங்கொன்றுமாகவும், எச்சங்களாகவும் சுவடுகளாகவும் நிலவி வந்துள்ளன என்பதை எங்கெல்ஸ் ஒத்துக்கொள்ளுகிறார். இருப்பினும் அவ்வகை நில

உறவுகள் விவசாய உற்பத்திக்குத் தடைகளாகவும் சுமைகளாகவும் சிதைவுகளாகவும் மாறிப்போயிருக்கின்றன என்பதை எங்கெல்ஸ் சுட்டிக்காட்டுகிறார். அவை கீழை எதேச்சாதிகாரம் எனும் ஓர் அரசமைப்பு முறைக்கு அடிப்படையாக அமைந்துள்ளன என்றும் எங்கெல்ஸ் குற்றம் சாட்டுகிறார். ருஷ்யாவிலும் கூட்டுடமை மலர்ந்து மணம் பரப்பிய காலக்கட்டம் எப்போதோ முடிந்து விட்டது என்று எங்கெல்ஸ் குறிப்பிடுகிறார்.

இக்கட்டுரையில் கீழைச் சமூகங்கள், அவற்றின் அரசமைப்புகள் பற்றிய எங்கெல்சின் விமர்சனங்கள் காத்திரமானவையாகவே உள்ளன. இருப்பினும் கட்டுரையின் பிற்பகுதியில் ரஷ்ய அறிஞரான நிக்கலாய் செர்னஷேவ்ஸ்கியை "ஹெர்த்சன்கள், திகச்சோவ்களைக் காட்டிலும் பன்மடங்கு சிறந்த சிந்தனையாளர்" எனச் சித்தரிக்கும் எங்கெல்ஸ் ரஷ்ய விவசாய சமூகம் பற்றிய அவரது கருத்துக்களை வழிமொழிகிறார். மார்க்ஸ் எழுதிய நூல்களில் ஒன்றைக்கூட செர்னஷேவ்ஸ்கி படிக்கவில்லை எனத் தெரிவிக்கும் எங்கெல்ஸ், மேற்கு ஐரோப்பிய நாடுகளுக்கும் ரஷ்ய நாட்டுக்கும் இடையில் சமூக அமைப்பில் நிலவும் பெரும் இடைவெளியைச் சுட்டிக்காட்டி, முதலாளியம் ஒரு விவசாய சமூகத்தில் எவ்விதமான பாதிப்புகளை ஏற்படுத்தி வருகிறது என்பதை அவருக்கே உரிய நோக்கிலிருந்து எடுத்துக்காட்டுகிறார்.

"மேற்கு நாடுகளில் தனிநபர் எல்லையற்ற உரிமைகளை அனுபவித்துப் பழகியிருக்கிறார்... நிலத்தில் சமூக உடைமையை இழந்ததால் மேற்கு நாடுகள் எத்தகைய பரிதாபகரமான விளைவுகளை சந்தித்திருக்கின்றன, மேற்கு நாடுகளின் மக்களினங்கள் இழந்ததை அவர்கள் திரும்பப் பெறுவது எவ்வளவு கடினமானது என்பதை நாம் காண்கிறோம். மேற்கு நாடுகளுடைய உதாரணத்தை நாம் கவனிக்காமல் இருந்துவிடக் கூடாது... மேற்கு நாடுகள் கடினமான நீண்ட பாதையின் மூலம் எந்த அமைப்பைக் கொண்டுவருவதற்குப் பாடுபடுகின்றனவோ, அது நம்முடைய நாட்டில் நம்முடைய கிராம வாழ்க்கையின் மகத்தான தேசிய மரபுகளில் இன்னும் நீடிக்கிறது." செர்னஷேவ்ஸ்கி ரஷ்ய சமூகத்தின் பொருளாதார நிலமைகளை மட்டுமின்றி, அச்சமூகத்தின் பண்பாட்டு ஆதாயங்களையும் பற்றிப் பேசுகிறார். ரஷ்யாவில் தல்ஸ்தோயும் தஸ்தயேவ்ஸ்கியும் பிறப்பெடுத்த சூழல்களை செர்னஷேவ்ஸ்கியின் சித்தரிப்பு எடுத்துக்காட்டுகிறது. மட்டுமின்றி 1917 புரட்சிகள் வரை செர்னஷேவ்ஸ்கியின் மதிப்பீடுகள் அர்த்தமுள்ளவையாக உள்ளன.

"எப்படி இருப்பினும் இதுதான் உண்மையாகும். மேற்கு ஐரோப்பாவில் முதலாளித்துவ சமூகம் தன்னுடைய சொந்த

வளர்ச்சியின் தப்பமுடியாத முரண்பாடுகளினால் சீர்குலைந்து அழிவை எதிர்நோக்குகின்ற நேரத்தில் ருஷ்யாவில் பயிரிடப்படுகின்ற நிலத்தில் அநேகமாக அரைப்பகுதி கிராம சமூகங்களில் கூட்டுடமையாக இருக்கிறது... ருஷ்யா முதலாளித்துவ அமைப்புக்கு மாறுவதற்காகத் தன்னுடைய கிராம சமூகத்தை அழிக்க வேண்டுமா, அல்லது தன்னுடைய சொந்த வரலாற்றுச் சிறப்புகளை வளர்த்துக் கொண்டு முதலாளித்துவ அமைப்பின் வேதனைகளுக்கு உட்படாமல் அதன் பலன்கள் அனைத்தையும் பெறமுடியுமா?" இங்கு செர்னஷேவ்ஸ்கி, எங்கெல்ஸ் என்ற இரண்டு சிந்தனையாளர்களின் குரல்களும் சேர்ந்து ஒலிக்கின்றன. இந்த உரையாடல் கீழைநாடுகளில் முதலாளியமல்லாத, குறுக்கப்பட்ட வளர்ச்சிப் பாதை ஒன்றுக்கான தேடலாக அமைகிறது. இது ஒரு சாத்தியமாக மட்டுமின்றி, தவிர்க்க முடியாததாகவும் உள்ளது என்று எங்கெல்ஸ் மேலும் எழுதுகிறார். இது ருஷ்யாவுக்கு மட்டுமின்றி, முதலாளித்துவத்திற்கு முற்பட்ட வளர்ச்சிக் கட்டத்தைச் சேர்ந்த எல்லா நாடுகளுக்கும் பொருந்தும் என்று எங்கெல்ஸ் கூறுகிறார். மார்க்சியத்தின் முதலாசிரியர்கள் தமது கோட்பாட்டை ஒற்றைப்படையாக எந்திரகதியில் பயன்படுத்தாமல், நாடுகளின் பிரத்தியேகப் பண்புகளுக்கேற்ப, நெளிவு சுழிவாக எப்படிக் கையாளுகிறார்கள் என்பதன் பிரத்தியட்சத்தை இங்கு காணுகிறோம். எங்கெல்சின் 'ருஷ்ய சமூக உறவுகளைப் பற்றிய' கட்டுரை ஒவ்வொருவரும் ஆழக் கற்றறிய வேண்டிய ஓர் எழுத்தாகும்.

•••

இத்தொகுதியின் பிற்பகுதியில் மார்க்ஸ் 1875ல் எழுதிய 'கோதா வேலைத்திட்டம் பற்றிய விமர்சனம்' என்ற வரைவு பதிப்பிக்கப் பட்டுள்ளது. 1875 ஆம் ஆண்டு ஜெர்மனியில் செயல்பட்டு வந்த இரண்டு தொழிலாளர் கட்சிகள் கோதா எனும் நகரில் ஒரே கட்சியாக இணையும் ஓர் 'ஒற்றுமை மாநாடு' நடந்தது. ஒன்றுபட்ட அக் கட்சிக்கான வேலைத்திட்டம் விவாதத்திற்காக முன்வைக்கப்பட்டது. மார்க்ஸ் புதிய வேலைத்திட்டத்தைத் தீவிரமான விமர்சனத்திற்கு உள்ளாக்கினார். தனது விமர்சனங்களை கட்சியின் தலைமைக்கு அனுப்பி வைத்தார். ஆயின் கட்சியின் தலைமை மார்க்சின் விமர்சனங் களை மாநாட்டில் முன்வைக்கவில்லை, அவற்றை விவாதத்திற்கு உட்படுத்தவும் இல்லை. மார்க்சின் விமர்சனங்கள் வெளியில் தெரியாமல் அமுக்கப்பட்டன. ஆயின் மார்க்சின் கருத்துக்களை வெளியில் கொண்டுவர வேண்டும் என்ற அழுத்தம் கட்சித் தலைமைக்கு எப்போதுமே இருந்து வந்தது. இறுதியாக 1891 ஆம் ஆண்டில் எங்கெல்ஸ் கட்சித் தலைமையிடமிருந்து மார்க்சின்

கையெழுத்துப் பிரதிகளைப் பெற்று அவற்றை வெளியிட்டார். மார்க்சின் எழுத்தை மறைத்தமைக்காக ஜெர்மன் சமூக சனநாயகத் தொழிலாளர் கட்சியின் தலைமை இன்றுவரை கடுமையான கண்டனத்திற்கு உள்ளாகி வருகிறது.

ஜெர்மன் சமூக சனநாயகக் கட்சியில் அந்நாட்களில் ஃபெர்டினான்ட் லஸ்ஸல் *(1825-1864)* என்பாரின் மிதவாதக் கருத்துக்கள் செல்வாக்கு செலுத்தி வந்தன. அரசு சோசலிசம் என்ற ஒரு கருத்துப் போக்கை அவர் பிரதிநிதித்துவப் படுத்தினார். நிலப்பிரபுக்கள் மற்றும் முதலாளிய வர்க்கங்களின் சார்பாக ஆட்சியிலிருந்த பிஸ்மார்க் என்பாருடன் நேரடியாகவோ மறைமுகமாகவோ உறவுகளை வைத்துக் கொள்ளும் அளவுக்கு அவர் சமரசவாதியாகச் செயல்பட்டார். தனது அரசு ஆதரவை ஒரு கொள்கை நிலைப்பாடாக வளர்த்தெடுக்கும் அளவுக்கு அவர் சென்றார். லஸ்ஸலின் மறைவுக்குப் பின்னரும் கூட அவரது பின்பற்றாளர்கள் லஸ்ஸலியம் என்ற பெயரில் தொழிலாளர்களுக் கிடையில் தமது கொள்கைகளைப் பரப்பி வந்தனர். அவர்களின் செல்வாக்கில் உருவாக்கப்பட்ட கோதா வேலைத்திட்டத்தையே மார்க்ஸ் தனது தீவிர விமர்சனங்களுக்கு ஆட்படுத்தினார்.

சோசலிச உருவாக்கத்தில் அரசாங்க அமைப்புக்கு முக்கிய பாத்திரம் உண்டு எனும் லஸ்ஸலிய கருத்து பூர்வீகத்தில் ஹெகலின் அரசு குறித்த கருத்தாக்கத்தில் வேர்கொண்டுள்ளது என ஆய்வாளர்கள் தெரிவிக்கின்றனர். அறிவுபூர்வமான சுதந்திரச் சிந்தனை நவீன சமூகத்தின் அரசு எனும் நிறுவனத்தில் தனது உச்சநிலையிலான வெளிப்பாட்டைக் கொண்டுள்ளது என்பது ஒரு ஹெகலியக் கருத்து. அரசு ஒரே நேரத்தில் அறிவின் வெளிப்பாடாகவும் வெகுமக்களின் தன்னுணர்வாகவும் விளங்குகிறது என்ற முடிவினை லஸ்ஸலியர்கள் ஹெகலிடமிருந்து பெற்றனர். சமூக உற்பத்தியில் அரசு தனது முழுக் கட்டுப்பாட்டினைக் கொண்டுள்ளது என்ற கருத்தை முன்வைத்த லஸ்ஸலியர்கள் உழைப்பையும் மூலதனத்தையும் அரசால் மட்டுமே சமரசப்படுத்த முடியும், இருதரப்பினரையும் அரசால் மட்டுமே பாதுகாக்க முடியும் என்பது போன்ற முடிவுகளுக்கு வந்தனர். அரசு எந்திரத்தை நவீன சமூகத்தின் அறநெறிகளின் வடிவமாகவும் அவர்கள் கண்டனர்.

கோதா வேலைத்திட்டத்தில் லஸ்ஸலியர்களால் வெளிப்படையாக அவர்களது அரசு குறித்த எல்லாக் கருத்துக்களையும் முன்வைக்க முடியவில்லை. இருப்பினும் தொழிலாளர்களின் அரசு குறித்த வரையறையில் அது சுதந்திரமான அரசு, மக்களின் அரசு என்பது

போன்ற சொற்களை அவர்களால் அறிமுகப்படுத்த முடிந்தது. இச்சொற்களில் வர்க்கரீதியான துல்லியம் இல்லை, இவை மேம்போக்காகவும் பொதுவானவையுமாக உள்ளன என்று மார்க்ஸ் விமர்சிக்கிறார். குறிப்பிட்ட இவ்விவாதத்திலேயே மார்க்ஸ், சோசலிசப் புரட்சிக்குப் பிறகான அரசு, "புரட்சிகரமான தொழிலாளி வர்க்க சர்வாதிகாரமாக அல்லாமல் வேறொன்றாக இருக்க முடியாது" என்ற முடிவுக்கு வருகிறார். அதுபோலவே, தொழிலாளர்களுக்கிடையில் அரசு உதவியுடன் கூட்டுறவு அமைப்புகளை உருவாக்க வேண்டும் எனும் முடிவினையும் லஸ்ஸலியர்கள் கோதா திட்டத்தில் இணைத்திருந்தனர். மார்க்ஸ் இதனை மிகத் தீவிரமாக ஆட்சேபித்தார். ஒரு வர்க்க இயக்கத்தின் பார்வை நிலையிலிருந்து கோதா திட்டம் பின்வாங்குகிறது என்று மார்க்ஸ் சுட்டிக்காட்டினார். அரசு குறித்த லஸ்ஸலியப் பார்வை பிற்போக்கானதாக இருப்பதாலேயே அரசு உதவியுடன் தொழிலாளர் கூட்டுறவு என்ற நிலைக்கு வழுக்குகின்றனர் என்று மார்க்ஸ் குறிப்பிடுகிறார்.

லஸ்ஸலியர்களின் அரசு சோசலிசம் என்ற கருத்தாக்கம் கோதா திட்டத்துடன் முடிந்து போய்விடவில்லை. ஹெகலில் தோற்றம் பெற்ற அரசு குறித்த பார்வை பின்னாட்களில் மாஸினி, போனபார்ட், பிஸ்மார்க் போன்ற ஆட்சியாளர்களால் மிக வஞ்சகமாக சோசலிசக் கருத்துடன் இணைக்கப்பட்டது என்ற காட்சியை நாம் பெறமுடிகிறது. அரசு சோசலிசம் இன்னும் கூடுதலாக அதிகாரவர்க்கத்தின் சோசலிசம் என்பதாகவும் பரிணமிக்க நேர்ந்தது. மார்க்சியம் அதன் தோற்றத்தில் மிக அடிப்படையான ஒரு சனநாயக சிந்தனை என்ற நிலையை அரசு சோசலிசம், அதிகாரவர்க்க சோசலிசம் போன்ற நிலைப்பாடுகள் தலைகீழாக மாற்றிவிடும் அபாயம் உள்ளது என்பதை லஸ்ஸலிய எடுத்துக்காட்டில் காணுகிறோம்.

தொகுதி ஒன்பதின் இறுதிப் பகுதியில் கார்ல் மார்க்ஸ் பற்றிய எங்கெல்சின் கட்டுரை ஒன்றும், மார்க்ஸ் மறைந்த போது எங்கெல்ஸ் ஆற்றிய உரையும் இணைக்கப்பட்டுள்ளன. அவை மிக எளிய மொழியில் மார்க்சின் அற்புதமான சாதனைகளை எடுத்துக் கூறுவனவாக உள்ளன என்பதை இங்கு சுட்டிக்காட்ட விரும்புகிறோம். ஒருவகையில் 9 வது தொகுதியின் கட்டுரைகள் காலவரிசையில் மார்க்சின் வாழ்க்கைக் காலத்தை (1883) நிறைவு செய்கின்றன.

மார்க்ஸ் எங்கெல்ஸ் தேர்வு நூல்கள்
தொகுதி 9க்கான அறிமுகவுரை

8

மார்க்ஸ், எங்கெல்ஸ் தேர்வு நூல்கள் பத்தாவது தொகுதி எங்கெல்சால் *1878* ல் எழுதப்பட்ட 'டூரிங்கிற்கு மறுப்பு' என்ற ஒரே நூலை முழுவதும் கொண்டுள்ளது. மார்க்சியத் தத்துவம், அரசியல் பொருளாதாரம், சோசலிசம் என்ற மூன்று பகுதிகளையும் முதன் முறையாக ஒரே நூலில் கொண்டுள்ளது என்பது இந்நூலின் சிறப்பு ஆகும். மூன்று பகுதிகளை இந்நூல் ஒன்றாக்கிக் காட்டியுள்ளது என்பதிலிருந்து இம்மூன்று பகுதிகளும் தான் மார்க்சியத்தின் மூன்று அடிப்படையான உட்பகுதிகள் என்பது இந்நூலின் அமைப்பின் வழி நிறுவப்பட்டுள்ளது. மார்க்சியத்தை 'முழுமை'யாகக் காட்ட எங்கெல்சின் இந்நூல் முயன்றுள்ளது. பகுதிகளிலிருந்து முழுமைக்கும், முழுமையிலிருந்து பகுதிகளுக்கும் செல்லக்கூடிய இரு சாத்தியப்பாடுகளை இந்நூல் ஏற்படுத்திக் கொடுக்கிறது.

பின்னாட்களில் 'மார்க்சியத்தின் மூன்று பகுதிகளும் அவற்றின் தோற்றுவாய்களும்' என்ற ஒரு சிறு நூலை லெனின் எழுதினார். அவர் எங்கெல்சின் நூலிலிருந்து கிடைத்த மார்க்சியத்தின் மூன்று பகுதிகள் என்ற பகுப்பு முறையை ஏற்றுக் கொண்டது மட்டுமல்லாமல் அம்மூன்று பகுதிகளின் தோற்றுவாய்களையும் அதே பகுப்பு முறையின் அடிப்படையில் பிரித்துக் காட்டியிருந்தார். இவ்வகையான பகுப்பு முறை முதலில் எங்கெல்சால் முன்மொழியப்பட்டு, பின்னால் லெனினால் வழிமொழியப்பட்டு மார்க்சியர்களின் வழக்கில் நிலைபெற்றுள்ளது என்பதனைக் காணுகின்றோம்.

இந்நூலுக்கு எங்கெல்ஸ் எழுதிய முகவுரை ஒன்றில் இந்நூல் தவிர்க்க இயலாத சூழல்களில் ஒரு 'கலைக்களஞ்சியம்' போன்ற வடிவத்தினை ஈட்டியுள்ளது என்று குறிப்பிடுகிறார். இந்நூல் எவ்கென் டூரிங் *(1833-1921)* என்ற ஒரு ஜெர்மானியச் சிந்தனையாளருக்குப் பதிலாக எழுதப்பட்டது. அன்றைய நாட்களில் ஜெர்மனியில் முளைத்த ஒவ்வொரு தத்துவவாதியும் அறிவாளிகளின் உலகத்திற்குள் நுழையும் போது "சூரியனுக்குக் கீழே உள்ள சகலவற்றையும் பற்றித்" தனது தத்துவம் பேசுகிறது என்பது போல, ஒரு மிகப் பெரிய தத்துவக் கட்டிடத்தைக் கட்டுவதை வழக்கமாகக் கொண்டிருந்தனர். ஒரு தத்துவ 'அமைப்பின்' தந்தையாக (System Building) ஒவ்வொருவரும்

தன்னை உருவகித்துக் காட்டுவர். அப்படித்தான் எங்கேன் டூரிங்கும் அறிவுலகத்தினுள் பிரவேசித்தார். டூரிங்கிற்குப் பதில் சொல்ல முனைந்த எங்கெல்சும் தவிர்க்க முடியாதபடி அவருடைய நூல்களின் அமைப்பு முறையைப் பின்பற்றினார் என்று சொல்ல வேண்டும். 'டூரிங்கிற்கு மறுப்பு' என்ற தலைப்பிடப்பட்ட இந்நூல் இவ்வாறாக ஒரு 'கலைக் களஞ்சிய' வடிவைப் பெற்றுள்ளது என்று கூறலாம். மார்க்ஸ், எங்கெல்ஸ் ஆகியோரிடமிருந்து அன்றைக்கு அறியப்பட்டிருந்த மார்க்சிய சிந்தனையின் அடிப்படையான கோட்பாடுகளை முதன் முறையாகத் தொகுத்து வழங்கும் நூலாக இது நமக்குக் கிடைக்கிறது.

'டூரிங்கிற்கு மறுப்பு' (Anti-Duhring) என்ற இந்நூலின் தலைப்பு பண்டைய கிரேக்கத்தில் வழங்கிய 'கேடோவிற்கு மறுப்பு' (Anti-Cato) என்ற ஒரு பழைய நூலின் தலைப்பைப் பின்பற்றுகிறது என்று ஆய்வாளர்கள் கருதுகிறார்கள். அது ஜூலியஸ் சீசரால் கேடோ என்ற கதாபாத்திரத்துடன் மேற்கொண்ட விவாதம் குறித்தது. எதிராளியின் பெயரை ஒளிவு மறைவு இன்றி குறிப்பிட்டு அவருக்கு மறுப்பாக, எதிராக என்ற சொல்லையும் கொண்டு அத்தலைப்பு அமைக்கப்படும் ஒரு மரபு கிரேக்க, ரோமாபுரிக் கலாச்சாரங்களில் உருவாகியிருந்தது. அந்த மரபையே எங்கெல்ஸ் இந்நூலில் கையாண்டுள்ளார் என்று தோன்றுகிறது. வெளிப்படையான, சமரசமற்ற விவாதம் என்ற வடிவத்தினை இது போன்ற தலைப்புகள் அறிவிக்கின்றன.

பிரெஞ்சு மார்க்சியரான லூயி அல்த்தூசர் அவர் எழுதிய நூல் ஒன்றுக்கு 'மார்க்சுக்கு ஆதரவாக (For Marx)' என்று பெயரிட்டார். அதுவும் ஒளிவுமறைவின்றி, தான் யாருக்கு ஆதரவு என்பதைத் தலைப்பிலேயே பகிரங்கமாக அறிவிக்கும் முறையைப் பின்பற்றுகிறது. நீதிமன்றங்களில் வாதிடும் போது, அல்லது சட்டசபைகளில் ஓட்டளிக்கும் போது, இதுபோன்ற பகிரங்க அறிவிப்புகளுக்கு ஒரு முக்கியத்துவம் உண்டு. அந்த மரபையே எங்கெல்சும் பயன்படுத்தியுள்ளார் என்பது சுவாரசியமானது.

இந்நூலில் பிரச்சினைக்கு உள்ளாக்கப்படும் எவ்கேன் டூரிங் என்பார் ஜெர்மன் சமூக சனநாயகவாதிகளிடையில் ஒரு குறிப்பிட்ட காலக்கட்டத்தில் பிரபலமடைந்தவர். இவர் ஒரு கதம்பவாதி (குழப்பவாதி, Eclectic) என்று எங்கெல்சால் குறிப்பிடப்படுகிறார். ஆகஸ்ட் கோன்ட் என்ற பிரெஞ்சு சிந்தனையாளரால் உருவாக்கப்பட்ட நேர்க்காட்சிவாதம் என்ற சிந்தனைப் பள்ளியைச் சார்ந்தவர் என்றும் அவர் அறியப்படுகிறார். நேர்க்காட்சிவாதம் எனும் தத்துவப் பள்ளி

நவீன விஞ்ஞானத்தின் அடிப்படைகளை ஏற்று, விஞ்ஞானக் கண்டு பிடிப்புகளுக்கான முறையியலை வழங்கும் தத்துவம் என அக்காலத்தில் பிரபலம் அடைந்திருந்தது. பல இயற்கை விஞ்ஞானிகள் விருப்புடன் நேர்க்காட்சிவாதத்தை ஆதரித்தனர். 19 ஆம் நூற்றாண்டின் கடைசி ஆண்டுகளில் நேர்க்காட்சிவாதமும் பொருள்முதல்வாதமும் ஒன்றே எனவும், நேர்க்காட்சிவாதமே பொருள்முதல்வாதத்தின் முன்னேறிய வடிவம் எனவும் பேச்சுக்கள் வெளிவரத் தொடங்கின. இன்னும் கூடுதலாக, மார்க்ஸ், எங்கெல்சின் காலத்திற்குப் பின்னால், மார்க்சியத்தினுள் நேர்க்காட்சிவாத செல்வாக்கு வலுவாக இருந்தது என்ற கருத்தும் சொல்லப்படுகிறது. இத்தகைய தத்துவப் பின்புலம் கொண்ட டூரிங்கைத் தான் எங்கெல்ஸ் தனது நூலில் எதிர்கொள்ளுகிறார்.

'டூரிங்கிற்கு மறுப்பாக' என்ற இந்நூலை மார்க்சியம் நேர்க்காட்சி வாதத்தை அதன் ஆரம்ப நாட்களில் எதிர்கொள்ளும் ஒரு சந்தர்ப்பமாகக் கொள்ளலாம். நேர்க்காட்சிவாதத்தை எங்கெல்ஸ் நேரடியாக எதிர்கொண்ட ஒரு சந்தர்ப்பமாகவும் கொள்ளலாம். பின்னால் லெனின் எழுதிய 'பொருள்முதல்வாதமும் அனுபவ விமர்சனவாதமும் (Materialism and Empirio Criticism)' என்ற நூலுக்கு ஒரு முன்னோடி நூலாக 'டூரிங்கிற்கு மறுப்பாக' என்ற இந்த நூலைச் சொல்ல வேண்டும். 'பொருள்முதல்வாதமும் அனுபவ விமர்சனவாதமும்' நூலிலும் லெனின் நேர்க்காட்சிவாதிகளைச் சந்திக்கிறார். மேற்கு ஐரோப்பிய நாடுகளிலும் ரஷ்யாவிலும் தோன்றிய நேர்க்காட்சிவாத விஞ்ஞானிகளுக்கும் தத்துவவாதிகளுக்கும் லெனின் அவரது நூலில் பதில் எழுதுகிறார்.

எவ்கேன், டூரிங் முதலான நேர்க்காட்சிவாதிகள் மார்க்சின் சிந்தனையை நிராகரிக்க முயற்சித்தனர். மார்க்சும் அவரது தோழரும் சோசலிச சிந்தனைக்கு ஒரு தத்துவார்த்த அடிப்படையை வழங்க முயற்சிக்கும்போது, டூரிங் அத்தத்துவார்த்த அடிப்படையைப் பலவீனப்படுத்த முயற்சித்தார். ஹெகலின் இயங்கியலை நேர்க்காட்சித் தன்மையற்ற மறைஞானம் (Mysticism) என விமர்சிக்கும் டூரிங் அதனைத் தவிர்த்த ஹெகலின் கருத்துமுதல்வாதமே பரவாயில்லை என அதனைப் பாராட்டுவார். அதுபோலவே, மார்க்ஸ் எங்கெல்சின் வரலாற்றுப் பொருள்முதல்வாதத்தை விமர்சித்து, நேர்க்காட்சி விஞ்ஞானங்கள் வழங்கும் 'பொருள் (Matter)' என்ற கருத்தாக்கத்தை முன்வைப்பார். நேர்க்காட்சித் தத்துவப் பார்வையில், எதார்த்தத்தின் தத்துவம் என்றும் இயற்கை விஞ்ஞானங்களின் தத்துவம் என்றும் டூரிங் தனது தத்துவத்திற்குப் பெயரிட்டார். வரலாற்றிலும் சமூகத்திலும்

தொழில்படும் பொருள்வகைச் சமூக உறவுகள் எனும் கருத்தாக்கத்தை நேர்க்காட்சியாளர்கள் ஏற்பது கிடையாது. மீண்டும் மார்க்சுக்கு முந்திய பொருள் எனும் கருத்தாக்கத்திற்கு அவர்கள் மீண்டு செல்ல விழைவார்கள்.

இயங்கியல் தத்துவத்திற்கு எங்கெல்சின் இந்நூல் முன்னுரிமை வழங்குகிறது. சோசலிசத்தை இயங்கியல் மெய்யான ஓர் அடித்தளத்தின் மீது அமர்த்துகிறது என்று எங்கெல்ஸ் குறிப்பிடுகிறார். மட்டுமின்றி, இயங்கியலின் மிகப்பெரிய சாட்சி இயற்கை என்று எங்கெல்ஸ் குறிப்பிடுவார். நவீன இயற்கை விஞ்ஞானங்களின் இயக்கவியல் பண்பை அவர் இந்நூலில் விரிவாக எடுத்துரைக்கிறார். உண்மையில் ‘டூரிங்கிற்கு மறுப்பு’ எனும் இந்நூல் தத்துவம், அரசியல் பொருளாதாரம், சோசலிசம் என்ற மூன்று பகுதிகளை மட்டும் கொண்ட நூல் அல்ல, இயற்கை விஞ்ஞானங்கள் என்ற பிறிதொரு பகுதியையும் சேர்த்து நான்கு பகுதிகளைக் கொண்டது எனச் சொல்லலாம். நேர்க்காட்சிவாத இயற்கைக்கு மாற்றாக இயங்கியல் இயற்கையை எங்கெல்ஸ் முன்வைக்கிறார். நவீன விஞ்ஞானங்களை மார்க்சியம் உள்வாங்க வேண்டும் என்ற உந்துதலில் எங்கெல்ஸ் தொழில்படுகிறார். பல்வேறு சொற்களால் எங்கெல்ஸ் இயங்கியலை விரிவாக்கிச் சொல்கிறார்.

“எதுவும் அப்படியே முன்பிருந்த விதமாகவே தொடர்ந்து இல்லாமல், யாவும் இயங்கிக் கொண்டும், மாறிக் கொண்டும், உருவாகி எழுந்து கொண்டும், மறைந்து சென்று கொண்டும் இருக்கக் காணுகிறோம்.”

“ஒவ்வொன்றும் இருந்து கொண்டும், அதே போழ்தில் இல்லாமலும் இருக்கிறது; ஏனெனில் ஒவ்வொன்றும் நிலைபாடற்றதாய் இருக்கிறது.”

“ஒவ்வொரு முரண்நிலையின் இரு துருவங்களும் - உதாரணமாய் நேர்நிலையும் எதிர்நிலையும் - எந்த அளவுக்கு ஒன்றுக்கொன்று எதிராய் இருக்கின்றனவோ அதே அளவுக்குப் பிரிக்க முடியாதனவாயும் இருக்கக் காணுகிறோம். எவ்வளவுதான் ஒன்றையொன்று எதிர்த்துக் கொண்ட போதிலும் பரஸ்பரம் அவை ஒன்றுள் ஒன்று ஊடுருவக் காண்கிறோம்.”

“காரணங்களும் விளைவுகளும் ஓயாமல் இடம்மாறி இங்கே இப்போது விளைவுகளாக இருப்பது அங்கே அப்போது காரணமாகவும் இதற்கு எதிர்மாறாகவும் அமையும்.”

“இயக்க மறுப்பியலாளருக்குப் பொருட்களும் அவற்றின் மனப் பிரதிமைகளும் கருத்தினங்களும் தனிமைப்பட்டனவாய் இருக்கின்றன;

ஒன்றன்பின் ஒன்றாகவும் ஒன்றிலிருந்து ஒன்று தனியாகவும் பரிசீலிக்கப்பட வேண்டியனவாகி விடுகின்றன. நிலையான கெட்டிப் பிடித்து இறுகிய, என்றென்றைக்கும் உறுதியாய் அப்படியே இருக்கத்தக்க பரிசீலனைப் பொருட்களாகி விடுகின்றன. ஒன்றுக்கொன்று சிறிதும் இணங்காத எதிரிடைகளில் தான் அவர் சிந்திக்கிறார். அவருடைய பேச்செல்லாம் 'ஆம்' அல்லது 'இல்லை' என்பதுதான். அதற்கு அதிகமான எதுவும் பாவத்தில் பிறந்தது. அவருக்கு ஒரு பொருள் இருப்பதாகவோ அல்லது இல்லாதத்தாகவோதான் இருக்க முடியும்; ஒரு பொருள் ஏக காலத்தில் அதுவாகவும் மற்றும் வேறொன்றாகவும் இருக்க முடியாது. நேர்நிலையும் எதிர்நிலையும் அறவே ஒன்றை ஒன்று விலக்கியே தீர வேண்டும்; காரணமும் விளைவும் ஒன்றுக்கொன்று இறுகிய முரண்நிலையிலேயே இருந்தாக வேண்டும்."

இங்கு இயக்க மறுப்பாளர்கள் என்று எங்கெல்ஸ் குறிப்பாக நேர்க்காட்சிவாதிகளை எனப் பொருள்கொண்டால் இந்நூலின் முழுச் சூழலும் நமக்கு வெளிப்படும்.

எங்கெல்ஸ் இயற்கை விஞ்ஞானங்களில் ஆர்வம் காட்டினார். 'இயற்கையின் இயங்கியல்' என்ற தலைப்பில் எங்கெல்சின் இயற்கை குறித்த கட்டுரைகளும் குறிப்புகளும் தனி நூலாகத் தொகுக்கப்பட்டு உள்ளன. 'டூரிங்கிற்கு மறுப்பு' எனும் இந்நூலில் டூரிங்கிற்குப் பதில் சொல்லும் பொருட்டு, எங்கெல்ஸ் இயற்கை விஞ்ஞானங்கள் குறித்த சில தத்துவ விவாதங்களை முன்னெடுத்துச் செல்கின்றார். 'இயக்கத்தின் வடிவங்கள்' என்ற கருத்தாக்கம் அவற்றில் குறிப்பிட்டுச் சொல்லத் தக்கது. எங்கெல்சைப் பொறுத்தமட்டில், இயக்கம் என்பது இயற்கை, சமூகம், வரலாறு ஆகிய எதார்த்தத்தின் அனைத்து வடிவங்களிலும் காணக்கிடைகிறது எனினும் அவற்றைக் குறிப்பிட்ட சில வகைமை களாகப் பிரிக்கலாம் என எங்கெல்ஸ் கருதுகிறார்.

இயக்கத்தின் வடிவங்கள் அல்லது வகைமைகள் என்ற தலைப்பின் கீழ் குறிப்பாக மூன்று வகைமைகளை எங்கெல்ஸ் பகுக்கிறார். அவை: உயிரற்ற இயற்கையின் இயக்கங்கள், உயிரினங்களின் உலகில் நிலவும் இயக்கங்கள் மற்றும் மானுட உலகில் வெளிப்படும் இயக்கங்கள். உயிரற்ற உலகினையும் அதன் இயக்கங்களையும் இன்னும் பல வகைமைகளாகச் சுட்ட முடியும். அவை முறையே புவியியல் இயக்கம், பௌதீக இயக்கம், ரசாயன இயக்கம். உயிரினங்களின் உலகில் தாவரயியல் இயக்கம், உயிரின இயக்கம் என்ற இரண்டு உண்டு. இறுதியாக மானுட உலகில் அல்லது சமூக வாழ்வில் அதன்

இயக்க வகைமைகளை சமூக வரலாற்று வளர்ச்சிக் கட்டங்களாகப் பிரித்துக் காட்டலாம். புராதன பொதுவுடமை, அடிமை முறை, நிலவுடமை முறை, முதலாளியம், சோசலிசம் எனச் சொல்லப்படும் ஐந்து சமூக உற்பத்தி முறைகளையும் சமூக இயக்கங்களின் வகைகள் என்று சுட்டலாம். ஆக, புவியியல் இயக்கம் தொடங்கி சமூக வரலாற்றின் வளர்ந்த கட்டம் வரையில் இயக்கங்களின் வகைமை களைப் பிரித்துக் காட்டலாம். வெறுமனே அவற்றைப் பிரித்துக் காட்டுவது மட்டுமின்றி, ஒவ்வொரு இயக்க வகைமையின் தனித்த பண்புகளை வரையறுத்துக் காட்ட முனைவோமெனில் அது மேலும் சிறப்பான ஓர் இயங்கியல் சாதனையாக அமைய முடியும். இயக்க வகைமைகள் ஒரே நேரத்தில் தங்களுக்குள் ஒருமை கொண்டன வாகவும் தமக்குள் வேறுபாடு கொண்டனவாகவும் எங்கெல்சால் முன்வைக்கப்படுகின்றன. ஒன்றிலிருந்து மற்றொன்றாக அவை மேலும் மேலும் சிக்கலான உள் அமைப்பை நோக்கி வளர்வனவாகச் சித்தரிக்கப்படுகின்றன. மனிதர்கள் சமூகமாக வாழும் அமைப்பு அதிகபட்ச சிக்கல் கொண்ட இயக்க வடிவம் (வகைமை) என்ற புரிதல் இங்கு முன்வைக்கப்படுகிறது.

இயக்கத்தின் பல வகைமைகள் என்ற கருத்தின் வழியாக மனித சமூக வரலாற்றுக்கு முந்திய இயற்கையின் வரலாற்றை எங்கெல்சால் வடிவமைக்க முடிகிறது. இயற்கையின் வரலாறு என்ற கருத்து புதியது. ஹெகல் இது பற்றிப் பேசியிருக்கிறார். ஆயின் விஞ்ஞானங்களின் குறிப்பிட்ட அளவு வளர்ச்சிக்குப் பிறகுதான் அது குறித்துப் பேச முடிந்திருக்கிறது. எல்லாவற்றையும் துல்லியமாக இணைக்கும் அளவுக்கு இன்னும் விஞ்ஞானங்கள் போதுமான அளவு வளர்ச்சி அடையவில்லை என்பதை எங்கெல்ஸ் ஒப்புக்கொள்கிறார். இருப்பினும் பல இடைவெளிகளை விஞ்ஞானங்கள் கடந்து வந்துள்ளன என்பதைச் சுட்டிக்காட்டுகிறார்.

குறிப்பாக பரிணாமக் கொள்கையை வரையறுத்த டார்வினைச் சொல்ல வேண்டும். அமீபா எனும் ஒரு செல் உயிரிலிருந்து உயிரினங்களின் பலதிசைப் பரிணாமம் என்ற மிக நீண்ட பரிணாமச் சங்கிலியை அவரால் கோர்த்துக் காட்ட முடிந்தது. அங்கக ரசாயனம் (Organic Chemistry or Carbon Chemistry) எனும் பிரிவு உயிரின் தோற்றம் எனும் இடைவெளியை இட்டு நிரப்பும் வேலையை வேகமாக நிறைவுபடுத்தி வருகிறது. எந்திரவியலிலிருந்து வெப்பம், வெப்பத்திலிருந்து மின்சாரம், மின்சாரத்திலிருந்து காந்த சக்தி போன்ற ஆற்றல் பரிமாற்றங்கள் இன்று பெருகிவருகின்றன. இவையெல்லாம் இயற்கையிலும் விஞ்ஞானத்திலும்

இயங்கியல் சாதனைகள். எங்கெல்சின் காலத்திற்குப் பிறகு, பொருளின் நுண்துகளான அணு உடைக்கப்பட்டு அது ஆற்றலாக மாற்றப்பட்ட மிகப்பெரும் சமபவம் நிகழ்ந்தது. மாற்றம் ஒன்றே நிரந்தரம் என்று மார்க்சியர்களால் சொல்லப்பட்ட கருத்தின் அடிப்படையில் விஞ்ஞானங்களின் வரலாற்றில் ஒரு புதுயுகம் பிறந்தது. இருபதாம் நூற்றாண்டில், உயிரின மரபணுக்களில் தலையீடு செய்து தேவையான மாற்றங்களை ஏற்படுத்தும் உயிரி தொழில்நுட்பம் (Bio Technology) மிக வேகமாக வளர்ச்சியடைந்த துறையாகும்.

ஏங்கெல்ஸ் 'டூரிங்கிற்கு மறுப்பாக...' எனும் நூலில் நேர்க்காட்சி வாதத்திற்கும் இயங்கியலுக்கும் இடையிலான மிகப்பெரிய விவாதம் ஒன்றைத் துவக்கிறார். அது 19 ஆம் நூற்றாண்டின் பிற்பகுதியிலிருந்து அடுத்து வந்த நூற்றாண்டிலும் தொடர்ந்தது.

பிற மார்க்சிய நூல்களில் காணக்கிடைக்காத சில அபூர்வமான தலைப்புகளில் எங்கெல்சின் கருத்துக்கள் இந்நூலில் கிடைக்கின்றன. எடுத்துக்காட்டாக, சாசுவத உண்மைகள் குறித்த மதிப்பீடு, உண்மை/தவறு, நன்மை/தீமை போன்ற எதிர்வுகளின் இயங்கியல், ஒழுக்கநெறி குறித்த வரையறை முதலானவை. இந்தப் பிரச்சினைகளில் எவ்கேன் டூரிங் தனது கருத்துக்களை அவரது நூல்களில் தாராளமாகக் குறிப்பிட்டு எழுதியிருப்பதால், எங்கெல்ஸ் சுருக்கமாகவேனும் அப்பிரச்சினைகளைப் பற்றி எழுதியுள்ளார். உண்மை/தவறு, நன்மை/தீமை ஆகியவை குறித்துப் போதுமான ஆய்வுகள் நடைபெறவில்லை என எங்கெல்ஸ் குறிப்பிடுகிறார்.

மேற்கு நாடுகளின் வரலாற்றில் கிறிஸ்தவ நிலப்பிரபுத்துவ ஒழுக்கம், பின்னர் அது இரண்டாகப் பிரிந்து, கத்தோலிக்க ஒழுக்கம், புரோட்டஸ்டண்ட் ஒழுக்கம் என்று பிளவுண்டது, அறிவொளி இயக்க ஒழுக்கம், நவீன முதலாளித்துவ ஒழுக்கம், பாட்டாளி வர்க்க ஒழுக்கம் என்ற ஐந்து வகை ஒழுக்க நெறிகளைக் காணமுடிகிறது என எங்கெல்ஸ் சுட்டிக்காட்டுகிறார்.

ஒழுக்கநெறிகளைப் பற்றி எங்கெல்ஸ் சில முக்கியமான பொது முடிவுகளையும் இந்நூலில் வழங்குகிறார். "வரலாற்றுக்கும் நாடுகளிடையிலான வேற்றுமைகளுக்கும் அப்பாற்பட்டு நிற்பவை என்ற சாக்கில் ஒரு சாசுவதமான என்றென்றும் மாற்றவொண்ணா அறநெறி விதி என்ற முறையில் ஏதேனும் ஓர் ஒழுக்க நெறிச் சூத்திரத்தை எம்மீது திணிக்க நடத்தும் ஒவ்வொரு முயற்சியையும் நாம் நிராகரிக்கிறோம். ...இதுகாறும் உள்ளதான எல்லா ஒழுக்கநெறித்

தத்துவங்களும் அந்தந்தக் காலங்களில் நிலவிய சமூகத்தின் பொருளாதார நிலைமைகளின் விளைவே என்று மெய்ப்பித்து நாம் நிலை நிறுத்துகிறோம். சமூகம் இதுவரையில் வர்க்கப் பகைமைகளிலேயே இயங்கி வந்திருப்பதால், ஒழுக்கநெறி எப்பொழுதுமே வர்க்க ஒழுக்கநெறியாக இருந்து வந்துள்ளது."

ஒழுக்கநெறி, சட்டம் ஆகிய துறைகள் நவீன சமூகத்தில் அதிகப் பிரபலம் அடைந்துள்ள சுதந்திரம் எனும் கருத்தாக்கத்தோடு தொடர்பு கொண்டவை என்பதைச் சுட்டிக்காட்டும் எங்கெல்ஸ், தொடர்ந்து ஹெகலியத்தை முன்மொழிந்து சுதந்திரம் என்பதனை வரையறுக்கிறார். சுதந்திரத்திற்கும் தேவைக்கும் இடையிலான உறவை ஹெகல்தான் முதலில் கண்டறிந்தார் என்று எங்கெல்ஸ் தொடங்குகிறார். "தேவை, அதைப் புரிந்து கொள்ளாத வரையில் மட்டுமே குருடாக இருக்கிறது" என்கிறார் ஹெகல். எனவே சுதந்திரம் என்பது, "விஷயம் பற்றிய அறிவுடன் முடிவுகளைச் செய்யும் ஆற்றல்... இயல்பான தேவை பற்றிய அறிவின் மீது அடிகோலப்பட்ட ஒரு கட்டுப்பாடு... அது வரலாற்று வளர்ச்சியின் விளைவாகும்... கலாச்சாரத்தின் ஒவ்வொரு படியும் சுதந்திரத்தை நோக்கிய ஒரு படியாகும்". மாறாக, முரண்பாடு களுக்கிடையில் தன்னிச்சையாகத் தேர்வு செய்யும் நிச்சயமின்மை என்பது அறியாமையை அடிப்படையாகக் கொண்டுள்ளது என்கிறார்.

இயங்கியலின் முக்கியமான கருத்தாக்கங்களான முரண்பாடு, அளவு மாற்றமும் பண்பு மாற்றமும், நிலை மறுப்பும் நிலை மறுப்பும் ஆகியன குறித்து எங்கெல்ஸ் 'டூரிங்கிற்கு மறுப்பு' எனும் நூலில் விரிவாகப் பேசுகிறார்.

இயங்கியலில் மையக் கருத்தான முரண்பாடு என்பதனை டூரிங் பயனற்றது என்றும் அபத்தம் என்றும் கூறி அவற்றை நிராகரிக்கிறார். அது மாயாவாதத்திலிருந்து கடன் வாங்கப்பட்ட கருத்து என்று டூரிங் கருதுகிறார். பொருட்களை அவற்றின் இயக்கம், மாற்றம், அவற்றின் வாழ்க்கை, பரஸ்பரச் செல்வாக்கு ஆகியவற்றுடன் வைத்துப் பார்க்கும் போது, அவை முரண்பாடுகளை இயக்கத் துடிப்பாகக் கொண்டுள்ளன என்பதை நாம் அறிகிறோம், இயக்கம் என்பதே முரண்பாடாகும் என்று எங்கெல்ஸ் குறிப்பிடுகிறார்.

அளவு மாற்றம், பண்பு மாற்றம் என்பது குறித்தும் நிலைநிறுத்தலும் நிலைமறுத்தலும் குறித்தும் எங்கெல்ஸ் நீண்ட கட்டுரைப் பகுதிகளை இந்நூலில் வழங்கியுள்ளார். இயற்கை விஞ்ஞானங்கள், தினசரி வாழ்க்கை, சமூக வரலாறு ஆகியவற்றிலிருந்து எங்கெல்ஸ் பல

எடுத்துக்காட்டுக்களைச் சுட்டி இக்கட்டுரைப் பகுதிகளை எழுதியுள்ளார். 'டூரிங்கிற்கு மறுப்பு' நூலில் மார்க்சிய தத்துவம் குறித்த முதல் பகுதி மட்டும் சுமார் 150 பக்கங்களைத் தாண்டுகிறது. குறிப்பாக இயங்கியல் குறித்த விரிவான வாசிப்புக்கு உரிய பகுதிகள் இவை.

அரசியல் பொருளாதாரம் எனும் அதன் இரண்டாம் பகுதி, அரசியல் பொருளாதாரம் என்றால் என்ன? என்ற வரையறையுடன் தொடங்குகிறது.

"அரசியல் பொருளாதாரம் அதன் விரிவான பொருளில், மனித சமுதாயத்தின் பொருளாயதப் பிழைப்புச் சாதனங்களின் உற்பத்தி மற்றும் பரிவர்த்தனையினை ஆளுமை செய்யும் விதிகளின் விஞ்ஞானமாகும்... எந்த நிலைமைகளின் கீழ் மனிதர்கள் உற்பத்தியும் பரிவர்த்தனையும் செய்கிறார்களோ, அவை நாட்டுக்கு நாடும், ஒவ்வொரு நாட்டுக்கு உள்ளேயும், தலைமுறைக்குத் தலைமுறையும் வேறுபடுகின்றன. எனவே அரசியல் பொருளாதாரம் எல்லா நாடுகளுக்கும் எல்லா வரலாற்று சகாப்தங்களுக்கும் ஒரே தன்மையுடையதாக இருக்க முடியாது... அரசியல் பொருளாதாரம் என்பது சாராம்சத்தில் ஒரு வரலாற்றுத் துறை விஞ்ஞானமாகும்."

இந்நூலில் முன்வைக்கப்படும் அரசியல் பொருளாதாரம், "முதலாளித்துவ உற்பத்தி முறை பற்றிய சோசலிச விமர்சனத்துடன், அதாவது அதன் விதிகளை அவற்றின் எதிர்மறை அம்சங்களில் அம்பலப்படுத்தி, இந்த உற்பத்தி முறை அதன் சொந்த வளர்ச்சியின் காரணமாகவே தன்னைத்தானே அசாத்தியமாக்கிக் கொள்ளும் ஒரு கட்டத்தை நோக்கி முடுக்கிச் செல்கிறது என்பதை எடுத்துக்காட்டுவதுடன் முடிவுறுகிறது." முதலாளித்துவ உற்பத்தி முறை பற்றிய சோசலிச விமர்சனம் என்ற சொற்கள் இங்கு முக்கியமானவை. முதலாளியம் பற்றிய வியாக்கியானம் அல்ல, அதனை எப்படி மாற்றுவது என்ற நோக்கிலான விமர்சனத்திற்கு எங்கெல்ஸ் முன்னுரிமை வழங்குகிறார்.

அரசியல் பொருளாதாரம் குறித்த தனது எழுத்துக்களில் எவ்கேன் டூரிங், ஒரு சவாலான பிரச்சினையை முன்வைத்துப் பேசுகிறார். வரலாற்றில் பலப்பிரயோகம் (Force, Violence, Power, Oppression, Politics, State) எனும் பிரச்சினை குறித்தது அது. சமூக வாழ்வில் அடிப்படையாக அமைவது அரசியலா, பொருளாதாரமா? என்ற கேள்வியோடு நேரடியாகத் தொடர்பு கொண்ட பிரச்சினை இது. வரலாற்றில் அரசு எப்போது ஏன் தோன்றியது? அதன் பாத்திரம் என்ன? போன்ற கேள்விகளோடும் தொடர்புடைய பிரச்சினை இது.

தொழிலாளர் இயக்கத்தில் அராஜகர்கள் தொடங்கி சமீபகாலங்களில் பின்னை நவீனத்துவவாதிகள் வரை இப்பிரச்சினை மீண்டும் மீண்டும் பேசப்பட்டுள்ளது.

டானியல் டெஃபோ என்ற புகழ்பெற்ற எழுத்தாளரின் ராபின்சன் குரூசோ, ஃபிரைடே என்ற இரு கதாபாத்திரங்களைத் தனது அரசியல் பொருளாதாரக் கோட்பாட்டுக்கு டூரிங் ஆதாரமாகக் கொள்ளுகிறார். கப்பல் உடைந்து ராபின்சன் குரூசோ ஒரு தீவுக்குள் மாட்டிக் கொள்ளுகிறார். அந்த தீவில் வாழ்ந்த ஆதிவாசி மனிதர் ஒருவரை ராபின்சன் சந்திக்கிறார். இருவரும் இணைந்து அத்தீவில் அலைந்து திரிகின்றனர். படிப்படியாக அவர்கள் இருவருக்கும் இடையிலான உறவுகள் மாற்றமடைகின்றன. நவீன ஐரோப்பிய மனிதனான ராபின்சன் எஜமானனாகவும் ஆதிவாசி மனிதனான ஃபிரை டே அடிமையாகவும் ஆகின்றனர். இரு மனிதர்களுக்கு இடையிலான முதன்மையான உறவு ஆண்டான்-அடிமை உறவு அல்லது பலப்பிரயோகத்தை அடிப்படையாகக் கொண்ட உறவு (ஒடுக்குமுறை உறவு) என்று டூரிங் சித்தரிக்கிறார். பலப்பிரயோக ஒடுக்குமுறை உறவுகளும் உடமை உறவுகளும் இரட்டைப் பிறவிகள் என்றும் எவ்கேன் டூரிங் குறிப்பிடுகிறார்.

டூரிங்கின் இரண்டு கதாபாத்திரங்களை எங்கெல்ஸ் கேலியாக முதல் ஆதாம், இரண்டாம் ஆதாம் என்று பெயரிடுகிறார். முதல் ஆதாமுக்கு இரண்டாம் ஆதாம் அடிமையாகிறார். அதாவது அடிமைப் படுத்தலே ஆதாமின் முதற்பாவம் (Origin Sin). உலக வரலாறு இந்த முதல் பாவத்தின் மீது நிற்கிறது. இன்று வரை வரலாற்றில் நடந்துள்ள எல்லாக் கொடூரங்களுக்கும் இதுவே அடிப்படை, தொடக்கம். டூரிங், அவருக்கே உரிய ஒற்றைக் கோட்பாட்டைக் கொண்டு மொத்த வரலாற்றையும் விளக்குவது எனும் முறையியலை இங்கு பயன்படுத்தி யுள்ளார். கற்பனையாகப் புனையப்பட்ட இரண்டு மனிதர்களின் உறவை உலக வரலாறு குறித்த கோட்பாட்டு விளக்கங்களுக்குப் பயன்படுத்தலாமா? என்ற கேள்வியை எங்கெல்ஸ் எழுப்புகிறார். காத்திரமான காரியங்களைப் பேசி விவாதிக்க விரிந்த அளவிலான ‘சமூகப் புலப்பாடு’ தேவையாகிறது என்று எங்கெல்ஸ் குறிப்பிடுகிறார்.

“பலப்பிரயோகம் சுரண்டலைப் பாதுகாக்கிறதே தவிர அதை ஏற்படுத்துவதில்லை” என்ற துல்லியமான கருத்து நிலையை எங்கெல்ஸ் வெளிப்படுத்துகிறார். “மூலதனத்திற்கும் கூலி உழைப்புக்கும் இடையிலான உறவே தொழிலாளி சுரண்டப்படுவதற்கான அடிப்படை என்பதையும் இது முற்றிலும் பொருளாதாரக் காரணங்களால்

விளைக்கப்பட்டது, பலப்பிரயோகம் மூலம் அல்லவே அல்ல என்பதையும்" எங்கெல்ஸ் எடுத்துக்காட்டுகிறார்.

சுரண்டல் என்பது ஊதியமில்லாத உழைப்பு சம்பந்தப்பட்டது. முதலாளி தொழிலாளிக்கு முழு ஊதியத்தையும் ஏன் வழங்கவில்லை என்பது முதலாளியப் பொருளாதாரம் தொடர்பு கொண்ட பிரச்சினை. ஆயின் டூரிங் அதனை ஒழுக்க நெறி சார்ந்த பிரச்சினையாக்குகிறார். பலப்பிரயோகம் என்ற சொற்பயன்பாடு பொருளாதாரச் சுரண்டல் எனும் செயல்பாட்டைக் 'கொள்ளையடித்தல்' எனும் சம்பவமாக மாற்றுகிறது. இதுவும் ஏற்புடையதல்ல. களவு அல்லது கொள்ளை யடித்தல் என அமைப்புரீதியான பொருளாதார நிகழ்வுகளைக் குறைத்துக் காட்டுதல் சரியல்ல என்று எங்கெல்ஸ் விளக்குகிறார். மார்க்சியம் வரலாற்றின் பல்வேறு சமூகக் கட்டங்களை அவற்றின் பொருளாதார உறவுகளைக் கொண்டு ஆய்வு செய்கிறது. ஒவ்வொரு சிறிய பெரிய கட்டங்களிலும் ஏற்படும் மாற்றங்களை அதே பொருளாதாரக் காரணிகளைக் கொண்டு விளக்குகிறது. ஒரு சமூக மாற்றம் அல்லது புரட்சி நிகழ வேண்டுமெனில் அது பொருள்வகை முரண்பாடுகளின் வேர்கொண்டிருக்க வேண்டும், ஒழுக்க உணர்வுகளில் அல்ல. பொருள்வகை ஆற்றல் கொண்ட வர்க்கம் திரள வேண்டும். இவையெல்லாம் டூரிங்கின் பலப்பிரயோகம் பற்றிய கோட்பாட்டுக்கு எங்கெல்ஸ் முன்வைக்கும் பதில்கள். இன்னும் பல வரலாற்று எடுத்துக்காட்டுக்களையும் முன்வைத்து எங்கெல்ஸ் தனது விளக்கங்களை வளர்க்கிறார்.

டூரிங் தொடர்ந்து பேசும்போது, அரசியல் உறவுகளை அடிப்படையானவை என்றும் பொருளாதார உறவுகளை விளைவுகள் அல்லது விசேடங்கள் என்றும் வகைப்படுத்துகிறார். அரசியலின் ஒரு மறைமுகமான, பிற்போக்கான வடிவம் பொருளாதாரம் என்றும் விளக்குகிறார். ராபின்சன் குரூசோ ஃபிரை டேயை அடிமையாக்கிய போது, அது ஒரு பலப்பிரயோகச் செயல், அது ஓர் அரசியல் செயல் என்கிறார். இந்த விளக்கங்களுக்குப் பதில் கூறும் எங்கெல்ஸ், வரலாற்றை அரச குடும்பங்களின் வரலாறாகக் காணும் பழைய வரலாற்று முறை இது எனக் குற்றம் சாட்டுகிறார். இவர் அவரை அடிமைப்படுத்தினார், இவர் தோல்வியுற்றார் அவர் வெற்றி பெற்றார் என்பவற்றைத் தாண்டி பழைய வரலாற்றாசிரியர்கள் வேறு எதனையும் வரலாறு என ஒத்துக் கொண்டது கிடையாது. ஆயின் சமூக வரலாறு என்பதில் உற்பத்தி, பகிர்வு, பரிவர்த்தனை, உற்பத்தி சாதனங்கள், உற்பத்தி உறவுகள் ஆகியவற்றால் நிலைபெறும் வரலாறு போன்றவை

அடங்கும். வரலாற்றில் பொருளாதார நலன்களை முன்வைத்து வர்க்கங்கள் மோதிக் கொள்ளுகின்றன. பலப்பிரயோகம் வெறும் சாதனம் மட்டுமே, பொருளாதார நலனே நோக்கம். 'கையில் வாளுடன்' ராபின்சன் குரூசோ ஃபிரை டேயை அடிமைப்படுத்தினார் என்று டூரிங் எழுதுகிறார். ஆயின் அடிமைத்தனம் சாத்தியமாவதற்கு முன்னால் உற்பத்தியில் ஒரு குறிப்பிட்ட வளர்ச்சி நிலை தோன்றி யிருக்க வேண்டும். பண்டைப் பொதுவுடமைச் சமுதாயத்தில் அடிமைத்தனம் கிடையாது, தனிவுடமை தோன்றிய பிறகே அடிமைத்தனம் மற்றும் களவு ஆகியவை சாத்தியம். மார்க்சின் ஆய்வுகளின் படி, "உடமை என்பது முதலாளி மற்றவர்களின் விலை தரப்படாத உழைப்பை அல்லது அதன் உற்பத்திப் பொருளைப் பறித்துக் கொள்ளும் உரிமையாகவும், தொழிலாளியைப் பொறுத்த வரை தனது சொந்த உற்பத்திப் பொருளையே சுவீகரிப்பதற்குச் சாத்திய மற்ற நிலையாகவும்" உள்ளது. எங்கெல்ஸ் மார்க்சின் மூலதனம் நூலில் அமைந்துள்ள உடமை குறித்த விளக்கத்தை எடுத்து இங்கு பயன்படுத்தியுள்ளார். எனவே வரலாற்றின் எல்லாக்கட்டங்களிலும் பொருளாதார உறவுகளை அரசியல் சூழல்களை விட அடிப்படையான பாத்திரம் வகிக்கின்றன என்பதை 'டூரிங்கிற்கு மறுப்பாக' நூலின் அரசியல் பொருளாதாரம் பகுதியில் உறுதியாக எடுத்து நிறுவுகிறார்.

எது நிர்ணயமானது, அரசியலா, பொருளாதாரமா? என்ற இப்பகுதி எங்கெல்சின் நூலில் முக்கியமான, மிகவும் பயனுள்ள ஒரு விவாதத்தை முன்னெடுத்துச் செல்கிறது. இன்னும் கூடுதலாக மார்க்சின் அடிப்படையான பொருளாதாரக் கருத்தாக்கங்களையும் எங்கெல்ஸ் இப்பகுதியில் தெளிவுபடுத்துகிறார். அரசியல் பொருளாதாரம் என்ற அறிவுத்துறை அதன் விமர்சன வடிவில் எவ்வாறு உருவானது என்பதை இந்நூலில் மார்க்சின் ஒரு கட்டுரை விளக்குகிறது.

'டூரிங்கிற்கு மறுப்பு' எனும் இந்நூலின் மூன்றாவது பகுதி சோசலிசம் குறித்தது. அது தனி ஒரு நூலாகவே மார்க்ஸ் எங்கெல்ஸ் தேர்வு நூல்கள் வரிசையில் தொகுதி *11*ல் சேர்க்கப்பட்டுள்ளதால், அது குறித்த எனது அறிமுகவுரை அதே தொகுதியின் முகப்பில் இடம் பெற்றுள்ளது. இந்நிலையில் தொகுதி *10* குறித்த அறிமுகவுரையை இங்கு நாம் நிறைவு செய்வோம்.

மார்க்ஸ் எங்கெல்ஸ் தேர்வு நூல்கள்
தொகுதி 10க்கான அறிமுகவுரை

9

மார்க்ஸ் எங்கெல்ஸ் நூல்களின் 11 ஆம் தொகுதி நான்கு பாகங்களைக் கொண்டுள்ளது.

முதல் பாகம், 'கற்பனாவாத சோசலிசமும் விஞ்ஞான சோசலிசமும்' எனும் பிரெடெரிக் எங்கெல்சின் அதிகம் அறியப்பட்ட நூலைக் கொண்டுள்ளது. இது 1880 ல் வெளியான நூல்.

இரண்டாவது பாகம், 'கூலி முறை' எனும் தலைப்பைக் கொண்டுள்ளது. ஆங்கிலேயத் தொழிற்சங்க வார இதழான The Labour Standard என்ற பத்திரிக்கையில் எங்கெல்ஸ் எழுதிய தலையங்கங்களின் தொகுப்பு இப்பகுதி. இவை அரசியல் பொருளாதார மற்றும் தொழிற்சங்க இயக்கங்களின் உடனடிப் பிரச்சினைகளைப் பற்றியவை.

மூன்றாவது பாகம், 1848-1849 ஆம் ஆண்டுகளில் மார்க்ஸ் புதிய ரைன்லாந்து பத்திரிக்கையின் ஆசிரியராகப் பணி புரிந்த சூழல்களை விவரிக்கும் கட்டுரையைக் கொண்டுள்ளது. அது 'கம்யூனிஸ்ட் அறிக்கை' வெளிவந்த காலத்தை உடனடியாக அடுத்துவந்த ஆண்டுகள். அவ்வாண்டுகளில் ஜெர்மனியிலும் பிரான்சிலும் குடியரசு வேண்டி மக்கள் புரட்சிகளில் ஈடுபட்டனர். அப்புரட்சிகளில் மார்க்சும் எங்கெல்சும் நேரடியாகப் பங்கேற்றனர். மார்க்ஸ் மரணமடைந்த ஓராண்டைக் குறிக்கும் இக்கட்டுரையை எங்கெல்ஸ் 1884 ல் எழுதினார். இது வரலாற்று ஆவணப் பண்பு கொண்ட ஒரு கட்டுரை.

இத்தொகுதியின் நான்காவது பாகமாக அமைந்துள்ள மற்றொமொரு நீண்ட கட்டுரை 'கம்யூனிஸ்டுகள் சங்கத்தின் வரலாறு' குறித்தது. இக்கட்டுரையில் குறிப்பிடப்படும் 'கம்யூனிஸ்டுகள் சங்கத்'தின் சார்பாகத்தான் மார்க்சும் எங்கெல்சும் 'கம்யூனிஸ்ட அறிக்கை'யை எழுதி வெளியிட்டார்கள். இக்கட்டுரையும் வரலாற்று ஆவண மதிப்பு கொண்டது. பிறிதொரு சிறுநூலுக்கு அது எங்கெல்சால் முன்னுரையாக 1885 ல் எழுதப்பட்டது.

ஆக, இத்தொகுதியில் இடம் பெறும் நான்கு பாகங்களுமே எங்கெல்சால் எழுதப்பட்டவை. 1880 முதல் 1885 வரையிலான காலத்துக்குச் சொந்தமானவை.

•••

'கற்பனாவாத சோசலிசமும் விஞ்ஞான சோசலிசமும்' எனும் இந்நூல் எங்கெல்ஸ் எழுதிய பிறிதொரு நூலான 'டூரிங்கிற்கு மறுப்பு...' எனும் பெரிய நூலின் ஒரு பகுதியாக, அதன் மூன்று இயல்களாக அமைந்தவை. 1880ல் இப்பகுதியின் எளிமை மற்றும் முக்கியத்துவம் கருதி இது ஒரு தனிநூலாக முதலில் அதன் பிரெஞ்சு மொழிபெயர்ப்பில் வெளியானது. இந்நூல் தொழிலாளர்களாலும் அறிஞர்களாலும் விரும்பி வாசிக்கப்படுகிறது என்ற கருத்து உருவானதால் இந்நூல் மீண்டும் மீண்டும் பல பதிப்புகளைச் சந்தித்தது.

மார்க்சியத்தின் மூன்று பகுதிகள் என மார்க்சிய மெய்யியல், அரசியல் பொருளாதாரம், சோசலிசம் ஆகியவற்றைச் சொல்லுவார்கள். மார்க்சியத்தின் 'முப்பெரும் படைகள்' என்று கூட சில அறிஞர்கள் அவற்றைச் சுட்டிக்காட்டுவார்கள். எவ்கேனி டூரிங் என்ற பெர்லின் பல்கலைக்கழக பேராசிரியரின் நூலை விரிவாக விமர்சித்து எங்கெல்ஸ் எழுதிய 'டூரிங்கிற்கு மறுப்பு...' எனும் நூலில் மார்க்சியத்தின் மூன்று பகுதிகள் என அவற்றை அவர் வரிசைப்படுத்தியிருந்தார். அம்மூன்று பகுதிகளையும் மூன்று இயல்களாக அவர் பிரித்துக் காட்டி, அவை ஒவ்வொன்றின் கோட்பாடுகளையும் விளக்கிக்காட்டியிருந்தார். அம்மூன்று பகுதிகளில் ஒன்றான சோசலிசம் என்ற பகுதியே 'கற்பனாவாத சோசலிசமும் விஞ்ஞான சோசலிசமும்' என்ற தலைப்பில் தனிநூலாக இங்கு இடம்பெறுகிறது.

இந்நூலைப் பற்றி எழுதும்போது, இது ஒரு பிரச்சார நூலாக எழுதப்பட்டது என்று ஓர் அறிமுகத்தைத் தருவது வழக்கமாக உள்ளது. ஆயின் பிரச்சார நோக்கம் என்பதைக் கடந்த சில பின்புலங்கள் இந்நூலுக்கு உள்ளன என்பதை முதலில் குறிப்பிட்டாக வேண்டும். 19 ஆம் நூற்றாண்டின் முற்பகுதியில் ஐரோப்பாவில் நிலவிய கற்பனாவாத சோசலிசங்களிலிருந்து மார்க்சியத்தின் விஞ்ஞான சோசலிசம் எப்படித் தோன்றியது? என்ற வரலாற்றுத் தருக்கவியலை இந்நூல் முன்வைக்கிறது. ஹெகல், ஃபாயர்பாக் போன்றோரிலிருந்து இயங்கியல் மற்றும் வரலாற்றுப் பொருள்முதல்வாதம் தோன்றியது போல், ஆங்கிலேயப் பொருளாதாரக் கோட்பாடுகளை விமர்சித்து மார்க்சின் அரசியல் பொருளாதாரம் பிறப்பெடுத்தது போல், பிரான்சிலும் ஆங்கிலேய நாட்டிலும் நிலவிய கற்பனாவாத சோசலிசங் களோடு விமர்சனரீதியாகத் தொடர்புகொண்ட நிலையில் மார்க்சின் சோசலிசம் பிறந்தது என்ற ஒரு வரலாற்றை, அதன் தருக்கவியலை எங்கெல்ஸ் இந்நூலில் பதிவு செய்கிறார். இது ஒரு கோட்பாட்டு வேலை; வெறும் பிரச்சார வேலையல்ல.

எங்கெல்சே கூட இந்நூல் பிரச்சார நூலாக முடியுமா? என்ற கேள்வியை ஒரு முன்னுரையில் எழுப்பியுள்ளார். "எவ்வாறாயினும், உடனடியான வெகுசன பிரச்சாரத்திற்காக இது எழுதப்படவில்லை. முழுமையும் அறிவுத்துறை சார்ந்த இப்படைப்பு வெகுசனப் பிரச்சாரத்திற்கு எவ்வாறு பொருத்தமுடையதாக இருக்கும்?"

சோசலிசக் கோட்பாட்டின் வரலாற்று உருவாக்கத்தைப் பற்றி இந்நூலில் எழுதும்போது, அதனை எங்கெல்ஸ் சில இயற்கை விஞ்ஞான வளர்ச்சி நிலைகளோடும் புதிய கண்டுபிடிப்புகளோடும் தொடர்புபடுத்துகிறார். இன்னும் கூடுதலாக, ஜெர்மானிய செவ்வியல் தத்துவத்தின் உயிரோட்டமான பகுதியான இயக்கவியலுடன் உறவுபடுத்துகிறார். இந்த இடத்தில் எங்கெல்ஸ், சோசலிசத்திற்கான உழைக்கும் மக்களின் போராட்டத்தை இயக்கவியல் சிந்தனையின் வழியாக மட்டுமே சரியாகப் புரிந்துகொள்ளமுடியும் என்ற ஒரு முக்கியமான கருத்தை முன்வைக்கிறார். "பாட்டாளிகளுக்கும் பூர்ஷ்வாக்களுக்கும் இடையிலான வர்க்கப் போராட்டத்தில், வரலாற்றுப் பொருள்முதல்வாதத்தின் கையாளுகை இயக்கவியல் சிந்தனை வழியாக மட்டுமே சாத்தியப்படும்" என்கிறார். இங்கு சோசலிசம், வரலாற்றுப் பொருள்முதல்வாதம், இயங்கியல் ஆகிய மூன்று கோட்பாட்டுத் தளங்களுக்கிடையிலான உள்ளீடான பரஸ்பரத்தன்மையை எங்கெல்ஸ் தொட்டுக் காட்டுகிறார்.

1882 ஆம் ஆண்டு இந்நூலின் ஜெர்மானியப் பதிப்புக்கு எங்கெல்ஸ் எழுதிய முகவுரையில் இதனைக் குறிப்பிடுகிறார். சோசலிசம் குறித்த கோட்பாடு ஆங்கிலேய அரசியல் பொருளாதாரத் தோடும் ஜெர்மானிய இயங்கியலோடும் இரண்டறத் தழுவி நிற்கிறது, எனவே அது ஒரு சர்வதேச விளைபொருள் என்று அவர் குறிப்பிடு கிறார். எங்கெல்சின் சொற்களிலேயே அதனைக் கீழே பதிவு செய்வோம்.

"விஞ்ஞான சோசலிசத்தின் தோற்றத்திற்கு, இங்கிலாந்து, பிரான்சு ஆகிய நாடுகளின் பொருளாதார அரசியல் சூழல்கள் இன்றியமையாதன என்பது போலவே ஜெர்மன் இயக்கவியலும் அவசியப்பட்டது."

"ஜெர்மன் சோசலிஸ்டுகளாகிய நாம் செயின்ட்-சிமோன், ஃபூரியே, ஓவன் ஆகியோருக்கு மட்டுமல்ல, கான்ட், ஃபிக்டே, ஹெகல் ஆகியோரின் வாரிசுகளும் ஆவோம் என்பதற்காக இறுமாப்பு கொள்ள வேண்டும்."

"இங்கிலாந்து, பிரான்சு ஆகிய நாடுகளில் நிலவிய சூழல்களால் தூண்டப்பெற்று, ஜெர்மன் இயக்கவியல் விமர்சனம் ஒரு மெய்யான

விளைவைச் சாதித்தது. ஆகவே இந்த நோக்கில், விஞ்ஞான சோசலிசம் ஜெர்மானிய விளைபொருள் மட்டுமல்ல; அதே அளவுக்கு சர்வதேச விளைபொருளும் ஆகும்."

இப்படி, ஜெர்மானிய மெய்யியல், ஆங்கிலேய அரசியல் பொருளாதாரம், பிரெஞ்சு சோசலிசம் ஆகியவற்றைத் தருக்கவியல் ரீதியான உட்தொடர்பு கொண்டவையாகக் காட்டும் ஒரு பணியை எங்கெல்ஸ் செய்கிறார்; ஜெர்மனி, இங்கிலாந்து, பிரான்ஸ் என அதன் சர்வதேசப் பண்பையும் எடுத்துக்காட்டுகிறார். இப்பணியின் ஒரு கட்டாயமான அங்கமாக எங்கெல்சின் 'கற்பனாவாத சோசலிசமும் விஞ்ஞான சோசலிசமும்' என்ற நூல் அமைந்துள்ளது என்பதைக் காணுகிறோம். மெய்யியலும் அரசியல் பொருளாதாரமும் அதிக சிந்தனா ஆழங்களைக் கொண்டவை எனக் கொண்டால், சோசலிசம் குறித்த கோட்பாடு அவற்றை விட அதிக அரசியல் உடனடித் தன்மை கொண்டவை எனலாம். முந்தியவற்றில் ஒருவர் ஆழமாக யோசித்து, அவற்றின் அரசியல் விளைவுகளை நெருங்கும்போது, முந்தியவற்றின் உச்சக்கட்ட சாதனையாக, விளைவாக சோசலிசத்தைச் சந்திக்க முடியும். இவ்வாறாக, மார்க்சிய சிந்தனையின் தருக்கரீதியான நிறைவு குறித்த ஒரு சித்தரிப்பு எங்கெல்சின் இந்நூலில் இடம்பெற்றுள்ளது எனச் சொல்லமுடியும்.

இங்கே சொல்லப்பட்ட மார்க்சியத்தின் "தருக்கரீதியான நிறைவு, மூன்று பகுதிகளுக்கும் இடையிலான உட்தொடர்பு" போன்ற பண்பு களைக் கொண்டு, மார்க்சியத்தை எங்கெல்ஸ் ஒரு முற்றமைப்பாக (System), மூடிய அமைப்பாக ஆக்கிவிட்டார் என்ற குற்றச்சாட்டும் முன்வைக்கப்படுகிறது. இத்தகைய மூடிய அமைப்பு அடுத்த கட்டத்தில் மார்க்சியத்தை ஒரு சூத்திரவாதமாக, தேங்கிய குட்டையாக ஆக்கி விடுகிறது என்ற குற்றச்சாட்டும் தொடருகிறது. எங்கெல்சின் பொருட்டும் மார்க்சியத்தின் பொருட்டும் இக்குற்றச்சாட்டு விவாதிக்கப்பட வேண்டிய ஒன்று ஆகும்.

இப்பிரச்சினையை எங்கெல்சே கையாளுகிறார். 1892 ஆம் ஆண்டில் இந்நூலின் ஜெர்மானியப் பதிப்புக்கான முகவுரையில் எழுதும் போது, எங்கெல்ஸ், இத்தகைய முற்ற முழுதான, சர்வ வியாபகமான, அனைத்தும் உள்ளடங்கிய கோட்பாட்டுக் கட்டமைப்புகளை (System Building, meta-Narrative) உருவாக்குவது ஒரு "ஜெர்மானியப் புலமைக் குணாதிசயம்" என்று கேலியாக எழுதுகிறார். எவ்கெனி டூரிங் அத்தகைய எழுத்துமுறையைப் பின்பற்றியுள்ளார் என்று எங்கெல்ஸ்

சுட்டிக்காட்டுகிறார். "சிந்தனை, அறநெறி, இயற்கை, வரலாறு என... சாத்தியமான எல்லா விவாதப் பொருட்கள் குறித்தும்" டூரிங் எழுதிக் குவித்துள்ளார் என அவரைப் பகடி செய்துள்ளார். தன்னைப் பொறுத்த மட்டில், எதிராளியின் முறையியலைத் தானும் பின்பற்ற வேண்டி வந்தது என்று சிறிது குற்ற உணர்வோடு எழுதுகிறார். "சிறிதும் செய்ய விரும்பாத இந்தப் பணியை"த் தான் மேற்கொண்டதாக சுட்டிக்காட்டு கிறார்.

'கற்பனாவாத சோசலிசமும் விஞ்ஞான சோசலிசமும்' என்ற இந்த நூலைப் பொறுத்தமட்டில், அதன் தலைப்பில் பயன்படுத்தப்பட்டுள்ள 'விஞ்ஞான சோசலிசம்' என்ற சொல்லாக்கமும் மேலே சொல்லப்பட்ட முற்றமைப்பு, சூத்திரவாதம் போன்ற வடிவங்களை நோக்கி மார்க்சியத்தை இட்டுச் செல்லும் தன்மை கொண்டது என்ற விமர்சனம் உண்டு. இருப்பினும் எங்கெல்ஸ் இங்கு பயன்படுத்தும் விஞ்ஞானம் என்ற சொல், அதன் ஜெர்மானிய மூலச்சொல் ஆகியவற்றைக் கொண்டு அச்சொல்லுக்கு எந்தவிதமான முற்றமைப்பும் கிடையாது என வாதிக்க முடியும். ஜெர்மனியில் அச்சொல் 'அறிவு, அறிவுத் தொகுதி' என்ற திறந்த பொருண்மையையே கொண்டுள்ளது, அது எவ்வகையிலும் நவீன இயற்கை விஞ்ஞானங்களுக்கு உரிய மூடிய பண்புகளைக் குறிப்பதில்லை என்று ஹால் ட்ரேப்பர் என்ற அறிஞர் சுட்டிக்காட்டு கிறார். சோசலிசம் பற்றிய கருத்துக்கள் வெறுமனே பத்திரிக்கை எழுத்துக்களாக இல்லாமல், ஆய்வுத்துறை (Studies) எழுத்துக்களாக ஆகிவிட்டன என்பதனையே அச்சொல் குறிக்கிறது என்று அவர் மேலும் எழுதுகிறார். எனவே எங்கெல்சின் விஞ்ஞான சோசலிசம் என்ற சொற்பயன்பாடு எவ்வகையிலும் அதனை மூடிய ஒரு கருத்தாக்கமாக ஆக்கும் நோக்கம் கொண்டதில்லை என நாம் வாதிட முடியும். எப்படி இருப்பினும், ஒரு கோட்பாடு அதன் வரலாற்றுப் போக்கில் மூடிய அமைப்பாக மாறமலிருக்க அது குறித்த எச்சரிக்கை உணர்வும் தேவைதான்.

இந்நூலின் தலைப்பில் பயன்படுத்தப்படும் 'கற்பனாவாத சோசலிசம்' என்ற சொல்லும் விரிவான விளக்கங்களைக் கோரும் ஒரு சொல்லாக்கமாகும். 19 ஆம் நூற்றாண்டின் முற்பகுதியில் மேற்கு ஐரோப்பாவில் நிலவிய பலவகை சோசலிசங்களை மார்க்சும் எங்கெல்சும் 'கம்யூனிஸ்ட் அறிக்கை'யிலும் இன்னும் பல அக்காலத்திய நூல்களிலும் விவாதத்திற்கு உள்ளாக்குகிறார்கள். அவை கம்யூனிசம், சோசலிசம் போன்ற இலக்குகளை முன்வைக்கின்றனவே தவிர, அந்த இலக்குகளை அடையும் எதார்த்த வழிமுறைகளையோ,

எந்த சமூக வர்க்கம் அவ் இலக்குகளைச் சாதிப்பதற்கான போராட்டங்களை முன்னெடுக்கும் என்பது குறித்தோ பேசுவது கிடையாது. சமூகச் சூழல்கள் அறிவுக்கு ஒவ்வாதனவாகவும் அநீதியாகவும் உள்ளன என்பதை அன்றைய சிந்தனையாளர்கள் எடுத்துக் கூறினரே தவிர, சமூக அமைப்பில் நிலவும் சமூக வர்க்கங்கள் குறித்த மதிப்பீடோ, வர்க்க முரண்பாடுகள் பற்றிய மதிப்பீடோ அவர்களிடம் தென்படவில்லை. சமூக அநீதிகளுக்கான தீர்வுகளை அவர்கள் தமது அறிவின் ஆற்றலிலிருந்தே கண்டறிந்தனர். அறிவால் அவற்றை நீக்கிவிட முடியும் என அவர்கள் நம்பினர். சமூக முரண் களையும் அநீதிகளையும் நீக்குவதில் ஜீவாதாரமான அக்கறை கொண்ட வர்க்கங்களை அவர்கள் கண்டறியவில்லை. எனவே தான் எங்கெல்ஸ் அவ்வகைச் சிந்தனைகளைக் கற்பனாவாத சோசலிசம் என்று அழைக்கிறார். கற்பனாவாத சோசலிசங்கள் மார்க்சிய சோசலிசம் உருவாவதற்கான கருத்தியல் பின்புலமாக, முன்நிபந்தனையாக, அவசியத் தேவையாக விளங்குகின்றன என்பது உண்மை. ஆனால் அவை மட்டும் போதாது. சோசலிசப் போராட்டங்களுக்கான சமூகப் பொருளாதாரச் சூழல்களும், அவற்றை ஏந்திச்செல்லும் போராளி வர்க்கமும் உருப்பெற்றிருக்க வேண்டும். சமூகப் பொருளாதார உறவுகளாக அமையும் புறச்சூழல்களும் போராட்டங்களை முன்னெடுக்கும் வர்க்கங்களின் புரட்சிகர நடைமுறையும் சரிப் பொருத்தமாக இணையும்போதே சமூகப்புரட்சிகள் வெற்றி பெறுகின்றன என்று மார்க்ஸ் கூறுவார்.

மூன்று முக்கியமான கற்பனாவாத சோசலிஸ்டுகளை எங்கெல்ஸ் தனது நூலில் அறிமுகப்படுத்துகிறார். செயின்ட் சிமோன், ஃபூரியே, ராபர்ட் ஓவன் ஆகியோர் அவர்கள். இம்மூவரின் எழுத்துக்களிலும் செயல்பாடுகளிலும் தென்பட்ட விமர்சன அணுகுறையை எங்கெல்ஸ் குறிப்பாக எடுத்துக்காட்டுகிறார். வழக்கிலிருந்த சமூக அமைப்பை அதன் எல்லா வெளிப்பாடுகளிலும் அவர்கள் விமர்சித்தனர். மனிதனுக்கும் மனிதனுக்கும் இடையிலான ஒரே பந்தமாக பண உறவுகளே விளங்குகின்றன என்பதைக் கற்பனாவாத சோசலிஸ்டுகள் கண்டு கொண்டனர். பிரெஞ்சுப் புரட்சியின் போது பெரிதும் பேசப்பட்ட 'சுதந்திரம்' என்பது 'சொத்துடமையின் சுதந்திரமாக' மாறிப்போயிற்று என்பதை அவர்கள் வெளிப்படுத்தினர். "வன்முறையின் மூலமான ஒடுக்குமுறைக்குப் பதிலாக லஞ்ச ஊழலின் மூலமான ஒடுக்குமுறை எழுந்தது" என்பதைக் கற்பனாவாத சோசலிஸ்டுகள் கண்டறிந்தனர். இவற்றுக்கு மாற்றாகவே சோசலிசம் என்ற புதிய

சமூகம் முன்மொழியப்பட்டது. நீண்ட காலமாக சமயங்கள் இழக்க நேர்ந்துவிட்ட "உன்னதமான லட்சியங்களை" ஒன்றிணைத்து மீட்கும் வாய்ப்பாக புதிய சோசலிசம் விளங்கும் என செயின்ட் சிமோன் கருதினார். அவ்வகைச் சமூகத்தில், "எல்லோரும் வேலை செய்ய வேண்டும்" என்ற ஒரு விதி குறித்து சிமோன் எழுதுகிறார். பொருளாதார நிலைமைகள் அரசியலை உட்கவர்ந்து விடும், விரைவில் அரசு எனும் நிறுவனம் அவசியமில்லாமல் போய்விடும் என்கிறார் சிமோன்.

ஃபூரியேவிலும் சமகால சமுதாய அமைப்பின் தீவிர விமர்சனங்களைக் காணுகிறோம். முதலாளிய சமூகத்தின் அறநிலை இழிவுகளை ஃபூரியே தயக்கமின்றி அம்பலப்படுத்துகிறார். ஃபூரியே ஒரு கிண்டல் எழுத்தாளர். சமூக இழிவுகளை மிகத் தீவிரமான விமர்சனத்திற்கு அவர் ஆட்படுத்துகிறார். உலக வரலாற்றைப் பல கட்டங்களாக வரிசைப்படுத்தும் அவர், அவற்றில் மிக உயர்ந்ததாகச் சொல்லப்படும் "நாகரீக வாழ்வின் மித மிஞ்சிய உற்பத்தியிலிருந்தே வறுமை உதித்தெழுகிறது" என்று எழுதுகிறார். முதலாளிய உற்பத்தி முறை ஏறுமுகம் காட்டிய அதே காலங்களில்தான் மிகக் கொடிய சமூகக் கேடுகள் நிகழ்ந்தன என அவர் வாதிடுகிறார். "வசிக்க வீடில்லாத மக்கள்... படுமோசமான குடியிருப்புகள்... மக்கள் மந்தைகளாய் அடைபட்டு வதைபடுதல்... பயங்கரமான வேலைப்பளு... பாதுகாப்பற்ற வாழ்க்கை நிலைமைகள்... எல்லா ஒழுக்கங்களும் பந்தங்களும் உடைபடுதல்..நம்பிக்கைக்கு வழி இல்லாத வாழ்க்கை..." ஃபூரியே ஹெகலைப் போல இயங்கியலில் புலமை பெற்றவர் என்று எங்கெல்ஸ் பாராட்டுகிறார். தொழிலுற்பத்திச் சமூகத்தில் மனிதன் வரம்பின்றி முன்னேறுவான் என்ற பேச்சை எதிர்த்து ஃபூரியே வாதிடுகிறார். ஒவ்வொரு வரலாற்றுக் கட்டமும் ஏறுமுகத்தையும் இறங்குமுகத்தையும் கொண்டுள்ளது என்கிறார்.

ராபர்ட் ஓவன் இங்கிலாந்தில் முதலாளியத்தின் முதல் அடிகளைக் கண்கூடாகக் கண்டவர். மேற்கத்திய சமூகத்தின் பிரச்சினைகளுக்குத் தீர்வாக தொழில் புரட்சி நல்வாய்ப்புகளை வழங்கும் என்று ஓவன் எதிர்நோக்கினார். ஓர் ஆலை முதலாளியாக இருந்த அவர், பிற முதலாளிகள் தமது தொழிலாளர்களைப் பதின்மூன்று, பதிநான்கு மணி நேரம் வேலை வாங்கியபோது, தனது தொழிலாளர்களுக்கு பத்தரை மணி நேர வேலையை உறுதிப்படுத்தினார். தொழிலாளர்களுக்கு வசதியான குடியிருப்புகளைக் கட்டித்தந்தார். குழந்தைப் பள்ளிகளை ஏற்படுத்தினார். சமூக சமத்துவத்திற்கு மூன்று பெரும் தடைகள் முன்னிற்கின்றன என்று அவர் அறிவித்தார்: அவை தனியார்

சொத்துடமை, சமயம், தற்காலத் திருமண முறை. இங்கிலாந்தில் தொழிலாளர்களுக்கு ஆதரவாக 19ஆம் நூற்றாண்டின் முதல் பாதியில் நிறைவேற்றப்பட்ட ஒவ்வொரு சீர்திருத்தச் சட்டமும் ராபர்ட் ஓவனின் பெயரோடு தொடர்பு கொண்டிருந்தது என எங்கெல்ஸ் தெரிவிக்கிறார். இங்கிலாந்தின் எல்லாத் தொழிற்சங்கங்களும் ஒரே சங்கமாக இணைந்த போது அதன் முதல் காங்கிரசுக்கு ராபர்ட் ஓவன் தலைமை தாங்கினார். ஓவன் தன் வாழ்வின் பிற்பகுதியில் அமெரிக்கா சென்று அங்கு தனது கம்யூனிச சோதனை முயற்சிகளை நிறைவேற்ற முயற்சி செய்தார். ஆயின் அமெரிக்க முதலாளிகளாலும் பத்திரிக்கைகளாலும் அவர் நிராகரிக்கப்பட்டு, முயற்சிகளில் தோல்வியடைந்து, சொத்துக் களையும் இழந்து, பின் தொழிலாளர்களுடன் எளிய வாழ்க்கை வாழ்ந்தார்.

கற்பனாவாத சோசலிஸ்டுகளின் சிந்தனைச் சிதறல்களைக் கண்டு எங்கெல்ஸ் பரவசப்படுகிறார். “நம்மைப் பொறுத்தவரை, கற்பனைப் புனைவுகளாகிய மேலோட்டை உடைத்துக் கொண்டு நாற்புறமிருந்தும் வெளித்தோன்றும் மகோன்னதச் சிந்தனைகளையும் சிந்தனைக் குருத்துக்களையும் கண்டு நாம் பரவசமடைகிறோம்.” இருப்பினும், கற்பனாவாதத்திலிருந்து சோசலிசம் எப்படி விஞ்ஞானமாகிறது? என்பதை எங்கெல்ஸ் வரையறுக்கிறார்.

ஹெகல், ஃபாயர்பாக் ஆகியோரின் தத்துவங்களிலிருந்து நகர்ந்து வரலாறு குறித்த பொருள்முதல்வாதப் புரிதல், உபரிமதிப்பின் அரசியல் பொருளாதாரத்தை எட்டியபோது மார்க்சியம் பழைய தத்துவங்களிலிருந்து விலகி ஒரு மிகப்பெரிய கோட்பாட்டு மடைமாற்றத்தைச் சாத்தியமாக்கிற்று. இதற்கு இணையாக, மார்க்சியம் பாட்டாளி வர்க்கத்தைக் கண்டறிந்த போது (பாட்டாளி வர்க்கம் மார்க்சியத்தைக் கண்டறிந்த போது) அது நடைமுறைக்குரிய தத்துவமாயிற்று. எங்கெல்ஸ் எழுதுகிறார்: “அது முதலாய், சோசலிசம் இந்த அல்லது அந்த மேதாவிலாச மூளையின் தற்செயலான கண்டு பிடிப்பாய் இல்லாமல், வரலாற்று வழியில் வளர்ச்சியுற்ற இரு வர்க்கங்களிடையே நடைபெறும் போராட்டத்திலிருந்து தோன்றிய அவசிய விளைவு ஆகிறது.” இதுவே கற்பனாவாத சோசலிசம் விஞ்ஞான சோசலிசம் ஆகும் தருணம். சோசலிசம் என்பது வெறுமனே மூளையின், மேதமையின் கண்டுபிடிப்பு அல்ல, மாறாக அது வரலாற்றில் வர்க்கப் போராட்டத்தின் ‘அவசிய விளைவு’. எங்கெல்ஸ் சோசலிசத்தை கீழிருந்து வருவிக்கிறார். வர்க்கப்போராட்டம் என்பது அவருக்கு மிகப்பெரிய ஒரு சனநாயகச் சம்பவம்.

கற்பனாவாத சோசலிசம் என்பது விரிந்ததொரு பரப்பைக் கொண்டது. மார்க்சியம் தோன்றியதற்கு முன்னரான கற்பனாவாதப் பரப்பை இன்றும் கூட பல ஆய்வாளர்கள் தொடர்ந்து ஆய்வு செய்து வருகின்றனர். கற்பனாவாதம் குறித்த ஆய்வுகள் (Utopian Studies) என்ற தலைப்பின் கீழ் நூல்களும் ஆய்வேடுகளும் வெளிவருகின்றன. எங்கெல்சுக்குப் பிறகு ஜெர்மானிய சமூக சனநாயகக் கட்சியின் மூத்த தலைவராக இருந்த கார்ல் கவுட்ஸ்கி இரண்டு மிகப்பெரும் தொகுதிகளாக 'சோசலிசத்தின் முன்னோடிகள்' (Forerunners of Modern Socialism) என்ற நூலை ஜெர்மானிய மொழியில் 1895 ல் எழுதி வெளியிட்டார். அதன் ஒரு பகுதி மட்டும் ஆங்கிலத்தில் மொழி பெயர்க்கப்பட்டுள்ளது. இத்துடன் எங்கெல்ஸ் எழுதிய ஜெர்மனியில் விவசாயிகளின் யுத்தம் என்ற நூலையும் சேர்த்துக்கொள்ள வேண்டும். 15-16 ஆம் நூற்றாண்டுகளின் ஜெர்மானிய விவசாயிகளின் கற்பனாவாத சோசலிசங்களை அது கொண்டிருந்தது.

ஏனஸ்ட் புளோக் (Ernest Bloch) எனும் ஜெர்மானிய மார்க்சியர் *1954, 1955, 1959* ஆகிய ஆண்டுகளில் 'நம்பிக்கையின் மெய்யியல் (The Principle of Hope)' என்ற ஒரு நூலை எழுதி மூன்று பகுதிகளாக வெளியிட்டார். கலை, இலக்கியம், சமயம், பண்பாடு ஆகியவற்றில் தொழில்படும் கற்பனாவாதத் தூண்டல்களை அவர் அந்நூல்களில் அடையாளப்படுத்த முயன்றார். எல்லாக் காலங்களிலும் மனிதர்கள் ஒரு நல்ல எதிர்காலத்தை நோக்கிய கனவு தேசங்களை, கற்பனையூர் களைத் தேடி வந்துள்ளனர் என்பது அவரது அடிப்படையான கருதுகோள் ஆகும். அவை மானுடத் துயருக்கு விடிவைக் காண விழைந்தன. ஒரு கடந்த காலத்தைப் பொற்காலமாக, இழந்த சொர்க்கமாகக் காணுவதை உருப்படியான கற்பனாவாதமாக புளோக் கருதவில்லை. மாறாக, முன்னோக்கிய பார்வை கொண்ட, எதிர்காலம் நோக்கிய, படைப்புத்தன்மை கொண்ட கனவுகளையே அவர் முதன்மைப்படுத்தினார். ஏனஸ்ட் புளோக்கின் கருத்துப்படி, மார்க்சியம் மட்டுமே முழுக்க எதிர்காலம் குறித்த திட்டத்தையும் அதனைச் சாதிப்பதற்கான முறையியலையும் தன்னகத்தே கொண்டுள்ளது. ஃபிரடெரிக் ஜேம்சன் என்ற அமெரிக்க மார்க்சியர் 'எதிர்காலத்தின் கட்டமைப்பியல் Archeology of Future' என்ற ஒரு நூலைச் சமீப காலங்களில் வெளியிட்டுள்ளார். அந்நூலும் கற்பனையூர்கள் பற்றிய ஆய்வுகளில் ஈடுபடுகிறது.

மார்க்சின் சோசலிசம் தோன்றியதுடன் கற்பனாவாத சோசலிசங்களின் காலம் முடிந்துவிட்டதென்றும் கூறி முடித்துவிட முடியாது. எல்லாக்

காலங்களிலும் நாம் கனவுகளை நம்புகிறோம். மூன்றாம் உலக நாடுகளில் கற்பனாவாத சோசலிசம் என்று தனியாகக் கூட தேடல்களை நிகழ்த்துவது அவசியமாக இருக்கலாம். தென்கிழக்கு ஆசிய நாடுகளில் பௌத்தக் கனவுதேசங்களைப் பற்றிய தேடல்கள் நிகழ்ந்துள்ளன. ஒவ்வொரு நாட்டிலும் சோசலிசத்திற்கான இயக்கங்கள் வேகப்படும் போது அந்நாட்டின் மரபுகளில் மறைந்து கிடக்கும் கற்பனாவாத சமத்துவக் கனவுகளை மக்கள் மீட்டெடுக்கின்றனர். அவற்றுக்கான அவசியங்கள் உள்ளன. சோசலிசம் பண்படுவதற்கும் வளமையடை வதற்கும் குறிப்பிட்ட அம்மக்கட் பண்பாட்டின் சமத்துவக் கனவுகள் பெருமளவில் அவசியமாகின்றன. சோசலிசக் கட்டுமானத்தில் ஏற்படும் தேக்கங்கள், தோல்விகள் ஆகியவற்றை வென்று, தொடர்ந்து செல்வதற்கும் கூட கற்பனாவாத சோசலிசங்கள் தேவையாகின்றன. கற்பனாவாத சோசலிசங்களை நடைமுறைக்கு ஒவ்வாதவை எனக்கூறி ஒதுக்குவதை விடுத்து, புதிய வாய்ப்புகளுக்கான திறப்புகள் அவை என்றும் நாம் கொள்ளவேண்டி இருக்கலாம்.

•••

இத்தொகுதியின் இரண்டாவது பகுதியான 'கூலி முறை' என்ற பகுதியில் 12 சிறு கட்டுரைகள் அடங்கியுள்ளன. அவை ஒரு தொழிலாளர் சங்கத்தின் பத்திரிக்கையில் எங்கெல்ஸ் எழுதிய தலையங்கங்கள். இருந்தபோதிலும் தொழிற்சங்க இயக்கத்திற்குத் தேவையான குறிப்பான சில பிரச்சினைகளை முன்னிறுத்தி இத்தலையங்கங்களை எங்கெல்ஸ் எழுதியுள்ளார். முதல் கட்டுரை, 'நேர்மையான நாள் வேலைக்கு, நேர்மையான நாள் கூலி' என்ற தலைப்பினைக் கொண்டிருக்கிறது. இந்த சொற்கள் முதலாளிகள் அடிக்கடி பயன்படுத்தும் சொற்கள். இச்சொற்களில் உள்ள போலித் தனத்தை தோலுரித்துக் காட்டுவதிலிருந்து எங்கெல்ஸ் தொடங்குகிறார். வேலை நேரத்திற்கும் கூலிக்கும் இடையிலான முரண்பட்ட உறவை இக்கட்டுரை வெளிப்படுத்துகிறது. முதலாளிக்கும் தொழிலாளிக்கும் எவ்வகையிலும் சமநிலை இல்லாத சூழலில் அதனை 'நேர்மை' என்ற சொல்லால் மூடிமறைக்கும் முதலாளியத்தின் மோசடித்தனத்தை இக்கட்டுரை வெளிக்கொணருகிறது. தொழிலாளியின் உற்பத்திப் பொருளை முழுதும் உடமையாக்கிக் கொள்ள விழையும் முதலாளி, தொழிலாளியின் கூலியாக அவன் உயிர் பிழைத்து வாழுவதற்கான குறைந்தபட்ச ஊதியத்தை மட்டுமே வழங்குகிறான் என்பதை எங்கெல்ஸ் சுட்டிக்காட்டுகிறார். எனவே வேலை நேரத்திற்கும் கூலிக்கும் இடையே சமரசம் ஆக முடியாத முரண்பாடு நிலவுகிறது என்ற முடிவுக்கு வருகிறார்.

குறிப்பிட்ட இச்சூழலில் தொழிலாளிகளின் ஒன்றிணைந்த அமைப்பாகத் தொழிற்சங்கங்கள் எழுகின்றன. எங்கெல்சின் அடுத்துவரும் கட்டுரைகள் தொழிற்சங்கங்களின் செயல்பாடு குறித்தனவாக அமைகின்றன. வேலை நேரத்தைக் கூட்டுவதற்கும் கூலியைக் குறைப்பதற்கும் முதலாளிகள் எப்போதும் முயன்று வருகின்றனர். ஒவ்வொரு பத்து ஆண்டுகளிலும் உருவாகும் பொருளாதார நெருக்கடிகளின் பளு அனைத்தையும் முதலாளிகள் தொழிலாளர்கள் மீது சுமத்துகின்றனர். சாதாரண நேரங்களில் தொழிலாளர்கள் போராடிப் பெற்ற கூலி உயர்வுகளையும் கூட நெருக்கடி நேரங்களில் முதலாளிகள் அடித்து நொறுக்கி மீண்டும் பழைய நிலைக்குக் கொண்டுவர முயற்சிக்கிறார்கள். தொழிற் சங்கங்களின் செயல்பாடுகளையும் தேவையையும் இவ்வகைப் பின்புலங்களில் எங்கெல்ஸ் வரையறுத்துக் காட்டுகிறார்.

தொழிற்சங்கங்கள் தொழிலாளர்களை அரசியலுக்குப் பயிற்றுவிக்க வேண்டும் என்ற கருத்தை எங்கெல்ஸ் விவரித்துப் பேசுகிறார். ஒவ்வொரு நாட்டின் தொழிற்சங்கங்களும் நாடாளுமன்றத்திற்கு 40-50 தொழிலாளர் வர்க்கப் பிரதிநிதிகளை அனுப்பவேண்டும் என அவர் முன்மொழிகிறார். நகராட்சி மன்றங்களில் தொழிலாளர் வர்க்கப் பிரதிநிதிகள் பொறுப்புகளில் இருக்கும்போது, தொழிலாளர் பிரச்சினைகளில், போராட்டங்களில் அவர்கள் பெறுமளவில் உதவ முடியும் என்று சில எடுத்துக்காட்டுகளுடன் விளக்குகிறார். சமூக சனநாயக வாழ்வில் தொழிற்சங்கங்கள் அதிக இடத்தை வென்றெடுக்க வேண்டும், அது விரிந்து கொண்டே போக வேண்டுமென்று எங்கெல்ஸ் கருதுவதாகத் தெரிகிறது. சர்வதேசச் சந்தையில் வெவ்வேறு நாடுகளின் முதலாளிகள் மோதிக்கொள்ளும் போது, தொழிலாளர் வர்க்க நலன்கள் பாதிக்கப்படும் சூழல்களையும் எங்கெல்ஸ் சுட்டிக்காட்டுகிறார்.

சர்வதேச பொருளாதார அரங்கில் தலைகாட்டி வரும் சில புதிய போக்குகளை எங்கெல்ஸ் தனது அடுத்துவரும் கட்டுரைகளில் எடுத்துக்காட்டுகிறார். அவற்றில் ஒன்று, ஐரோப்பியர்களால் காலனியாக்கப்பட்ட அமெரிக்காவின் மேற்குப் பகுதி கன்னி நிலங்களில் மிகப்பெரும் அளவில் கோதுமை பயிரிடப்பட்டு அதன் மூலம் உலகச் சந்தையில் பிற நாடுகளின் விவசாய உற்பத்தி வீழ்ச்சி களைச் சந்தித்தது. இப்படியாக, உலக வரலாற்றில் முதன்முறையாக பொருளாதார நெருக்கடிகள் ‘ஏற்றுமதி’ செய்யப்பட்டன என்று எங்கெல்ஸ் எழுதுகிறார். முதலாளியப் பொருளாதாரப் போட்டியில்

மிகப்பெரும் நாடுகளின் மண்வளம் வற்ற உறிஞ்சப்படும் ஒரு முறை பயன்படுத்தப்பட்டது என்று எழுதுகிறார். பெரும் வேளாண்மை, மலிவான உற்பத்தி, பொருளாதார நெருக்கடி எனும் ஒரு நச்சுச் சுழற்சி அரங்கேறியது என்று குறிப்பிடுகிறார். உலகச் சந்தையில் பிரிட்டனின் ஏகபோகம் வீழ்ச்சியடைந்து புதிய ஏகபோகங்கள், டிரஸ்டுகள், கூட்டுப் பங்குக் கம்பெனிகள் எழுச்சியடைகின்றன என்பதனை எங்கெல்ஸ் முன்னுணர்கிறார். வரலாற்றில் முன்பு கைநெசவாளன் முதலாளியத்தால் விலக்கப்பட்டது போல, இப்போது தனித்தனி முதலாளிகளைக் கூட்டுப்பங்குக் கம்பெனிகள் (கார்ப்பரேட்டுகள்?) அப்புறப்படுத்துகின்றன என்று எங்கெல்ஸ் எழுதுகிறார்.

•••

'மார்க்சும் புதிய ரைன்லாந்து ஏடும் *(1848-1849)*' என்ற கட்டுரையை இத்தொகுதியின் மூன்றாம் பாகம் கொண்டுள்ளது. கட்டுரையின் தொடக்கப்பகுதி 'கம்யூனிஸ்ட்கள் சங்கம்' (லீக்) என்ற பெயரினைக் கொண்ட 'ரகசியப் பிரச்சாரக் கழகத்தை' அறிமுகப் படுத்துகிறது. அந்த அமைப்பிற்கு ஜெர்மனிக்குள் சுமார் முப்பது குழுக்களும் இன்னும் பல இடங்களில் தனியான உறுப்பினர்களும் இருந்தார்கள் என எங்கெல்ஸ் தெரிவிக்கிறார். பல வெளிநாட்டு உறுப்பினர்களும் அதன் உறுப்பினர்களாக இருந்தார்கள். அதன் முதல் வரிசைத் தலைவராக மார்க்ஸ் இருந்தார். இந்த அமைப்பே 'கம்யூனிஸ்ட் அறிக்கை'யைத் தயாரிக்கும் பொறுப்பை மார்க்சுக்கும் எங்கெல்சுக்கும் வழங்கியது.

1884 ஆம் ஆண்டில் எங்கெல்ஸ் எழுதும் இக்கட்டுரையில் கம்யூனிஸ்ட் அறிக்கையின் சில முக்கியமான நிலைப்பாடுகள் நினைவுக்குக் கொண்டுவரப்படுகின்றன: கம்யூனிஸ்டுகள் சங்கம் வேறு எந்த ஒரு தொழிலாளர் வர்க்கக் கட்சிக்கும் எதிரானது அல்ல. பாட்டாளி வர்க்கம் அனைத்துக்குமான நலன்களையே அது குறித்து நிற்கிறது. எவ்வகையான குறுங்குழுக் கோட்பாடுகளையும் அது வகுத்துக் கொள்ளவில்லை.

அதுபோலவே இக்கட்டுரை 'கம்யூனிஸ்ட் கட்சி' என்பதன் வரையறையையும் எடுத்துக் கூறி வலியுறுத்துகிறது. அது வருமாறு: கம்யூனிஸ்டுகள் தொழிலாளர் வர்க்கக் கட்சிகளது மிகவும் முன்னேறிய, மிகவும் வைராக்கியமான பகுதியாய், ஏனைய எல்லோரையும் முன்னோக்கி உந்திதள்ளும் பகுதியாய் இருக்கிறார்கள். பாட்டாளி வர்க்க இயக்கத்தின் செயல்பாட்டையும் நிலைமைகளையும்

இறுதி விளைவுகளையும் புரிந்து கொள்ளுவதில் பாட்டாளி வர்க்கத்தின் பெருந்திரளினருக்கு இல்லாத தத்துவ அனுகூலத்தைப் பெற்றிருக்கிறார்கள். நமது சொந்தக் கட்சி அனுபவங்களைக் கொண்டு எங்கெல்சின் இவ்வரையறைகளைத் தோழர்கள் விரிய விவாதித்துப் புரிந்து கொள்ளலாம்.

1848 பிப்ரவரி, மார்ச் மாதங்களில் எழுச்சி பெற்ற தொழிலாளர் போராட்டங்களால் மிகப்பெரிய வெற்றிகளைச் சாதிக்க முடிய வில்லை. ஜெர்மன் தொழிலாளர் வர்க்கத்தின் வளர்ச்சியடையாத சூழல்களை எங்கெல்ஸ் எடுத்துக்காட்டுகிறார். கட்சி ஒரு தீவிர சனநாயகவாதக் கட்சியாக மட்டுமே அரசியல் அரங்கில் தொழில்பட முடிந்தது என்பதைத் தெரிவிக்கிறார்.

மேற்குறித்த சூழல்களில்தான் மார்க்சைப் பதிப்பாசிரியராகக் கொண்டு ரைன் மாநிலத்தின் மையமான கொலோன் நகரத்திலிருந்து 'புதிய ரைன்லாந்து' பத்திரிக்கை வெளியானது. கடுமையான சூழல்களில் சுமார் ஓர் ஆண்டுக்கும் குறைவாகவே வெளிவந்த அப்பத்திரிக்கையின் போராட்ட வாழ்வை எங்கெல்ஸ் சித்தரிக்கிறார். ரைன் மாநிலம் பிரெஞ்சு நாட்டின் எல்லைகளுக்கு அருகாமையில் அமைந்திருந்தது. பிரெஞ்சுப் புரட்சியின் நேரடிச் செல்வாக்கை அம்மாநிலம் அனுபவித்திருந்தது. "ரைன் மாநிலத்தில் பத்திரிக்கை களுக்கு வரம்பில்லாத சுதந்திரம் அளிக்கப்பட்டிருந்தது. அதனை கடைசித் துளிவரை நாங்கள் பயன்படுத்திக் கொண்டோம்".

ஜெர்மனியை 'சிவப்புக் குடியரசாக' மாற்ற வேண்டும் என்பது அவர்களின் அரசியல் வேலைத்திட்டம். இன்னொரு புறம், ஒன்றிணைந்த ஜெர்மனி என்பதும் அவர்களுக்கு முக்கியம். ஜெர்மனியைப் பிரஷ்யமயமாக்குதல் என்ற அரசியலையும் கம்யூனிஸ்டுகள் எதிர்கொள்ள வேண்டியிருந்தது. ஜெர்மனியில் ரஷ்யத் தலையீடு என்ற அபாயமும் நிலவிவந்தது. உள்நாட்டில் பூர்ஷ்வாக்களும் மிதவாதிகளும் நிலவுடமை சக்திகளுடன் அணி சேர்ந்து துரோகிகளாக மாறிய அவலங்களையும் எடுத்துக்காட்டுகிறார். எங்கெல்ஸ் சொல்லுகிறார்: ஒரு நீண்ட, இடைவிடாத புரட்சிகர இயக்கத்தின் தொடக்க நிலையாகவே ஜெர்மானியச் சூழல்கள் நிலவின.

ஜெர்மனியில் மட்டுமின்றி பிரான்சிலும் இன்னும் ஐரோப்பாவின் பலநாடுகளிலும் 1848-49 ஆம் ஆண்டுகள் பல பின்னடைவுகளை வழங்கின. அவை குறித்த பல பரிசீலனைகளும் மதிப்பீடுகளும்

மார்க்ஸ், எங்கெல்ஸ் எழுத்துக்களில் அடுத்துவந்த ஆண்டுகளில் இடம் பெருகின்றன. இருப்பினும், இக்கட்டுரையில், அக்காலங்களில் 'புதிய ரைன்லாந்து' பத்திரிக்கையின் வீரம் மிக்க செயல்களை எங்கெல்ஸ் எடுத்துக்காட்டுகிறார். நசுக்கப்பட்ட பாட்டாளி வர்க்கத்தின் கொடியைத் தளராமல் உயர்த்திப் பிடித்தது அநேகமாக ஐரோப்பா முழுவதிலும் இந்த ஒரு பத்திரிக்கைதான் என்று எங்கெல்ஸ் எழுதுகிறார்.

•••

தொகுதியின் கடைசிப் பகுதி கம்யூனிஸ்ட் சங்கத்தின் வரலாற்றை விவரிக்கிறது. 1848 ல் 'கம்யூனிஸ்ட் அறிக்கை'யைத் தயாரித்து வெளியிட்ட கம்யூனிஸ்ட் சங்கத்தின் வரலாற்றைத் தான் உணர்ச்சி வசப்பட்ட ஒரு மொழியில் எங்கெல்ஸ் இங்கு எழுதுகிறார். "எல்லாக் காலத்துக்கும் அதுவே முதல் சர்வதேச தொழிலாளர் இயக்கம்" "சர்வதேசத் தொழிலாளர் இயக்கத்தின் இளமைப்பருவம், அதன் பொற்கால வரலாறு" என்று அது குறித்து பெருமிதத்துடன் குறிப்பிடுகிறார்.

1836ல் புலம்பெயர் ஜெர்மானியர்களில் பாட்டாளி வர்க்க சக்திகள் ஒரு ரகசிய அமைப்பாக 'நியாயவாதிகள் சங்கத்தை' பாரீசில் நிறுவினர். அது பாதி பிரச்சாரக் கழகமாகவும் பாதி சதிகளைத் தயாரித்த கழகமாகவும் இருந்தது. ஆரம்பக் கால 'நியாயவாதிகள்' பலரையும் அவர்களின் சமூகப் பின்புலங்களுடன் எங்கெல்ஸ் மிகச்சுவையாக அறிமுகம் செய்கிறார். கார்ல் ஷோப்பர்: அச்சுக்கோப்பவராக இருந்தவர். பிராங்பர்ட் காவல் நிலையத்தைத் தாக்குவதில் பங்கேற்றார். உணர்ச்சிகரப் பேச்சாளி. அவருடைய புரட்சிகர உணர்ச்சி அவருடைய புரிதலை விஞ்சி நின்றது. அவர் ஒரு முழுமையான மனிதர். ஹென்ரிக் பௌவர்: காலணிகள் தயாரிப்பவர். இயோசிஃப் மோள்: கடிகாரம் பழுது பார்ப்பவர். நடுத்தர அளவிலான ஹெர்குலிஸ். அரங்குக்குள் நுழைய முயன்ற நூற்றுக்கணக்கான எதிரிகளை ஷாப்பரும் இவரும் வாயிலில் நின்று கொண்டு வெற்றிகரமாகத் தடுத்த சம்பவங்கள் எத்தனை! இந்த மூன்று மெய்யான மனிதர்களும் ஏற்படுத்திய ஆழமான தாக்கத்தை என்னால் ஒருபோதும் மறக்க முடியாது என்று எங்கெல்ஸ் எழுதுகிறார். இப்படித்தான் எங்கெல்ஸ் ஒவ்வொரு முதல் புரட்சிக்காரரையும் அறிமுகப்படுத்துகிறார்.

மார்க்சின் நெருக்கமான நண்பர்களில் ஒருவரும் மிகவும் துணிச்சலானவருமான வைட்லிங் என்பாரைப் பற்றி எங்கெல்ஸ் விரிவாக எழுதுகிறார். மார்க்ஸ் அவரை "ஜெர்மன் பாட்டாளி

வர்க்கத்தின் முதல் சுதந்திரமான, தத்துவார்த்த அசைவு" என்று குறிப்பிட்டிருக்கிறார். நியாயவாதிகள் கழகத்தின் முக்கிய சக்தியாகத் தையல்காரர்கள் இருந்தார்கள் என்று எங்கெல்ஸ் நினைவூட்டுகிறார். பெரும்பாலும் கைவினைஞர்களே கழகத்தின் உறுப்பினர்களாக இருந்தனர் என்பதைச் சுட்டிக்காட்டுகிறார். பல தேசத்தவர்கள் இருந்தனர் என்பதும் குறிப்பிடத்தக்கது. உறுப்பினர் அட்டையில் "மனிதர்கள் எல்லோரும் சகோதரர்கள்" என்று பொறிக்கப்பட்டிருந்தது. தத்துவார்த்த முறையில் எந்தப் புரட்சியும் வெற்றிபெற வேண்டுமெனில் அது ஐரோப்பியப் புரட்சியாக இருக்க வேண்டும் என்ற உணர்வு அவர்களிடையில் இருந்தது என்று கூறுகிறார். திடீர் தாக்குதல்களில் ஆர்வம், ஒவ்வொரு சம்பவத்தையும் புயலின் அறிகுறி என மதிப்பிடுதல், சதிக்கூட்ட விதிகளைக் கட்டுக்குலையாமல் பாதுகாக்கும் பழைய புரட்சிக்காரர்களின் பிடிவாதம் என எங்கெல்ஸ் அந்நியோன்னியமான ஈடுபாட்டுடன் தனது தோழர்களின் செயல்பாடுகளைச் சித்தரிக்கிறார். "அவர்களில் ஒருவரேனும் அரசியல் பொருளாதாரத்தைப் படித்திருக்க மாட்டார். ஆனால் அது முக்கியமல்ல. சமத்துவம், சகோதரத்துவம், நீதி ஆகியவை எல்லாத் தத்துவார்த்தத் தடைகளையும் வெற்றிகொள்வதற்கு உதவின".

நியாயவாதிகளின் கழகத்திற்கு மிக அருகிலேயே 'வேறு வகையான கம்யூனிசம்' ஒன்று வளர்ச்சியடைந்து கொண்டிருந்தது என்பதை எங்கெல்ஸ் அடுத்து எடுத்துக்காட்டுகிறார். வரலாற்றை எழுதுவதில் இதுவரையில் எவ்விதமான பாத்திரமும் வகிக்காத பொருளாதார விவரங்கள், வர்க்க முரணியல்புகள் கம்யூனிச விவாதங்களில் இப்போது நுழையத் தொடங்கின என்று எங்கெல்ஸ் எழுதுகிறார். இது விஷயத்தில் மார்க்சும் தானும் முழுமையாக உடன்படுதலை 1844 ல் பாரிசில் இருவரும் சந்தித்தபோது கண்டனர் எனப் பதிவு செய்கிறார். 1845ல் மறுபடியும் பிரஸ்ஸல்சில் சந்தித்த பொழுது, மார்க்ஸ் வரலாற்றுப் பொருள்முதல்வாதத் தத்துவத்தை அதன் பிரதானக் கூறுகளில் வளர்த்திருந்தார் எனத் தெரிவிக்கிறார். அக்காலத்திய தொழிலாளர் இயக்கத்துக்கு அது உடனடியான முக்கியத்துவத்தைக் கொண்டிருந்தது என்றும் மதிப்பிடுகிறார். கம்யூனிசம் இனியும் கற்பனை அல்ல என்ற நிலையை அடைந்து விட்டது என்று அச்சந்தர்ப்பத்தை எங்கெல்ஸ் விளக்குகிறார்.

வைட்லிங், குறிப்பிட்ட இக்காலத்தில் ஏற்கனவே ஒரு புரட்சிகர தீர்க்கதரிசியாகப் பிரபலம் அடைந்திருந்தார். பூமியில் சொர்க்கத்தை ஏற்படுத்துவதற்கான மருத்துவக் குறிப்பை தன் பையிலேயே

வைத்திருப்பவரைப்போல அவர் நடந்து கொண்டார் என எங்கெல்ஸ் அவரைச் சித்தரிக்கிறார். அதனை யாரேனும் திருடிக் கொள்வார்கள் எனவும் வைட்லிங் அச்சப்பட்டார். அவரால் எவருடனும் ஒத்துப் போக முடியவில்லை. எனவே தன்னுடைய தீர்க்கதரிசனத்தைச் சோதித்துப் பார்ப்பதற்காக அவர் விரைவில் அமெரிக்காவிற்குப் புறப்பட்டுச் சென்றுவிட்டார். அதே காலத்தில் சமத்துவவாதக் கம்யூனிசம், பூர்வீகக் கிறித்தவத்தின் கம்யூனிசம், மெய்யான சோசலிசம், பழைய சதிக்கூட்ட முறைகளைக் கொண்ட கம்யூனிசம் போன்றவையும் வழக்கிலிருந்தன. இருப்பினும், அவற்றிலிருந்து வேறுபட்ட மார்க்ஸ், எங்கெல்சின் 'விமர்சன கம்யூனிச'த்தைத் தெளிவாக முன்வைக்கும் பொருட்டு மார்க்சுக்கு ஒரு வாய்ப்பளிக்கவும் முடிவு செய்யப்பட்டது என்று எங்கெல்ஸ் குறிப்பிடுகிறார். இம் முடிவை ஒட்டி மார்க்சும் எங்கெல்சும் கழகத்தில் உறுப்பினர்களாகச் சேருகிறார்கள்.

கழகத்தின் முதல் காங்கிரஸ் *1847* கோடைக்காலத்திலும், இரண்டாவது காங்கிரஸ் *1847* நவம்பர் இறுதியிலும் நடைபெற்றன. காங்கிரசில் மார்க்ஸ் தனது நீண்ட கோட்பாட்டு விளக்கங்களை முன்வைத்தார். இரண்டாவது காங்கிரஸ் பத்து நாட்கள் நடைபெற்றன. கழகத்தின் பெயர் 'நியாயவாதிகள் கழகம்' என்பதிலிருந்து 'கம்யூனிஸ்ட்கள் சங்கம்' என்று மாற்றியமைக்கப்பட்டது. 'கம்யூனிஸ்ட் அறிக்கையை'த் தயாரிக்கும் பொறுப்பும் மார்க்ஸ், எங்கெல்சிடம் ஒப்படைக்கப்பட்டது. 'உலகத் தொழிலாளர்களே, ஒன்று சேருங்கள்!' என்ற புதிய போர் முழக்கமும் ஏற்கப்பட்டது.

கம்யூனிஸ்டுகள் சங்கத்தின் வரலாறு குறித்த இக்கட்டுரையை முக்கியமானதோர் ஆவணமாகக் கருத வேண்டும். அமைப்புரீதியாகவும் கோட்பாட்டுரீதியாகவும் இன்னும் பல முனைகளிலும் மார்க்சியம் நிறுவப்பட்ட வரலாற்று நிகழ்வை இக்கட்டுரை தன்னில் கொண்டுள்ளது. மார்க்ஸ், எங்கெல்ஸ் தொகுதி *11* ஒரு சிறப்பான இடத்தை இக்கட்டுரையின் மூலம் உறுதிப்படுத்திக் கொள்கிறது.

மார்க்ஸ் எங்கெல்ஸ் தேர்வு நூல்கள்
தொகுதி 11க்கான அறிமுகவுரை

10

காரல் மார்க்சின் இரண்டாம் நூற்றாண்டுப் பதிப்பாக வெளியிடப்படும் மார்க்ஸ்-ஏங்கெல்ஸ் நூல்வரிசையின் தொகுதி 12இன் முழுப் பரப்பையும் ஏங்கெல்சின் 'குடும்பம், தனிச்சொத்து, அரசு ஆகிய வற்றின் தோற்றம்' என்ற நூல் தழுவி நிற்கிறது. மார்க்ஸ் ஏங்கெல்ஸ் நூல்களில் தனித்த சிறப்பு கொண்ட நூல்களில் ஒன்றாக இந்நூல் விளங்குகிறது.

மார்க்சியத்தின் முதலாசிரியரான மார்க்ஸ் 1883 ஆம் ஆண்டு மரணமடைந்தார். மார்க்சின் மரணத்திற்குப் பிறகு, அவரது கையெழுத்துப் பிரதிகளைப் புரட்டிப் பார்த்த ஏங்கெல்ஸ், அவற்றுக்கிடையில் அமெரிக்க மானுடவியல் அறிஞரான லேவி மார்கனின் 'பண்டைச் சமூகம்' என்ற நூலுக்கு மார்க்ஸ் எழுதிய குறிப்புகளோடு கூடிய நோட்டுப் புத்தகங்களைக் கண்டறிந்தார். மார்கனின் நூல் "பண்டைச் சமூகம் அல்லது காட்டுமிராண்டி நிலையிலிருந்து அநாகரிக நிலை வழியாக நாகரிக நிலையை நோக்கிய பரிணாமம் பற்றிய மானுட வளர்ச்சி பற்றிய ஆய்வுகள்" என்ற தலைப்பினைப் பெற்றிருந்தது. அந்நூல் 1877 ல் வெளிவந்திருந்தது. மார்கனின் இந்நூலுக்கு மார்க்ஸ் எந்த அளவு முக்கியத்துவம் கொடுத்திருந்தார் என்பதை ஏங்கெல்ஸ் நன்கு அறிந்திருந்தார். "ஏனென்றால் நாற்பது ஆண்டுகளுக்கு முன் மார்க்ஸ் கண்டுபிடித்திருந்த வரலாற்றுப் பொருள்முதல்வாதக் கருத்தோட்டத்தைத்தான் மார்கன் தன்னுடைய வழியில் அமெரிக்காவில் மறுபடியும் கண்டுபிடித்தார்" என்று ஏங்கெல்ஸ் குறிப்பிடுகிறார். மேலும் குறிப்பிடும் போது, "பிரதான விஷயங்களில் மார்க்ஸ் எந்த முடிவுகளை வந்தடைந்தாரோ, அதே முடிவுகளுக்கு மார்கனும் வந்தடைந்தார்" என்று கூறுகிறார். மார்க்சுடன் சமப்படுத்தி மார்கனை மதிப்பிடும் ஏங்கெல்சின் சொற்கள் மரியாதைக்குரியன. இறுதியாக, "மார்கனது ஆராய்ச்சி முடிவுகள் பற்றிய விளைவுகளை மக்கள் முன்பாக வைத்து, அதன்மூலம் அவற்றின் முக்கியத்துவம் முழுவதையும் தெளிவாக்க வேண்டும் என்று [மார்க்ஸ்] திட்டமிட்டிருந்தார்" என்ற செய்தியையும் ஏங்கெல்ஸ் தெரிவிக்கிறார். "மார்கனுடைய நூலிலிருந்து விரிவான பகுதிகளை எடுத்து மார்க்ஸ் அவற்றுக்கு விமர்சனக் குறிப்புகள் எழுதியுள்ளார். அவை எனக்கு முன்னால் இருக்கின்றன. இந்நூலில் சாத்தியமான இடங்களில் அவற்றை

அப்படியே வெளியிட்டிருக்கிறேன்" என்று தனது நூலுக்கு எழுதிய முன்னுரையில் குறிப்பிடுகிறார்.

எனவே "மார்க்ஸ் விட்டுச் சென்ற ஒரு பணியைச் செய்து முடிக்கும் வகையில்" தனது நூலான 'குடும்பம், தனிச்சொத்து...' வெளிவருகிறது என்று 1884 ல் ஏங்கெல்ஸ் அந்நூலுக்கு எழுதிய முன்னுரையில் தெளிவுபடுத்துகிறார். அதே முன்னுரையில் ஏங்கெல்ஸ் மார்கனுடைய நூல் "சகாப்தம் படைக்கின்ற நூல்களில் ஒன்று" என்ற உச்சக்கட்ட மதிப்பீட்டையும் வழங்குகிறார். மார்கன் பற்றி ஏங்கெல்ஸ் குறிப்பிடும் மதிப்பீடுகள் ஏங்கெல்சின் 'குடும்பம், தனிச்சொத்து...' நூலின் வரலாற்று முக்கியத்துவத்தையும் நமக்கு எடுத்துரைக்கின்றன.

இந்த முன்னுரையுடன் இனி ஏங்கெல்சின் 'குடும்பம், தனிச் சொத்து...' நூல் குறித்துப் பேசுவோம்.

மார்க்ஸ் அவரது வாழ்க்கைக் காலத்தின் பெரும்பகுதியை தத்துவரீதியான கோட்பாட்டு உருவாக்கத்திலும் சமகால முதலாளிய அரசியல் பொருளாதார ஆய்வுகளிலும் செலவளித்தார் என்பதை நாம் அறிவோம். எனில், ஏங்கெல்சின் 'குடும்பம், தனிச்சொத்து...' நூல், நவீன முதலாளிய யுகத்திற்கு முந்திய (Pre-Capitalist) மிக நீண்ட வரலாற்றுக் காலக்கட்டத்தைப் பரவி நிற்கிறது. ஏடறியா வரலாற்றுக் காலம் என அழைக்கப்படும் புராதன சமூக அமைப்பில் தொடங்கி சில அபூர்வமான தொடர்ச்சிகளின் காரணமாக மத்திய காலத்தின் பிற்பகுதி வரை நீடிக்கும் வரலாற்றுக் காலத்தை ஏங்கெல்சின் நூல் தழுவி நிற்கிறது. முதலாளியத்திற்கு முந்திய யுகம் பற்றிய இந்நூலின்றி உண்மையில் இன்றைய மார்க்சியத்தின் வரலாற்றுக் கோட்பாட்டை முழுவடிவில் உருவகிப்பதே சாத்தியமில்லாத ஒன்றாகும். பண்டைய வரலாறு சார்ந்த ஒரு மிகப்பெரிய இடைவெளியை இட்டு நிரப்பும் நூலாக இது அமைந்துள்ளது. ஒருவர் உணர்வுபூர்வமாக மார்க்சியச் சிந்தனையை ஏற்பதும் நிராகரிப்பதும் பல வேளைகளில் இந்நூல் வரைந்து காட்டும் வரலாற்று சித்திரத்தைப் பொறுத்தும் அமைகிறது.

ஏங்கெல்சின் நூலின் உட்தலைப்புகள் மார்கன் மற்றும் பிற மானுடவியலாளர்கள் அக்காலத்தில் பயன்படுத்திய "காட்டுமிராண்டி நிலை, அநாகரிக நிலை, நாகரிக நிலை" போன்ற பழைய சொற்களை அப்படியே கொண்டுள்ளன. இவற்றில் முதல் இரண்டு காலக் கட்டங்களும் ஆரம்பக் கட்டம், இடைக்கட்டம், வளர்ந்த கட்டம் என்றும் மூன்றாகப் பகுக்கப்படுகின்றன. ஆய்வாளர்கள் அவர்களது காலத்தில் பயன்படுத்திய சொற்கள் அவை என்ற எல்லைகளைப் புரிந்து கொண்டு நாம் அவற்றைப் பின்பற்றிச் செல்வோமாக.

பண்டைச் சமூகத்தின் குல மரபு உறவமைப்பு, காட்டுமிராண்டி நிலையின் இடைக்கட்டத்திலிருந்து அநாகரிக நிலையின் ஆரம்பக் கட்டம் வரை நிலவியது என்று ஏங்கெல்ஸ் தோராயமாகக் கணக்கிட்டுச் சொல்லுகிறார். மோர்கனின் நூலில் தரப்பட்டுள்ள புராதன குடும்பம், ஆண்-பெண் பாலியல் உறவுகள், இனக்குழு வாழ்க்கை ஒழுங்குகள் ஆகியன குறித்து கள ஆய்வுகளின் அடிப்படையில் சேகரிக்கப்பட்ட தகவல்கள், விளக்கங்கள் ஆகியவற்றை மார்க்சிய வரலாற்றுப் பொருள் முதல்வாத அடிப்படையில் மறு வாசிப்பு செய்து எழுதப்பட்ட நூல் இது. பலவகை மண உறவுகள், குலம், குடும்பம் சார்ந்த ரத்த உறவுகள், குலம் சார்ந்த தன்னாட்சி முறை, குல உறுப்பினர்கள் அனுபவித்து வந்த சுதந்திரம், சமத்துவம், தாய்வழிச் சமுதாயம், அது உடைந்து சிதறுதல், தனிச் சொத்துரிமையின் தோற்றம், வர்க்கங்களின் தோற்றமும் மோதல்களும், அரசு எனும் அடக்குமுறை எந்திரத்தின் தோற்றம் எனப் பலவகையான பழம் வரலாற்று நிகழ்வுகளை இந்நூல் விரிவாகப் பேசுகிறது. கிரேக்க, ரோமானிய, ஜெர்மானிய மற்றும் அமெரிக்கச் செவ்விந்தியப் பழங்குடிகளின் வாழ்க்கைத் தரவுகளை இந்நூலில் மோர்கனைப் பின்பற்றி ஏங்கெல்ஸ் எடுத்தாளுகிறார். ஐரோப்பியச் சூழல்களில் ஆய்வாளர்களுக்குக் கிட்டாத பல பழங்குடிச் சமூகத் தகவல்களை அமெரிக்க செவ்விந்தியர் வாழ்வியலைக் கொண்டு மோர்கன் இட்டு நிரப்புகிறார் என்பது குறிப்பிடத்தக்க செய்தி.

மானுடவியல் ஆய்வாளர்களைத் தாண்டி, ஏங்கெல்சின் கலைச் சொற்களை நெருங்கிச் செல்ல வேண்டுமெனில், 1884 ஆம் ஆண்டு இந்நூலுக்கு ஏங்கெல்ஸ் எழுதிய முன்னுரையிலிருந்து நாம் தொடங்க வேண்டும். 'பொருள்முதல்வாத கருத்தமைப்பின்படி' இங்கு ஏங்கெல்ஸ் இரண்டு வகையான உற்பத்தி வடிவங்களைச் சுட்டிக் காட்டுகிறார். அவை ஒன்று, பொருளாதார உற்பத்தி, மற்றது மனித இனம் தன்னைத் தானே மறுஉற்பத்தி செய்து கொள்ளுதல். பொருளாதார உற்பத்தி மிகக்குறைவாகவே இருந்த பண்டைக் காலத்தில் குலமரபு உறவுகள் ஆதிக்கம் செலுத்தின, ஆயின் படிப்படியாக உற்பத்தி வளர்ந்த போது, பொருளுற்பத்தி உறவுகள் அவற்றை மீறி வளர்ந்து, குல மரபு உறவுகள் இரண்டாம் நிலைக்குத் தள்ளப்பட்டன. பொருளாதார அமைப்பு இன்னும் வலுப்படாத, வெளிப்படையாகத் தன்னை அறிவித்துக் கொள்ளாத காலத்தின் சமூக உறவுகளை, அச்சமூக உறவுகளின் இயங்கியலை இந்நூல் பேசுகிறது. குல மரபு உறவுகளுக்கும் பொருளுற்பத்தி உறவுகளுக்கும் இடையிலான முரண்பாடு இந்நூலின் அடிப்படையான பிரச்சினை ஆகும். இருவகை

உறவுகளும் ஒரு நீண்ட பழங்கால வரலாற்றுப் பரப்பில் முட்டி மோதிக்கொண்டு, அவற்றின் அழியாத எச்சங்கள் நவீன காலத்தின் முகப்பு வரை நீடிக்கும் அளவுக்கு தொடர்ந்து வந்தன என்ற விடயத்தை ஏங்கெல்ஸ் இந்நூலில் விரிவாகப் பேசுகிறார்.

இவ்விரண்டு வகையான உறவுகளுக்கும் பொருந்தாநிலை ஏற்பட்டு அவை ஒரு புரட்சிக்கே இட்டுச் சென்றன என ஏங்கெல்ஸ் எழுதுகிறார். ஏங்கெல்ஸின் நூல், குலமரபு உறவுகள் நிலவிய காலத்திய சமூக நிறுவனங்களையும் அவற்றிலிருந்து பொருளுற்பத்தி உறவுகள் மீறி வளர்ந்த காலத்தையும் சித்தரிக்கின்றது. பொருளுற்பத்தி உறவுகள் நிலை கொண்டபோது, வர்க்க வேறுபாடுகளும் மோதல்களும் காட்சிக்கு வருகின்றன. இந்நூலின் 142 வது பக்கத்தின் கடைசி வரி, "வர்க்கப் பிரிவினையை நிரந்தரமாக்குவது மட்டுமின்றி உடைமை யில்லாத வர்க்கத்தை உடைமை வர்க்கம் சுரண்டுவதற்குள்ள உரிமையையும் நிரந்தரமாக்கக் கூடிய... அந்த நிறுவனம் வந்து சேர்ந்தது. அரசு உருவாக்கப்பட்டது" என்று கூறுகிறது. இது வரலாற்றில் நிகழ்ந்த மிகப்பெரும் முதல் திருப்புமுனை.

குழு மணம், இணை மணம், பலதார மணம், ஒருதார மணம் என்ற வடிவங்களின் அடிப்படையில் பாலியல் உறவுகள் ஒழுங்கு படுத்தப்பட்டன. ஆண்-பெண் முதல் வேலைப்பிரிவினை முதல் வர்க்கப் பகைமையுடன் பொருந்துகிறது என்று ஏங்கெல்ஸ் குறிப்பிடுகிறார். பல வகைக் குடும்பங்கள் வழக்கிற்கு வந்தன. குறைந்தபட்சம் நான்கு அல்லது ஐந்து குடும்ப வடிவங்கள் எனத் தெரிவிக்கிறார். "குடும்பம் என்பது இயக்கமுள்ள கோட்பாட்டைக் குறிக்கிறது. அது ஒருபோதும் இயங்காதிருப்பதில்லை" என்ற மோர்கனின் வரிகளை ஏங்கெல்ஸ் ஒப்புதலுடன் எடுத்தாளுகிறார்.

வர்க்க சமூகமும் அதன் அதிகார வடிவமான அரசு எந்திரமும் தோன்றிய பிறகு குலமரபு உறவுகள் சிதைக்கப்பட்ட வரலாற்றையும் அதனை மீறி விஞ்சிநின்ற புராதனப் பொது உடமைச் சமூகத் தொடர்ச்சிகளையும் அயர்லாந்து, ஸ்காட்லாந்து, ஜெர்மனி, ரஷ்யா, இந்தியா போன்ற நாடுகளின் சமூக அமைப்புகளை எடுத்துக் காட்டி ஏங்கெல்ஸ் விளக்குகிறார். ஜெர்மனியில் மார்க்குகள், ரஷ்யாவில் அப்ஷீனாக்கள், இந்தியாவில் பொது விவசாய நிலங்கள் போன்றவை பூர்வீக வடிவங்களுக்கு சாட்சியாக நின்றன. நவீன காலத்திய தேசிய இனங்கள் அழிபடாத குல மரபு உறவுகளின் தொடர்ச்சி என்கிறார் ஏங்கெல்ஸ். அயர்லாந்தில் ஆங்கிலேயர்கள் குல உறவுகளைப் பலாத்காரமாக அழித்தபிறகும், மக்கள் மனத்தில் குறைந்தபட்சம்

உள்ளுணர்வாக இன்னும் அவை உயிரோடிருக்கின்றன. சென்ற நூற்றாண்டின் (18 ஆம் நூ.ஆ) மத்தியில் ஸ்காட்லாந்தில் அது முழு மலர்ச்சியுடன் இருந்து வந்தது. நம் காலம் வரை (19 ஆம் நூ.ஆ) நீடிக்கும் கெல்ட்டுகளின் பழமையான சட்டங்கள் குலம் இன்னும் வீரியத்துடன் இருப்பதையே காட்டுகிறது. இவையெல்லாம் ஏங்கெல்ஸ் எடுத்துக்காட்டும் வரலாற்றுச் சான்றுகள். அயர்லாந்தின் அரசியல் களத்தில் நிகழும் சில புரிய முடியாத சம்பவங்கள் உண்மையில் குல உணர்வின் தொடர்ச்சியை அலாதியான முறையில் வெளிப்படுத்துகின்றன, அவை அழிக்கப்பட்ட குலங்களின் செயற்கையான அவதாரங்கள், பிற்கால மாற்று வடிவங்கள் என்று ஏங்கெல்ஸ் சித்தரிக்கிறார். குல உணர்வுகளைக் கொண்ட விவசாயிகள், நகரங்களின் வேறுவிதமான சட்ட திட்டங்களுக்கு ஆட்படும்போது சிறிதும் பிடிப்பில்லாது மனமுறிவுக்கு உள்ளாவது குறித்தும் அவர் எழுதுகிறார். அப்பாவித்தனமான குல அமைப்பிற்குச் சொந்தமான அவர்கள் முதலாளியச் சொத்துணர்வுகளில் பதிய மறுக்கிறார்கள் என்று குறிப்பிடுகிறார். ஒவ்வொரு மூன்றாம் உலக நாடும் தனது சொந்த முகத்தை ஏங்கெல்சின் இந்த சித்தரிப்புகளில் காணமுடியும்.

மானுடவியலாளர்கள் பயன்படுத்திய அநாகரிகம், நாகரிகம் என்ற சொற்களை ஏங்கெல்ஸ் தொடர்ந்து பயன்படுத்துகிறார். அச்சொற்கள் புராதனப் பொது உடமைச் சமூகம், வர்க்க சமூகம் என்ற வரலாற்றுக் கட்டங்களைக் குறிப்பனவாக இருக்கலாம். எனவே, ஏங்கெல்சின் எழுத்துக்களில் அநாகரிகம், நாகரிகம் என்ற சொற்களின் வழக்கமான பொருள் தலைகீழ் மாற்றமடைகிறது. வரலாற்றின் பல்வேறு அழிப்பு வேலைகளுக்குப் பிறகும் 'அநாகரிகத்தின்' சில அற்புதமான பழம் பண்புகளும் நிறுவனங்களும் நவீன பாட்டாளி வர்க்கத்திற்குக் கையளிக்கப்பட்டுள்ளன என்று ஏங்கெல்ஸ் எழுதுகிறார். அநாகரிகமும் குல அமைப்பும் வளர்த்தெடுத்த தனிப்பட்ட திறமை, துணிவு, சுதந்திர வேட்கை, பொதுநலன் சார்ந்த சனநாயக உணர்வு, ஒடுக்கப்பட்ட மக்களில் வெளிப்படும் எதிர்ப்புணர்வு ஆகிய வீரியமான அப்பண்புகளே ஐரோப்பாவிற்குப் புத்துயிரூட்டியது என்று ஏங்கெல்ஸ் குறிப்பிடுகிறார். 'அநாகரிகர்களே' இந்த மானுட வாழ்வை அழியாமல் காத்து வருகின்றனர் என்ற முடிவை ஏங்கெல்ஸ் நெருங்கி வருகிறார். ஏங்கெல்சின் இந்த குறிப்பு மனித சமூக வரலாற்றின் உள்ளோட்டமான பண்பு குறித்த ஒரு மிக அற்புதமான மதிப்பீடு ஆகும்.

பண்டைத்தமிழ் இலக்கியங்களிலிருந்து தமிழ்ச் சமூக வரலாற்றை மீட்டுருவாக்கம் செய்யும் தமிழ் அறிஞர்களுக்கு ஏங்கெல்சின் இந்நூல்

முக்கியமான வழித்துணையாக அமைய முடியும். பழஞ்சமூகத்தின் வளர்ச்சி நிலைகளை ஒன்றுக்குப் பிறகு மற்றொன்றாக அல்லாமல் அருகருகே நிலவும் காட்சியை ஏங்கெல்ஸ் குறிப்பிடுகிறார். தமிழின் நால்வகை நிலங்களை அருகருகே அடுக்கும் வைப்புமுறையை அது நினைவுக்குக் கொண்டு வருகிறது. மிகப்பழங்காலத்து இனக்குழுக்கள், சீறூர் மன்னர்கள், மன்னர்களுக்கும் புலவர்களுக்கும் இடையிலான சமத்துவ உறவுகள், சுயமரியாதை கொண்ட சமூக உறவுகள், பெரு வேந்தர்கள் இனக்குழுக்களையும் சீறூர் மன்னர்களையும் அழித்து வர்க்க ஒழுங்குகளை நிறுவுதல் என்ற தமிழ் வரலாற்று நிகழ்வுகள் அனைத்தும் 'குடும்பம், தனிச் சொத்து...' நூலின் வெளிச்சத்தில் துலக்கமாகப் புலப்படுகின்றன. தமிழின் அடையாளம் அகத்திணையே என்ற தமிழறிஞர்களின் கூற்றினை மெய்ப்பிக்கும் வகையில் ஏங்கெல்சின் ஆய்வுகள் குடும்பத்தையும் பெண் நலன்கள் சார்ந்த பாலியல் உறவுகளையும் மையப்படுத்தி நிற்கின்றன. கால்நடை வளர்ப்புத் தொழிலை மையமாகக் கொண்டே தனி உடமைச் சமுதாயம் நிலை கொண்டது என்ற ஏங்கெல்சின் கருத்துக்கும் முல்லைத் திணையில் உடமை உறவுகள் குறித்த கருத்துக்களுக்கும் அபூர்வமான ஒற்றுமைகள் உள்ளன என்று பேராசிரியர் ஆ. சிவ சுப்பிரமணியன் தெரிவிக்கிறார். தமிழ் எதார்த்தங்களுக்கும் ஏங்கெல்சின் ஆய்வுகளுக்கும் நடுவில் அதிக இடைவெளி இல்லை என்பதை இங்கு உணர முடிகிறது.

பண்பாடு, அரசியல், பொருளாதாரம், வரலாறு ஆகிய பல பரிமாணங்களை மிக நுட்பமாக ஏங்கெல்ஸ் இந்நூலில் ஒன்றிணைக்கிறார். இது வேறு எந்த ஒரு மார்க்ஸ்-ஏங்கெல்ஸ் நூலிலும் காணக்கிடைக்காத சித்திரம். வரலாறு என்ற துறையும் மானுடவியல் என்ற பிறிதொரு துறையும் மிக அழுத்தமாக இந்நூலில் சங்கமமாகின்றன. வரலாறு, பழங்கால மக்கள் கூட்டங்களின் வாழ்க்கையைப் பேசத் தொடங்கும்போது, அது மானுடவியலுடன் இணைவது தவிர்க்கமுடியாது என்பது உண்மைதான். இருப்பினும், மார்க்சியத்தின் முதலாசிரியர்களில் ஒருவரான ஏங்கெல்சே நேரடியாக இப்பணியை முன்னெடுத்துச் செய்துள்ளார் எனும் போது இந்நூலின் சிறப்பு பலமடங்கு உயர்கிறது.

மானுடவியல் என்ற ஒரு துறை ஐரோப்பாவில் தோற்றம் பெற்ற பல்வேறு சூழல்களுக்கு இடையில், குறிப்பிடத்தக்க அதன் ஒரு பங்களிப்பினைப் பற்றி இங்கு சொல்ல வேண்டும். 18-19 ஆம் நூற்றாண்டுகளின் அறிவுமுதல்வாதத்தின் (Rationalism) ஒற்றை

நேர்கோட்டுப் போக்கைத் திசைதிருப்பி ஆய்வுலகின் கவனத்தை பண்பாட்டு ஆய்வுகளை நோக்கி இட்டு வந்ததில் மானுடவியலுக்கு ஒரு முக்கிய இடம் உண்டு. அறிவுமுதல்வாதிகள் முன்வைத்த, அறிவுக்குப் பொருந்தாத பழம் சரக்குகளை புறம் தள்ளுங்கள் என்ற கோஷத்தை மௌனமாக மறுதலித்து நாட்டார் சமயங்கள், சடங்குகள், பழக்க வழக்கங்கள், வாய்மொழி வழக்காறுகள் ஆகியவற்றைப் பண்பாடு, சமூக உளவியல் மற்றும் பயன்பாடு சார்ந்து விளக்கமளிக்கும் ஒரு துறையாக மானுடவியல் பரிணமித்தது. இந்த வகையில் அறிவுமுதல்வாதத்தின் ஒற்றை நேர்கோட்டுப் போக்கிலிருந்து விலகிய ஒரு செழுமையான அணுகுமுறை மானுடவியலுக்குக் கிடைத்தது. அறிவு முதல்வாதத்தை நெகிழ்வாக்கும் ஓர் இயங்கியல் மானுடவியலுக்கு அமைந்து போயிற்று. இப்படிச் சொல்லும்போது, மானுடவியல் அறிவார்ந்த அணுகுமுறையை நிராகரிக்கிறது, பழமையைப் பற்றிக் கொள்ளுகிறது என்று அதற்குப் பொருளல்ல. மாறாக, பண்பாட்டு மதிப்புகள், நிறுவனங்கள் ஆகியவற்றின் சமூக உளவியல் ஆற்றல்களை அறிவின் கவனத்திற்குக் கொண்டுவந்து அவற்றின் ஊடாக உடமை, அந்தஸ்து, அதிகாரம் ஆகியவை தொழில்படும் முறைமைகள் பற்றிய ஓர்மையை மானுடவியலால் ஏற்படுத்த முடிந்திருக்கிறது. சமீப காலங்களில் நாம் பேசிவரும் கலாச்சார அரசியலின் முதற்புள்ளிகள் இங்கு இடப்படுகின்றன எனவும் கூறலாம்.

மூன்றாம் உலக நாடுகளைச் சேர்ந்த நம்மைப் பொறுத்தமட்டில், இங்கு சொல்லப்படும் பண்டைச் சமூகங்களின் வரலாறும், அவற்றைப் பயிலும் மானுடவியலின் ஆய்வுப்பரப்பும் பெருமளவில் ஆசிய, ஆப்பிரிக்க, லத்தீன் அமெரிக்க நாடுகளின் அண்மைக்காலங்களுக்கும் பொருந்தக்கூடியவை என்பது கவனிக்கத்தக்கது. அதாவது, ஐரோப்பிய அறிஞர்களால் அநாகரீகமானவை, வளர்ச்சி அடையாதவை, மூடத்தனமானவை, அழுக்கானவை என்றெல்லாம் புறம்தள்ளப்பட்ட வாழ்க்கைக் கூறுகள் மானுடவியலின் அறிவார்ந்த மறுமதிப்பீட்டுக்கு ஆட்படுகின்றன. மானுடவியலும் மார்க்சியமும் சந்தித்துக் கொள்ளும் இவ் அணுகுமுறையை ‘குடும்பம், தனிச்சொத்து...’ நூலில் ஏங்கெல்ஸ் தொடங்கி வைத்தார் என்று கூற வேண்டும்.

பல ஐரோப்பிய அறிஞர்கள் மார்க்சிய ஆதரவு நிலைப்பாடு களுடன் மானுடவியல் ஆய்வுகளில் ஈடுபட்டனர். மூன்றாம் உலக நாடுகளின் பல்கலைக்கழகங்களில், கல்லூரிகளில் மானுடவியல், நாட்டார்வழக்காற்றியல் துறைகள் விருப்புடன் பயிலப்படுகின்றன. பேராசிரியர்கள் தேவி பிரசாத் சட்டோபாத்யாயா, நா. வானமாமலை,

ஆ.சிவசுப்பிரமணியன் போன்றோர் இந்தியச் சூழல்களில் தமது மார்க்சிய நிலைப்பாடுகளுடன் ஊடும் பாவுமாக மானுடவியலின் பயன்பாட்டை உணர்ந்திருந்தனர். இன்றுவரை சமூக மானுடவியல், பண்பாட்டு மானுடவியல், பொருளாதார மானுடவியல், சூழல்சார் மானுடவியல், பெண்ணிய மானுடவியல் போன்ற துறைகள் இவ்வட்டாரத்தில் செழித்து வளர்ந்துள்ளன என்று கூறமுடியும்.

'மூலதனம்' நூலின் கறாரான பொருளாதார அணுகுமுறையைக் கொண்டு, மூன்றாம் உலக நாடுகளின் பொருளாதார அரசியலைப் புரிந்து கொள்ளுதல் ஒருவிதமான மார்க்சியம். ஆயின் 'குடும்பம், தனிச்சொத்து...' நூலில் பேசப்பட்டுள்ள விடயங்களைக் கொண்டு மூன்றாம் உலக நாடுகளின் கலாச்சார அரசியல், அடையாள அரசியல், மத அரசியல், சாதியம், அதிகாரத்தின் வட்டார வடிவங்கள், அரசு நிறுவனம் போன்றவற்றைப் பயில்வது இன்னொரு வகையான மார்க்சியம். மூன்றாம் உலக அரசியலில் இவை கூட்டாகப் பயணிக்க வேண்டி வரும்.

ஏங்கெல்சின் நூலிலிருந்து ஒரு மார்க்சியப் பெண்ணியத்தை உருவாக்க முடியும். அது உருவாக்கப்பட்டுள்ளது. வரலாற்றின் முதல் வேலைப்பிரிவினையாக ஆண்-பெண் பிரிவினை அமைந்தபோது, பாலியல் மண உறவுகள் புராதனச் சமூகத்தின் ஒழுங்கமைப்பை நிர்ணயித்த காலங்களில் அவற்றின் மொழியிலேயே ஆணாதிக்கமும் உருவான நிகழ்வை ஏங்கெல்சின் இந்நூலிலிருந்து வருவிக்க முடியும். வேலைப் பிரிவினைகளுக்கும் மண உறவு முறைகளுக்கும் பின்னால் ஆணாதிக்கச் சமூகத்தின் தனிச்சொத்துரிமை நலன்கள் அமைந்திருந்ததையும் ஏங்கெல்ஸ் எழுதுகிறார். எனவே ஏங்கெல்சின் இந்நூலை சோசலிசப் பெண்ணியத்தின் முதல் நூலாகக் கொள்ளுவோர்கள் உண்டு. ஏங்கெல்ஸ் குடும்ப அமைப்பின் பல்வேறு வரலாற்று வடிவங்களைப் பெண்-நலன்களின் நோக்கிலிருந்து அணுகியுள்ளார் என்ற கருத்து நிறுவப்பட்டுள்ளது. புராதனக் குடும்பம், நில உடமைக் குடும்பம், பூர்ஷ்வா குடும்பம், உழைப்பாளிக் குடும்பம் எனக் குடும்ப அமைப்புகளை வித்தியாசப்படுத்திப் பார்க்கும் முறையியலை ஏங்கெல்சின் நூல் வழங்குகிறது. உடமைச் சமுதாயம் பெண்ணின் வரலாற்றுத் தோல்வியை நிர்ணயித்தது, பாலியல் உறவுகள் மற்றொரு சமூக ஏற்றத்தாழ்வின் காரணியாக மாறியது என்று ஏங்கெல்ஸ் எழுதுகிறார். இந்திய, தமிழ்ச் சூழல்களில் கம்யூனிஸ்டுகள், மார்க்சிய சிந்தனையாளர்கள் குடும்பங்களை அவற்றின் வர்க்கப் பண்புகளைக் கொண்டு பகுத்து ஆய்வு செய்துள்ளார்களா? குடும்ப வாழ்வை

சனநாயகப் படுத்தல் என்ற திசையில் நாம் என்ன செய்துள்ளோம்? முதலாளியக் குடும்பம் என்பது இன்னும் கூடுதலாகச் சிக்கல் நிறைந்த ஓர் அமைப்பு. தனி உடமையால், பண உறவுகளால் குடும்பம் சீரழிக்கப்படுவது முதலாளியச் சூழல்களில் உச்சக்கட்டத்தை எட்டுகிறது. ஏங்கெல்சின் நூல் வெறும் வரலாற்று வியாக்கியானம் அல்ல, அது சமகால அரசியலுக்கு முன்மொழிவுகளை வழங்குவது என்பதனை உணர்கிறோம்.

மார்க்ஸ் எங்கெல்ஸ் தேர்வு நூல்கள்
தொகுதி 12க்கான அறிமுகவுரை

11

மார்க்ஸ் ஏங்கெல்சின் நூல்கள் தொகுதி 14இல் ஏங்கெல்சின் இரண்டு வகையான எழுத்துக்கள் தொகுக்கப்பட்டுள்ளன. முதல் பகுதியில் 'லுத்விக் ஃபாயர்பாகும் மூலச்சிறப்புள்ள ஜெர்மன் தத்துவஞானத்தின் முடிவும்' என்ற ஏங்கெல்சின் சிறு நூல் அமைந்துள்ளது. இரண்டாவது பகுதியில் கிறித்தவம் பற்றிய ஏங்கெல்சின் மூன்று ஆய்வுக்கட்டுரைகள் அமைந்துள்ளன.

ஏங்கெல்சின் 'லுத்விக் ஃபாயர்பாகும்...' எனத் தொடங்கும் நூல் 1886ல் கட்டுரைகளாகவும் 1888ல் நூலாகவும் வெளிவந்தது. மார்க்சின் மறைவுக்குப் பிறகான ஏங்கெல்சின் முக்கியமான எழுத்துக்களில் ஒன்றாக இந்நூல் கருதப்படுகிறது. இந்நூல் மார்க்ஸ் ஏங்கெல்ஸ் ஆகிய இருவரின் இளமைக்காலத் தத்துவத் தேடல்களைப் பற்றிய நூலாகும். இம்மானுவெல் கான்ட் முதல் ஹெகல் வரையிலான ஜெர்மானியத் தத்துவங்கள் மூலச்சிறப்புள்ள (செவ்வியல்?) என்ற சொல்லால் குறிக்கப்படுகின்றன. இருப்பினும் இந்நூலில் கான்ட் பற்றிய தகவல்களோ மதிப்பீடுகளோ இடம்பெறவில்லை. மார்க்ஸ், ஏங்கெல்சின் மீது நேரடியாகச் செல்வாக்கு செலுத்தியோரைப் பற்றியதாகவே இந்நூல் அமைந்துள்ளது. ஹெகலிலிருந்தே இந்நூல் தொடங்குகிறது.

பிரெஞ்சு நாடு ஒரு மாபெரும் புரட்சியின் மூலம் சாதித்துக் கொண்டதை ஜெர்மானிய நாடு அதன் தத்துவங்களின் மூலம் சாதித்துக் கொண்டது என்று சொல்லுவார்கள். இங்கு ஜெர்மனியின் சாதனையும் இயலாமையும் ஒருசேரக் குறிக்கப்படுகின்றன. நடைமுறையில் ஒரு சனநாயகப் புரட்சியை செய்ய முடியாமல் போய்விட்ட ஜெர்மனி, அதனைத் தனது தத்துவங்களின் வழி சாதித்துக் கொண்டது. ஜெர்மனி ஒருபுறம் பழமைத்தன்மை கொண்ட நாடாகவும் அதனை ஈடுகட்ட அழுத்தமான தத்துவங்களைக் கொண்ட நாடாகவும் இருந்து வருகிறது.

ஏங்கெல்சின் நூல் ஒரு தத்துவ வரலாற்று நூல். 1844-45 ஆம் ஆண்டுகளில் மார்க்சும் ஏங்கெல்சும் தமது இளம் ஹெகலிய நிலைப்பாடுகளிலிருந்து ஃபாயர்பாகின் மனிதவியல் பொருள்முதல் வாதத்திற்கும், பின்னர் அதிலிருந்து மிக விரைவில் தமது சொந்தத்

தத்துவக் கண்டுபிடிப்புகளுக்கும் இடம்பெயர்ந்து வந்த ஒரு நுண் வரலாற்று நிகழ்வை ஏங்கெல்சின் நூல் பதிவு செய்கிறது. சுமார் நாற்பது ஆண்டுகளுக்கு முன்னால், ஒரு தலைமுறைக்கு முன்னால் நடந்த நிகழ்வு அது என்று ஏங்கெல்ஸ் எழுதுகிறார். அந்த ஆண்டுகளில்தான், எங்களுடைய முந்தைய தத்துவஞானத்தின் மனச்சாட்சியுடன் கணக்குத் தீர்க்கத் தொடங்கினோம், என்று ஏங்கெல்ஸ் நினைவு கோருகிறார். ஆக, ஜெர்மானிய தத்துவ மரபுகளுடன், குறிப்பாக ஹெகல், ஃபாயர்பாக் போன்றோரின் தத்துவங்களுடன் அவர்களுக்கு இருந்த உறவுகளை விளக்கி, பின் அவற்றை அவர்கள் எப்படித் தாண்டிவந்தார்கள் என்பதை எடுத்துக் கூறுவதே இந்நூலின் நோக்கம் (திட்டம்) என்று சொல்ல வேண்டும்.

இந்நூலின் தலைப்பில், ஜெர்மானியத் தத்துவம் என்று பொதுவான சொல்லுடன் ஃபாயர்பாக் என்ற பெயர் அழுத்தம் கருதி குறிப்பாகச் சொல்லப்பட்டுள்ளது. ஹெகலிலிருந்து நாங்கள் புறப்பட்டோம் என்று ஏங்கெல்ஸ் தனது முன்னுரையில் தொடங்குகிறார். பின் அவரிடமிருந்து பிரிந்தோம் என்பதைத் தெரியப்படுத்துகிறார். இந்த நிகழ்வை "முறையாக விளக்க வேண்டும் என்று மென்மேலும் எனக்குத் தோன்றலாயிற்று" என்று அவர் எழுதுகிறார். அது போலவே, "ஹெகலுக்குப் பிந்திய மற்றெந்தத் தத்துவஞானியையும் விட ஃபாயர்பாக் எங்கள் மீது செலுத்திய செல்வாக்கை முற்றாக அங்கீகரிப்பது நிறைவேற்றப்படாமலே இருந்து வந்தது" என்று ஏங்கெல்ஸ் விளக்குகிறார். ஹெகலுக்கும் மார்க்சிய உருவாக்கத்திற்கும் நடுவே "பல அம்சங்களில் இடைநிலைக் கண்ணியாக" ஃபாயர்பாக் அமைந்திருந்தார் என்று ஏங்கெல்ஸ் குறிப்பிடுகிறார். இதன் காரண மாகவே நூலின் தலைப்பிலும் உள்ளடக்கத்திலும் ஃபாயர்பாக்கின் பெயருக்கும் தத்துவத்திற்கும் முன்னுரிமை வழங்கப்பட்டுள்ளன என்பதை அறிகிறோம்.

1844-46 ஆம் ஆண்டுகளில் மார்க்சும் ஏங்கெல்சும் அவசர வேகத்துடன் ஏராளமாக எழுதித் தள்ளினார்கள். மார்க்சுக்கும் ஏங்கெல்சுக்கும் தத்துவ நெருக்கடிகள் நிறைந்த அற்புதமான ஒரு படைப்புக் காலம் அது. பின்னாட்களில், பிரெஞ்சு மார்க்சியரான லூயி அல்த்தூசர் இளம் மார்க்சின் சிந்தனையில் ஒரு பெரும் உடைவு (Epistemic Break) நிகழ்ந்த காலம் இது என்று அதனைச் சித்தரிப்பார். மார்க்சின் வாழ்க்கை வரலாற்றை எழுதிய ஒவ்வொரு நூலாசிரியரும் குறிப்பிட்ட இக்காலத்தை மிக எச்சரிக்கையுடன் கையாளுவார்கள். 1844-46 ஆம் ஆண்டுகளில் மார்க்சின் 'பொருளாதார-தத்துவக்

கையெழுத்துப் பிரதிகள்' எழுதப்பட்டன. மார்க்சும் ஏங்கெல்சும் இணைந்து அவர்களின் ஹெகலிய நண்பர்களுடன் வாதிட்டு 'புனிதக் குடும்பம்' நூலை எழுதி வெளியிட்டனர். அவர்கள் இருவருமே தொடர்ந்து 'ஜெர்மானியக் கருத்தியல்' என்ற பெரிய நூலை எழுதினர். இதே காலத்தில் மார்க்ஸ், 'ஃபாயர்பாக் பற்றிய ஆய்வுரைகள்' என்ற சிறிய, ஆனால் மிக முக்கியமான பிரதி ஒன்றையும் விட்டுச் சென்றுள்ளார். இப்பிரதிகள் எல்லாவற்றிலுமே குறிப்பிட்ட இக்காலத்திய தத்துவார்த்த விவாதங்களும் அவற்றில் நீந்தி வெளியேறி மார்க்சும் ஏங்கெல்சும் தமது புதிய நிலைப்பாடுகளுக்கு வந்து சேர்ந்த வரலாறும் பதிவாகி யுள்ளன. அப்போது "சுயவிளக்கம் பெறுவதே எங்கள் முதன்மையான நோக்கமாக இருந்தது" என்று ஏங்கெல்ஸ் எழுதுகிறார். அதே பின்புலத்தைத்தான் ஏங்கெல்ஸ் 1886-88ல் எழுதி வெளியிட்ட 'லுத்விக் ஃபாயர்பாகும்...' நூலில் மீட்டுருவாக்கம் செய்துள்ளார். ஒரு தலைமுறைக்கு முன்னும் பின்னுமாக எழுதப்பட்ட இந்நூல்களை ஒப்பிட்டு மதிப்பீடுகளை வழங்குவது ஒரு சுவையான வேலையாக இருக்கும். சம்மந்தப்பட்ட ஐந்து நூல்களின் விரிந்த பரப்பின் ஊடாகக் குறுக்கும் நெடுக்குமாகப் பயணித்து ஆய்வு செய்வதும் பயனுள்ள ஒன்றாக அமையலாம். மார்க்சிய ஆய்வாளர்கள் அதுபோன்ற பணிகளை முன்னெடுக்க வேண்டும்.

ஏங்கெல்சின் 'லுத்விக் ஃபாயர்பாகும்...' எனும் நூல் நான்கு இயல்களைக் கொண்டுள்ளது. முதல் இயல், 1844-46 ஆம் ஆண்டுகளை ஜெர்மனி ஒரு புரட்சிக்கான தயாரிப்புகளைச் செய்த காலம் என்று குறிப்பிடுகிறது. அதனை ஒரு தத்துவஞானப் புரட்சி என்று கூறும் ஏங்கெல்ஸ், பதினெட்டாம் நூற்றாண்டில் பிரெஞ்சுப் புரட்சிக்கு இட்டுச் சென்ற அறிவொளி இயக்கத்துடன் அதனை ஒப்பிடுகிறார். ஜெர்மானிய அறிவுலகம் ஹெகலியத்தை ஏற்றுப் பின் அதனை விமர்சனம் செய்ததையும், ஃபாயர்பாக்கைக் கண்டறிந்ததையும், அடுத்து மார்க்சியம் தோற்றம் பெற்றதையும் தான் ஏங்கெல்ஸ் ஜெர்மனியில் நிகழ்ந்த தத்துவஞானப் புரட்சி என்று கூறுகிறார்.

முதல் இயலில் ஹெகலைப் பற்றி ஓரளவு விரிவாகப் பேசி ஃபாயர்பாக் வந்து சேர்ந்ததுடன் அவ்வியலை முடிக்கிறார். ஹெகலின் தத்துவத்தினுள் ஓர் அரசியல் புரட்சி ஒளிந்துகொண்டிருந்தது என்று தொடங்கி அந்த இயல் வளர்கிறது. எதார்த்தம் அறிவுக்கு ஒவ்வாததாக ஆகி விடும்போது அது அழிந்துபடும் என்ற கருத்து ஹெகலின் தத்துவத்திற்குள் உள்ளது என்று ஏங்கெல்ஸ் வாதிடுகிறார். ஹெகலின் சிந்தனைப் பரப்பு மிகப்பிரும்மாண்டமானது, அது தருக்கவியல்,

தத்துவ வரலாறு, உலக வரலாறு, மனதின் நிகழ்வியல், சமயம், சட்டவியல், அழகியல் ஆகிய 'அனைத்திலும் வியாபித்திருக்கும் வளர்ச்சி இழைகளைக்' கண்டுபிடித்து வெளிப்படுத்தியது. ஹெகலின் வரலாற்று அணுகுமுறை முரண்களின் ஊடாக வளரும் இயங்கியலாகவும் அமைந்திருந்தது. "ஒன்றன் பின் ஒன்றாகத் தொடர்ந்து வரும் எல்லா வரலாற்று அமைப்பு முறைகளும் மனித சமுதாயத்தின் முடிவற்ற வளர்ச்சிப் போக்கிற்குரிய தற்காலிகமான கட்டங்களே ஆகும்... அதற்கு இறுதியானது, முழுமையானது, புனிதமானது என்று எதுவும் இல்லை. அது ஒவ்வொன்றிலுமுள்ள தற்காலிகத்தன்மையையும் வெளிப்படுத்துகிறது." ஆனால் வளர்ச்சி அதன் கொடுமுடியை எட்டும்போது, அது 'முழுநிறை உண்மை' என்ற கருத்தாக்கத்தை வந்து சேரும் போது, அதே ஹெகலின் தத்துவத்தைப் பழமை கவ்விக் கொள்கிறது. ஹெகல் எழுப்பிய தத்துவக் கட்டிடத்தின் அமைப்பும் அவரது இயங்கியல் வழிமுறையும் (System and Method) மிக அடிப்படையாக முரண்பட்டுக் கொள்ளுகின்றன. முழுநிறை உண்மை என்ற நிலையைச் சென்று சேரும் போது, ஹெகலின் தத்துவம் அதன் முந்தைய முரண்பாடுகள் எல்லாவற்றையும் அழித்தொழித்து அதன் முடிவை எட்டிவிடுகிறது. இனி, அந்த மிகப்பெரும் ஆற்றல் கொண்ட தத்துவத்தைத் தாண்டிச் செல்ல வேண்டும் என்ற புதிய முரண்பாடு உருவாகிவிடுகிறது. அப்போதுதான், "ஃபாயர்பாகின் கிறித்தவ சமயத்தின் சாராம்சம் என்னும் நூல் வெளி வந்தது. அது ஒரே அடியில் இந்த முரண்பாட்டைத் தூள் தூளாக்கியது. அதாவது, சுற்றி வளைத்துப் பேசுவது அனைத்தையும் விட்டு பொருள்முதல்வாதத்தை மீண்டும் அது அரியாசனத்தில் ஏற்றியது" என்று ஏங்கெல்ஸ் எழுதுகிறார்.

"எங்கும் உற்சாகம் கரை புரண்டோடியது; நாங்கள் அனைவரும் உடனே ஃபாயர்பாக்வாதிகளாகி விட்டோம். அறிவுக்கு விடுதலை அளிப்பது போன்ற இந்நூலின் பாதிப்பை அனுபவித்தவர்களுக்குத் தான் அதைக் கற்பனை செய்து பார்க்க முடியும்" என்று ஒரு தலை முறைக்கு முந்திய தமது உணர்வுகளை ஏங்கெல்ஸ் மீட்டெடுக்கிறார். முதல் இயலின் இறுதியில் மற்றொரு விடயத்தையும் சொல்லி முடிக்கிறார். ஹெகலின் சிந்தனைப் பள்ளி சிதைந்து போயிற்று. எனினும் ஹெகலின் தத்துவஞானம் விமர்சனத்தால் முறியடிக்கப்பட வில்லை. ஃபாயர்பாக் அதனை நொறுக்கித் தள்ளி உதறி எறிந்து விட்டார். ஆனால், வெறுமனே புறக்கணிப்பதன் மூலம் அதனை ஒழித்து விடமுடியாது. அதாவது, "விமர்சனத்தின் மூலம் அதன் வடிவத்தை உடைத்தெறிகிற பொழுதிலேயே அந்தத் தத்துவஞானம்

வென்று பெற்றுள்ள புதிய உள்ளடக்கத்தைக் காப்பாற்ற வேண்டும்" என்று ஏங்கெல்ஸ் கூறி முடிக்கிறார்.

நூலின் இரண்டாவது இயல் ஃபாயர்பாக்கின் பொருள்முதல்வாதத் தத்துவத்தை அறிமுகப்படுத்துவதாகவும் அதன் தனித்தன்மைகளை விவரிப்பதாகவும் அமைகிறது. ஃபாயர்பாக்கின் எழுத்துக்களில் இடம்பெறும் குறிப்பிட்ட ஒரு பிரபலமான வரியை ஏங்கெல்ஸ் மேற்கோளாகக் காட்டுகிறார்: "பின்னோக்கும் திசையில் நான் பொருள்முதல்வாதிகளோடு ஒருமனப்படுகிறேன்; முன்னோக்கும் திசையில் [நான் அவர்களோடு] ஒருமனப்படவில்லை." அதாவது இயற்கை, இயற்கையிலிருந்து உயிரினங்கள் மற்றும் மனிதர்களின் தோற்றம், படிப்படியான வளர்ச்சி, மனித மூளையின் செயல்பாட்டால் சிந்தனையின் தோற்றம் ஆகியவற்றைப் பேசும்போது ஃபாயர்பாக் பொருள்முதல்வாதிகளோடு ஒன்றுபடுகிறார். ஆயின் சமூக வாழ்க்கை, வரலாறு சார்ந்த விடயங்களை ஆய்வு செய்யும்போது அவர்களோடு உடன்படவில்லை என்கிறார். பதினெட்டாம் நூற்றாண்டின் பல இயற்கை விஞ்ஞான அறிஞர்கள் மனிதனை இயந்திரமாக அல்லது கரிம ரசாயனப் பொருட்களின் கூட்டாகக் கருதியிருந்ததையே பொருள்முதல்வாதமாகக் கொள்ளும் ஃபாயர்பாக், அவ்வகைப் பொருள்முதல்வாதத்தோடு நான் ஒருமனப்படவில்லை என்று அறிவிக்கிறார். ஃபாயர்பாக் செழுமையான பொருள்முதல்வாத வடிவங்களை அறியாதவராக, 18 ஆம் நூற்றாண்டின் கொச்சையான வடிவத்தையே இறுதியானதாக்க் கொண்டு அதனை நிராகரிக்கிறார் என்று ஏங்கெல்ஸ் தெளிவுபடுத்துகிறார். உலகத்தைச் சடப்பொருளாக, பருப்பொருளாக, இயந்திர கதியிலான பொருளாக மட்டுமே அவர் காணுகிறார் என்பதை சுட்டிக்காட்டுகிறார். "உலகத்தை இடையறாத வரலாற்று வளர்ச்சிக்கு உட்பட்டிருக்கும் பொருளாகப் புரிந்து கொள்ளும் திறனின்மை ஃபாயர்பாக்கிடம் தென்படுகிறது" என்கிறார். உலகத்தைச் சமூகமாக, வரலாறாக, அதிகபட்ச சிக்கலான இயங்கு பொருளாகக் காண அவர் மறுக்கிறார் என்கிறார் ஏங்கெல்ஸ். தான் இயந்திரகதியிலான ஒரு பொருள்முதல்வாதியல்ல என்பதை நிரூபிப்பதற்காக, ஃபாயர்பாக் தன்னை அன்பு, அறம், 'மேலான' ஒழுக்கங்கள் கொண்ட லட்சியவாதியாகக் காட்டிக்கொள்கிறார். லட்சியவாதி என்பதையே கருத்துமுதல்வாதி என்றும் அவர் புரிந்து கொள்கிறார்.

நூலின் மூன்றாம் இயல், பின்னோக்கில் நான் பொருள்முதல்வாதி, முன்னோக்கில் நான் கருத்துமுதல்வாதி என்று ஃபாயர்பாக் தன்னைத்

தானே சொல்லிக் கொள்வதில் இரண்டாவது பகுதியான முன்னோக்கில் நான் கருத்துமுதல்வாதி என்ற அறிவிப்பைப் பரிசீலனை செய்கிறது. ஃபாயர்பாக், மனிதர் சமூக வாழ்வில் எப்படி வாழ்கின்றனர், மனித வாழ்நிலையின் சமூக உறவுகள் யாவை? போன்ற கேள்விகளுக்குக் கருத்துமுதல்வாத வடிவில் பதில் காணுகிறார். ஃபாயர்பாக்கின் தத்துவத்திற்கு அது மனிதவியல் மார்க்சியம் என்ற பெயர் உருவாவதும் இந்தச் சூழல்களில்தான். மனிதர்களுக்கிடையிலான உறவை சமூக உறவு எனப் பார்க்காமல், ஃபாயர்பாக் அது நான்/நீ ஆகிய இருவருக் கிடையிலான உறவு என அணுகுகிறார். எனக்கும் உனக்கும் இடை யிலான உறவு அன்பின் அடிப்படையிலானதாக இருக்க வேண்டும் என்ற முடிவுக்கு அவர் வருகிறார். அன்பு என்பதை விரித்துச் சொல்லுவதானால், அது அன்பு, காதல், பாலியல் உறவு, நட்பு, அறநெறி, சுயத்தியாகம் என வளருமாக இருக்கலாம். சமயம் என்ற சொல் (religare) பிணைப்பு என்ற பூர்வீகப் பொருளைக் கொண்டது, எனவே அன்பு என்பதே ஒரு புதிய மானுடவியல், மனிதநேயச் சமயமாக எதிர்காலத்தில் உருவாக வேண்டும் என்று ஃபாயர்பாக் கூறுகிறார். இதையே முன்னோக்கிய நிலையில் நான் கருத்துமுதல்வாதி என்றும் அறிவிக்கிறார். பல கருத்துமுதல்வாதிகள் தமது அன்றாட வாழ்வில் பொருள்முதல்வாதிகளாக வாழ்ந்தாலும், பொருள்முதல்வாதம் என்ற சொல் குறித்து அவர்களுக்கு ஓர் ஒவ்வாமை உள்ளது என்று ஏங்கெல்ஸ் சுட்டிக்காட்டுகிறார்.

சமுதாயம், வரலாறு, இயங்கியல் என்ற மூன்று முக்கியமான விடயங்களை ஃபாயர்பாக் அங்கீகரிக்காதவராக உள்ளார். மனிதரை, மனித உறவுகளை சமூக உறவுகளாக அணுக வேண்டும், சமூகப் பொருளாதார மற்றும் கலாச்சார அமைப்புகளில் வைத்து மனிதரை அர்த்தப்படுத்த வேண்டும், வரலாற்றுப் போக்கில் வைத்து மனிதரை அணுகவேண்டும், வரலாற்றுக்கு வெளியில் எந்த மனிதரும் கிடையாது, இன்னும் மனிதரைச் சமூக உறவுகளின் இயங்குநிலையில், வைத்துப் பொருள்கோட வேண்டும், சமூக உறவுகளின் சந்திப்பில், முரண்பாடுகளின் ஊடாக மனிதரைக் காணவேண்டும். இதுவே மார்க்சியம். ஃபாயர்பாக் சமூகம், வரலாறு, இயக்கம் ஆகியவற்றுக்கு வெளியில் நிற்கும் மனிதனை மட்டுமே காணுகிறார். அத்தகைய மனிதன் ஒரு பிரத்தியட்சமான மனிதனே அல்ல, அவன் அருவமானவன்.

நூலின் இறுதிப் பகுதியான நான்காவது இயல், நேரடியாக மார்க்சியம் உருவாகிய சூழலை விவரிக்கிறது. ஜெர்மனியில், ஹெகலின் காலத்திற்குப் பிறகு. "தத்துவஞானி என்னும் வகையில்

முக்கியத்துவம் வாய்ந்தவராக" இருந்தவர் ஃபாயர்பாக் மட்டுமே என்று ஏங்கெல்ஸ் இந்த இயலைத் துவக்குகிறார். ஆனால் அவர் பாதி வழியிலேயே நின்றுவிட்டார். ஹெகலோடு அவர் விமர்சன ரீதியாகக் கணக்குத் தீர்த்துக் கொள்ளவில்லை. மாறாக, வெறுமனே ஹெகல் பயனற்றவர் என்று அவரை ஒதுக்கித் தள்ளிவிட்டார் என்று ஹெகலுக்கும் ஃபாயர்பாகிற்கும் இடையிலான உறவை மதிப்பிடுகிறார். இருப்பினும் பொருள்முதல்வாதத்திற்குத் திரும்பிவரவேண்டும் என்பதை ஃபாயர்பாக் உணர்த்தினார் என்பதை ஏங்கெல்ஸ் ஏற்றுக் கொள்வார். இத்தகைய சூழல்களில்தான், "ஹெகலியச் சிந்தனைப் பள்ளியின் சிதைவிலிருந்து மற்றொரு போக்கு வளர்ந்தது. அது முக்கியமாக மார்க்ஸ் என்ற பெயருடன் தொடர்பு கொண்டது" என்று ஏங்கெல்ஸ் பெருமிதத்துடன் எழுதுகிறார்.

மார்க்சின் சிந்தனை யாது? முதலாவதாக, அது இயற்கையாகவும் வரலாறாகவும் எதார்த்த உலகைப் பார்க்கிறது. பொருள்முதல்வாதம் என்றால் இதைத்தவிர வேறு அர்த்தம் ஒன்றும் கிடையாது என்கிறார் ஏங்கெல்ஸ். இரண்டாவதாக, ஹெகல் வெறுமனே ஒதுக்கித் தள்ளப் படவில்லை. அவரது தத்துவத்தின் புரட்சிகர அம்சமான இயக்கவியல் வழிமுறை [மார்க்சியத்திற்கு] ஆரம்பமாகக் கொள்ளப்படுகிறது. ஆயின் ஹெகலிய வடிவத்திலேயே அதனைப் பயன்படுத்திக் கொள்ள முடியாது. எனவே அதிலுள்ள "சித்தாந்த நெறிபிறழ்வை ஒழித்தாக வேண்டியிருந்தது". "ஹெகலின் இயக்கவியலைப் புரட்டிப்போட்டு", "தலைகீழாக நின்றதை கால்மேல் நிற்கும்படி திருப்பி நிறுத்த" வேண்டியிருந்தது. "கருத்துமுதல்வாத மேலுறையிலிருந்து அது விடுவிக்கப்பட" வேண்டியிருந்தது. வலுவான இந்த முன்னுரை களுடன் ஏங்கெல்ஸ் மார்க்சிய வரலாற்றுப் பொருள்முதல்வாதத்தை, இயங்கியல் பொருள்முதல்வாதத்தை விவரிக்கத் தொடங்குகிறார்.

மூன்று இயற்கை விஞ்ஞானக் கண்டுபிடிப்புகள் மார்க்சின் சிந்தனையை "எட்டுக்கால் பாய்ச்சலில் முன்னேற உதவின" என்றும் ஏங்கெல்ஸ் தெரிவிக்கிறார். முதலாவதாக, உயிரணு (Cell) பற்றிய கண்டுபிடிப்பு. தாவர, விலங்கின உடலனைத்தின் குறைந்தபட்ச அலகாக உயிரணுக்கள் விளங்குகின்றன. அவை ரசாயனப் பொருட் களிலிருந்து தோன்றிப் பின் பிரிகின்றன, பெருகுகின்றன. இவற்றை அடிப்படையாகக் கொண்டே உயிரினங்களின் வகைப்பாடுகள் அமைகின்றன. இரண்டாவது, ஆற்றல்களின் (Energy) உருமாற்றம். பௌதீக உலகில் பலவகை ஆற்றல்கள், எந்திர சக்தி, வெப்பம், ஒளி, மின்விசை, காந்தசக்தி, ரசாயன ஆற்றல் எனத் தொழில்படுகின்றன.

இவை ஒன்றிலிருந்து ஒன்றாக மாறிச்செல்லுகின்றன என்பது கண்டு பிடிக்கப்பட்டுள்ளது. மூன்றாவதாக, டார்வினின் பரிணாமக் கொள்கை. உயிரினங்கள் ஓரணுவிலிருந்து பரிணாம வளர்ச்சி பெற்று பலகோடி பல்லாயிரம் உயிரணுத் தொகுதிகளாக பெருகி வளர்ந்துள்ளன. இந்த மூன்று கண்டுபிடிப்புகளையும் ஒருசேரத் தொடர்புபடுத்தி யோசிக்கும் போது, அவை இயற்கையிலுள்ள பௌதீக, ரசாயன, உயிரியல் பொருட்கள் மற்றும் இயக்கங்களுக்கு இடையிலான பரஸ்பர உறவுகளை ஒருங்கே விளக்கும் பண்பு கொண்டவையாக அமையும். உயிரியக்கத்தின் கொடுமுடியில் அடுத்து சமூக உருவாக்கம் தோற்றம் பெறுவதற்கான நுழைவாயிலாகவும் அது அமையும்.

இந்த இயற்கை விஞ்ஞானக் கண்டுபிடிப்புகள் இல்லாமலிருந்த போது, இயற்கையிலுள்ள இடைவெளிகளை நிரப்புவதற்குத் தத்துவ ஞானிகள் பலவிதமான அதிசயமான புனைவுகளைப் பயன்படுத்தி வந்தனர். இப்போது அவற்றுக்கு வேலையில்லாமல் போய்விட்டது என்று கூறுகிறார் ஏங்கெல்ஸ். இனி இயற்கையும் அதன் இயக்கங்களும் அவற்றின் வரலாறும் தான் உண்மையை வழங்கும். இன்னும் கூடுதலாக சமூகவரலாறும் அதன் இயங்கியலும்தான் உண்மையை வழங்கும். தத்துவங்களும் அவற்றின் யூகப் புனைவுகளும் அல்ல.

தொடர்ந்து, சமூகவரலாற்றை நகர்த்தும் சக்திகள் யாவை? என்ற கேள்வியை எழுப்பி ஏங்கெல்ஸ் பதில் காணுகிறார். லட்சியங்கள், உணர்வுகள், உணர்வற்றவை, விருப்பங்கள், ஆர்வங்கள், உன்னத மனிதர்கள் என்று பல பதில்கள் வரலாற்றில் சொல்லப்பட்டு வந்துள்ளதைச் சுட்டிக்காட்டுகின்றார். வரலாற்று அரங்கிற்குத் தொழிலாளர் வர்க்கம் என்ற வர்க்கம் வரும்வரையில், வரலாற்றின் உந்து சக்தி பற்றிய கேள்விக்கான பதிலைக் கண்டறிய முடியவில்லை. இதோ, இப்போது அந்தப் புதிரை விடுவித்து விட்டோம்! என்கிறார் ஏங்கெல்ஸ். வர்க்கங்கள், பொருளாதார வகைப்பட்ட காரணங்கள், வர்க்க நலன்களின் மோதல்கள், வர்க்கப் போராட்டங்கள் ஆகியவை வரலாற்றின் உந்துசக்திகளாக அப்பட்டமாக முன்னுக்கு வந்துவிட்டன. படிப்பாளி ஜெர்மனி முற்றாக மறைந்து போய்விட்டது! தொழிலாளி வர்க்கமே இனி ஜெர்மன் தத்துவஞானத்தின் வாரிசு! என்று ஏங்கெல்ஸ் தனது நூலை முற்றுப்பெறச் செய்கிறார். நூலின் தலைப்பாகச் சொல்லப்பட்டுள்ள ஜெர்மன் தத்துவஞானத்தின் 'முடிவு' என்ற சொல்லின் பொருளையும் நாம் இங்கு பெறமுடிகிறது. உலக வரலாற்றுக்குச் சொந்தக்காரர்களான அதே உழைக்கும் மக்களே இனி

அதன் தத்துவத்திற்கும் உரிமைதாரர்கள் என்ற செய்தியையே அவரது 'முடிவு' என்ற சொல்லில் பெறுகிறோம்.

•••

1888ல் ஏங்கெல்ஸ் 'லுத்விக் ஃபாயர்பாகும் மூலச்சிறப்புள்ள ஜெர்மன் தத்துவஞானத்தின் முடிவும்' என்ற நூலை எழுதி வெளியிட்ட போது அதன் பின்னிணைப்பாக, அப்போதுதான் அவர் கண்டெடுத்த மார்க்சின் 'ஃபாயர்பாக் பற்றிய ஆய்வுரைகள்' என்ற நான்கே பக்கங்கள் (தமிழில்) கொண்ட குறிப்புகளையும் சேர்த்து வெளியிட்டார். அந்த 'ஆய்வுரைகள்' 1845 ல் மார்க்சால் எழுதப் பட்டவை என்று ஏங்கெல்ஸ் கண்டுகொண்டார். குறுகத் தறித்த குறள் போல, ஒன்று அல்லது இரண்டு சிறு பத்திகளைக் கொண்ட பதினொன்று ஆய்வு முடிவுகள் அங்கே வழங்கப்பட்டிருந்தன. முன்பே சொன்னது போல, அவை "சுயவிளக்கம் பெறுவதற்காக" மார்க்சால் "அவசரத்தில் கிறுக்கி வைக்கப்பட்ட குறிப்புகளாகும்" என்று ஏங்கெல்ஸ் 1888 முன்னுரையில் எழுதுகிறார். 'லுத்விக் ஃபாயர்பாகும் மூலச்சிறப்புள்ள...' என்ற எங்கெல்சின் நூலின் நோக்கங்களுக்கும் வேலைத்திட்டத்திற்கும் முற்றிலும் பொருந்தக் கூடிய அமைப்பை மார்க்சின் "ஆய்வுரைகள்" கொண்டுள்ளன.

மார்க்சியத்தைப் பிரசவித்த பச்சை உடம்போடு மார்க்ஸ் இந்த ஆய்வுரைகளை எழுதியிருக்க வேண்டும். "புதிய உலகப் பார்வையின் ஒளிமயமான கரு விதையைத் தாங்கி நிற்கும் முதல் ஆவணம்" என்று ஏங்கெல்ஸ் அது பற்றிக் குறிப்பிடுகிறார். இந்த ஆய்வுரைகளில் உள்ள பதினொரு முடிவுகளையும் பதமாக வளர்த்தெடுத்தால் மொத்த மார்க்சியத்தையும் முழுசாகச் சென்று சேர்ந்துவிடலாம் என்று எனது ரஷ்ய ஆசிரியர் குறிப்பிடுவார். மார்க்சியம் பயில விழைவோர் ஒன்றாக அமர்ந்து இவ் ஆய்வுரைகளை ஒவ்வொன்றாக உரக்க வாசித்து விரிவாக அர்த்தப்படுத்திக் கொள்ளும் முயற்சியில் ஈடுபடலாம்.

மார்க்சின் ஆய்வுரைகளைப் பற்றி நாம் இங்கு அதிகம் பேசப் போவதில்லை. அவை பெரும்பாலும் ஃபாயர்பாக் பற்றிய நூலில் ஏங்கெல்ஸ் குறிப்பிடும் விமர்சனங்களை முன்மொழிந்தே அமைந்துள்ளன. ஃபாயர்பாகின் மனிதவியல் பொருள்முதல்வாதம் மனிதரை சமூகம், வரலாறு, இயங்கியல் ஆகியவற்றோடு தொடர்புபடுத்தாத நிலையில் அருவமாகக் காணுகிறது என்பதை பல நோக்குகளிலிருந்து மார்க்ஸ் ஆய்வுரைகளில் எடுத்துரைக்கிறார். இன்னும் கூடுதலாக, மனிதரைச் சமூகம், வரலாறு, இயங்கியல் ஆகியவற்றோடு தொடர்புபடுத்துவதை

மனிதர்-புற உலகு என்ற இரு மையங்களின் இரண்டறக் கலந்த இயங்கியல் என்பதாக மார்க்ஸ் அடையாளப்படுத்துகிறார்.

வேறுவார்த்தைகளில் சொல்லுவதானால், மனிதர், உலகு என்ற இயங்கியல் உறவற்ற இருமைவாதமே பொருள்முதல்வாதம், கருத்து முதல்வாதம் என்ற இரண்டு தத்துவப் போக்குகளின் பிரதான குறைபாடு என்ற வாதத்தை மார்க்ஸ் முன்வைக்கிறார். அகமும் புறமும், மனிதரும் உலகமும், சூழல்களும் செயல்பாடும் என்ற அடர்த்தியான இயங்கியலே மார்க்சியம் என்ற புதிய மெய்யியலின் அடிப்படை என்று இவ் ஆய்வுரைகளில் மார்க்ஸ் எடுத்துரைக்கிறார். அறிதல், உணர்தல், கற்பனை செய்தல், விளக்கம் செய்தல், விமர்சித்தல் போன்ற அனைத்தையுமே உலகை மாற்றுதல் என்ற புரட்சிகர நடைமுறையோடு தொடர்புடைய வகையில் அர்த்தப்படுத்த வேண்டும் என்பதனைக் கோட்பாட்டுரீதியாக வலியுறுத்துகிறார். இச்சிறு வெளியீட்டில் மார்க்சின் ஆய்வுரைகள் மந்திர வாக்கியங்கள் போல் அமைந்துள்ளன.

•••

தொகுதி *14* ன் பிற்பகுதி கிறித்தவ சமயம் பற்றிய மூன்று கட்டுரைகளைக் கொண்டிருக்கிறது. அவை முறையே *1882, 1883, 1894-95* ஆம் ஆண்டுகளில் ஏங்கெல்சால் எழுதப்பட்டவை. முதல் கட்டுரை ஜெர்மனியின் கிறித்தவ மத விமர்சகரும் மார்க்ஸ் ஏங்கெல்சின் பழைய நண்பருமான புரூனோ பௌவரின் மரணத்தை ஒட்டி எழுதப்பட்டது. கிறித்தவத்தின் தோற்றம் பற்றிய வரலாற்று விமர்சனத்திற்கு பிற இறையியலாளர்களை விட புரூனோ பௌவர் அதிகமாகப் பங்களித்துள்ளார் என்ற மதிப்பீட்டை வழங்கி ஏங்கெல்ஸ் இக்கட்டுரையை எழுதியுள்ளார்.

பின் இடைக்காலத்திலிருந்து *18* ஆம் நூற்றாண்டின் அறிவொளிச் சிந்தனையாளர் வரையிலும் நிலவிய ‘எல்லா மதங்களும் ஏமாற்றுக் காரர்களின் படைப்பே’ என்ற நோக்கு ஹெகலுக்குப் பிறகு அவ்வளவாகப் போதுமானதாக இல்லை என்ற ஏங்கெல்சின் வரிகளுடன் இக்கட்டுரை தொடங்குகிறது. மதம் என்பதை, மோசடிக்காரர்கள் திரட்டிய முட்டாள்தனம் என்று முழக்கமிடுவதன் மூலம் ஒழித்துவிடமுடியாது என்கிறார். எனவே மதம் குறித்த வரலாற்று விமர்சனம் என்ற ஒரு சிந்தனைப் போக்கு தேவைப்பட்டது என்று ஏங்கெல்ஸ் குறிப்பிடுகிறார்.

ஒரு மதம் தமக்குத் தேவை என்று அந்த மக்கள் ஏன் உணர்ந்தார்கள்? கிறித்தவ மதஉருவாக்கத்தில் பங்கெடுத்த சமூக வர்க்கங்கள் எவை?

கிறித்தவத்திற்கு முந்திய மதங்கள் ஏன் நிராகரிக்கப்பட்டன? எத்தகைய விடுதலையை அம்மக்கள் நோக்கி நின்றார்கள்? கிறித்தவ இறையியல் உருவாக்கத்தின் மீது செல்வாக்கு செலுத்திய தத்துவச் சிந்தனைகள் எவை? இவை போன்ற கேள்விகளை முன்வைத்து புரூனோ பௌவரைத் தொட்டு நின்று ஏங்கெல்ஸ் இக்கட்டுரையை வளர்த்தெடுக்கிறார். மதங்கள் இறைவனாலோ, தத்துவவாதிகளாலோ உருவாக்கப்படுவதில்லை என்பதைக் குறிப்பிடும் ஏங்கெல்ஸ், அவை மிக ஆழமான சமூகச் சீரழிவுக் காலத்தில் மக்களால்தான் நிறுவப்படுகின்றன என்ற கருத்தை இக்கட்டுரையில் பதிவு செய்கிறார். மதங்கள் குறித்த ஆய்வினை எந்தெந்தக் கேள்விகளுடன் மேற்கொள்ள வேண்டும் என்ற ஓர் அணுகு முறையை, ஒரு முறையியலை இக்கட்டுரை வழங்குகிறது. ஆயின் இக்கேள்விகளும் கூட கிறித்தவத்தின் வரலாற்றை முன்வைத்தே எழுப்பப் பட்டுள்ளன என்பதை நாம் மனதில் கொள்ள வேண்டியுள்ளது.

இரண்டாவது கட்டுரை யோவானின் திருவெளிப்பாடு என்ற விவிலிய நூலைப் பற்றிய ஒரு விமர்சனமாகும். கிறித்தவ வரலாற்றில் ஒரு பழமையான நூலைப்பற்றி, மூடுமந்திரம் போல், சில மொழியியல் மற்றும் எண்ணியல் பரிபாஷைகளைக் கொண்ட நூலைப் பற்றிய விளக்கமாகவும் விமர்சனமாகவும் இச்சிறுநூல் உள்ளது. இந்நூலில் முதல் கிறித்தவ சமூகங்கள் எவ்வாறிருந்தன? என்ற ஒரு கேள்வியை எழுப்பி, "அவற்றை இன்றைய தேவாலய மகாசபை களுடன் ஒப்பிட்டுப் பார்க்காதீர்கள்; அவை சர்வதேசிய தொழிலாளர் சங்கத்தின் வட்டாரக் கிளைகளைப் போலத்தான் இருந்தன" என்ற ஓர் ஒப்பீட்டை எனெஸ்ட் ரெனான் என்ற விமர்சகரிடமிருந்து ஏங்கெல்ஸ் எடுத்தாளுகிறார். ஈராயிரம் ஆண்டுகளுக்கு முற்பட்ட முதல் கிறித்தவ சமூகங்களை (Early Christian Communes) ஆரம்பகால தொழிலாளர் அமைப்புகளுடன் ஒப்பிடும் இந்தக் கருத்து அடிக்கடி பலரால் சுட்டிக்காட்டப்படும் கருத்து என்பதை இங்கு நினைவூட்டுவோம்.

கிறித்தவ மதத்தின் தோற்றத்திற்கு சமூகச் சீரழிவுகள் பின்புலமாக அமைந்திருந்தன, அதனோடு வெகுமக்கள், அடிமைகள், ஒடுக்கப்பட்ட மக்கள் சம்பந்தப்பட்டிருந்தனர், கிறித்தவம் அதன் தோற்றக் காலத்தில் அதிகாரத்திற்கு எதிராகக் குரலெழுப்பியது, போராடியது, ரோமானியப் பேரரசு முதல் கிறித்தவர்களுக்கு எதிராகக் கடுமையான அடக்கு முறைகளைப் பயன்படுத்தியது, நிராதரவான மக்கள் விண்ணுலகிலாவது தமக்கு விடுதலை கிட்டுமா என ஏங்கினர் போன்ற கருத்துக்கள் படிப்படியாக ஏங்கெல்சால் முன்வைக்கப்படுகின்றன. அது ஆரம்ப காலத்தில் தனக்குள் பலவிதமான சச்சரவுகளையும் குழப்பங்களையும் கொண்ட இயக்கமாகத்தான் உருவாயிற்று என்பதையும் தெரிவிக்கிறார்.

மூன்றாவது கட்டுரையான 'பழங்கால கிறிஸ்தவத்தின் வரலாறு' என்ற கட்டுரை ஆரம்பகால கிறித்தவத்தின் கூட்டுக்குழும வாழ்வையும் நவீன தொழிலாளி வர்க்க இயக்கத்தையும் ஒப்பிடுவதிலிருந்து தொடங்குகிறது. ஆரம்பகால கிறித்தவம் பற்றிய பல முக்கியமான மதிப்பீடுகளை ஏங்கெல்ஸ் இக்கட்டுரையில் விட்டுச்சென்றுள்ளார். பாடுபடுபவர்கள், சுமை சுமப்பவர்கள், கீழ்த்தட்டு மக்கள் ஆகியோரிலிருந்தே முதல் கிறித்தவர்கள் தோன்றினார்கள், அநியாயத்திற்குப் பலியாகிக் குழம்பிப் போனவர்கள் கூடிய இடம் அது, மனிதரின் செயல்களால் கோபம் கொண்ட கடவுளர்களைத் தியாகப் பலிகளின் மூலம் சாந்தி செய்து விடலாம் என்ற கருத்தின் மீது கிறித்தவம் கட்டப் பட்டுள்ளது, இன்றைய கிறித்தவர்களிடம் முற்றிலும் காணமுடியாத ஒரு போராட்ட ஆர்வத்தையும், வெற்றியைப் பற்றிய உறுதியான உணர்ச்சியையும் ஆரம்பகால கிறித்தவர்களிடம் காண முடிகிறது, ஆரம்பகால கிறித்தவத்தின் அடித்தளமக்கள் சார்பு அதன் வரலாற்றில் பலமுறை மீள்எழுச்சி பெற்றுள்ளது. சமய வரலாறுகளை ஆய்வு செய்வதற்கான பல முன்னோடிக் கருத்துக்களை ஏங்கெல்ஸ் இக்கட்டுரையில் வழங்கியுள்ளார்.

முதல் பக்கங்களில் காணப்படும் ஓர் அடிக்குறிப்பில், மத இயக்கங்களின் சாரம் பொருளாதாரக் காரணிகளில்தான் இருந்தது, மதப் போர்வை, மதவேடம், மதம் ஒரு கொடியாகவும் முகமூடியாகவும் உள்ளது என்பது போன்ற சொற்கள் பயன்படுத்தப்பட்டுள்ளன. இவற்றில் மதம் ஒரு கொடியாகவும் முகமூடியாகவும் என்ற மதிப்பீடு ஏற்கனவே மார்க்ஸ் மதம் குறித்துச் சொல்லியுள்ள மற்றொரு கருத்துக்கு மிக அணுக்கமாக உள்ளது. "மதத்துயரம் என்பது எதார்த்தத் துயரங்களின் வெளிப்பாடு, அவற்றுக்கான எதிர்ப்பும் கூட" (Religious suffering is the expression of real suffering, as well as a protest against it) என்பதே மார்க்சின் அந்தக் கருத்து.

மேற்குறித்த மார்க்சின் வரிகளை மதம் குறித்த இயங்கியல் அணுகுமுறை என்று மார்க்சிய அறிஞர்கள் பாராட்டுகிறார்கள். இயங்கியல் எனும்போது, மதங்களின் ஒரு முரண்பட்ட பண்பை மார்க்ஸ் சுட்டிக்காட்டுகிறார் எனப் புரிந்து கொள்ளலாம். மதத்தின் கற்பனாவாத குறியீட்டுப் பண்பையும் எதிர்ப்புப் பண்பையும் ஒரே நேரத்தில் மார்க்சின் சொற்கள் கொண்டுள்ளன. பெரும்பாலான வேளைகளில் மதம் என்பதை அந்நியமாதலின் வடிவமாக மட்டுமே காணுவோருக்கு, அது எதார்த்த துயரத்தின் வெளிப்பாடு, அதற்கான எதிர்ப்பு என்ற கருத்து அந்நியமாதலுக்கு எதிரான அதன் எத்தனிப்புகளையும் எடுத்துக் காட்டுகிறது.

மார்க்சின் இதுபோன்ற வரிகளையும் ஏங்கெல்சின் எழுத்துக்களையும் முன்வைத்து மதம் குறித்த விரிவான கோட்பாடு ஒன்றை உருவாக்க சில மார்க்சியர்கள் மறுமுயற்சி செய்து வருகின்றனர். குறிப்பாக ஃபிராங்பர்ட் விமர்சனக் கோட்பாட்டாளர்களிடையில் சமீபகாலங்களில் மதம் குறித்த அக்கறை கூடி வருகிறது. ஃபிராங்க்பர்ட் சிந்தனையாளர்களில் ஒருவராகச் செயல்பட்டு வந்த எரிக் ஃபுரோம் என்ற உளவியலாளரை இதற்கு முன்னோடியாகச் சொல்ல வேண்டும். எரிக் ஃபுரோம், மதங்களின் கருத்தியலில் இரண்டு எதிரெதிர் போக்குகள் நிலவுகின்றன என்ற கருத்தை முன்வைத்தார். ஒன்று, இறைவனை ஓர் எல்லாம் வல்ல முழுநிறை உண்மையாகவும் மனிதரை எதுவுமற்று இறைவனுக்கு முன் சரணாகதி அடைபவராகவும் காட்டும் போக்கு. மற்றது, மதத்திற்குள் மனிதரின் முக்கியத்தை உணர்த்தி அவரைத் தன்னுணர்வு பெறுபவராகவும் செயல்படுபவராகவும் காட்டுவது (Authoritarian and Humanist Trends). ஒற்றை இறைமையவாதம் எனலாம், மற்றதை மனிதமையவாதம் எனலாம். மதங்களுக்குள் இந்த இரண்டு போக்குகளுக்கும் இடையில் நிரந்தரமாக ஒரு போராட்டம் நடைபெற்று வருகிறது என்று எரிக் ஃபுரோம் கூறினார்.

ஹொர்க்கெய்மர், ஹெபர்மா போன்ற பல ஃபிராங்பர்ட் சிந்தனை யாளர்கள் எரிக் ஃபுரோமை ஆதரித்தனர். ஹெர்பர்ட் மார்க்யூஸ் வேறு காரணங்களுக்காக அவரோடு வேறுபட்டார். இருப்பினும் மதம் குறித்த மார்க்சின் இயங்கியல் சிந்தனை என்ற பெயருடன் அவர்களது கருத்துக்கள் வளர்த்தெடுக்கப்பட்டு வருகின்றன. சமீபத்தில் ருடால்ஃப் சியபெர்ட் (Rudolf Siebert) என்ற பின்னாளைய ஃபிராங்பர்ட் சிந்தனையாளர் சமயம் குறித்த விமர்சனக் கோட்பாடு (Critical Theory of Religion) என்ற தலைப்பில் இதே திசையில் எழுதிவருகிறார். லத்தின் அமெரிக்க விடுதலை இறையியல் என்ற தலைமுறையைச் சார்ந்த மைக்கல் லோவி போன்ற மார்க்சியர்களும் மதம் குறித்த மறுபார்வைகளில் ஆர்வம் காட்டி வருகின்றனர். அவர்களது ஆய்வுகளில் எதுவும் இந்தியச் சூழல்களுக்கு அதிகம் பொருந்துவதாக நமக்குத் தெரியவில்லை. இருப்பினும் சுற்றி நடப்பவற்றைத் தெரியாதவர்களாக நாம் இருக்கமுடியாது என்பதை இங்கு சுட்டிக்காட்டுவோம்.

மார்க்ஸ் எங்கெல்ஸ் தேர்வு நூல்கள்
தொகுதி 14க்கான அறிமுகவுரை

12

தமிழில் வெளிவரும் 'மார்க்ஸ் ஏங்கெல்ஸ் தேர்வு நூல்கள்' தொகுதி 15ல் எங்கெல்சின் இறுதிக்கால எழுத்துக்களின் சில முக்கியமான பிரதிகள் இடம்பெறுகின்றன. 1887-1895 ஆம் ஆண்டுகளில் இவை எழுதப்பட்டுள்ளன. 1895ல் ஏங்கெல்ஸ் மரணமடைந்தார். அவரது மறைவுக்குச் சில மாதங்களுக்கு முன்புவரை எழுதப்பட்டவை இத்தொகுதியில் சேர்க்கப்பட்டுள்ளன. இக்காலத்திய ஏங்கெல்சின் கட்டுரைகளில் பல அவரது மறைவுக்குப் பின்னரே அச்சுக்கு வந்தன. சமகால வரலாறு, அரசியல், சோசலிச இயக்கங்களின் பிரச்சினைகள் ஆகியவற்றைத் தம்முள் கொண்ட நான்கு சிறிய, பெரிய கட்டுரைகள் இத்தொகுதியில் இடம் பெற்றுள்ளன. இக்கட்டுரைகள் எல்லாமே முற்றான வடிவத்தைக் கொண்டவை என்றும் சொல்லமுடியாது. ஆசிரியரின் இறுதிக்கட்ட திருத்தங்கள் அநேகமாக இக்கட்டுரைகளில் இடம்பெறவில்லை. எனவே இக்கட்டுரைகளைப் பதிப்பித்து வெளியிடுவதில் சிரமங்கள் இருந்தன. அச்சிரமங்கள் கட்டுரைகளைத் தமிழில் மொழிபெயர்த்துத் தருவதிலும் தென்படுகின்றன.

இத்தொகுதியில் இடம் பெற்றுள்ள முதல் கட்டுரையான 'வரலாற்றில் வன்முறையின் பாத்திரம்' என்ற கட்டுரை ஆங்கிலத்தில் "The Role of Force in History" என்ற தலைப்பைக் கொண்டது. Force என்ற சொல்லுக்கு இணையான தமிழ்ச் சொல்லைக் கண்டறிவதில் மொழிபெயர்ப்பாளர்கள் சிரமப்பட்டுள்ளனர். பௌதீகத்திலும் சமூகவியலிலும் Force என்ற சொல்லை அது பயன்படுத்தப்பட்டுள்ள சூழலுக்கேற்ப சக்தி, ஆற்றல், பலம், பலப்பிரயோகம், வன்முறை, அதிகாரம் எனப் பலவகையாக மொழிபெயர்க்கின்றனர்.

கூடுதலாக, எங்கெல்சின் இக்கட்டுரை அவரது 'டூரிங்கிற்கு எதிராக...' (Anti-Duhring) என்ற நூலில் இடம்பெற்றுள்ள "Theory of Force" என்ற தலைப்பிலான மூன்று கட்டுரைகளின் தொடர்ச்சி என எங்கெல்சால் குறிப்பிடப்படுகிறது. ஆயின் 'டூரிங்கிற்கு எதிராக...' நூலில் பேசப்படும் Force என்ற சொல்லின் பொருளும், 'வரலாற்றில் வன்முறை...' என்ற கட்டுரையில் அதே சொல் பேசப்படும் போது குறிக்கும் பொருளும் முழுக்க ஒன்றே அல்ல. முந்தியது, டூரிங் என்ற தத்துவயியலாளரின் கோட்பாடு. பிந்தியது, பிஸ்மார்க் என்ற

ஜெர்மானிய அதிபர் பயன்படுத்தியது. முந்திய நூல் முழுக்க டூரிங்கின் தத்துவம் மற்றும் அரசியல் கோட்பாடுகளை விமர்சித்து எழுதப்பட்ட நூல். சமூக வாழ்வை விளக்குவதற்கு மார்க்ஸ் பயன்படுத்திய பொருளாதாரக் கோட்பாட்டுக்கு எதிராக, அரசியல் அதிகாரத்தின் முன்னுரிமையை வலியுறுத்திய டூரிங்க்கின் எழுத்துக்களை எங்கெல்ஸ் அங்கு விமர்சனம் செய்திருந்தார். பிந்திய கட்டுரை 1862ல் ஜெர்மனியில் ஆட்சிப் பொறுப்பேற்ற பிஸ்மார்க்கின் அரசியல் கோட்பாடான 'ரத்தமும் இரும்பும்' (Blood and Iron) என்ற கருத்தை எங்கெல்ஸ் விமர்சித்து எழுதியது. டூரிங்கின் அரசியல் அதிகாரம் குறித்த கருத்து ஒரு கோட்பாட்டு விவாதத்திற்காக முன்வைக்கப்பட்டது. பிஸ்மார்க்கின் 'ரத்தமும் இரும்பும்' என்ற கருத்து அரசியல் நடைமுறையில் பயன்படுத்தப்பட்ட ஒரு கோஷம். ஐரோப்பிய தேசிய அரசியலில் ஜெர்மனி தனது ராணுவ பலத்தை ஈடுபடுத்த வேண்டும் என்ற கருத்தை அது குறித்தது. எனவே டூரிங்கிற்கும் பிஸ்மார்க்கிற்கும் இடையில் நேரடித் தொடர்ச்சி எதுவும் தென்படவில்லை. வேறு ஒரு சந்தர்ப்பத்தில் டூரிங்கின் அரசியல் அதிகாரம் குறித்த மார்க்சிய விமர்சனங்களைப் பேசுவோம். இப்போதைக்கு எங்கெல்சின் 'வரலாற்றில் வன்முறையின் பாத்திரம்' என்ற கட்டுரையை மட்டும் முன்வைத்துப் பேசுவோம்.

எங்கெல்சின் 'வரலாற்றில் வன்முறையின் பாத்திரம்' என்ற கட்டுரை 19 ஆம் நூற்றாண்டு ஜெர்மனியின் வரலாற்றில் ஒரு குறிப்பிட்ட கட்டத்தைப் பற்றிய சமூக வரலாற்று ஆய்வு ஆகும். 1850 களிலிருந்து 1872 வரையிலான காலக்கட்டத்தில் அதிகம் பேசப்பட்ட ஜெர்மனியின் ஒன்றிணைப்பு என்ற அரசியல் வேலைத் திட்டத்தைப் பற்றி எங்கெல்சின் அக்கட்டுரை பேசுகிறது. 1848-49 ஆம் ஆண்டுகளில் ஜெர்மனியில் தொழிலாளர் வர்க்கத்தின் சனநாயக எழுச்சி முதலாளிகள்-நில உடமையாளர்களின் கூட்டால் தோற்கடிக்கப் பட்டது. இது குறித்து மார்க்சும் எங்கெல்சும் பலமுறை பேசியுள்ளனர். 'ஜெர்மனியில் புரட்சியும் எதிர்புரட்சியும்' என்ற ஒரு நூலில் எங்கெல்ஸ் அது குறித்து விரிவாகப் பேசியுள்ளார். தொழிலாளர் எழுச்சியின் தோல்விக்குப் பின்னர் அந்நாட்டில் முதலாளிய நில உடமைக் கூட்டு ஓரளவுக்கு உறுதியான ஆட்சியதிகாரத்தை ஈட்டியது. எனவே ஐரோப்பிய மற்றும் உலகச்சந்தையில் ஜெர்மன் முதலாளிகளுக்கு ஆதாயமான வாய்ப்புகளை ஏற்படுத்துவது, ஐரோப்பிய அரசியலில் பிரான்ஸ், டென்மார்க் முதலாளியங்களோடு போட்டி போடுவது என்ற திசையில் ஜெர்மானிய அரசு செயல்படத் தொடங்கியது. உள்நாட்டில்

நிலைத்த அரசு உறுதிப்படுவதற்கு ஜெர்மானிய முதலாளிய-நில உடமைச் சக்திகள் ஜெர்மன் தேசியம், ஜெர்மன் ஒருங்கிணைப்பு என்ற கோஷங்களை முன்வைத்தன. எப்போதுமே ஜெர்மனியைக் தமது அதிகார எல்லைகளுக்குள் வைத்துக் கொள்ளும் ஆஸ்த்திரிய, பிரஷ்ய பேரரசுகளிடமிருந்து தன்னை விடுவித்துக் கொள்ள வேண்டுமென்ற முயற்சியில் ஜெர்மன் தேசியவாதத்தைத் தீவிரப்படுத்த அந்நாட்டின் ஆளும் வர்க்கங்கள் திட்டமிட்டன. இந்த வரலாற்றுச் சூழலைத்தான் 'வரலாற்றில் வன்முறையின் பாத்திரம்' என்ற தலைப்பின்கீழ் எங்கெல்ஸ் பகுப்பாய்வுக்கு உட்படுத்தி விமர்சிக்கவும் செய்கிறார்.

ஒரு குறுகிய, ஆயின் முக்கியமான வரலாற்றுக் கட்டத்தை எவ்வாறு பகுப்பாய்வு செய்ய வேண்டும், என்ற முறையியலை எங்கெல்சின் இக்கட்டுரையிலிருந்து தெரிந்து கொள்ள முடியும். ஜெர்மன் முதலாளியம் தன்னை வலுவான ஒரு சக்தியாக நிறுவ முயற்சித்த காலம் அது. பொருளாதார ரீதியாக இன்னும் போதுமான அளவு பலப்படாத முதலாளியம், அதனைச் சாதித்துக் கொள்வதற்காக, ஜெர்மானிய ஒருங்கிணைப்பு என்ற தேசியவாத அரசியலை இக்காலக்கட்டத்தில் கையிலெடுத்தது. குறிப்பிட்ட இக்காலத்தில் ஜெர்மனி ராணுவத்தன்மை கொண்ட அரசமைப்பாகவும் உருவெடுத்தது. 19 ஆம் நூற்றாண்டின் துவக்கத்தில் ஜெர்மனி, "இருநூறுக்கும் அதிகமான பெரிய, சிறிய தனியான பிரதேசங்களைக் கொண்ட முப்பத்தியாறு அரசுகளாகப்" பிளவுண்டு கிடந்தது என்பதை எங்கெல்ஸ் சுட்டிக் காட்டுகிறார். "ஒன்றுபட்ட 'தாய்நாடு' வேண்டும் என்ற விருப்பம் மிகவும் பொருளாயதமான பின்னணியைக் கொண்டிருந்தது" என்பதை எங்கெல்ஸ் ஒப்புக்கொள்கிறார். "மக்களினங்களுக்கு இடையில் இணக்கமான சர்வதேச ஒத்துழைப்பு இல்லாமல் பாட்டாளி வர்க்கமும் ஆட்சி செய்ய முடியாது" என்பதையும் எங்கெல்ஸ் ஏற்றுக்கொள்கிறார். ஆயினும் ஜெர்மனியில் அன்று உருவெடுத்தது ஒடுக்கப்பட்ட மக்களின் தேசியம் அல்ல, மாறாக அது முதலாளியத்தின் தேசிய வாதம். 1848-49 களில் சனநாயக உரிமைகளைக் கோரிய தொழிலாளர் எழுச்சிகளை ஒடுக்கியபோதே ஜெர்மானிய ஒருங்கிணைப்புக்கான வெகுமக்கள் ஆதரவை ஆளும் வர்க்கங்கள் இழந்து விட்டன. முதலாளிய-நில உடமைக் கூட்டின் நலன்களை முன்னிறுத்திய ஒரு தேசியம் அக்காலங்களில் ஜெர்மனியில் வடிவமைக்கப்பட்டது.

ஐரோப்பாவின் சமகால வரலாற்றில் மிக முக்கியமான நிகழ்வாக அமைந்த பிரெஞ்சுப் புரட்சி (1789-1799) குறித்த ஜெர்மானிய நிலைப் பாடுகளை எங்கெல்ஸ் இக்கட்டுரையில் கவனப்படுத்துகிறார். 19 ஆம்

நூற்றாண்டின் பிற்பகுதியில் ஒரு மாபெரும் புரட்சியையும் அதற்கு முன்னும் பின்னுமாக அறிவுப் புரட்சியையும் பிரான்ஸ் நிகழ்த்திக் கொண்டிருந்த வேளைகளில், ஜெர்மனியின் ஆளும் வர்க்கங்கள் அப்புரட்சிக்கு எதிரான நிலைப்பாடுகளையே கொண்டிருந்தன. பிரெஞ்சுப்புரட்சியின் இலக்குகளை முன்னெடுத்துச் செல்லும் சமூக வர்க்கங்கள் ஜெர்மனியில் வலுப்படவில்லை. குறிப்பாக நில உடைமையின் ஆதிக்கம் பலமாக நிலவிவந்தது. ஜெர்மனியில் சனநாயகத்தை நிலைநிறுத்தும் அக்கறை ஜெர்மானிய முதலாளிகளுக்கு இருக்கவில்லை. நிலவுடமைப் பழமைச் சக்திகளோடு சமரசம் செய்துகொள்வது என்ற வேலைத்திட்டமே வெற்றிபெற்றது.

அன்றைய ஜெர்மானிய சமூக அமைப்பில் தொழில்பட்ட சமூக வர்க்கங்களைப் பற்றிய ஒரு நுண்ணாய்வை எங்கெல்ஸ் இக்கட்டுரையில் மேற்கொள்ளுகிறார். பெரும் நிலக்கிழார்கள், விவசாயிகள், முதலாளிகள், குட்டி முதலாளிகள் மற்றும் தொழிலாளர்கள் என்ற ஐந்து சமூகப் பிரிவினரை முன்னிறுத்தி எங்கெல்ஸ் அவரது விவாதத்தைத் தொடங்குகிறார். தொழில் முதலாளிய வர்க்கம் வளரும் வர்க்கமாக இருந்த போதிலும், நிலவுடமையாளர்களையும் விவசாயிகளையும் கொண்ட வர்க்கமே பழமைவாதப் பெருந்திரளாக இருந்தது என்று எங்கெல்ஸ் குறிப்பிடுகிறார். பெருநிலக்கிழார்களைப் பற்றிப் பேசும் போது, அவர்களை ஜங்கர் நிலப்பிரபுக்கள் எனக் குறிப்பிடுகிறார். ஜங்கர் நிலப்பிரபுக்கள் என்போர் கிழக்கு ஜெர்மனியிலும் பிரஷ்யாவிலும் வலுவாக விளங்கிய முரட்டு ஜமீன்தார்கள். அவர்கள் நிலவுடமை யாளர்களாக மட்டுமின்றி வட்டார ராணுவ அதிகாரத்தைக் கைகளில் வைத்திருந்தோராகவும் இருந்தனர். அக்காலத்தில் "ஜெர்மனியை பிரஷ்யர்கள் ஆண்டார்கள், பிரஷ்யாவை ஜங்கர்கள் ஆண்டார்கள்." என்று ஒரு கூற்று உண்டு. 1871ல் ஜெர்மனியின் அதிபராக ஆன பிஸ்மார்க் ஜங்கர் அணியைச் சேர்ந்தவர் என்பதும் குறிப்பிடத்தக்க செய்தியாகும். ஜங்கர் நிலவுடமை வரலாற்றுரீதியாக அழிவைச் சந்திக்கவுள்ளது என்பதற்கான அடையாளங்கள் தென்பட்டபோது அது ஜங்கர் முதலாளியமாகத் தன்னைத் தகவமைத்துக்கொண்டது.

ஜெர்மானிய விவசாயி பணப்பொருளாதாரம், கடன் சுமை, நிலத்திலிருந்து வெளியேற்றப்படுதல் ஆகியவற்றால் அழிந்து வருகிறான் என்று எங்கெல்ஸ் வருத்தத்துடன் எழுதுகிறார். இந்த வீழ்ச்சியை அரசியல்ரீதியாக அர்த்தப்படுத்தத் தெரியாமலும் விவசாயிகள் அவதிப்படுகின்றனர். அவர்களது சமூக அரசியல் நலன்களின் வெளிப்பாடாக சமய உணர்ச்சி மட்டுமே விளங்குவதையும் எங்கெல்ஸ்

எடுத்துக்காட்டுகிறார். அடுத்துவரும் மாற்றங்களுக்கு உரிய வர்க்கமான முதலாளி வர்க்கம் மேலிருந்து சில 'புரட்சிகர' நடவடிக்கைகளில் ஈடுபடுகிறது. ஆயினும் அதனால் ஜங்கர்களை வென்று சுயமான நிலைப்பாடுகளை எட்ட முடியவில்லை. நகரத் தொழிலாளர்களுக் கிடையில் சமூக சனநாயக சிந்தனை வளர்ச்சி அடைந்துள்ளது. தொழிலாளர் வர்க்கம் இரண்டு சமூக சனநாயகப் பிரிவுகளாகப் பிளவு பட்டிருக்கிறது. "மாபெரும் பிரெஞ்சுப் புரட்சியின் எல்லாச் சாதனை களையும் படிப்படியாக ஜெர்மனியில் மறுபயிராக்குதல்" என்ற குரல் ஜெர்மனியின் தொழிலாளர் வர்க்கத்தினரிடையில் ஒலிக்கத்தான் செய்தது. கம்யூனிச சிகப்புப் பூதம் பற்றிய அச்சத்தை ஆளும் வர்க்கங் களுக்கிடையில் அவற்றால் ஏற்படுத்த முடிந்தது. தொழிலாளி வர்க்கத்தின் நோக்கில், உறுதியான முதலாளி வர்க்க ஆட்சியை நிறுவுவதற்கான காலம் கடந்துவிட்டது என்பது வெளிப்படையாகத் தெரிந்துவிட்டது. இனி பாட்டாளி வர்க்கமே ஒரு சுதந்திரமான சக்தியாக அரசியல் களத்தில் செயல்படவேண்டும் என்ற உணர்வு முன்னுக்கு வருகிறது என்று எங்கெல்ஸ் எழுதுகிறார்.

எங்கெல்சின் சமூக வரலாற்று நுண்ணாய்வு அன்றைய ஜெர்மனியில் ஜங்கர் நிலவுடமையாளர்களின் கை ஓங்கியிருந்ததையே தெளிவாக எடுத்துக்காட்டியது. *1862*ல் ஜெர்மன் அதிபராக ஓட்டொ வோன் பிஸ்மார்க் *(1815-1898)* ஆட்சிபீடம் ஏறியது இதனையே சுட்டிக் காட்டியது. இக்கட்டுரையின் பல பகுதிகளில் பிஸ்மார்க் பற்றிய மதிப்பீடுகளை எங்கெல்ஸ் வழங்குகிறார். பிரபலமான ஒரு சொற் பொழிவில் பிஸ்மார்க் பயன்படுத்திய சொற்களே 'இரும்பும் ரத்தமும்' என்பவை. "வரலாற்றின் மிகப்பெரிய பிரச்சினைகள் சொற்பொழிவு களாலோ, பெரும்பான்மை வாக்குகளாலோ தீர்வு காணப்படுவதில்லை; அவை இரும்பாலும் ரத்தத்தாலுமே தீர்வை எட்டுகின்றன" என்று *1862*ல் பிஸ்மார்க் ஜெர்மன் பாராளுமன்றத்தில் பேசினார். ஜெர்மன் அரசு ராணுவ பலத்தைப் பிரயோகிக்கத் தயாராக இருக்க வேண்டும் என்பதை அவரது 'இரும்பு' என்ற சொல் குறித்தது. இன்னொருபுறம், உயிர்த்தியாகங்களுக்கு ஜெர்மானியர்கள் தயாராக இருக்கவேண்டும் என்பதனை அவரது 'ரத்தம்' என்ற சொல் குறித்தது. ஆக, ஜெர்மானிய ஒருங்கிணைப்பையும், அதன் தேசியவாதத்தையும் சாதிக்க ராணுவமும் ரத்தப்பலிகளும் தேவை என்ற கோஷத்தை பிஸ்மார்க் முன்வைப்பதை இங்கு சந்திக்கிறோம். ஒரு வன்முறையான, ஆக்கிரமிப்புத் தன்மை கொண்ட அரசியல் வேலைத்திட்டத்தை பிஸ்மார்க் முன்வைக்கிறார் என்பதைக் காணுகிறோம்.

ஒரு நெருக்கடியான வரலாற்றுச் சூழலில், முதலாளியம் எவ்வாறு சனநாயக அரசியலைப் புறக்கணித்து ராணுவ வடிவங்களை நோக்கி நகருகிறது? என்பதையும், தேசியம் என்பதை அது எவ்வாறு வஞ்சகமாகக் கையாளுகிறது? என்பதையும் எங்கெல்ஸ் இக்கட்டுரையில் அற்புதமாகத் தொட்டுப்பேசியுள்ளார். முதலாளிய சக்திகளுக்கு சனநாயகம் குறித்தோ தேசியம் குறித்தோ நேர்மையான அக்கறைகள் கிடையாது, அவற்றை அவை வெறுமனே தற்காலிக எடுபிடிக் கருவிகளாகவே பயன்படுத்து கின்றன என்பதை எங்கெல்சின் இக்கட்டுரை நிரூபித்துக் காட்டுகிறது. பிஸ்மார்க்கைப் பற்றிக் குறிப்பிடும்போது, "தேசியக் கருத்தை உயர்த்திப் பிடிக்கின்ற பாத்திரத்தை மேற்கொண்டிருந்த பிஸ்மார்க், நாட்டின் பிரதிநிதிகளுக்கு மெய்யாகவே தலைமை தாங்குவதற்கு துணிவில்லாமல் இருந்தார். சனநாயகம் அவருக்குச் சேவை செய்ய வேண்டும், அவர் சனநாயகத்துக்கு [எதுவும்] செய்யமாட்டார். மக்களை நம்புவதைக் காட்டிலும் திரைக்குப் பின்னால் நடைபெறுகின்ற இருண்ட ரகசிய பேரங்களைக் கொண்டு பெரும்பான்மையைத் திரட்டுகின்ற தன்னுடைய திறமையை நம்பினார்" என்று மிகச்சரியாகக் குறிப்பிடுகின்றார்.

மேற்கு ஐரோப்பாவின் மையப்பகுதியில், பிஸ்மார்க்கின் ஜெர்மனியால் அன்று உருவாக்கப்பட்ட ராணுவக் கெடுபிடி தேசிய வாதம், இருபதாம் நூற்றாண்டில் பாசிசம் என்ற ஒரு மிகப் பெரும் அழிவுச் சக்தியையும் இரண்டு உலக யுத்தங்களையும் உண்டாக்கின என்பதை ஐரோப்பிய வரலாற்று ஆசிரியர்கள் இன்றுவரை சுட்டிக் காட்டி வருகின்றனர். பிஸ்மார்க்கின் இரும்பும் ரத்தமும் கலந்த தேசிய வாதம் குறித்து எங்கெல்ஸ் அந்நாட்களிலேயே தனது எச்சரிக்கைகளை வழங்கினார். பிஸ்மார்க்கின் கொள்கை "பல்வேறு வர்க்கங்களுக்கு இடையில் சூழ்ச்சிக் கொள்கையைக் கடைப்பிடிப்பதையே நம்பியிருக்க வேண்டியுள்ளது... இது பிற்போக்கானது, முடிவில் தோல்வியடைவது நிச்சயம்.... அது போனப்பார்டிசத் தன்மை கொண்டது, எல்லா போனப்பார்டிசத்துக்கும் ஏற்பட்ட அதே முடிவை இதுவும் அடையும்" என்று எங்கெல்ஸ் எழுதினார். "ரத்தம் சிந்தினால் வலிமை பெறலாம் என்னும் இந்தக் கொள்கை தற்காலிகமாக வெற்றியடைவது நிச்சயம்; ஆனால் முடிவில் தோல்வியடைவதும் நிச்சயம்" என்று அப்போது தனது நூலில் எங்கெல்ஸ் உறுதிப்பட எழுதினார்.

ஜெர்மன் அரசியலில் சுமார் 150 ஆண்டுகளுக்கு முன்னதாகக் கையாளப்பட்ட 'ரத்தமும் இரும்பும்' என்ற இந்த தேசியவாத அரசியலையும் அதன் கொடூர அழிவுகளையும் இன்றைய இந்திய

அரசியலுடன் பொருத்திப் பார்க்க வேண்டிய அவசியம் உள்ளது என்பதையும் இங்கு குறிப்பிடுவோம்.

தொகுதி 15ல் இரண்டாவது பகுதியாக இடம் பெற்றுள்ள '1891 ஆம் ஆண்டின் சோஷல் டெமொக்ராடிக் வரைவுத் திட்டம் பற்றிய விமர்சனம்' என்ற கட்டுரை எங்கெல்சால் எழுதப்பட்டது. அக்கட்சி 1875 ல் அதன் முதல் திட்டத்தை உருவாக்கியது. அத்திட்டம் பற்றிய நீண்ட விமர்சனங்களை அப்போது எங்கெல்ஸ் முன்வைத்தார். அதன் புதிய திட்டம் 1891 ல் கட்சியின் எர்பர்ட் மாநாட்டில் வைக்கப் பட்ட போது எங்கெல்ஸ் மீண்டும் தனது விமர்சனக் கருத்துக்களை எழுத்துவடிவில் வழங்கினார். அந்த விமர்சனக் குறிப்புகளே இங்கு தரப்பட்டுள்ளன.

கட்சியின் திட்டம் எனப்படுவது "ஆனமட்டும் சுருக்கமாகவும் சரிநுட்பமாகவும் இருக்க வேண்டும்" என்ற கருத்தை எங்கெல்ஸ் முன்வைத்து அந்த அடிப்படையிலேயே இத்திட்டத்தையும் திருத்தங்களுக்கு ஆட்படுத்தியுள்ளார். திட்டத்தின் முன்னுரையில் அமைந்துள்ள பத்து பாராக்களையும் ஒவ்வொன்றாக எடுத்து, சொற்கள், வரிகள், கருத்துக்கள் எனத் துல்லியமான மதிப்பீடுகளுக்கு உட்படுத்தியுள்ளார். கட்சித்திட்டத்தில் அரசியல் கோரிக்கைகளாக முன்வைக்கப்பட்டுள்ளவற்றைக் குறிப்பான விமர்சனங்களுக்கு உள்ளாக்கியுள்ளார். இப்பகுதியில் எங்கெல்ஸ் பேசியுள்ள ஒரு பிரச்சினை, சனநாயகக் குடியரசு பற்றியது. கட்சியும் தொழிலாளர் வர்க்கமும் சோசலிசம் வரையிலான தமது தொடர்ந்த போராட்டங்களை நிகழ்த்தவும் ஆட்சி அதிகாரத்தைக் கைப்பற்றவும் உகந்த சமூக அரசியல் வடிவமாக சனநாயக அமைப்பே விளங்குகிறது என்ற கருத்தை எங்கெல்ஸ் கட்சித் திட்டம் குறித்த இக்கட்டுரையில் திட்டவட்டமாக வெளிப்படுத்துகிறார். இது குறித்த எங்கெல்சின் கருத்துக்களைப் பின்னாலுள்ள கட்டுரைகளிலும் நாம் காணமுடியும்.

கட்சித் திட்டம் என்பது சடங்கியலான ஒரு சமாச்சாரம் அல்ல, அது குறிப்பிட்ட அச்சமூக அமைப்பு குறித்த மதிப்பீடு, வர்க்க உறவுகள், அரசியல் சூழல்கள், கட்சியின் போராட்டத் தயார் நிலை போன்ற பல விடயங்களைத் தழுவி நிற்கும் ஒன்றாகும் என்பதை எங்கெல்சின் திட்டம் மற்றிய விமர்சனம் உணர்த்தி நிற்கிறது.

தொகுதி 15 ல் இடம்பெற்றுள்ள மூன்றாவது கட்டுரை, இத்தாலிய சோசலிஸ்ட் கட்சி ஒரு முதிர்ச்சியடைந்த வெகுமக்கள் கட்சியாக உருவாகும்போது கடைப்பிடிக்கவேண்டிய செயல்தந்திரங்களாக

எங்கெல்ஸ் கருதியவற்றை வரிசைப்படுத்துகிறது. இது 1894 ல் எழுதப்பட்டது. தமிழ் மொழிபெயர்ப்பில் ஆறு பக்கங்கள் மட்டுமே கொண்டது. இத்தாலியக் கட்சிக்கு மட்டுமல்ல, வெகுமக்கள் வடிவத்தை எட்ட விழையும் ஒவ்வொரு இடதுசாரிக் கட்சிக்கும் எங்கெல்ஸ் கூறியுள்ள கருத்துக்கள் பொருந்தக் கூடியவை.

1. ஆட்சி அதிகாரத்தை எட்டியுள்ள முதலாளி வர்க்கம் நிலப்பிரபுத்துவத்தின் எச்சங்களை அழிக்கவில்லை. நவீன முதலாளிய முறைகளை அறிமுகப்படுத்தவுமில்லை. தொல்பழங்காலத்திலிருந்தே தொடர்ந்து நிலவிவரும் பழைய தீமைகளோடு கூடுதலாக, புதிய தீமைகளையும் மக்கள் மீது சுமத்தி வருகின்றது. இவற்றால் நெருக்கடியும் மக்களின் கொந்தளிப்புகளும் அதிகரித்து வருகின்றன.

2. இத்தாலியில் தொழில்துறை குறைவாகவே வளர்ச்சி அடைந்துள்ளது. வகைமாதிரியான (Typical) பாட்டாளி வர்க்கம் அபூர்வமாகவே உள்ளது. விவசாயிகளின் எண்ணிக்கை மிக அதிகமாக உள்ளது. கைவினைஞர், சிறுவணிகர், குட்டி முதலாளி வர்க்கம் மற்றும் நடுத்தர முதலாளி வர்க்கம் ஆகியோரைக் கொண்ட மக்களிலிருந்தே பெருமளவில் போராளிகளும் தலைவர்களும் உருவாகி வரமுடியும். விவசாயிகள் அவர்களின் வலிமையான இன்றியமையாத கூட்டாளிகளாக இருப்பார்கள்.

3. முதலாளிய வர்க்கத்துக்கு எதிராகத் தொழிலாளி வர்க்கம் நடத்தும் போராட்டம் வெவ்வேறு வளர்ச்சிக் கட்டங்களின் ஊடாகக் கடந்து செல்கிறது. அவை ஒவ்வொன்றிலும் தொழிலாளர் இயக்கம் தீவிரமாகப் பங்கேற்க வேண்டும். முதலாளியக் குடியரசு வழங்கும் சனநாயக உரிமைகளை நாம் முழுவதுமாகப் பயன்படுத்திக் கொள்ளவேண்டும். பொது வாக்குரிமை, பத்திரிக்கை சுதந்திரம், கூட்டம் நடத்துகிற, சங்கம் அமைக்கிற சுதந்திரம், போலீஸ் ரகசியக் கண்காணிப்பை ஒழித்தல் போன்ற புதிய ஆயுதங்களில் எவற்றையும் புறக்கணிக்காமல் நாம் பயன்படுத்திக் கொள்ளவேண்டும்.

4. பாட்டாளி வர்க்கத்திற்கும் முதலாளி வர்க்கத்திற்கும் இடையிலான போராட்டத்தை முடிவு ஏற்படுகின்றவரை போராடுவதற்கு ஏற்ற ஒரே அரசியல் வடிவம் முதலாளித்துவக்

குடியரசுதான் என்ற மார்க்சின் கூற்றை நாம் கவனத்தில் கொள்ள வேண்டும்.

5. நம்மோடு 'உறவுடைய' கட்சிகள் குறித்து எதிர்மறையான விமர்சனத்துடன் நாம் நிறுத்திக் கொள்ளுதல் கூடாது. அவர்களுடன் ஆக்கபூர்வமாக ஒத்துழைப்பதற்கான சந்தர்ப்பங்களை நாம் எப்போதுமே எதிர்நோக்க வேண்டும்.

6. உழைக்கும் வர்க்கத்துடன் 'சம்பந்தமில்லாத' இயக்கங்களின் உணர்ச்சிவசப்பட்ட அறிவிப்புகளில், ஆர்ப்பாட்டமான வாக்குறுதிகளில் நாம் ஏமாறவேண்டியதில்லை. ஒவ்வொரு வெகுமக்கள் இயக்கத்தையும் ஆதரிப்பது நமது கடமை. மறுபுறம், ஆங்காங்கே எழும் வட்டாரக் கலகங்களில் பாட்டாளி வர்க்கம் அழிந்துபடாமல், அதன் மூலக்கரு அழிக்கப்படாமல் பார்த்துக் கொள்வதும் நமது கடமையே.

7. நாம் சுயேச்சையான கட்சி என்ற முறையில் அரசியல் போராட்டங்களில் பங்கேற்கிறோம். தற்காலிகமாகத் தீவிரவாதிகள் மற்றும் குடியரசுவாதிகளுடன் கூட்டுச் சேர்ந்திருக்கிறோம். ஆனால் முற்றிலும் அவர்களிடமிருந்து தனித்தன்மையைக் கொண்டிருக்கிறோம். நமது கூட்டு வெற்றிகளைப் பற்றி நாம் பிரமைகள் கொள்ளுவது கூடாது. வெற்றி பெற்ற அதே நாளில் நாம் பிரிந்து விடலாம். புதிய வெற்றிகளை நோக்கி புதிய நடவடிக்கைக் களத்தை நாம் உருவாக்கத் தொடங்கலாம்.

8. கூட்டாக அடைந்த வெற்றிக்குப் பிறகு, புதிய அரசாங்கத்தில் நமக்கு சில பதவிகள் கொடுக்கப்படலாம். நாம் சிறுபான்மையாக உள்ள அரசாங்கத்தில் பதவிகளை ஏற்றுக் கொள்ளும்போது, தொழிலாளி வர்க்கத்தின் புரட்சிகர நடவடிக்கைகள் முடக்கப்படாமலிருக்க வேண்டும் என்பதில் நாம் கவனம் கொள்ள வேண்டும்.

9. இத்தாலியின் இன்றைய நிலைமைகளுக்கு ஏற்ப சூழல்களைக் கையாளவேண்டும். சம்பவங்களுக்கு நடுவில் இருப்பவர்கள் பிரச்சினைகள் குறித்து ஆங்காங்கே முடிவுகள் எடுக்க வேண்டும்.

தொகுதி 15ல் இடம் பெற்றுள்ள கடைசிக் கட்டுரை 'பிரான்சிலும் ஜெர்மனியிலும் உழவர்ப் பிரச்சினை' என்ற தலைப்பினைப்

பெற்றுள்ளது. இக்கட்டுரை எங்கெல்சால் 1894 ல் எழுதப்பட்டு 1894-95 ஆம் ஆண்டுகளில் ஒரு பத்திரிக்கையில் வெளியிடப்பட்டது.

இக்கட்டுரையின் தலைப்பிலுள்ள '...உழவர் பிரச்சினை' என்ற சொற்கள் உடனே கவனத்தைக் கவருகின்றன. "எங்கும் சோசலிஸ்டுகள் மத்தியில் உழவர் பிரச்சினை திடீரென்று உடனடியாக முக்கியப் பிரச்சினை ஆகியிருக்கிறது" என்ற வரியுடன் எங்கெல்சின் கட்டுரை முன்னுரை துவங்குகிறது. அதன் பின்னர், "முதலாளித்துவ உற்பத்தி, ...விவசாயத்தில் சிறு உற்பத்தியின் ஜீவ ஊற்றுக்களை மூடிவிட்டது... பெரிய நிலக்கிழார்கள், சிறு விவசாயிகள் இருவருமே அழிவை நேருக்கு நேராகச் சந்திக்கிறார்கள்" எனத் தொடர்கிறது. இறுதிப் பகுதியில், "சோசலிஸ்டுக் கட்சி அரசியல் அதிகாரத்தை வென்றெடுப் பதற்கு இந்தக் கட்சி முதலில் நகரங்களிலிருந்து கிராமங்களுக்குப் போகவேண்டும், நாட்டுப்புறங்களில் [அது] ஒரு சக்தியாக மாற வேண்டும்... இது விவசாயப் பிரச்சினையின் மையத்துக்கு நம்மைக் கொண்டு வருகிறது" என்று கூறி கட்டுரையின் முன்னுரையை எங்கெல்ஸ் முடிக்கிறார். கட்டுரையின் உள்ளடக்கத்தை முன்னுரையின் இவ்வரிகள் தெளிவாக எடுத்துக் கூறுகின்றன. முதலாளியச் சூழலில் உழவர்களின் அழிவு, அதனை எதிர்கொள்ளுவதற்கு ஒரு சோசலிசக் கட்சி செய்ய வேண்டியது என்ன? என்பது இக்கட்டுரையின் மையமான பிரச்சினை.

கட்டுரையின் முற்பகுதியில் எங்கெல்ஸ் ஜெர்மனியின் விவசாயி களுக்கு இடையில் நிலவும் வெவ்வேறு அடுக்குகளை எடுத்துரைக்கிறார். சிறு விவசாயிகள், பெரிய விவசாயிகளும் நடுத்தர விவசாயிகளும், விவசாய உழைப்பில் ஈடுபடும் வேலையாட்கள், பண்ணையாட்கள் மற்றும் தினசரிக் கூலிகள் என்று அந்த அடுக்குகளை வரிசைப்படுத்து கிறார். "இந்த உட்பிரிவுகளில் எப்பிரிவை சமூக ஜனநாயகக் கட்சி வென்றெடுக்க முடியும்?" என்ற ஒரு கேள்வியை பின்னர் முன்வைக்கிறார். இக்கேள்வி சிறு விவசாயியை நோக்கி அவரை இட்டுச் செல்கிறது. சிறு விவசாயி என்பவர் ஒரு துண்டு நிலத்தின் உடமையாளர், அவர் ஒரு சிறு கைவினைஞரைப் போல, ஓர் உழைப்பாளி. கலப்பில்லாத இயற்கைப் பொருளாதாரம், குடும்பத்தினரின் உழைப்பு, அவர்களின் சுயதேவைப் பூர்த்தி ஆகியவற்றுடன் இயங்கி வந்த அவரது வாழ்வுக்கு முதலாளியம் முடிவு கட்டி விட்டது. பணப் பொருளாதாரம், வரிகள், வட்டிக்கடை ஆகியவை அவரை முழுவதும் அழித்துவிட்டன. அவர் இப்போது எதிர்காலப் பாட்டாளி. சோசலிஸ்ட் இயக்கம் அவரையே மையப்படுத்த வேண்டும் என்று எங்கெல்ஸ் முன்மொழிகிறார்.

ஆயின் சிறு விவசாயி தனது துண்டு நிலத்தின் மீது கொண்டுள்ள சொத்துணர்ச்சி (உடமை உணர்வு) சமூக சனநாயகக் கட்சியினரிடம் அவரை நெருங்கவிடாமல் தடுக்கிறது. தனது துண்டு நிலத்தையும் இக்கட்சியினர் தன்னிடமிருந்து பறித்துப் பொதுவுடமை ஆக்கி விடுவார்கள் என அவர் அச்சப்படுகிறார். இந்தத் தப்பெண்ணத்தை எப்படி அகற்றுவது? அழிவை நெருங்கிக் கொண்டிருக்கும் அச்சிறு விவசாயிக்கு சமூக சனநாயகக் கட்சி முன்வைக்கும் மாற்றுத்திட்டம் என்ன?

1892 ல் பிரெஞ்சு சோசலிஸ்ட் கட்சி அதன் மர்சேல் மாநாட்டில் முன்வைத்த விவசாய செயல்திட்டத்தை எங்கெல்ஸ் இங்கு எடுத்துக் காட்டாக முன்வைத்துப் பேசுகிறார். (பிரான்சில் அக்கட்சியின் பெயர் சோசலிஸ்ட் கட்சி, ஜெர்மனியில் அதன் பெயர் சமூக சனநாயகக் கட்சி). பிரெஞ்சுக் கட்சியின் செயல்திட்டம் சிறு விவசாயிகள், விவசாயத் தொழிலாளர்கள், குத்தகை விவசாயிகள் போன்ற அடித்தள விவசாயிகளை ஒன்றிணைத்துப் பேசுகிறது. சிறு விவசாய உடமை முதலாளிய உற்பத்தி முறையால் அழிக்கப்படுவதைத் தவிர்க்க முடியாது என்ற நோக்கிலிருந்து இப்பிரச்சினையை அணுகாமல், முதலாளித்துவத்தின் தாக்குதல்களிலிருந்து உழவர்களைப் பாதுகாப்பது எப்படி? என்ற நோக்கிலிருந்து சோசலிஸ்டுகள் இப்பிரச்சினையைக் கையாளவேண்டும் என்று பிரெஞ்சுக் கட்சி முடிவெடுத்திருப்பதை எங்கெல்ஸ் சுட்டிக்காட்டுகிறார். உழவர் பிரச்சினைகளில் பிரெஞ்சு சோசலிஸ்ட் கட்சியினரின் நீண்ட அனுபவங்களை எங்கெல்ஸ் விளக்குகிறார். விவசாயிகளை வரி வசூல் அதிகாரிகள், வட்டிக் காரர்கள் ஆகியோரிடமிருந்து பாதுகாப்பது, நிலப்பறிமுதலைத் தடைசெய்வது, விவசாயக் கூலி நிர்ணயம், விவசாயக் கூட்டுறவுச் சங்கங்களை அமைத்து உற்பத்திப் பொருட்களை விற்பனை செய்வதற்கும் உரம், விதை, விவசாயக் கருவிகளை வாங்குவதற்கும் ஏற்பாடு செய்தல், விவசாயப் பயிற்சிப் பள்ளிகள், விவசாய ஆராய்ச்சிப் பண்ணைகள் அமைத்தல் போன்ற பலவகையான சிறிய, பெரிய கோரிக்கைகளை முன்வைத்துச் செயல்திட்டங்கள் உருவாக்கப்பட்டுள்ளதை எடுத்துக்காட்டுகிறார்.

சிறு விவசாயத்தின் பிரச்சினைகளை எங்கெல்ஸ் மேலும் அணுகி ஆய்வு செய்தல் வேண்டும் என்கிறார். முதலாளியத்தின் எல்லைகளுக்குள் சிக்கிக்கொள்ளும் சிறு விவசாயிக்கு அவரது துண்டு நிலம் எந்த வகையிலும் சுதந்திரத்தைக் காப்பாற்றித் தரவில்லை என்பதனை எங்கெல்ஸ் எடுத்துக்காட்டுகிறார். இத்தகைய நிலையில், முதலாளியத்தின்

அபரிமிதமான சக்திக்கு எதிராக நிற்கும் சிறு விவசாயிகளிடம் உங்களுடைய தனிப்பட்ட சொத்துகளைப் பாதுகாப்போம் என்று எந்தச் சமயத்திலும் நாம் வாக்கு கொடுக்க முடியாது என்கிறார் எங்கெல்ஸ். திட்டவட்டமாக சிறு விவசாயிகளுக்கு நாம் ஆதரவாக இருக்கிறோம். அவர்களுடைய சொத்து உறவுகளில் நாம் பலவந்தமாக தலையிட மாட்டோம் என்பதை நாம் உறுதியாகக் கூறமுடியும். ஆயின் சிறு விவசாயிகளின் சொத்துரிமைகளை அப்படியே பாதுகாப்பது என்பது சாத்தியமல்ல. ஆயின் கூட்டுப் பண்ணைகள், கூட்டுறவு சங்கங்கள் ஆகியவற்றை அமைத்து கூட்டுச் சொத்துரிமையை உருவாக்குவதற்கு ஏற்ற சமூக உணர்வினை கட்சி ஏற்படுத்த வேண்டும் என்று எங்கெல்ஸ் எழுதுகிறார்.

கட்டுரையின் இறுதிப் பகுதியில் எங்கெல்ஸ் நாட்டுப்புறப் பாட்டாளிகளைப் பற்றி எழுதுகிறார். தொழிற்துறைப் பாட்டாளிகளைப் போன்றே நாட்டுப்புறப் பாட்டாளி வர்க்கத்தின் முன்பும் அற்புதமான போராட்ட வாய்ப்புகள் உள்ளன. ஜங்கர் நிலவுடமைக்கு எதிரான வலுவான போராட்ட சக்தியாக அவர்கள் ஆகமுடியும் என்று எங்கெல்ஸ் எழுதுகிறார்.

உழவர் பிரச்சினை பற்றிய மார்க்சிய இலக்கியங்கள் ஒப்பீட்டு ரீதியாக குறைவாகவே உள்ளன. நாட்டுக்கு நாடு சூழல்களின் பண்பும் பிரச்சினைகளின் தன்மைகளும் வேறுபடுகின்றன. மூன்றாம் உலக நாடுகளில் விவசாயிகள் என்ற தனித்த ஆய்வுப் போக்கு நமக்கு அத்தியாவசியமாகிறது. இன்னும் ஆசிய நாடுகளில் விவசாயிகள், ஆப்பிரிக்க நாடுகளில் விவசாயிகள் என்றெல்லாம் நாம் விரிவாகப் பயணப்பட வேண்டியுள்ளது. இந்தியா போன்ற நாடுகளில் விவசாயிகளின் பொருளாதாரப் பிரச்சினைகளோடு சாதியம் சார்ந்த பிரச்சினைகள் மிக அடிப்படையாகப் பின்னிக் கிடக்கின்றன. இந்திய விவசாயத்தில் பெண்களின் உழைப்பு பற்றி நாம் பேசியிருக்கிறோமா? கார்ப்பரேட் முதலாளியச் சூழல்களில் விவசாய அரசியல் பெற்றுவரும் மாற்றங்கள் என்ன? இத்தகைய சூழல்களில் எங்கெல்சின் உழவர் பிரச்சினை குறித்த இக்கட்டுரை அபரிமிதமான முக்கியத்துவத்தைப் பெறுகிறது. இக்கட்டுரையில் கிடைக்கும் துவக்கங்களைக் கையிலெடுத்து முன்செல்ல வேண்டிய கடமை நமக்கு உள்ளது.

மார்க்ஸ் எங்கெல்ஸ் தேர்வு நூல்கள்
தொகுதி 15க்கான அறிமுகவுரை

13

மார்க்ஸ் ஏங்கெல்ஸ் தேர்வு நூல்கள் தொகுதி 16 மார்க்சின் இந்திய வரலாறு பற்றிய சுருக்கமான குறிப்புகளைக் கொண்டமைந்துள்ளது. இக்குறிப்புகள் 1879-82 ஆம் ஆண்டுகளில் மார்க்சால் எழுதப்பட்டவை. மார்க்ஸ் 1883 ஆம் ஆண்டு மரணமடைந்தார் என்பதை நாம் அறிவோம். ஆயின் அவரது இறுதிக் காலத்து நூல் வாசிப்புகளின் வழியாகக் குறிப்பெடுத்துக் கொண்ட பகுதிகளே இங்கு நூல் வடிவம் பெற்றுள்ளன. இக்குறிப்புகள் இந்தியா பற்றிய மேற்கு ஐரோப்பிய வரலாற்று ஆசிரியர்களின் நூல்களில் கொடுக்கப்பட்டுள்ள தகவல்களை அடிப்படை ஆதாரமாகக் கொண்டவை. எனவே இவற்றை முதன்மைச் சான்றாதாரங்களாகக் கொள்ளமுடியாது. ஆயின் ஐரோப்பாவில் இருந்து கொண்டு இந்தியாவைப் பற்றி ஆர்வம் கொள்ளும் ஒருவர் ஐரோப்பாவில் கிடைக்கும் நூல்களைக் கொண்டே தனது தேடலை மேற்கொள்ள முடியும். அதைத்தான் மார்க்சும் செய்துள்ளார்.

மார்க்ஸ் அவரே ஒரு கோட்பாட்டுக்குச் சொந்தக்காரராகவும் கூர்மையான சிந்தனையாளராகவும் இருந்ததால், அவர் எந்த நூலைப் படித்தாலும் அந்நூலாசிரியரின் கருத்தியல் சாய்வுகளைத் தாண்டி நின்று அவரால் அந்நூல் கொண்டுள்ள தகவல்களை நெருங்கிச் சென்றுவிட முடியும். எனவே அத்தகைய திறன்களைக் கொண்டே இந்நூலின் குறிப்புகளை அவர் உருவாக்கியிருக்க வேண்டும்.

மார்க்ஸ் ஏற்கனவே ஒரு சந்தர்ப்பத்தில் இந்தியாவைப் பற்றி தேர்வு செய்யப்பட்ட பல நூல்களைப் படித்தறிந்துள்ளார். 1852-59 ஆம் ஆண்டுகளில் நியூயார்க்கிலிருந்து வெளிவந்த நியூயார்க் ட்ரிபூன் எனும் பத்திரிக்கை, மார்க்சை தன்னுடைய ஐரோப்பியப் பகுதிநேர நிருபராக வேலையில் அமர்த்திக் கொண்டது. மார்க்ஸ் அக்காலங்களில் லண்டனில் வசித்து வந்தார். ஐரோப்பிய நாடுகளுக்கிடையில் பிரிட்டனே அப்போது மிகப்பெரிய பேரரசாக விளங்கியது. பிரிட்டிஷ் பேரரசின் பலம், அது இந்தியா எனும் மிகப்பழைய, மிகப்பெரிய நாட்டைக் காலனியாகக் கொண்டதாலும் ஈட்டப்பட்டதாகும். எனவே அமெரிக்க வாசகர்களுக்கு பிரிட்டிஷ் பேரரசு பற்றியும் அதன் காலனியான இந்தியா (பிற கீழை நாடுகள்) பற்றியும் எழுதவேண்டிய பொறுப்பு மார்க்சுக்கு வந்து சேர்ந்தது. மார்க்ஸ் அந்நாட்களில் தான்

அவரது பொருள்முதல்வாத வரலாற்றுப் புரிதலை, அதன் முதல் அடிப்படைகளைத் தாண்டி, விரிவாக்கிக் கொண்டிருந்தார். ஆக, இந்தியச் சமூகம் பற்றிய புரிதலை உருவாக்கிக்கொள்ள அது ஓர் அற்புதமான சந்தர்ப்பமாக அவருக்கு அமைந்தது. மார்க்ஸ் நியூயார்க் ட்ரிபூன் பத்திரிக்கைக்கு இந்தியா பற்றிய பல கட்டுரைகளை எழுதித் தந்தார். சில வேளைகளில் இவரால் எழுதமுடியாமல் போகும் போது அவரது நண்பரான ஏங்கெல்சை எழுதி அனுப்புவதற்கு ஏற்பாடு செய்வார் என்றும் கேள்விப்படுகிறோம். எப்படியோ, அந்த நாட்களில் மார்க்சும் ஏங்கெல்சும் இந்தியா குறித்து ஏராளமாக வாசித்து அறிந்தனர்.

இந்திய சமூகம் ஐரோப்பிய சமூகங்களிலிருந்து பெருமளவில் வேறுபட்ட பண்புகளைக் கொண்டுள்ளது என்ற முடிவுக்கும் அவர்கள் அக்காலத்தில் வந்து சேர்ந்தனர். அடிமை முறை, நிலவுடமை முறை, முதலாளியம் போன்ற ஐரோப்பிய வரிசையிலிருந்து விலகிய ஒரு வரலாற்றுத் தொடர்ச்சியை கீழை நாடுகள் கொண்டிருந்தன என்ற முடிவை அவர்கள் அப்போது எட்டியிருந்தனர். முதலாளியத்துக்கு முந்திய வரலாற்றின் உற்பத்தி முறைகளில் ஒன்றாக ஆசிய உற்பத்தி முறை (Asiatic Mode of Production) என்ற ஒன்றை அறிமுகப்படுத்தவும் மார்க்ஸ் முன்வந்தார். இக்கருத்தாக்கம் குறித்து ஏங்கெல்சுக்கு அதிகம் ஒப்புதல் இல்லை என்பதையும் நாம் கேள்விப்படுகிறோம். இருப்பினும் ஆசிய சமூகங்கள் குறித்த ஒரு வித்தியாசமான பார்வை மார்க்ஸ், ஏங்கெல்சுக்கு இருந்தமை மார்க்சியத்தினுள் பதிவாகி யுள்ளது. மார்க்சின் பிறிதொரு கருத்தும் நம் கவனத்தைக் கவருகிறது. அது சிறு உற்பத்தி முறை (Petty Mode of Production) குறித்ததாகும். சிறு விவசாயிகள், கைவினைத் தொழிலாளர்கள் ஆகியோர் மத்தியகால சிறு உற்பத்தியின் முக்கியமான உழைப்பாளிகள் ஆவர். பிறரைச் சுரண்டாத கடும் சுய உழைப்புக்காரர்கள் இவர்கள். இந்தியா போன்ற கீழை நாடுகள் மிகப்பெறும் அளவில் சிறு உற்பத்தியாளர்களைக் கொண்டுள்ளன என்பது மார்க்சின் ஒரு முடிபு ஆகும். இப்படி சிறு உற்பத்தியாளர்களை அதிகமாகக் கொண்ட சமூகத்தின் பொருளாதார மற்றும் பண்பாட்டு அமைப்புகள் வித்தியாசமான குணங்களைக் கொண்டிருக்கும் என்றும் அவரால் சொல்ல முடிந்தது. இப்படியாக, மார்க்ஸ், ஏங்கெல்சின் கவனத்திற்குள் இந்தியச் சமூகமும் வரலாறும் 1850களிலேயே முக்கியமான ஆய்வுப்பொருட்களாக உருவாகிவிட்டன.

தொடர்ந்து, மூலதனம் நூலுக்கான தகவல்கள் திரட்டப்பட்ட போதும் எழுதப்பட்ட போதும் (1860 களில்) மார்க்ஸ் இந்தியா குறித்த

தனது கூடுதல் வாசிப்புகளை நிகழ்த்தியுள்ளார். புதிய விளக்கங்களையும் தந்துள்ளார். குறிப்பாக, 17-18 ஆம் நூற்றாண்டுகளில் காலனியப் பேரரசுகள் ஆசிய ஆப்பிரிக்க லத்தீன் அமெரிக்க நாடுகளில் பரவியபோது, அந்நாடுகளிலிருந்து சுரண்டிக் கொள்ளையடிக்கப்பட்ட செல்வம் ஐரோப்பிய முதலாளியத்திற்கு ஆரம்ப மூலதனமாக அமைந்தது (Primitive Accumulation of Capital) குறித்து மார்க்ஸ் எழுதினார். இந்தியா போன்ற நாடுகளில் நிலவிய சிறு உற்பத்தி முறை பணப் பொருளாதாரத்தால் கொடூரமாகச் சீரழிக்கப்பட்டது குறித்தும் மார்க்ஸ் எழுதினார்.

இத்தொகுதியில் இடம்பெறும் குறிப்புகள் மார்க்சின் இந்தியா பற்றிய வாசிப்புகளில் மூன்றாவது நிலையைச் சார்ந்தனவாகும். கெடுவாய்ப்பாக, அவை மார்க்சின் இறுதிக்காலத்தனவாகவும் அமைந்து போயின. இருப்பினும் ஒரு தீர்க்கமான கேள்வி மிஞ்சுகிறது. மார்க்ஸ் ஏன் மீண்டும் மீண்டும் இந்தியா குறித்த வாசிப்புகளில் ஈடுபட்டார்? அவர் 60 வயதினைத் தாண்டிய பிறகும், இறுதிக் காலம் வரை இந்தியாவில் எதனைத் தேடினார்?

மார்க்சின் இந்தியா குறித்த ஆர்வங்களையும் தேடல்களையும் கீழ்க்கண்டவாறு வரிசைப்படுத்திக் கொள்வோம்:

ஐரோப்பாவை மட்டுமே மையப்படுத்தி முதலில் உருவாக்கிய வரலாறு குறித்த பொருள்முதல்வாதப் புரிதலை ஆழமும் அகலமும் கொண்டதாக ஆக்கிக் கொள்ள மார்க்சுக்கு இந்தியா குறித்த புரிதல் தேவைப்பட்டது. மார்க்சியம் அதன் ஐரோப்பிய எல்லைகளைத் தாண்டி, சர்வதேசக் கோட்பாடாகிய சந்தர்ப்பம் இது எனவும் கொள்ளலாம்.

ஒரு பழைய சமுதாய அமைப்பின் உள்ளிருந்து, நவீன காலத்தில் முதலாளியம் என்ற முற்றிலும் புதிதான சமூக அமைப்பு எவ்வாறு தோற்றம் பெறுகிறது? என்பதற்கு ஒரு நிகழ்காலப் பதிவாக 18-19 ஆம் நூற்றாண்டுகளின் இந்தியா அமைந்தது. நிலவுடமையிலிருந்து முதலாளியத்துக்கு மாறிச் செல்லுதல் என்ற பிரச்சினையின் பிரத்தியட்ச வடிவமாகவும் அது அமைகிறது. இந்தியா ஐரோப்பிய நாடுகளிலிருந்து வித்தியாசமான சமூக வடிவங்களையும் வரலாற்றையும் கொண்டிருக்கிற தெனில், அப்படிப்பட்ட ஒரு நாட்டில் முதலாளியத்தின் தோற்றம் எத்தன்மைத்தது? என்பது மார்க்சியர்களுக்கு மேலும் சிக்கலான ஆனால் அவசியமான ஒரு பிரச்சினையாகும்.

இந்திய முதலாளியம் காலனிய முதலாளியமும் ஆகும். காலனிய நாடுகளில் மிகப்பெரும் பரப்பையும் பன்மீயச் சமூகச் சிக்கல்களையும்

கொண்ட நாடு இந்தியா. காலனிய உருவாக்கத்தையும் அதன் சர்வதேசத் தாக்கங்களையும் புரிந்து கொள்ள இந்தியா குறித்த கல்வி அவசியமாகிறது. இன்னும் கூடுதலாக, காலனிய ஆட்சிக்கு எதிரான தேசிய விடுதலை இயக்கங்களின் தோற்றுவாய்களைக் கண்டறிவதற்கும் இந்திய வரலாறு அவசியமாகிறது. இவையெல்லாம் போக, இந்திய தேசியத்தின் சில மேற்கத்தியப் பண்புகளைக் கண்டு கொள்வதற்கும் இந்திய தேசியவாதிகளின் மேட்டுக்குடிப் பண்பைத் தாண்டிய அடித்தள மக்களின் எதிர்ப்பு வடிவங்களை அடையாளப்படுத்தவும் இந்திய வரலாற்று ஆய்வுகள் அவசியமாகின்றன.

மார்க்ஸ் வர்க்கப் போராட்டங்களின் வரலாற்று ஆசிரியர். அவை குறித்த தத்துவ விளக்கங்களை அவர் வழங்கினார். ஆயின் தேசிய விடுதலை இயக்கங்கள் எனும் ஒரு புதிய போராட்ட வடிவம் மார்க்சின் வாழ்க்கைக் காலம் தொட்டு உருவெடுக்கத் தொடங்கியது. ஐரோப்பிய நாடுகளின் உள்ளேயே தோன்றும் வர்க்கப் போராட்டங்களை விட தேசிய விடுதலை இயக்கங்கள் அதிகக் காத்திரமான வடிவங்களை எடுக்க முடியும் என்பதும் வரலாற்றில் நிரூபிக்கப்பட்டுள்ளது. இத்தகைய நிலையில் தேசிய விடுதலை, விளிம்பு நிலை மக்களின் எழுச்சிகள், காலனிய உலக அரசியல் போன்றவற்றைப் பயிலும் ஒரு புதிய கல்வி ஆய்வுப் புலம் உருவான களங்களில் ஒன்றாக இந்தியா அமைந்து போயிற்று என்பதையும் காணுகிறோம்.

ஆசிய ஆப்பிரிக்க லத்தின் அமெரிக்க நாடுகள் பெருமளவில் விவசாய நாடுகள். இந்த நாடுகளின் மிகச் சமீபத்திய (18-19 ஆம் நூ.ஆ) வரலாற்றிருந்து நிலவுடமைச் சமூகத்தின் பண்புகளைத் துலக்கமாக அறியமுடிகிறது. அவை ஆசிய உற்பத்தி முறை, சிறு உற்பத்தி முறை போன்ற இன்னபிற கூறுகளைக் கொண்டமைகிறதெனில் அவை பற்றிய அறிவும் தன்னுணர்வும் நமக்கு அத்தியாவசியமாகின்றன. ஐரோப்பியத் தொழிலாளர் வர்க்க எழுச்சியும் ரஷ்யா (இந்தியா) போன்ற நாடுகளின் விவசாயிகளின் போராட்டமும் “ஒன்றுக்கொன்று பரஸ்பரம் பங்களிக்க முடியும்” என்று மார்க்சால் எழுதமுடிந்தது.

மேற்குறித்த காரணங்களை முன்னிறுத்தி, 1879-82 ஆம் ஆண்டுகளின் மார்க்சின் இந்தியா குறித்த வாசிப்புகளும் கையெழுத்துக் குறிப்புகளும் உருவெடுத்தன என்பதைப் புரிந்து கொள்ளுகிறோம்.

கி.பி 664 ஆம் ஆண்டிலிருந்து 1858 வரையிலான இந்தியாவின் வரலாற்றை மார்க்சின் இக்குறிப்புகள் கொண்டுள்ளன. குறிப்பிட்ட இக்காலத்தை, நான்கு மிகப்பெரும் பிரிவுகளாக மார்க்ஸ் பிரித்துக்

கொண்டுள்ளார். அவை: இந்தியாவை முஸ்லீம்கள் வெல்லுதல், இந்தியாவில் மொகலாயப் பேரரசு, பிரிட்டிஷ் கிழக்கிந்தியக் கம்பெனி இந்தியாவைக் கைப்பற்றுதல், கடைசிக் கட்டம் 1823-1858 கிழக்கிந்தியக் கம்பெனியின் அழிவு ஆகியவை.

மார்க்சின் வரலாற்றுக் குறிப்புகளில் 'பண்டைய' இந்தியா பற்றிய குறிப்புகள் இடம் பெறவில்லை. பொதுவாகத் 'தூய பொற்கால இந்தியா'வின் வரலாற்றைப் பேசவிழைவோர் வேதகால இந்தியாவிலிருந்து தொடங்குவர். பல ஐரோப்பிய ஆய்வாளர்களும் கூட அக்காலத்தில் சமஸ்கிருத இந்தியா எனும் ஒன்றைத் தனித்து உருவாக்கி அதனைப் பெரிதும் கொண்டாடிக்கொண்டிருந்தனர். மத்தியகால இந்தியாவின் வரலாறு என்பது வைதீக இந்தியா என்ற சித்திரத்திலிருந்து பிறழ்ந்த நிலை என்று மதிப்பீடும் அக்காலத்தில் நிலவியது. மத்திய கால இந்திய வரலாற்றில் இஸ்லாமிய மதச்சார்பு கொண்ட அரச குடும்பங்களின் ஆட்சிக்கு முக்கிய இடம் உண்டு என்ற செய்தி பல இந்து வரலாற்றாசிரியர்களை மனம் சிறுக்கச் செய்தது. ஆயின் மார்க்ஸ் தேர்வு செய்த நூல்கள் இங்கு மத்திய கால இந்தியாவையே சித்தரிக்கின்றன. பண்டைக்கால இந்தியா பற்றிய பெருமிதங்களை மார்க்ஸ் எவ்வகையிலும் பகிர்ந்து கொண்டதாகத் தெரியவில்லை. சிக்கலான, அரசியல் உறுதியற்ற மத்தியகால இந்தியாவே சமகால இந்தியாவிற்கு அதிக அளவில் நெருக்கமானது என்று மார்க்ஸ் கருதியிருக்கலாம். பொற்கால இந்தியாவை விட எதார்த்தத்திற்கு அதிகம் பொருந்தக்கூடிய இந்தியாவையே அவர் புரிந்து கொள்ள விழைந்துள்ளார்.

மார்க்ஸ் இங்கு குறிப்புகளாகத் தரும் இந்திய வரலாறு பெரும் பாலும் அரசியல் வரலாறாகவே உள்ளது. மார்க்சினுடைய தேவை களுக்கு உகந்த வரலாற்று நூல்கள் அவருக்குக் கிடைக்கவில்லையோ என்ற உணர்வு தோன்றுகிறது. மொகலாயப் பேரரசுக்கு முந்திய அரசியல் சூழல்கள் பல்வேறு இனக்குழு அரச வம்சங்களின் மோதல் களாகவும் படையெடுப்புகளாகவும் அமைந்திருந்தன என்பதை மார்க்ஸ் எடுத்துக்காட்டுகிறார். ஆசியாவின் மூன்று பெரிய இனங்களான துருக்கியர்கள், தார்த்தாரியர்கள், மொகலாயர்கள் ஆகியோரே வன்முறை நிறைந்த அன்றைய அரசியல் அரங்கத்தை ஆக்கிரமித்துக் கொண்டிருந்தனர் என்பதைச் சுட்டிக்காட்டுகிறார். படையெடுப்பு களோடு கொள்ளைகளும் நகரங்களைச் சூறையாடுதலும் இணைந்து நிகழ்ந்தன என்பதை மார்க்ஸ் எடுத்துக்காட்டத் தவறவில்லை. அரசுகளின் எல்லைப்புறங்களில் பழங்குடியினர் வாழ்ந்தனர்.

படையெடுப்புகளால் அவர்கள் பாதிக்கப்படும்போது, அல்லது அரச அமைப்புகளுக்குள் அவர்களை உள்ளடக்க முனையும்போது, பழங்குடிகள் துணிச்சலான கலகங்களில் ஈடுபட்டுள்ளனர். அரச குடும்பங்களின் வரிவசூல், அடிக்கடி உருவாக்கப்பட்ட பஞ்சம், பிற அரசு அடக்குமுறைகளுக்கு எதிராகப் பெருமளவில் மக்கள் கலகங்கள், எழுச்சிகள், ஆயுதத் தாக்குதல்களில் ஈடுபட்ட சந்தர்ப்பங்களை மார்க்ஸ் தவறாமல் தனது குறிப்புகளில் எடுத்துக்காட்டுகிறார். ஆங்காங்கே மார்க்ஸ் விட்டுச் செல்லும் சில குறிப்புகள் நமது கவனத்தைக் கவருகின்றன. அவற்றில் சில: “இந்தியாவின் சமூகக் கூட்டமைப்பில் மிகவும் பலம் வாய்ந்த அரசியல் சக்தியாக புரோகித வர்க்கம் விளங்கியது”. “கிழக்கத்திய நாடுகளில் ஒரு கெட்ட அரசனைத் தொலைத்துக் கட்டுவதில் பொதுவாகக் கொஞ்சம்கூடத் தயக்கம் காட்டுவதில்லை”.

மார்க்சின் அடுத்து வரும் குறிப்புகள் மொகலாய ஆட்சிக்காலம் பற்றியவை. பாபர், ஹுமாயூன், அக்பர், ஜஹாங்கீர், ஷாஜஹான், ஔரங்கசீப் என ஆட்சிகளின் வரிசை தொடர்கிறது. முந்திய அரசுகளை விட மொகலாய ஆட்சி நிலைபெற்றதாக விளங்கியது. இருப்பினும் மோதல்கள், இளவரசுக் கொலைகள், ஆட்சிப் போட்டிகள், கவிழ்ப்புகள் ஆகியவற்றுக்குப் பஞ்சமில்லை. அக்பரின் ஆட்சிக்காலம் பற்றிய விரிவான தகவல்களும் மதிப்பீடுகளும் உள்ளன. மத விஷயங்களில் அக்பர் சிரத்தையற்றவர், சமஸ்கிருத நூல்கள் பலவற்றை மொழிபெயர்க்கச் செய்தவர், கிறித்தவ மத நூலொன்றை மொழிபெயர்க்கச் செய்தவர் போன்ற விபரங்களை மார்க்ஸ் தருகிறார். அக்பரின் வரி வசூலிப்பு முறை, நிதி நிர்வாக முறை ஆகியன குறித்து விரிவாக எழுதுகிறார். சிறு அதிகாரிகள் விவசாயிகளைக் கெடுபிடி செய்தலை அக்பர் ஒழித்தார் என்று மார்க்ஸ் எழுதுகிறார். மக்களிடமிருந்து வரி வசூலித்தலை ஏலம் விடும் முறையை அக்பர் விலக்கினார் என்றும் அவர் எடுத்துக்காட்டுகிறார். ஔரங்கசீப் பற்றிய மார்க்சின் சில குறிப்புகள் கவனத்திற்குரியன. பேரரசை இயக்கும் பெரும் சக்தியாக அவர் மதத்தைக் கையாண்டார் எனக் குறிப்பிடுகின்றார். ஔரங்கசீப்பின் கடைசி ஆண்டுகளில் மகராஷ்டிரர்கள், ராஜபுத்திரர்கள், சீக்கியர்கள் அவருக்கு எதிராகத் திரண்டனர். மொகலாயப் பேரரசின் வீழ்ச்சியும் ஆங்கிலேய கிழக்கிந்தியக் கம்பெனியின் நுழைவும் ஒன்றுபட்டன என்பதையும் காண்கிறோம்.

தென்னிந்தியப் பகுதிகளில் வாழ்ந்த மக்கள், அவர்தம் மொழிகள், அரசுகள் பற்றிய ஓரிரு பக்கக் குறிப்புகளும் மார்க்சின் எழுத்துக்களுக் கிடையில் காணப்படுகின்றன. தமிழ், கன்னடம், தெலுங்கு, மராட்டி,

ஒரியா மொழிகளைப் பேசி வாழ்ந்த பகுதிகளை மார்க்ஸ் தக்காணம் எனக் குறிப்பிடுகிறார். வட இந்தியர்கள் அவர்கள் மீது படையெடுத்த சந்தர்ப்பங்களைப் பற்றி எழுதும்போது, 'இந்துக்கள்' அவர்கள் மீது படையெடுத்தனர் என்றே குறிப்பிடுகிறார். தக்காணத்தவரை மார்க்ஸ் 'இந்துக்கள்' எனக் கருதவில்லை எனத் தோன்றுகிறது. ராமாயணக் காவியத்தின்படி, "தக்காணத்தின் மீதும் இலங்கையின் மீதும் படையெடுத்துச் சென்ற இந்துக்களின் வெற்றித்தலைவர் ராமர் ஆவார்" என்ற குறிப்பினை எழுதியுள்ளார். தொடர்ந்து, "புராணத்தில் கூறப்படும் அப்படையெடுப்பின் பொழுது, தக்காணத்தில் பல நாகரிகமுற்றிருந்த தேசங்களை இந்துக்கள் கண்டனர்" என்று குறிப்பிடுகிறார். தமிழ் அரசுகள் மிக்கத் தொன்மையானவை என்ற அவதானிப்பும் காணக்கிடைக்கிறது. இக்குறிப்புகளிலிருந்து மிகப்பெரிய பொதுமைப்படுத்தல்களை நாம் செய்யமுடியாது எனினும், தமிழகம் பற்றிய மார்க்சின் குறிப்புகள் நம்மை மகிழ்ச்சியடைய வைக்கின்றன.

மார்க்சின் இந்திய வரலாறு பற்றிய குறிப்புகளில், காலரீதியாகக் கிழக்கிந்தியக் கம்பெனியின் முழுவரலாறும் பதிவாகியுள்ளது. கிழக்கிந்தியக் கம்பெனி ஆங்கிலேய அரசியல் சூழலை வென்று, இந்தியாவில் ஏகபோக வணிகம் செய்வதற்கான உரிமையைப் பெறுவதற்கான போட்டிகளில் வெற்றிபெற்ற சம்பவத்திலிருந்து மார்க்ஸ் தனது குறிப்புகளைத் தொடங்குகிறார். பின்னர் இந்தியத் துணைக்கண்ட பரப்பு முழுவதிலும் வங்காளம் முதல் தக்காணம் வரை, மேற்கில் பஞ்சாப் வரை அரசுகளை வீழ்த்தி ஆட்சியதிகாரத்தை நிலைநிறுத்திக் கொண்ட வரலாற்றை விவரிக்கிறார். ஓர் அரசுக்கு சலுகைகளைக் காட்டி பிறிதொரு அரசை வீழ்த்தும் நயவஞ்சக உத்திகளை மிகத்தாராளமாகவே கிழக்கிந்தியக் கம்பெனி செய்து வந்திருக்கிறது. அரசுகளிடமிருந்து முதலில் பிரதேச வணிக உரிமைகளைப் பெறுவதும், பின்னர் ஆட்சியினுள் குழப்பங்களை ஏற்படுத்தி அரசுரிமையைக் கைப்பற்றுவதும் என்பதாக கம்பெனியின் அரசியல் தொடர்ந்திருக்கிறது. இன்னொருபுறம் ஸ்பானியர்கள், போர்த்துக்கீசியர்கள், பிரெஞ்சுக்காரர்கள் ஆகியோருடனும் இந்திய மண்ணில் போட்டிகளையும் போர்களையும் நிரந்தரமாக நடத்தி வந்திருக்கிறது.

ஆட்சியதிகாரத்தைக் கைப்பற்றிய பிறகு, அதிகபட்ச வரி வசூலை சாதிப்பது எப்படி? என்பதே கம்பெனியின் மையமான பிரச்சினை. மக்களை, குறிப்பாக விவசாயிகளை நேரடியாக அணுகுவதற்கான

நிர்வாக வசதிகளை ஆங்கிலக் கம்பெனி கொண்டிருக்கவில்லை. எனவே பெருமளவில் ஜமீன்தார்களை இடைத்தரகர்களாக அது பயன்படுத்திக் கொண்டது. சிறு அளவிலேயே நேரடியாக வரி வசூல் செய்யும் முறையைக் கம்பெனி பின்பற்றியது. ஜமீன்தார்களுக்கு வரி வசூல் உரிமையை ஏலத்திற்கு விட்டு அவர்களது வட்டார அரசியல் அதிகாரங்களையும் நிலவுடமை அதிகாரங்களையும் பெருமளவுக்கு உறுதிப்படுத்தியதன் மூலமாக நவீன நிலவுடைமையாக்கத்திற்கு கம்பெனி வழிவகுத்தது. கம்பெனி ஆட்சிக்காலத்தில் ஜமீன்தார்களின் உரிமைகளுக்குப் பரம்பரை இயல்பு ஏற்பட்டது. "மாவட்டத்தின் நிலம் முழுமைக்கும் ஜமீன்தார்கள் இனிமேல் பரம்பரை சொந்தக்காரர்கள் எனக் கருதப்படுவார்கள்". இந்திய வரலாற்றில் சட்டபூர்வமான உரிமைகளாகப் பதிவு செய்யப்படாமலிருந்த நிலத்தில் தனிவுடமை சார்ந்த பல உரிமைகள் கம்பெனி ஆட்சியின்போது, வரி வசூல் செய்துவந்த ஜமீன்தார்களுக்குச் சாதகமாகப் பதிவு செய்யப்பட்டன. வெறுமனே 'அனுபவப் பாத்தியதை' என்ற எல்லைக்குட்பட்டே நில உரிமைகள் வழங்கிவந்த நாட்டில், நிலத்தின் மீதான தனிவுடமையை அதன் மிகத்தீவிரமான (மேற்கத்திய) வடிவில் ஆங்கிலேயர்கள் வழக்கிற்குக் கொண்டுவந்தனர்.

ஆங்கிலேய முறைகளால் மிகக் கொடூரமாகப் பாதிக்கப் பட்டவர்கள் இந்திய விவசாயிகள். மிகப்பெரும் எண்ணிக்கையிலான சிறு விவசாயிகளைப் பணப்பயிர் செய்வோராகக் கம்பெனி மாற்றியது. பணப்பயிர் விவசாயம் மரபான இந்திய நில உறவுகளை மிக அடிப்படையாக மாற்றியமைத்தது. கம்பெனியாட்கள் எல்லோருமே குடியானவர்களின் வயிற்றிலடித்தனர் என்று மார்க்ஸ் எழுதுகிறார். கம்பெனி ஊழியர்களின் ஆடம்பர வாழ்க்கை முறை, இச்செல்வம் சம்பாதிக்கப்பட்ட முறைகள், கொடுங்கொன்மை, பலாத்காரமாகப் பணம் பறித்தல் ஆகிய இழிவான முறைகள் என்று மார்க்ஸ் எழுதுகிறார். நவாபுகளிடமிருந்தும் சிற்றரசர்களிடமிருந்தும் கம்பெனி பல மாவட்டங்களைப் பணம் கொடுத்து வாங்கியது. மறுபுறம் பெரும் பணத்தைப் பெற்றுக்கொண்டு பிரதேச வரிவசூல் உரிமையை கம்பெனி வேறு சிலருக்குத் திருப்பி வழங்கியது. லஞ்ச ஊழலை கம்பெனி மிகப் பரவலாக்கியது என்பதை மார்க்ஸ் சுட்டிக்காட்டுகிறார். சில அதிகாரிகளைப் பெயர் சொல்லி மார்க்ஸ் 'கீழ்த்தரமான பயல்', 'நாய்', 'காலிப்பயல்' என்றெல்லாம் திட்டுகிறார். கிழக்கிந்தியக் கம்பெனி இந்தியாவில் முதல் கார்ப்பரேட் கம்பெனியாக இருக்கலாம். கிழக்கிந்தியக் கம்பெனியின் ஆட்சி கருணையில்லா ஆட்சி என்பதை

மார்க்ஸ் மிகத்தெளிவாகச் சுட்டிக்காட்டுகிறார். கிழக்கிந்தியக் கம்பெனியின் நிதி நிர்வாகம் குறித்து அண்ணல் அம்பேத்கரின் முதுநிலைப் பட்ட ஆய்வேடு ஒன்று உண்டு. கிழக்கிந்தியக் கம்பெனி குறித்த மார்க்ஸ், அம்பேத்கர் ஆகியோரின் விமர்சனங்களில் பல ஒப்புமைகள் உள்ளன என்று தோழர் ஆர்.நல்லகண்ணு ஒரு சந்தர்ப்பத்தில் குறிப்பிட்டார்.

ஆங்கிலேயர்களுக்கு எதிராக படைவீரர்கள், அதிகாரிகள் பல சந்தர்ப்பங்களில் (1763ல் பாட்னாவில், 1796ல் கல்கத்தாவில், 1807ல் வேலூர் சிப்பாய்க் கலகம்) கலகங்களில் ஈடுபட்டதை மார்க்ஸ் ஆர்வத்துடன் எடுத்துக்காட்டுகிறார். ஹைதர் அலியும் திப்பு சுல்தானும் அடுத்தடுத்து நடத்திய மைசூர் யுத்தங்களை வரிசைப்படுத்துகிறார். மராட்டியரின் எழுச்சிகளும் இதுபோலவே வரிசைப்படுத்தப் படுகின்றன. ஆங்கிலோ சீக்கிய யுத்தங்களும் மார்க்சின் கவனத்தி லிருந்து தவறவில்லை. கூர்க்காக்கள், சந்தால்கள், பண்டாரிகள் போன்ற பழங்குடிகளின் எதிர்ப்புகளையும் மார்க்ஸ் பதிவு செய்துள்ளார். காலனிய ஆட்சிக்கு எதிரான அசைவுகளைக் காணும் போதெல்லாம் மார்க்ஸ் எனும் போராளியின் மனம் குதூகலிக்கிறது. இறுதியாக, 1857 சிப்பாய்ப் புரட்சி பற்றிய விரிவான தகவல்களை மாதம், தேதி, இடம் குறித்து மார்க்ஸ் எழுதுகிறார். இதையடுத்து கிழக்கிந்தியக் கம்பெனியின் ஆட்சி முடிவுக்கு வந்தது என்றும் எழுதுகிறார்.

இந்திய வரலாற்றின் சில சிக்கலான பக்கங்களை வாசிக்க விழைவோர் "கொல்கத்தா இருட்டறைச் சம்பவம்" என வரலாற்றில் பேசப்படும் நிகழ்ச்சி பற்றியும் மார்க்சின் குறிப்புகளில் வாசிக்க முடியும். 1756ல் நடந்த இச்சம்பவத்தில்தான், ஓர் இருட்டறைக்குள் ஓரிரவு அடைத்து வைக்கப்பட்டிருந்த 146 ஆங்கிலேயரில் 123 பேர் மூச்சு முட்டி இறந்தனர். இச்சம்பவம் திட்டமிட்டு நடத்தப்படவில்லை, அது தற்செயலாக நடந்தது என மார்க்சின் குறிப்புகள் சொல்லுகின்றன.

கீழை நாடுகள் குறித்த மார்க்சினுடைய எழுத்துக்களில் அக்கறை காட்டி வருவோரில் கெவின் ஆண்டர்சன் என்ற அறிஞர் சமீபகாலங்களில் முக்கியமானவர். அவரது 'விளிம்பு நிலை மார்க்ஸ்' என்ற நூல் பல இந்தியர்களின் ஆர்வத்தைத் தூண்டி வருகிறது. அவருடைய ஆங்கில நூலிலிருந்து சில பக்கங்களை நண்பர் க. காமராசன் இந்தப் பதிப்பிற்காக மொழிபெயர்த்துத் தந்துள்ளார். மார்க்சின் இந்தியா பற்றிய குறிப்புகளின் மீது உங்களது ஆர்வத்தையும் அவை தூண்டலாம்.

இந்நூலில் இடம் பெறாத இந்தியா பற்றிய மார்க்சின் மேலும் சில குறிப்புகளைப் பற்றி கெவின் தனது 'விளிம்பு நிலை மார்க்ஸ்'

நூலில் பேசுகிறார். அவற்றில் முக்கியமானவை இளம் ரஷ்ய மானுடவியலாளரான மக்சீம் கவலேவ்ஸ்கியின் நூலை அடிப்படையாகக் கொண்ட குறிப்புகள். கவலேவ்ஸ்கி இந்தியாவில் நிலவி வந்த "பற்பல வகையான நில உறவு வடிவங்களை" தனது நூலில் குறிப்பிடுகிறார். அவற்றில் ஒருவகை, கிராமப்புற இந்தியாவின் கூட்டுடமை வடிவங்கள். ஆசிய உற்பத்தி முறை என்ற பெயரின் கீழ் மார்க்ஸ் முன்பே பேசிய கூட்டுடமை வடிவங்கள் அவை. அக் கூட்டுடமை வடிவங்கள் எப்போது எவ்வாறு உடைந்து சிதறத் தொடங்கின? அவற்றுக்கு உந்துதலாக இருந்த சமூக உறவுகள் யாவை? என்பது குறித்து கவலேவ்ஸ்கி ஆய்வு செய்கிறார். இக்கேள்விகளுக்கு சில முக்கியமான பதில்களையும் அவரால் கண்டறிய முடிகிறது. "மனுதர்மம் முதலான இந்து தர்ம சாத்திரங்களின் படிமலர்ச்சி கூட்டுச் சொத்துடமை முதலானவற்றின் நிலை குலைவை எளிதாக்கியது... மதம் சார்ந்த அமைப்புகளுக்கு வழங்கப்பட்ட கொடைகள், மான்யங்கள்... புரோகிதர் காணிக்கை... புரோகிதர்களுக்குக் கொடைகள் வழங்கும் முறை... பார்ப்பனச் செல்வாக்கின் வளர்ச்சியடைந்த சட்ட வழிமுறை..." ஆகியவை கூட்டுடமை நில உறவுகளில் அந்நியமாதலை விளைவித்தன என்று கவலேவ்ஸ்கி எழுதுகிறார். இந்திய சமூக அமைப்பின் தனித்த சிக்கலாக மார்க்ஸ் இதனைத் தன் கவனத்தில் கொள்கிறார். இன்னும் பல்வேறு நோக்குகளிலிருந்து முக்கியப்படும் கெவின் ஆண்டர்சனின் 'விளிம்பு நிலை மார்க்ஸ்' நூலை அறிமுகப் படுத்தும் நோக்குடனேயே இங்கு அவரது நூலின் சில பக்கங்கள் அறிமுகம் செய்யப்பட்டுள்ளன.

இறுதியாக, மார்க்சின் 1879-82 ஆம் ஆண்டுகளின் இந்தியா பற்றிய குறிப்புகளைப் புரிந்து கொள்ளுவதற்கான மற்றுமொரு சூழலையும் இங்கு தெரியப்படுத்துவோம். மார்க்சின் 1845க்கு முந்திய இளமைக் கால எழுத்துக்களையும் 1845க்குப் பிறகான எழுத்துக்களையும் ஒருவகையில் முரண்படுத்திக் காட்டி (Young versus Matured Marx), பிரெஞ்சு மார்க்சியரான லூயி அல்த்தூசர் 1970களில் பரபரப்பை ஏற்படுத்தினார். சில மார்க்சிய விவாதங்களை முன்னெடுத்துச் செல்ல அன்றைய பரபரப்பு ஓரளவுக்கு உதவியது. அதுபோல சமீபகாலங்களில், பிற்கால மார்க்ஸ் (Late Marx) என்ற ஒரு விவாதத்தை உருவாக்குவதற்கு மார்க்சின் 1879-82 ஆம் ஆண்டுகளின் இந்தியா பற்றிய குறிப்புகள் உதவிசெய்தன. தியோடர் ஷானின், அலெக்சான்டர் சயானவ் போன்ற அறிஞர்கள் இவ்விவாதத்தை உருவாக்கினர். 'இளம் மார்க்ஸ்' பற்றிய விவாதங்கள் ஐரோப்பிய எல்லைகளுக்குள் நிகழ்ந்தன. ஹெகலியத்தை

எந்த அளவுக்கு மார்க்ஸ் ஏற்றுக்கொண்டார், விட்டு விலகினார் என்பது குறித்த விவாதம் அது. 'பிற்கால மார்க்ஸ்' என்ற விவாதம் 'மேற்கல்லாத' சமூகங்கள் குறித்த மார்க்சின் இறுதிக் காலத்திய எழுத்துக்களைக் குறித்தது. இந்த விவாதத்தில் இந்தியர்களாகிய நாம் பெரிதும் சம்பந்தப்படுகிறோம். இங்கு எழுப்பப்படும் விவாதங்களுக்கான முதன்மைச் சான்றுகளாக இந்தியச் சமூகம் அமைகிறது. இந்த விவாதத்தில் மேற்கின் தொழிற்சமூகங்களும் கீழை நாடுகளின் விவசாய சமூகங்களும் அவற்றின் சமூக உறவுகளும் நெருங்கி நின்று உரையாடிக் கொள்ளுகின்றன. மார்க்ஸ், ஏங்கெல்ஸ் தொகுதி 16 எனும் இந்நூல் மேலே குறிப்பிட்ட விவாதங்களுக்கு அருகில் உங்களை இட்டுச் செல்லுமாக இருக்கலாம்.

மார்க்ஸ் எங்கெல்ஸ் தேர்வு நூல்கள்
தொகுதி 16க்கான அறிமுகவுரை

14

மார்க்ஸ் எங்கெல்ஸ் தேர்வுநூல்கள் தொகுதி 18, 19இல் இடம் பெற்றுள்ள கார்ல் மார்க்ஸ் வாழ்க்கை வரலாறு என்னும் இந்நூல் தனிப்பட்ட ஓர் ஆசிரியரால் எழுதப்பட்ட நூல் அல்ல; சோவியத் கம்யூனிஸ்ட் கட்சியின் ஒன்பது அங்கீகரிக்கப்பட்ட ஆசிரியர்களைக் கொண்ட ஒரு குழுவினால் கூட்டாகத் தயாரிக்கப்பட்ட அதிகார பூர்வமான வெளியீடு. பழைய சோவியத் நூல்களின் இறுக்கம் இந்நூலிலும் உள்ளது. நூலின் மொழி, நடை, கோட்பாட்டுரீதியாக ஒழுங்குபடுத்தப்பட்ட ஒற்றைப்போக்கு ஆகியவற்றில் இந்த இறுக்கத்தைக் காணமுடிகிறது. இந்நூலின் அறிமுகத்தில் இளம் மார்க்சின் எழுத்துகள், முதிய மார்க்சின் படைப்புகள் ஆகியவற்றுக் கிடையில் முரண்பாடுகள் கற்பிக்கும் போக்குகள் பெருகி வரும் சூழலில் இப்படியான ஒரு நூல் தேவைப்படுகிறது என்று இதன் ஆசிரியர்கள் குறிப்பிடுகின்றனர்.

இளம் மார்க்ஸ் முதிய மார்க்ஸ் என்ற விவாதத்திற்குப் பதிலாக

இளம் மார்க்ஸ், முதிய மார்க்ஸ் ஆகியோருக்கிடையில் முரண்பாடுகளைச் சுட்டிக்காட்டும் போக்கு ஐரோப்பிய மார்க்சியர் இடையில் இருத்தலியச் செல்வாக்கு கொண்ட எழுத்தாளர் களிடையிலும் இன்னொருபுறம் லூயி அல்த்தூசர் வகைப்பட்ட அறிஞர்களிடையிலும் தென்பட்டது என்பது உண்மை. ஆனால் மார்க்சியம் இருத்தலியத்தோடு நடத்திய உரையாடலும் லூயி அல்த்தூசர் மார்க்சியத்திற்கு வழங்கிய பங்களிப்பும் இன்று மார்க்சியத்தின் வளர்ச்சிப் போக்கில் படைப்புத்தன்மை கொண்ட வெளிப்பாடுகளாகவே கொள்ளப்படுகின்றன. எனவே அந்த விவாதங்களை அர்த்தமற்றவை என அடியோடு நிராகரிக்கும் அணுகுமுறையை நாம் கடைப்பிடிக்க முடியாது என்றே கருதுகிறேன். குறிப்பாக, இந்தியா போன்ற மூன்றாம் உலக நாட்டின் மார்க்சியருக்கு இருபதாம் நூற்றாண்டின் மத்தியில் நடைபெற்ற மார்க்சிய விவாதங்கள் புறக்கணிக்க முடியாதவை.

இந்த இடத்தில் இந்நூலை நாம் எவ்வாறு வாசிப்பது? என்ற ஒரு கேள்வி நமக்கு முக்கியமாகிறது.

மார்க்சியம் என்பது வறட்டுச் சூத்திரமல்ல, அது செயலுக்கு வழிகாட்டி என்ற லெனினுடைய சொற்களை நாம் நினைவுக்குக் கொண்டுவரவேண்டியது இங்கு அவசியமாகிறது. இச்சொற்களை மார்க்சின் வாழ்க்கை வரலாற்றுக்குப் பொருத்திப் பார்க்கும்போது, மார்க்ஸ் என்ற மிகப் பெரிய அந்தப் புரட்சிக்காரரது வாழ்க்கையை ஒரு மிகப்பெரும் தேடலாக நாம் எடுத்துக்கொள்ளவேண்டும். இளமைப் பருவத்திலிருந்தே அல்லது கம்யூனிஸ்ட் அறிக்கை வெளிவந்த 1848லிருந்துகூட முற்ற முழுதான ஒரு மார்க்சியராக, பூரணத்துவம் கொண்ட ஒரு புரட்சிக்காரராக நாம் மார்க்சை உருவகித்தல் கூடாது. முதலாளிய சமூகம் ஐரோப்பாவில் வேர் கொண்ட பின்புலத்தில், பல ஐரோப்பிய நாடுகளில் தொழிலாளர் வர்க்க அமைப்புகள் உருவாகிக் கொண்டிருந்த காலத்தில், ஐரோப்பிய தொழிலாளர் வர்க்கம் தனது வேலைத்திட்டங்களைப் பல்வேறு திசைகளில் வடிவமைத்துக் கொண்டிருந்த வேளையில் மார்க்ஸ், எங்கெல்ஸ் என்ற இரண்டு அற்புதமான சிந்தனையாளர்கள் அந்தப் போராட்டச் சூழல்களினுள் தலையிட்டு, அவற்றில் பங்கேற்று, படிப்படியாக ஒரு புதிய கோட்பாட்டை உருவாக்கினார்கள் என்றே நாம் புரிந்துகொள்ளவேண்டும்.

1848 இல் மார்க்ஸ் கம்யூனிஸ்ட் அறிக்கையை உருவாக்கியபோது மூலதனம் (1867) நூலின் கருத்துகளும் அதன் மிகப் பிரும்மாண்டமான சாதனையாக உபரி மதிப்பு பற்றிய கொள்கைகளும் முழுவடிவில் மார்க்சிடம் தோற்றம் பெற்றிருக்கவில்லை என்பதை ஒத்துக்கொண்டு தான் ஆகவேண்டும். இதற்குப் பொருள் இளம் மார்க்சுக்கும் முதிர்ந்த மார்க்சுக்கும் தீர்க்கவியலா முரண்பாடு இருந்தது என்று ஆகி விடாது. மார்க்சியம் என்று இன்று நாம் அறிந்துள்ள வரையறுக்கப்பட்ட வடிவின் வரலாற்றுரீதியான, சிந்தனாரீதியான பரிணாமத்தை நாம் ஒத்துக்கொள்கிறோம் என்பது மட்டுமே இதன் பொருள். குறிப்பிட்ட இப்பரிணாமத்தில் சில அடிப்படையான, தீவிரமான திருப்புமுனைகள் இருந்துள்ளன என்று ஒரு விவாதம் எடுத்துச் செல்லப்படுகிறது என்றால், அதன் நியாயங்களை நாமும் பரிசீலிக்க வேண்டுமே தவிர அதுபோன்ற முடிவுகளைக் கண்டு பதற்றப்பட வேண்டிய அவசியமில்லை.

இத்தனைக்கும் லூயி அல்த்தூசர் 1845க்கு முந்திய மார்க்சுக்கும் 1845க்குப் பிறகான மார்க்சுக்கும் நடுவில் ஓர் இடைவெளி உள்ளது என்று கூறிய போது, இளம் மார்க்ஸ் அந்நியமாதல் போன்ற மானுடவியல் தளத்தில் நின்று யோசித்தார் என்றும் 1845க்குப் பிறகு முழுக்க ஒரு சமூகவியல் தளத்தில் நின்று யோசித்தார் என்றும்தான்

அந்த இடைவெளியை விளக்குகிறார். வேறுவார்த்தைகளில் சொல்லுவதானால், ஹெகல், ஃபாயர்பாக் போன்றோரின் மரபுரீதியான ஐரோப்பிய மெய்யியல் சட்டகத்திலிருந்து விடுபட்டு 1845க்குப் பிறகு மார்க்ஸ் தனக்கென ஒரு புதிய (சமூக அமைப்பியல்) சட்டகத்தை உருவாக்கிக் கொண்டார் என்றே அல்த்தூசர் குறிப்பிடுகிறார். மார்க்சியத்தை அதற்கு முந்திய தத்துவங்களிலிருந்து கறாராக வேறுபடுத்திக் காட்டுவதற்கு அல்த்தூசரின் அளவுகோல் உதவத்தான் செய்கிறது. இந்த அணுகுமுறையில் மார்க்சியத்திற்கு பாதகமான எதுவும் உள்ளதாகத் தெரியவில்லை.

இன்னொருபுறம், அந்நியமாதலை மட்டும் ஆகப்பெரும் பிரச்சினையாகச் சித்தரித்து இருத்தலிய வகைப்பட்ட சிந்தனையாளர்கள், மார்க்சின் பொருளாதாரச் சிந்தனையைவிட அந்நியமாதல் பிரச்சினையே மார்ச்சியத்தை முழுமையாக எடுத்துக்காட்டுவதாகக் கூறுகிறார்கள். 1845க்கு முந்திய இளம் மார்க்ஸ் அந்நியமாதல் பற்றி அதிகம் எழுதினார் என்பது உண்மை. இதன் முக்கியத்துவம் என்ன? அந்நியமாதல் பிற்கால மார்க்சின் பொருளாதாரச் சிந்தனையைவிட அதிக அடிப்படையானது என்பதல்ல அதன் சிறப்பு. மார்க்சின் பொருளாதாரச் சுரண்டல் குறித்த கருத்தாக்கத்தைத் தாண்டி, கருப்பின மக்கள், தலித்துகள், பெண்கள், பழங்குடிகள் ஆகியோரின் மீது உடைமைச் சமூகம் பிரயோகித்த அடக்குமுறை, ஆதிக்க வடிவங்களை அந்நியமாதல் என்ற மானுட வியல் பரப்பு தழுவி நிற்கிறது என்பதே அதன் சிறப்பு. பொருளாதாரச் சுரண்டல் என்ற பிரச்சினையோடு பொருளாதாரமல்லாத ஆதிக்கங்கள், ஒடுக்குமுறைகள் என்ற பிரச்சினை ஒன்றுபடவேண்டும் என்ற தேவையை அந்த விவாதம் குறித்து நிற்கிறது.

குறிப்பாக, இத்தேவையைக் கறுப்பின மக்கள், பெண் விடுதலை இயக்கத்தினர், தலித் சிந்தனையாளர்கள், பழங்குடியினர் கோருகின்றனர். சுரண்டலால் மட்டுமல்ல, பலவகை ஒடுக்குமுறைகளால் பாதிக்கப் பட்டுள்ளோம் என்பது இவர்களது வாதம். மார்க்சியரைப் பொறுத்த மட்டில், நாங்கள் சுரண்டலுக்கு எதிரானவர்கள், ஒடுக்குமுறைகளுக்கு எதிரானவர்களல்லர் என்று கூறமுடியுமா? சுரண்டலையும் எல்லாவகை ஒடுக்குமுறைகளையும் எதிர்ப்பவர்கள்தாம் மார்க்சியர்கள். சுரண்டலைக் காத்துநிற்கும் ஒடுக்குமுறையின் வடிவங்கள், ஒடுக்குமுறையின் வழிப்பட்ட சுரண்டல் என்ற இருவழிப்பாதை சமூக வரலாற்றில் தொழில்பட்டு வந்திருக்கிறது என்பதை மார்க்சியம் மறுக்காது. மார்க்சியரின் வேலைத்திட்டங்களில் பொருளாதாரமும் அரசியல் அதிகாரமும், பொருளாதாரமும் பண்பாட்டு அரசியலும் ஆகிய சேர்க்கைகள் உருவாகவேண்டும் என்பதே இதன் பொருள்.

நூலின் பரப்பும் விவாதப் பண்பும்

இந்த நூலில் 16 இயல்களும் ஓர் அறிமுக இயலும் உள்ளன. ஒவ்வொரு இயலும் 50 பக்கங்களிலிருந்து 120 பக்கங்கள் வரை நீண்டவையாக உள்ளன. மார்க்சின் வாழ்க்கை வரலாற்றை அரசியல் ரீதியான சில முக்கியமான கட்டங்களாகப் பகுத்து இவ்வியல்கள் அமைக்கப்பட்டுள்ளன. சில இயல்களைத் தனியான சிறு நூல்களாகவே பதிப்பித்து வெளியிடலாம். சுமார் 100 பக்கங்கள் கொண்ட பத்தாவது இயலான 'மூலதனம்: மார்க்சின் முதன்மையான நூல்' என்ற பகுதியைத் தனித்த சிறு பிரசுரமாக வெளியிடலாம். தமிழில் மார்க்சின் மூலதன வாசிப்பை வசதிப்படுத்த அவ்வகையான பிரசுரம் பயன்படலாம்.

இந்நூல் 1200 பக்கங்களுக்கு மேற்பட்ட மிகப் பெரிய நூலாக அமைந்து போய்விட்டதாலேயே, அதுவும் பல ஆசிரியர்களால் எழுதப்பட்ட நூலாக அமைந்துள்ளதாலேயே இந்நூலுக்குள் ஒரு விரிந்த பரப்பு, ஒரு பன்முகப்பண்பு, இந்நூலுக்கு உள்ளாகவே ஒரு விவாதப்பண்பு உருவாகியிருப்பதாகத் தோன்றுகிறது. நூலின் பதிப்பாசிரியர்களின் விருப்பத்திற்கு மாறாகக்கூட (அல்லது அவர்களே விரும்பியிருக்கலாம்) மார்க்சின் அரசியல் வாழ்க்கை சந்தித்த பல வகை ஏற்ற இறக்கங்களையும் ஒவ்வொரு அரசியல் சந்தர்ப்பத்தில் மார்க்சின் எதிர்பார்ப்புகளையும் அவற்றின் வெற்றி அல்லது தோல்விகளையும் விரிவாகச் சித்தரிப்பனவாக இந்நூலின் இயல்கள் அமைந்துள்ளன. ஐரோப்பிய நாடுகளின் தொழிலாளர் வர்க்க அரசியலில் மார்க்சின் எல்லா எதிர்பார்ப்புகளும் எப்போதுமே வெற்றி பெற்றன என்ற ஒற்றைப் போக்கான மதிப்பீடு இந்நூலில் இடம் பெறவில்லை. பல வேளைகளில் மார்க்சின் எதிர்பார்ப்புகள் தோல்வி அடைந்ததை நூல் விவரிக்கிறது. அந்த ஏற்ற இறக்கங்கள், தோல்விகள் ஆகியவற்றிலிருந்து மார்க்ஸ் மிக நுட்பமாகப் படிப்பினைகளைப் பெற்றுக் கொண்டு தொடர்ந்து அவரது கோட்பாட்டு வெளியை விரிவாக்கிக் கொண்டார் என்பதிலேயே அவரது சிறப்பு அமைந்துள்ளது.

தத்துவத்திலிருந்து நடைமுறைக்கு

நூலின் தருக்கவியலை அல்லது மார்க்சின் வாழ்வுப் போக்கை இங்குச் சரியாகக் குறித்துக்கொள்ள முயலுவோம். மார்க்ஸ் ஒரு தத்துவவியல் அறிஞராகத் தன் வாழ்க்கையைத் துவக்குகிறார். ஹெகல் என்னும் பிரும்மாண்டமான ஜெர்மானிய தத்துவ அறிஞரின்

தருக்கவியல் குறித்த மலைப்பு, மார்க்சின் சமய மற்றும் சமூக விமர்சனத்திற்கு உகந்ததான தத்துவத்தின் ஆற்றல் ஆகியவை அவரை முதற் கட்டத்தில் இயக்கியிருக்கலாம். ஆனால் விரைவில் அவர் நடைமுறை அரசியலில் ஆர்வம் கொண்டவராக ஆகிறார். இந்த உருமாற்றத்தைத் தத்துவத்தின் போதாமை அல்லது இயலாமை என்று கொள்ளலாமா? அப்படிச் சொல்லிவிடமுடியவில்லை. மாறாகத் தத்துவமும் செயல்பாடும் சந்திக்க வேண்டும் என்ற நிலைப்பாட்டிற்கு அவர் வந்து சேர்ந்ததாகக் கொள்ள வேண்டியுள்ளது. தத்துவம் தொழிலாளர் வர்க்கத்தில் தனது பௌதீக ஆயுதத்தைக் கண்டுகொள்கிறது, தொழிலாளர் வர்க்கம் தத்துவத்தில் தனது கருத்தியல் ஆயுதத்தைக் கண்டுகொள்ளுகிறது என்ற பிரபலமான மார்க்சின் நிலைப்பாட்டை இங்குக் காண்கிறோம். இப்போது மார்க்சிற்கு அறிவே எல்லாவற்றையும் சாதித்துவிடும் என்ற உணர்வு கரைந்து விடுகிறது. நடைமுறை சார்ந்த அறிவு, அறிவு சார்ந்த நடைமுறை என்ற இயங்கியல் உருவாகிவிடுகிறது. மார்க்சியத்தின் உருவாக்கத்தில் இது ஒரு மைல் கல். கோட்பாடும் நடைமுறையும் என்ற இணைப்பு இங்கு உண்டாகிவிடுகிறது.

இளம் ஹெகலியரின் அணியில் மார்க்ஸ் இடம்பெற்றிருந்தபோது அவரும்கூட முதலில் அறிவுபூர்வமான, தருக்கரீதியான விமர்சனம் என்பதில் ஆர்வம் கொண்டிருந்தார். சமூகம் அறிவுபூர்வமானதாக இல்லை என்பதால் அறிவை அளவுகோலாகக் கொண்டு சமூகத்தை அதற்கு ஏற்ப இயைபுபடுத்த வேண்டும் என்று அவர் கருதியதுண்டு. மதம் குறித்த விமர்சனம் பிற எல்லா விமர்சனங்களுக்கும் தொடக்கம் என்று அவர் கருதியிருந்தார். மதம் என்ற கருத்தியல் மயக்கத்தில் ஆழ்ந்திருக்கும் உழைக்கும் மக்கள் புரட்சிகர நடைமுறைகளுக்கு முன்வரமாட்டார்கள் என்று அவர் கருதியிருந்தார். ஆனால் இளம் ஹெகலியர்களின் கருத்தியல் விமர்சனத்தைக் கடந்து அவர் செயல்பாட்டுரீதியாகச் சமூகத்தை விமர்சித்தல் என்ற நிலைப்பாட்டை நெருங்கிவருகிறார். கருத்தியல் விமர்சனம் என்ற ஆயுதம் போதாது, ஆயுத விமர்சனம் அதாவது நடைமுறையிலான விமர்சனம் தேவை என்ற முடிவுக்கு வருகிறார். மார்க்சிடம் சொல்லை விட செயல் அதிக ஆற்றல் கொண்டது என்ற முடிவு வலுப்படுகிறது. மார்க்ஸ் ஒரு நடுத்தர வர்க்க அறிவுஜீவியாக இருந்த நிலையிலிருந்து கீழிறங்கி உழைக்கும் மக்களை நெருங்கி வருகிறார். இளம் ஹெகலியரிடமிருந்து மார்க்ஸ் விலகிச் செல்லும் இத்தருணம் இப்போதைய மார்க்சிய-பின்னை நவீனத்துவ விவாதங்களுக்குக்கூட நமக்கு முக்கியமானது.

ஃபாயர்பார்க் பற்றிய ஆய்வுரைகள்

நடைமுறையும் தத்துவமும் என்ற மார்க்சின் சேர்க்கை அவரது 'ஃபாயர்பாக் பற்றிய ஆய்வுரைகள்' என்னும் 11 ஆய்வு முடிவுகளைப் படித்துப் புரிந்து கொள்வதற்குப் பயன்படும். அச்சில் மூன்று பக்கங்களே உள்ள மிகச் சிறிய கருத்துரை இது. பதினொரு ஆய்வு முடிவுகளாக சின்னஞ்சிறு வரிகளில் வரிசையாக எண்கள் இடப்பட்டு இந்தக் கருத்துரை தரப்படுகிறது. நான் மாஸ்கோவில் படிக்கும்போது எனது ஆசிரியர், இந்த 11 ஆய்வு முடிவுகளை அர்த்தம் புரிந்து படித்துக் கொண்டால் மார்க்சியம் உனக்கு வயப்பட்டுவிடும் என்று கூறியது நினைவுக்கு வருகிறது. 300-400 பக்கங்களில் எழுதப்படும் ஒரு டாக்டர் பட்ட ஆய்வேட்டின் முடிவில் ஆய்வாளர் தான் கண்டுபிடித்த புதிய கருத்துக்களைச் சுருக்கமாகவும் இறுக்கமாகவும் 'ஆய்வு முடிவுகள்' என்ற தலைப்பில் எழுதுவார். மார்க்ஸ் அந்த 300-400 பக்க ஆய்வேட்டை எழுதவில்லை. ஆனால் ஆய்வு முடிவுகளை மட்டும் தனக்குத்தானே தெளிவுபடுத்திக் கொள்ளுவதற்காக எழுதிப் பார்த்திருக்கிறார். ஆய்வு முடிவுகளை மனக்கணக்காக எழுதிப்பார்த்த மார்க்ஸ், ஆய்வேட்டை அதற்குப்பின்தான் எழுதவேண்டி வருகிறது. மார்க்சின் மரணத்திற்குப் பிறகுதான் எங்கெல்ஸ் அந்த 11 ஆய்வு முடிவுகளை மார்க்சின் நோட்டுப் புத்தகங்களிலிருந்து கண்டெடுத்திருக்கிறார்.

இருத்தலிய செல்வாக்கு கொண்ட மார்க்சியர்கள் 20-ஆம் நூற்றாண்டின் மத்தியில் பொருள் (Matter, Material) என்ற மார்க்சின் கருத்தாக்கத்தைச் செயல்பாடு என்றே புரிந்து கொள்ளவேண்டும் என்று ஒரு மிகப்பெரிய விவாதத்தைத் துவக்கினார்கள். அந்தோனியோ கிராம்சி, மார்க்சின் தத்துவத்தை அவரது சிறைக்குறிப்புகளில் பல இடங்களில் செயல்பாட்டின் தத்துவம் என்றே குறிப்பிட்டிருந்தார். இதுவும் இருத்தலிய மார்க்சியர்களின் விவாதங்களோடு சேர்ந்து கொண்டது. அந்த விவாதங்களுக்குத் தொடக்கமாக அமைந்த பிரதிகளில் மார்க்சின் ஃபாயர்பாக் பற்றிய கருத்துரை முதன்மையானதாகும்.

பொருள் என்பதை மார்க்ஸ் சடப்பொருளாகவோ பௌதீகப் பொருளாகவோ கொள்ளவில்லை என்ற விவாதம் இங்கு முதன்மைப் படுகிறது. சமூக வாழ்வில் பொருட்பண்பு கொண்ட அல்லது பொருள் வகைப்பட்ட ஓரடிப்படையை மார்க்ஸ் காண முயன்ற அந்த நாட்களில் அது உழைப்பு என்றும் நடைமுறை என்றும் உற்பத்தி உறவுகள் என்றும் அவர் கண்டறிந்தார் என்ற விவாதம் ஃபாயர்பாக் பற்றிய கருத்துரை களிலிருந்து கிடைக்கிறது.

உழைப்பு, நடைமுறை ஆகிய பொருட்பண்பு கொண்ட அடிப்படைகளில் பௌதீக சக்திகளும் சமூக விமர்சனப் பண்பு கொண்ட அறிவும் இயங்கியல்ரீதியாக ஒன்றுபடுகின்றன என்ற விளக்கம் இங்குக் கிடைக்கிறது. பொருளும் கருத்தும் இயங்கியல்படும் தளமாகச் செயல்பாட்டுத் தளம் உருவெடுக்கிறது. உழைப்பு இயற்கையை மாற்றுகிறது. வர்க்கப் போராட்டம் என்ற சமூக நடைமுறை சமூக எதார்த்தத்தை மாற்றியமைக்கிறது. பொருள் முதல்வாதம் என்றால் சூழல்களைக் கொண்டு சமூகத்தை விளக்குவது என்ற பழைய நிலையிலிருந்து, சூழல்களை மாற்றும் வர்க்கச் செயல்பாடே பொருள்முதல்வாதத்தின் அடிப்படை என்ற வரையறை இங்குத் தோற்றம் பெறுகிறது. வர்க்கச் செயல்பாட்டில் தன்னுணர்வு, பிரக்ஞை ஆகியவை இரண்டறக் கலந்து தொழில்படும் என்ற புதிய நிலை சொல்லப்படுகிறது.

அல்த்தூசரின் சமீபத்திய மார்க்சிய வாசிப்பில் நடைமுறை என்ற கருத்தாக்கம் பொருளாதார நடைமுறை, அரசியல் நடைமுறை, கருத்தியல் நடைமுறை என்ற பலவகை நடைமுறைகளாக இருக்கமுடியும், அவை கூட்டாகச் செயல்பட்டு, புரட்சிகர சமூக மாற்றத்தை மிகைநிர்ணயம் செய்கின்றன என்ற கருத்தும் கிடைக்கிறது.

கம்யூனிஸ்ட் அறிக்கை

கம்யூனிஸ்ட் அறிக்கை (1848) மார்க்ஸ், எங்கெல்ஸ் ஆகியோரின் மிக அற்புதமான சாதனை என்பதில் சந்தேகம் கிடையாது. இருப்பினும், இது சில முக்கிய விவாதங்களுக்குத் துவக்கமாக உள்ளது என்பது குறிப்பிடப்பட வேண்டும். இரண்டு விவாதங்களை இங்கு குறிப்பாகச் சொல்லவேண்டும். ஒன்று முதலாளியத்தின் வரலாற்றுரீதியான முற்போக்குப் பாத்திரம் குறித்தது. மார்க்ஸ் நிலஉடைமைச் சமூகத்தை அழித்து முதலாளியம் நிலைகொள்ளும் போது அது பழைய சமூகத்தை மிக அடிப்படையாக அழித்தொழிக்கிறது என்றார். இந்த வகையில் பூர்ஷ்வா வர்க்கம் பழமைக்கு எதிரான புரட்சிகர சக்தி என்று அவர் மதிப்பிட்டார். பூர்ஷ்வா வர்க்கம் தனது வரலாற்றுக் கடமையை ஆற்றும் என மார்க்ஸ் எதிர்பார்த்ததால் இந்த முடிவுக்கு அவர் மிக உறுதியாக வந்து சேர்ந்தார். இந்த எதிர்பார்ப்பின் அடிப்படையில் அவர் பூர்ஷ்வா வர்க்கத்தையும் முதலாளியச் சமூகத்தையும் முற்போக்கான சக்திகளாக மதிப்பிட்டார். ஆனால் 1848இல் பிரான்சிலும் பிரஷ்யாவிலும் எழுந்த ஜனநாயக எழுச்சிகளை அந்நாடுகளின் பூர்ஷ்வா வர்க்கங்கள் மிகக் கொடுமையாக அழித்து

ஒழித்தன. அதாவது பூர்ஷ்வா வர்க்கம் அதன் வரலாற்றுக் கடமையை ஆற்றவில்லை. இதனை எப்படிப் புரிந்து கொள்ளுவது? பூர்ஷ்வா வர்க்கம் நிலஉடைமையோடு சமரசம் செய்து கொள்ளத் தயாராக இருந்தது. விவசாயிகளையும் தன்னோடு சேர்த்துக் கொண்டது. சனநாயகம் கோரிய நடுத்தர வர்க்கங்களையும் தொழிலாளர் வர்க்கத்தையும் அது தோற்கடித்தது. எனவே முதலாளியத்தின் முற்போக்குப் பாத்திரம் என்பது ஒரு கோட்பாடாகவே தங்கிவிடுகிறதே தவிர, நடைமுறையில் அது தொழில்படவில்லை.

முதலாளியத்தின் முற்போக்குப் பாத்திரம் காலனிய நாடுகளில் முதலாளிய ஆதிக்கங்களின் வரலாற்றுப் பாத்திரம் என்ன? என்ற விவாதத்திற்கு இட்டுச் செல்கிறது. பூர்ஷ்வா வர்க்கம் நிலஉடைமைச் சக்திகளோடு சமரசம் செய்துகொள்ளாது என்று மார்க்ஸ் அறிக்கையில் நம்பினார். ஆனால் காலனி நாடுகளில் காலனிய ஆதிக்கமும் சரி, ஆட்சிப் பொறுப்பேற்கும் தேசிய பூர்ஷ்வாவும் சரி நிலஉடைமைச் சக்திகளோடு சமரசம் செய்துகொள்ளும் என்ற எதார்த்தத்தைச் சந்திக்கிறோம்.

கம்யூனிஸ்ட் அறிக்கையின் மற்றொரு விவாதத்திற்குரிய கருத்து: மொத்த சமூகமும் முதலாளி அல்லது தொழிலாளி என்ற இரண்டில் ஒன்றாக வரலாற்றுரீதியாக அணிசேரும் என்று மார்க்ஸ் அறிக்கையில் குறிப்பிட்டார். இரண்டில் ஒன்றாக என்று கூறும்பொழுது, சீனா, இந்தியா போன்ற நாடுகளில் விவசாயிகளின் பாத்திரம் மார்க்சால் அடியோடு புறக்கணிக்கப்படுகிறது என்ற குற்றச்சாட்டு எழுகிறது. இரண்டில் ஒன்றாக அது குறையும் என்று கூறும்பொழுது, விவசாயிகளின் முதலாளிய எதிர்ப்பு பிற்போக்கானதாகச் சித்திரிக்கப் படுவதற்கு இடமேற்படுகிறது. உண்மையில் ஆசிய, ஆப்பிரிக்க, லத்தீன், அமெரிக்க நாடுகளில் விவசாயிகளின் முதலாளிய எதிர்ப்பு மிகப் புரட்சிகரமான ஒரு சக்தியாகும். இன்றைய பின்னைக் காலனியச் சூழல்களில் இந்நிலை மேலும் வலிமைப்படுகிறது. முதலாளிய எதிர்ப்பு என்பதைத் தனித்த ஓர் அரசியலாக மேலெடுத்துச் செல்ல வேண்டும் என்ற கருத்து சமீப காலங்களில் தீவிரமடைந்து வருகிறது.

1848 புரட்சிகளின் தோல்விக்குப் பிறகு

மார்க்ஸ் எதிர்பார்த்ததற்கு மாறாக, 1848இல் ஐரோப்பிய நாடுகளின் சனநாயகப் புரட்சிகள் பூர்ஷ்வா வர்க்கத்தால் கொடூரமாகத் தோற்கடிக்கப் பட்டன. மார்க்ஸ் கம்யூனிஸ்ட் அறிக்கையில் பூர்ஷ்வா வர்க்கத்தின் முற்போக்குப் பாத்திரம் பற்றி எழுதிய கருத்துக்களை மறுபரிசீலனை

செய்ய வேண்டி வந்தது. 1848 தோல்விகளுக்குப் பிறகு ஐரோப்பிய நாடுகளில் புரட்சிகர சக்திகளுக்கு மிகப்பெரிய தேக்கம் ஏற்பட்டது. அக்காலத்தை மார்க்ஸ் தனது கருத்துக்களைத் திருத்திக் கொள்வதற்குப் பயன்படுத்திக் கொண்டார். 1848-50களில் ஐரோப்பிய நாடுகளில் புரட்சிகர எழுச்சிகளைப் பற்றியும் அவற்றில் பூர்ஷ்வா வர்க்கம் முடியாட்சியாளர்களுடன் அணிசேர்ந்துகொண்டது பற்றியும் மார்க்ஸ் இரண்டு முக்கியமான நூல்களை எழுதினார். மார்க்ஸ் '1848-50 களில் பிரான்சில் வர்க்கப் போராட்டங்கள்' என்ற தலைப்பில் ஒரு நூலை 1850லும், 'லூயி போனபார்ட்டின் 18ஆம் புரூமேர்' என்ற நூலை 1851-52லும் எழுதி வெளியிட்டார்.

இதே காலத்தில் எங்கெல்ஸ் 'ஜெர்மனியில் விவசாயிகள் யுத்தம்' என்ற ஒரு நூலையும் 'ஜெர்மனியில் புரட்சியும் எதிர்ப்புரட்சியும்' என்ற மற்றொரு நூலையும் எழுதி வெளியிட்டார் என்பதும் முக்கியமாகும். இந்த நான்கு நூல்களிலும் வரலாற்றுப் பொருளாதாரம் பற்றிய கோட்பாடுகளும் தொழிலாளர் வர்க்கக் கட்சிகளின் அரசியல் அதிகாரம் நோக்கிய நகர்வுகள் குறித்த புதிய வரையறைகளும் காணக்கிடைக்கின்றன. ஜெர்மனியில் விவசாயிகள் யுத்தம் என்ற எங்கெல்சின் நூல் 16ஆம் நூற்றாண்டில் பிராட்டஸ்டண்ட் கிறித்தவத்தின் தோற்றம் பற்றியதாக இருந்தபோதிலும் அது அக்காலத்திய விவசாயிகளின் நிலஉடைமை எதிர்ப்புப் போராட்டங்கள் பற்றியதாகவும், பொதுவாக மார்க்ஸ், எங்கெல்சின் விவசாயிகள் மீதான கூடுதல் கவனம் பற்றியதாகவும் அமைந்தது. மார்க்சின் கம்யூனிஸ்ட் அறிக்கையையும் 1848 புரட்சிகளின் தோல்விகளுக்குப் பிறகான நான்கு நூல்களையும் ஒப்பிட்டு ஓர் வாசிப்பை நாம் நிகழ்த்த வேண்டும். அறிக்கையின் எதிர்பார்ப்புகளைக் கடந்த சிக்கலான, செழுமையான எல்லைகளுக்குள் மார்க்ஸ் 1849-50களில் பிரவேசிப்பதை வாசிப்பவர் உணரமுடியும்.

பூர்ஷ்வா வர்க்கம் தனது புரட்சிகர ஆற்றலை இழந்துவிட்டது; அது இப்போது ஓர் எதிர்ப்புரட்சி சக்தியாகவே மாறிவிட்டது; எனவே தொழிலாளர் வர்க்கமே சுயேச்சையான சனநாயகப் புரட்சிகளை நடத்தவேண்டும் என்று மார்க்ஸ் இப்போது எழுதினார். ஆளும் வர்க்கங்களின் நயவஞ்சகமே 1848இல் புரட்சிகளைத் தோற்கடித்தன என்றும் அவர் எழுதினார். தொழிலாளர் வர்க்கம் இனி சனநாயகப் புரட்சிகளை முன்னின்று நடத்தும் எனில் அது விவசாயிகளை நிரந்தரமாகத் தனது நேச அணிகளாகத் திரட்டிக்கொள்ளவேண்டும் என்ற முடிவுக்கு மார்க்ஸ் வந்து சேர்ந்தார். தொழிலாளர்-விவசாயிகள் கூட்டணி என்பது இனிவரும் நாட்களில் ஒரு நிரந்தரப் புரட்சியின்

அணிகளாக அமையும் என்று மார்க்ஸ் எழுதினார். இரண்டில் ஒன்றாக விவசாயிகள் குறைய வேண்டும் என்ற பழைய நிலைப்பாட்டை மார்க்ஸ் இப்போது வலியுறுத்தவில்லை என்பது இங்குக் குறிப்பிடத் தக்கது. சனநாயகப் புரட்சி, சோசலிசப் புரட்சி ஆகியவை அடங்கிய புரட்சிகர சகாப்தத்திற்கு வெகுசனப் பாட்டாளி வர்க்கக் கட்சி தேவை என்றும் மார்க்ஸ் குறிப்பிட்டார்.

1848 சனநாயக எழுச்சிகளின் போது ஐரோப்பிய பூர்ஷ்வா வர்க்கத்தின் நடத்தை மார்க்சிடம் சில ஆழமான விவாதங்களைத் தூண்டிவிடுகிறது. குறிப்பாக, சனநாயகப் புரட்சியில் தொழிலாளர் வர்க்கத்தின் பாத்திரம்பற்றி அவர் திரும்ப யோசிக்கிறார். தொழிலாளர் வர்க்கத்திற்கு சனநாயகப் புரட்சியின் முக்கியத்துவமேகூட மார்க்சால் இங்கிருந்துதான் வார்த்தெடுக்கப்படுகிறது. சனநாயகப் புரட்சியில் தொழிலாளர் வர்க்கம் என்ற நிலைப்பாடு வலுப்படும் போது வெகுசனப் பாட்டாளிக் கட்சி என்ற விரிந்த காட்சியும் தென்படுகிறது.

சமூக அரசியல் இயக்கங்களின் ஒவ்வொரு தோல்வியின்போதும் மார்க்சின் படிப்பினைகள் முக்கியப்படுகின்றன. மார்க்ஸ் அம்மாதிரி சந்தர்ப்பங்களில் அவரது கோட்பாட்டு நிலைப்பாடுகளை விட்டு விலகி விடுவது கிடையாது. தான் தேர்ந்து கொண்ட பாதை தவறானது என்று கருதி விடுவது கிடையாது. மாறாக, ஒவ்வொரு தோல்வியின் போதும் அவர் மேலும் ஆழமாக சமூக அடித்தளங்களை (மக்களை) நோக்கிப் பயணப்படுகிறார். ஏன் தோற்றோம்? என்ற கேள்வி அவரைச் சிறிதும் நம்பிக்கை இழக்கச் செய்வதில்லை. மாறாக, இன்னும் சமூக எதார்த்தத்தை நாம் சரியாகப் புரிந்துகொள்ளவில்லை என்ற சுயவிமர்சனத்திற்கே இட்டுச் செல்லுகிறது. சமூகத்தின் அடியாழங்களில் வெகுசனத் தளங்களில் அவருக்கு மிகவும் மதிப்பிற்குரிய படிப்பினைகள் கிடைக்கின்றன. தொழிலாளர்களிலிருந்து விவசாயிகளை நோக்கியும், முன்னேறிய முதலாளிய நாடுகளில் புரட்சி என்ற நிலையிலிருந்து போலந்து, அயர்லாந்து, ரஷ்யா, சீனா, இந்தியா ஆகிய நாடுகளின் எதார்த்தத்தை நோக்கியும் மிக அடர்த்தியாக மார்க்ஸ் நகர்ந்த சந்தர்ப்பங்கள் இவை.

தோல்விகள், தேக்கங்களின் போது மார்க்ஸ் சமூகத்தின் ஆளும் வர்க்கங்களின் மீது தனது கவனத்தைக் குவிக்கிறார். அப்படிக் குவிக்கும் போதெல்லாம் ஆளும் வர்க்கங்களின் நயவஞ்சகங்கள் அவருக்குத் தெளிவாகின்றன. 1850களை ஒட்டிய ஆண்டுகளில் மார்க்ஸ் பிரிட்டிஷ் மியூசியம் நூலகத்தில், ஐரோப்பிய அரசுகளின் ராஜதந்திர

நடவடிக்கைகள் பற்றிய ரகசிய ஆவணங்களை வாசித்தறிந்தார். தமது வர்க்க எதிரிகளைத் தோற்கடிப்பதற்காக ஆளும் வர்க்கம் எத்தகைய வஞ்சகமான கூட்டணிகளை உருவாக்கிக் கொள்ளுகிறது என்பதை மார்க்ஸ் கண்டறிகிறார். அம்மாதிரி சந்தர்ப்பங்களில் அவரது கோபம் வெகுவாகக் கூடுகிறது. தொழிலாளர் வர்க்கம் திரளுகிறது என்பதைப் புரிந்து கொண்டதும் 'முற்போக்கானவை' என நாம் கருதும் ஆளும் வர்க்கப் பகுதியினர் கூட எவ்வாறு உடனடியாகத் தமது போர்த் திட்டங்களை மாற்றிக் கொள்கிறார்கள் என்பது குறித்து அந்தோனியோ கிராம்சியும் எழுதியுள்ளார்.

அரசியல் பொருளாதார ஆய்வுகளை நோக்கி

தொழிலாளர் இயக்கங்களில் தேக்கங்கள் நேரிட்டபோதெல்லாம் மார்க்ஸ் வெகுசன வாழ்வின் அடியாழங்களை நோக்கி நகர்ந்தார் என்று மேலே குறிப்பிட்டோம். அப்படிப்பட்ட நகர்வுகளில் ஒன்றாக மார்க்சின் அரசியல் பொருளாதாரம் பற்றிய ஆய்வுகளையும் கொள்ளவேண்டும். தத்துவம், அரசியல் நடைமுறை என்ற வட்டாரங்களிலிருந்து மார்க்ஸ் அரசியல் பொருளாதாரம் நோக்கி நகர்ந்தார் எனவும் இதனைப் புரிந்து கொள்ளலாம். முன்பு ஹெகலியத் தத்துவத்தை விமர்சிக்கும்போது, அரசியல் அமைப்பின் ரகசியங்களை குடிமக்கள் சமூகம் எனப்படும் சமூக வர்க்கங்களின் பொருளாதார வாழ்க்கைத் தளங்களிலிருந்து புரிந்து கொள்ளவேண்டும் என்று மார்க்ஸ் கூறியிருக்கிறார். 1850களில் மார்க்சின் பொருளாதார ஆய்வுகள் மானுட வாழ்வின் அடியாழங்களைப் பற்றிய அக்கறையைக் குறிக்கின்றன.

1850-57ஆம் ஆண்டுகள் ஐரோப்பிய முதலாளியத்தின் அமைதியான வளர்நிலையைக் குறித்தன. ஆயின் மார்க்ஸ் முதலாளியம் மிக விரைவில் ஒரு நெருக்கடியைச் சந்திக்கும் என எதிர்பார்த்தார். இக்காலத்தில் மார்க்ஸ் முதலாளியப் பொருளாதார அமைப்பை மிக அடிப்படையாக ஆய்வு செய்வதற்கான தயாரிப்புகளில் ஈடுபட்டார். ஆடம் ஸ்மித், டேவிட் ரிகார்டோ போன்ற முதலாளியப் பொருளாதார அறிஞர்களின் கோட்பாடுகளைப் பயின்று தொழிலாளர் வர்க்கத்தின் நிலைப்பாடு களிலிருந்து முதலாளியம் பற்றிய விமர்சனங்களை உருவாக்கத் தொடங்கினார். மார்க்ஸ் இதே காலத்தில் நியூயார்க் டெய்லி ட்ரிப்யூன் பத்திரிகையின் ஐரோப்பிய நிருபராகவும் பணிபுரிய முன்வந்தார். அவரது குடும்பத்தின் மிக ஏழ்மையான நிலையில் அந்தப் பணி அவருக்கு மிக அவசியமானதாக இருந்தது. ஒருபுறம் பொருளாதார வாசிப்புகளிலும் இன்னொரு புறம் டெய்லி ட்ரிப்யூனுக்காக இந்தியா, சீனா, இங்கிலாந்து, அயர்லாந்து, போலந்து ஆகிய நாடுகள் பற்றிய

கட்டுரைகள் எழுதுவதிலும் அவர் தன் நேரத்தைச் செலவழித்தார். 1850-57 ஆகிய ஏழு ஆண்டுகளில் மார்க்சின் ஏழு குழந்தைகளில் நான்கு குழந்தைகள் அடுத்தடுத்து (1850, 1852, 1855, 1857) இறந்துபோனார்கள் என்ற கொடூரமான நிகழ்வினையும் இங்குக் குறிப்பிட்டாக வேண்டும்.

மார்க்ஸ் எதிர்பார்த்தபடியே ஐரோப்பிய முதலாளியம் 1857இல் ஒரு மாபெரும் நெருக்கடியைச் சந்தித்தது. இக்காலத்தில் அவர் எட்டிய அரசியல் பொருளாதார முடிவுகள் 1857-58 கையெழுத்துப் பிரதிகள் என்ற வடிவில் பிற்காலத்தில் வெளியாயின. இக்கையெழுத்துப் பிரதிகளில் மார்க்ஸ் வந்து சேர்ந்த சில முக்கிய முடிவுகளை மார்க்ஸ் பின்னால் மூலதனம் என்ற நூலில் விளக்கியுள்ளார். முதலாளியம் என்ற சமூக அமைப்பு பற்றிய அவரது ஆய்வு அதன் மிகக் குறைந்தபட்ச அலகாகிய பண்டம் குறித்த பகுப்பாய்விலிருந்து தொடங்குகிறது. பண்ட உற்பத்தியிலிருந்து பரிமாற்றத்திற்கு, முதலாளியப் பரிமாற்றத்தில் உழைப்புச் சக்தி பண்டமாவது, பணம் மூலதனமாவது, இவை உபரி மதிப்பை உற்பத்தி செய்வது போன்ற விஷயங்களை மார்க்ஸ் இக்காலத்தில் தெளிவுபடுத்திக் கொண்டார். மூலதனம் நூலுக்கான மையமான கருத்துக்கள் இக்காலத்தில் மார்க்சிடம் உருவாகி விட்டன.

1857இல் மார்க்ஸ் ‘அரசியல் பொருளாதார விமர்சனத்திற்கு ஒரு கருத்துரை’ என்ற தலைப்பில் ஒரு நூலைத் தயார் செய்து அந்நூலுக்கு ஒரு முன்னுரையும் எழுதினார். நூலினுள் நாம் மேலே குறிப்பிட்ட அரசியல் பொருளாதாரக் கருத்துக்களைச் சுருக்கமாக மார்க்ஸ் வடிவமைத்தார். முன்னுரையில் அவரது அரசியல் பொருளாதாரக் கருத்துக்கள் சமூக வரலாற்றை எவ்வாறு பொருள்முதல்வாத நோக்கில் விளக்குகின்றன என்பதை விவரித்துள்ளார். இந்த முன்னுரை இன்றுவரை மார்க்சின் வரலாற்றுக் கோட்பாட்டை விளக்குவதற்கான முதன்மையான பகுதியாகக் கொள்ளப்படுகிறது. வாழ்நிலை, சிந்தனை ஆகியவற்றிடையிலான உறவு, உற்பத்தி சக்திகள், உற்பத்தி உறவுகள் ஆகியவற்றிற்கிடையிலான ஒத்திசைவு, பின் முரண்பாடு, சமுதாயப் புரட்சி, சமூக அடிப்படை, மேற்கட்டுமானம் ஆகிய பல முக்கியமான கருத்துக்கள், அவற்றில் பல இன்றுவரை பல காத்திரமான விவாதங்களை எழுப்புபவை, இம்முன்னுரையில் பேசப்பட்டுள்ளன.

1860களில்: புதிய பரப்புகளைத் தேடி

1860களின் முதலாண்டுகள் மார்க்சுக்குப் புதிய செய்திகளைக் கொண்டுவந்தன. குறிப்பாக, இரண்டு செய்திகள். 1861ஆம் ஆண்டின் பிற்பகுதியில் அமெரிக்க ஐக்கிய நாடுகளில் நவீன தொழில்முறைக்கு

அறிமுகமாகியிருந்த வடமாநிலங்களுக்கும் அடிமை விவசாயத்தை அடிப்படையாகக் கொண்ட தென் மாநிலங்களுக்குமிடையில் கறுப்பின மக்கள் குறித்த பிரச்சினை முற்றி அது ஆயுத மோதலாக உருவெடுத்தது. ஆப்ரகாம் லிங்கன் அப்போது அமெரிக்க அதிபராக இருந்தார். அவர் அமெரிக்காவில் அடிமை முறை ஒழிப்பை ஆதரிப்பவராக இருந்தார். தென்மாநிலங்கள் அடிமை முறையைத் தக்க வைக்கவும் அதனை வடக்கு நோக்கிப் பரப்பவும் விழைந்தன. மைய அரசின் ஆதரவு தமக்கு இல்லையென்பதை அவை உணர்ந்து அமெரிக்க ஐக்கிய அமைப்பிலிருந்து வெளியேற முடிவு செய்தன. வடமாநிலங்களின் பூர்ஷ்வாக்கள் அடிமைமுறையை ஆதரிக்கவில்லை யெனினும் அவர்கள் தென்மாநில தோட்ட முதலாளிகளுடன் தமது கச்சாப்பொருட்களுக்காக உறவு வைத்துக் கொண்டிருந்ததால், ஐரோப்பாவில் நடந்ததுபோலவே, சனநாயக மாற்றங்களுக்கு எதிராகக் கூட்டுசேர்ந்து செயல்பட்டனர். ஆளும் வர்க்கங்களின் துரோகத்தை மார்க்ஸ் மீண்டும் ஒருமுறை உணர்ந்தார். ஆங்கிலேய அரசும் அமெரிக்காவில் அடிமை முறை ஒழிந்துபோவதை ஆதரிக்கவில்லை.

மார்க்ஸ் அமெரிக்கச் சூழல்கள்பற்றிச் சரியான மதிப்பீடுகளை முன்வைத்தார். கறுப்பர்/வெள்ளையர் என்ற நிறவேறுபாடு அமெரிக்க நாட்டில் உழைப்பாளிகளின் ஒற்றுமைக்குத் தடையாக இருப்பதையும், எனவே முதலாளியத்தின் வலுவான பாதுகாப்பு அரணாக விளங்கு வதையும் மார்க்ஸ் சுட்டிக்காட்டினார். இங்கிலாந்தில் கறுப்பின மக்களுக்கு ஆதரவான மனோநிலை ஏற்படுவதற்கான பிரசார இயக்கத்தில் மார்க்சும் அவரது நண்பர்களும் பங்கேற்றனர். அமெரிக்காவில் கறுப்பின மக்களின் எழுச்சி சட்டபூர்வமான வழிகளை நம்பிக்கொண்டிருப்பதைக் கைவிட்டு, புரட்சிகரமான போராட்ட முறைகளைத் தேர்வு செய்ய வேண்டும் என்று மார்க்ஸ் எழுதினார். கறுப்பின மக்களின் எழுச்சி கணிசமான வெற்றிகளை ஈட்டியபோது இது அடுத்து ஒரு புரட்சிகர அலையைப் பல்வேறு நாடுகளில் தூண்டி விடும் என்று மார்க்ஸ் கருதினார். மக்கள் போராட்டங்கள் வெற்றி பெறும் போதெல்லாம் மார்க்ஸ் தனது சந்தோஷத்தை வெளிப்படுத்தத் தயங்கியதில்லை. அமெரிக்காவில் கறுப்பின மக்களின் போராட்டங்கள் பற்றிய மார்க்சின் மதிப்பீடுகள் இன்றுவரை கறுப்பு மார்க்சியத்தின் (Black Marxism) வரலாற்றில் சில முக்கியமான பக்கங்களைக் கொண்டனவாக உள்ளன.

*1863*இல் போலந்தில் மற்றுமொரு மக்கள் எழுச்சி துவங்கியது. அது போலந்தின் தேசிய இன விடுதலை குறித்த எழுச்சியாகும்.

மார்க்சின் நீண்ட நாளைய ஆதரவு போலந்து மக்களின் தேசிய விடுதலை குறித்ததாகும். போலந்து மேற்கு ஐரோப்பா, கிழக்கு ஐரோப்பா ஆகிய இரண்டு பகுதிகளுக்கு இடையில் அந்த இரண்டு பகுதிகளிலுள்ள பேரரசுகளாலும் அடக்கிவைக்கப்பட்டிருந்த நாடாகும். ஜெர்மனி உள்ளிட்ட பிரஷ்ய அரசு, பிரெஞ்சு அரசு, ஆஸ்திரிய அரசு, ரஷ்ய அரசு ஆகியவை கூட்டாகப் போலந்து மக்களை அடிமைப்படுத்தி வைத்திருந்தன. எனவே போலந்தின் விடுதலை ஐரோப்பாவின் பல்வேறு பகுதிகளில் புரட்சியை வேகப்படுத்தும் என்ற எதிர்பார்ப்பு மார்க்சிடம் இருந்தது. கூடுதலாக போலந்து குறித்த அவரது சிந்தனை தேசிய இனங்களின் சுயநிர்ணய உரிமை என்ற பிரச்சினை குறித்தும் சிந்திக்க வைத்தது. போலந்தின் தேசிய இனப் பிரச்சினை அந்நாட்டின் விவசாயிகளின் பிரச்சினையாக வளர்ச்சி அடைய வேண்டும் என்று மார்க்ஸ் விரும்பினார். போலந்து கீழை உலகின் பிரான்ஸ் என்று மார்க்ஸ் அப்போது எழுதினார். ஆயின் பேரரசுகளின் ராஜதந்திரத்தால் போலந்து மக்களின் கிளர்ச்சிகள் அடக்கி ஒடுக்கப்படுகின்றன என்று மார்க்ஸ் குறிப்பிட்டார். போலந்தின் அன்றைய எழுச்சிகளும் அவை ஒடுக்கப்பட்ட முறைமையும் சமீபத்தில் ஈழப் பிரச்சினை சுற்றியுள்ள பேரரசுகளால் கையாளப்பட்ட முறைமையை ஒத்திருப்பதைக் கண்டுகொள்ளலாம்.

மூலதனம் என்ற முதன்மையான நூல்

1867 செப்டம்பரில் மார்க்சின் மூலதனம் முதல் பகுதி வெளியாகியது. கடந்த இரு நூற்றாண்டுக் கால வரலாற்றில் இது ஒரு மிகப்பெரிய சம்பவம் என்பதில் யாருக்கும் சந்தேகம் இருக்கமுடியாது. உழைக்கும் மக்களின் விடுதலைக்காக அல்லும் பகலும் தொடர்ச்சியாக உழைத்த, சிந்தித்த ஓர் அறிஞனின் அடிப்படையான நூல் இது என்பது அதன் மிகப்பெரிய சிறப்பு ஆகும். மூலதனம் படைப்பு மார்க்சின் உச்சகட்ட உழைப்பின் விளைவு. ஏழ்மை, குழந்தைகளின் மரணம், ஜென்னியின் தியாகங்கள், மார்க்சின் வெறித்தனமான உழைப்பு ஆகியவற்றின் பதிவுகள் இந்த நூலில் உண்டு. இந்த நூலைப் பற்றிய ஜென்னி மார்க்சின் பதிவுகளை இங்குக் குறிப்பிடுவது அவசியம். "இவ்வளவு கடினமான சூழ்நிலைகளில் வேறு எந்த ஒரு புத்தகமும் எழுதப்பட்டிருக்காது. அதைப்பற்றி அதன் ரகசியக் கதையை நான் நன்றாக எழுத முடியும். அது மிகப்பெரிய அனந்தகோடியான அளவிலான மௌனமான தொல்லை, ஆவல், கவலை, ஏக்கம், மனவேதனை முதலியவைகளை வெளிப்படுத்திக் காட்டும். தொழிலாளர்களுக்கு அவர்களுக்காகவே எழுதப்பட்ட இந்த நூலை எழுதுவதற்கு

எத்தகைய ஒரு தியாகத்தை அவர் செய்யவேண்டியிருந்தது என்பதைப் பற்றி [அவர்கள்] தெரிந்து கெ?ண்டால் நல்லது." ஜென்னி மார்க்சின் தாய்மனம் 'எத்தகைய தியாகம்' என்ற சொற்களுக்குப் பின்னால் எதை நினைத்திருக்கும் என்பதை நம்மால் யூகிக்க முடியும். ஜென்னி மார்க்சின் நான்கு குழந்தைகள் 1850-57 ஆண்டுகளில் இறந்துபோனார்கள் என்பதை நான் இங்கு நினைவுபடுத்த வேண்டுமா?

தொழிலாளர் வர்க்க இயக்கங்களில் கருத்தியல் போராட்டங்கள்

1860-ஐ ஒட்டிய ஆண்டுகள் மூலதனம் நூலின் மூன்று பகுதி களுக்கான மிகப்பெரிய தயாரிப்புக் காலமாக அமைந்தன. இரவு, பகல், குடும்பத்தின் ஏழ்மை, உடல்நிலை பாராமல் மார்க்ஸ் உழைத்தார். அசுரத்தனமான அந்நூல்கள் அசுரத்தனமான உழைப்பைக் கோரின. "கற்பனாவாதமாக இருந்த சோசலிசக் கருத்துக்களுக்கு மார்க்ஸ் விஞ்ஞான அடிப்படைகளை வழங்கினார்" என்று அடிக்கடி சொல்லப் படும் வார்த்தைகளை மூலதனம் நூலைக் கொண்டு அர்த்தம் புரிந்து கொள்ளவேண்டும். விஞ்ஞானம் என்று சொல்லுவதன் மூலம் மார்க்சியத்தை மார்க்சியர்கள் ஒரு வறட்டுச் சூத்திரமாக ஆக்க விரும்புகிறார்கள் என்று ஒரு குற்றச்சாட்டு உண்டு. ஆனால் தொழிலாளர் இயக்கத்தினரிடையில் பலவிதமான சோசலிசங்கள் பேசப்பட்டு வந்த அந்த நாட்களில் மூலதனம் என்ற நூல்தான் முதலாளிய உற்பத்தி குறித்த விமர்சனத்தை மிக மிக அற்புதமான வடிவில், மிக மிகப் பிரும்மாண்டமான வடிவில் வடிவமைத்திருந்தது. மூலதனத்தினுள் தொழில்படும் தருக்கவியல் மிக மிக ஆற்றல் கொண்டது. அது குறித்துப் பின்னால் பேசுவோம்.

சோசலிசத்திற்கு மார்க்ஸ் விஞ்ஞான அடிப்படைகளை வழங்கினார் என்ற சொற்களுக்குப் பின்னால் சோசலிசம் பற்றி அன்று வழக்கிலிருந்த பலவகைப் போக்குகளைப் பற்றிய சில முக்கிய விவாதங்களும் அமைந்துள்ளன. மார்க்சியத்திற்கு முன்னோடியாக தாமஸ் மூர், ஃபூரியர், ராபர்ட் ஓவன் ஆகியோரின் கற்பனாவாத முன்வரைவுகள் இருந்தமை பற்றிப் பலர் எழுதியுள்ளனர். இவற்றைத் தாண்டி சோசலிசம், கம்யூனிசம் போன்ற கருத்தாக்கங்களைப் பற்றி அன்று தொழிலாளர் தலைவர்கள் பலரிடையில் வழக்கிலிருந்த பல புரிதல்களைப் பற்றி மார்க்ஸ் கம்யூனிஸ்ட் அறிக்கையின் பிற்பகுதியில் எழுதியுள்ளார். இவற்றையும் தாண்டி மார்க்ஸ் அவரது காலத்தில் அவர் சேர்ந்து பணி புரிந்த பல தொழிலாளர் அமைப்புகளில் பேசப் பட்ட கம்யூனிசம் பற்றிய பலவகைக் கருத்துப் போக்குகளோடு தொடர்ந்து உரையாடிக் கொண்டும் போராடிக் கொண்டும் இருந்தார்.

மீண்டும் மார்க்சியம் என்பது எந்த ஒரு கட்டத்திலும் முடிந்த முடிவாக, மூடிய புத்தகமாக, முழு வரையறைகளைக் கொண்ட திட்டமாக இருக்கவில்லை என்பதை இந்த விவாதங்கள் எடுத்துக்காட்டுகின்றன.

எது சோசலிசம்? கம்யூனிசம் என்றால் என்ன? அதனை எந்த வர்க்கம் எப்படிச் சாதிக்கும்? புரட்சிகரப் போராட்டங்களில் அதன் நேச சக்திகள் யாவை? அரசியல் அதிகாரம் பற்றி புரட்சியாளர்களின் கருத்துக்கள் யாவை? போன்ற பல கேள்விகளில் மார்க்சுக்கும் அவரது தோழர்களுக்கும் இடையில் மிக உக்கிரமான கருத்து மோதல்கள் நிகழ்ந்தன. பிரான்சில் பிளாங்கிஸ்டுகள், ப்ரொதனிஸ்டுகள், ஜெர்மனியில் லஸ்ஸலியர்கள், இத்தாலியில், ஸ்பெயினில் பகுனிஸ்டுகள், ரஷ்யாவில் நரோத்னிக்குகள் எனப் பல தரப்பட்ட புரட்சிக்காரர்களோடு மார்க்ஸ் தொடர்ந்து கருத்துப் போராட்டங்கள் நடத்திக் கொண்டிருந்தார். அன்றைய தொழிலாளர் தலைவர்களிடையில், கூலி உயர்வு போன்ற பிரச்சினைகளுக்காக வேலை நிறுத்தங்கள் கூடாது என்று கூறியவர்கள் இருந்தார்கள்; தொழிற்சங்கங்கள் அரசியலில் ஈடுபடக் கூடாது என்று கூறிய தலைவர்கள் இருந்தார்கள்; அரசை அடியோடு ஒழித்து ஆங்காங்கே தொழிலாளர் சுயநிர்வாக முறையை வழக்கிற்குக் கொண்டு வரவேண்டும் என்று கூறிய தலைவர்கள் இருந்தார்கள்; முதலாளிய அரசுகளின் ஒத்துழைப்புடன் தொழிலாளர் கூட்டுறவு நிறுவனங்களை உருவாக்கிக் கொள்ளவேண்டுமே தவிர புரட்சி அது இது என்று சொல்லக்கூடாது என்று கூறிய தலைவர்கள் இருந்தார்கள்; கட்சி என்ற அமைப்பு கூடாது, எல்லாவற்றையும் தொழிலாளர் அமைப்புகளின் எல்லைகளுக்குள்ளேயே நடத்திக் கொள்ளவேண்டும் என்று கூறிய தலைவர்கள் இருந்தார்கள்; விவசாயிகளின் புரட்சியே எங்கள் நாட்டிற்குப் பொருந்தும், தொழிலாளர் வர்க்கமெல்லாம் இரண்டாம் பட்சமாகத்தான் என்று கூறிய புரட்சிக்காரர்கள் இருந்தார்கள்.

மேற்குறித்த எல்லாவகையான சோசலிஸ்டுகளோடும் தொழிற்சங்க இயக்கத்தாருடனும்தான் மார்க்ஸ் ஒன்றாகி, வேறாகி, உடனாகி நின்று வேலை செய்யவேண்டியிருந்தது. அன்றைய நிலையில் மேலே குறிப்பிட்ட எந்த ஒரு நிலைப்பாட்டையும் அர்த்தமில்லாதது என்று விட்டொழித்துவிட முடியாது. வெவ்வேறு நாடுகளின் சூழல்களையும் அந்நாடுகளில் தொழிலாளர் இயக்கங்களின் வளர்ச்சி நிலைகளையும் அனுபவங்களையும் மேற்குறித்த நிலைப்பாடுகள் குறித்தன. ஒவ்வொரு நிலைப்பாட்டுக்கும் ஏதோ ஒரு நியாயம் இருந்தது.

இத்தகைய பல்வேறுபட்ட நிலைப்பாடுகளுக்கிடையில் மார்க்ஸ் பயணம் செய்தபோது, அவரிடமிருந்த சில நிறைகூறுகளை நாம்

சுட்டிக்காட்டியாக வேண்டும். மார்க்ஸ் பிற எல்லாப் புரட்சிக்காரர்களையும்விட மிகக் கடுமையான உழைப்பாளியாக இருந்தார். மிகச் சிறந்த அறிவாளியாகவும் இருந்தார். நாம் ஏற்கெனவே இந்த அறிமுகவுரையின் தொடக்கத்திலிருந்தே சொல்லி வந்திருப்பதைப் போல, ஒவ்வொரு நிலைப்பாட்டையும் அக்குவேறு ஆணிவேறாகப் பகுத்தாய்ந்து, அவற்றுக்கிடையில் தனது நிலைப்பாடுகளை நிரூபித்துக் காட்டும் திராணி அவரிடமிருந்தது. எந்தப் பிரச்சினையையும் அதன் அடியாழங்களுக்குச் சென்று அவரது வாதங்களை முன்வைக்கும் நுட்பம் அவரிடமிருந்தது.

பிரச்சினைகளை வெற்றுவாதங்களால் வெற்றி கொள்ளும் முறையை அவர் பின்பற்றவில்லை; மாறாக, அப்பிரச்சினையின் முழுப் பரிமாணத்தையும் தோண்டி எடுத்து ஆய்வுசெய்யும் முறை அவருடையது. பிரச்சினைகளை அவற்றின் முழுப்பரிமாணத்தில் காண்பது என்பதற்கு அவரது மூலதனம் நூல் ஒரு சாட்சி. சமூக வரலாறு எனில் அதன் புராதன வடிவம், அதன் பிற வரலாற்று வடிவங்கள், இன்றைய வடிவம், எதிர்காலத்தில் சாத்தியப்படும் வடிவங்கள் குறித்த கணக்குகள் என முழுமையை எட்டுவதே மார்க்சின் அணுகுமுறை. இந்தியாவைப் பற்றி அவர் ஒரு வெகுசனப் பத்திரிகைக்குக் கட்டுரை எழுதும் போதுகூட அந்நாட்டைப் பற்றிய, அந்நாட்டின் வரலாற்றைப் பற்றிய எல்லாத் தகவல்களையும் திரட்டிப் படித்து விட்டு எழுதுவது என்பதுதான் அவரது முறையியலாக இருந்தது.

மார்க்ஸ் அவரது இளமையிலிருந்தே சமூகப் புரட்சி குறித்த இடைவிடாத தொடர்ந்த ஆய்வை முழுநேரப்பணியாகக் கொண்டிருந்தார். இளம் ஹெகலியத்திலிருந்து கம்யூனிஸ்ட் அறிக்கைக்கு, கருத்தியல் விமர்சனத்திலிருந்து வர்க்கப் போராட்டங்கள் என்னும் செயல் வடிவத்திற்கு வந்தமை, பின் அதனையே தனது தத்துவத்தின் அடிப்படையாகக் கொண்டமை, சமூக வரலாற்றைப் பொருள்முதல்வாத நோக்கில் விளக்கியமை, தத்துவார்த்த நிலைப்பாடுகளிலிருந்தும் வரலாற்று அணுகுமுறையிலிருந்தும் அரசியல் பொருளாதாரம் நோக்கிய நகர்வு, சமகால முதலாளியச் சமூகத்தின் பொருளாதாரத்தைத் தருக்கரீதியான விளக்கமுறைமைக்கும் விமர்சனத்திற்கும் ஆட்படுத்தியமை ஆகியவை மார்க்சை 19 ஆம் நூற்றாண்டின் மிகப்பெரிய சிந்தனையாளராக நிரூபித்திருந்தன. மேற்குறித்த சிந்தனா ஓட்டங்களுக்கிடையில் எத்தனை பிசிறுகள், தொடர்ச்சியின்மைகள், போதாமைகள் அவரைப் பொறுத்தமட்டிலும் இருந்தாலும், மார்க்சின் சிந்தனை ஓர் உள் ஒழுங்கைக் கொண்டிருப்பதைக் காணமுடியும். மார்க்சின் சிந்தனை விஞ்ஞானபூர்வமானது என்று கூறப்படுவதன் பொருள் இதுவே.

மார்க்ஸ் மிக ஏராளமாக எழுதினார், ஆனால் மிகக் குறைவாகவே பிரசுரித்தார் என்று ஒரு கருத்து உண்டு. பிரசுரிப்பதில் அவருக்குப் பல பொருளாதாரச் சிரமங்கள் இருந்தன என்பது இது குறித்துச் சிலர் கூறும் விளக்கம். ஆனால் தனக்கு உறுதியாகவும் நிரூபிக்கப்பட்டதாகவும் இல்லாதவற்றை மார்க்ஸ் பிரசுரித்ததில்லை என்றும் ஒரு விளக்கம் சொல்லப்படுகிறது. சமூகப் புரட்சியைப் பற்றி எழுதுபவர் பத்திரிகைகளின் பிரசுரத் தேவைகளுக்கு ஏற்றபடியெல்லாம் பொறுப்பின்றி பிரசுரித்துத் தள்ளக்கூடாது என்பது மார்க்சின் அறமாக இருந்தது என்று சில ஆய்வாளர்கள் குறிப்பிடுகின்றனர்.

•••

மார்க்சின் வாழ்க்கை வரலாறு பல வகைகளில் நமக்கு முக்கியமாக உள்ளது. அது ஒரு மிகப் பெரிய புரட்சிக்காரரின் வாழ்க்கை. அது ஒரு மிகப்பெரிய சிந்தனையாளரின் வாழ்க்கை. இருப்பினும், லஸ்ஸல் என்ற அவரது நண்பர் சொல்லுகிறார்: "புரட்சிகர செயல்பாட்டிற்கான நேரம் நெருங்கி வருகிறதெனில் மார்க்ஸ், இப்போது எழுதிக் குவித்திருப்பவற்றையெல்லாம் விட்டெறிந்து விட்டுப் போராட்டக்காரர்களோடு போய் களத்தில் நின்று கொண்டிருப்பார்."

மார்க்சியம் என்ற அற்புதமான ஒரு சிந்தனை, அவரது வாழ்க்கை முழுவதிலும் ஒரு தொடர் நிகழ்வாக உருவாகிக்கொண்டிருந்தது. அது எப்போதுமே ஒரு முடிந்த சூத்திரமாக ஆகிவிடவில்லை.

சமூக அரசியல் அசைவுகளில் தேக்கங்கள் ஏற்பட்டபோதெல்லாம் மார்க்ஸ் மேலும் மேலும் சமூக வரலாற்றின் ஆழங்களையும் பரப்பு களையும் அகழ்ந்தெடுத்துக் கொண்டே இருந்தார். வாழ்வை அதன் எல்லாச் சிக்கல்களோடும் புரிந்துகொண்டே ஆகவேண்டும் என்ற பொருள்முதல்வாத இயங்கியல் அவரோடும் எப்போதும் பயணப்பட்டது.

•••

1973 ஆம் ஆண்டு இந்நூல் ஆங்கிலத்தில் வெளிவந்தது. 1977ஆம் ஆண்டு திருத்தப்பட்ட ஆங்கிலப் பதிப்பு வெளியானது. 1978 ஏப்ரலில் தமிழில் முதல் பதிப்பாக வெளிவந்தது. ஏ.சீனிவாசனின் தமிழ் மொழிபெயர்ப்பு. இதனை 2011ஆம் ஆண்டு மறுஅச்சாக என்சிபிஎச் நிறுவனம் வெளியிட்டது. இப்போது திருத்தம் செய்யப்பட்டு, மார்க்ஸ்-எங்கெல்ஸ் தேர்வுநூல்கள் இருபது தொகுதிகளின் இரு தொகுதிகளாக வெளியிடப்படுகின்றது.

மார்க்ஸ் எங்கெல்ஸ் தேர்வு நூல்கள்
தொகுதி 18-19க்கான அறிமுகவுரை

15

மார்க்ஸ் எங்கெல்ஸ் தேர்வு நூல்கள் தொகுதி 20 எனும் இந்நூல் எவ்கெனியா ஸ்தெப்பானவா எனும் சோவியத் அறிஞர் எழுதிய பிரெடெரிக் எங்கெல்ஸ்: 'வாழ்க்கைச் சுருக்கம்' எனும் நூலை முழுதும் கொண்டுள்ளது. 1978லிருந்து பலமுறை அச்சேறியுள்ள இந்நூலை திரு வ. சண்முகசுந்தரம் தமிழுக்கு மொழிபெயர்த்துள்ளார். ரஷ்யமொழியும் ஆங்கில மொழியும் நன்கு அறிந்த மொழிபெயர்ப்பாளர் வ. சண்முகசுந்தரம். மிக அற்புதமாக மொழிபெயர்த்துள்ளார். சரளமான தமிழில் மிக இயல்பாக வாசித்தறியக் கூடிய மொழியில் செய்து தந்துள்ளார்.

எங்கெல்சின் வாழ்க்கைச் சுருக்கம் எனும் போது ஆசிரியர் எங்கெல்சின் வாழ்க்கையில் எந்த விடயத்தைக் குவிமையமாகக் கொண்டுள்ளார்? என்ற கேள்வி முக்கியப்படுகிறது. ரஷ்ய மொழியில் எழுதப்பட்டு சர்வதேச வாசிப்புக்காக மொழிபெயர்க்கப்பட்டுள்ள இந்நூல், நிச்சயமாக எங்கெல்சின் தனிப்பட்ட வாழ்க்கை குறித்ததாக இருக்காது என்பதை வாசகர்களால் யூகிக்க முடியும். கடந்த 150 ஆண்டுகளுக்கு மேலாக, மிக அதிகமான அளவில் உலகமெங்கும் அறியப்பட்ட மார்க்சிய சிந்தனைப்போக்கின் முதலாசிரியர்கள் இருவரில் ஒருவரான எங்கெல்சின் வாழ்க்கை என்பதனால், அம்மார்க்சிய சிந்தனையின் உள்ளீடான உருவாக்கமே இந்நூலின் குவிமையமாக அமைந்துள்ளது எனலாம். மார்க்சிய சிந்தனை உருவாக்கத்தில் எங்கெல்சின் பங்களிப்பு அல்லது வகிபாகம் இந்நூலின் மையப் பொருளாக அமைந்துள்ளது. மார்க்சியக் கோட்பாட்டை மிகப்பெரிய இரண்டு அறிஞர்கள் தமது காத்திரமான சிந்தனையால், அச்சிந்தனையின் மேதமையால் மட்டும் உருவாக்கினார்கள் என்பதாக இல்லாமல், குறிப்பிட்ட அக்காலத்திய வரலாற்றுச் சூழல்களை, ஐரோப்பிய சமூகத்தின் அன்றைய வளர்ச்சி நிலைகளை அவர்கள் எதிர்கொண்ட முறைமையால் மார்க்சியத்தை உருவாக்கினார்கள் என்ற பண்புடன் இந்நூல் அமைந்துள்ளது.

எங்கெல்சுக்கு பல வாழ்க்கை வரலாறுகள் எழுதப்பட்டுள்ளன. மார்க்சின் வாழ்க்கை பற்றிய நூல்களிலும் எங்கெல்சுக்கு இடம் இல்லாமல் போவதில்லை. வாழ்க்கை வரலாற்று நூல்களில் மட்டுமின்றி கோட்பாட்டு விவாத நூல்களிலும் எங்கெல்சைப் பற்றிய

விவரணைகள் உண்டு. மேற்கத்திய மார்க்சியத்தில் பல ஆசிரியர்கள் மார்க்சுக்கும் எங்கெல்சுக்கும் நடுவில் பெரும் இடைவெளிகளைக் கற்பிக்கிறார்கள். மார்க்சிய சிந்தனையின் ஒரே ஆசிரியர் மார்க்ஸ் மட்டுமே என்பது போலவும், எங்கெல்ஸ் அதனைப் பிரபலப்படுத்தியவர் மட்டுமே என்றும் ஒரு பார்வை வலியுறுத்தப்படுகிறது. மார்க்சிடம் உள்ள கோட்பாட்டு நுட்பம், குறிப்பாக இயங்கியல், எங்கெல்சிடம் இல்லை எனக் கூறப்படுகிறது. இதனை அரசியல்ரீதியாகத் தொடர்பு படுத்திக் கூறும்போது, சோவியத் மார்க்சியத்தின் முன்னோடி எங்கெல்ஸ் என்றும் முன்வைக்கப்படுகிறது. மிக வெளிப்படையாக, ஸ்டாலினியத்தையும் எங்கெல்சின் சிந்தனையையும் ஒரே தன்மை கொண்டவை என எழுதுபவர்களும் உண்டு. மார்க்சியத்தினுள் ஹெகலிய இயங்கியலுக்கு அதிக இடம் கொடுக்க வேண்டும் என விழைபவர்கள் எங்கெல்சை வெறும் பொருள்முதல்வாதி என்பது போல விமர்சிப்பதும் உண்டு. ஆக, எங்கெல்ஸ் பற்றிய இவ்விமர்சனங்களில் சோவியத் எதிர்ப்பு, ஹெகலியச் சாய்வு, ஜெர்மானியச் சார்பு எனப் பல அரசியல்கள் உள்ளன என்பதை உணர முடிகிறது.

மார்க்சுக்கும் எங்கெல்சுக்கும் இடையிலான நட்பும் வேலைப் பிரிவினையும் ஆழ்ந்து உற்று நோக்கத்தக்கன. ஒரு மாபெரும் கோட்பாட்டு உருவாக்கம் என்பது எந்த வகையிலும் எளிதான காரியமல்ல. அப்படி ஒரு பணியில் ஒருவர் முனைந்திருக்கும் போது, ஓர் அந்நியோன்னமான தோழமை கிடைப்பது என்பது அரிதிலும் அரிதான வாய்ப்பு. நாம் அறிந்து வைத்துள்ள மானுட வரலாற்றை மொத்தமாக எடுத்துக்கொண்டாலும் அதனுள் இத்தகைய ஒரு நட்பை முன்னுதாரணமாகக் காட்டுதல் சாத்தியமல்ல. சுமார் நாற்பது ஆண்டுகளுக்கு மார்க்சுக்கு மிக மிகத் தேவையாக இருந்த, படைப்புத் தன்மை கொண்ட ஒரு விவாதத் தோழமையை எங்கெல்ஸ் வழங்கினார். இதுவே எங்கெல்சின் மிகப்பெரிய சிறப்பு. அது ஓர் அபூர்வமான உறவு. மார்க்சை அவரது விமர்சகர்களிடமிருந்து எங்கெல்ஸ் பாதுகாத்துக் கொண்டார். ஏழ்மை, நோய், முதுமை போன்றவற்றின் போது தனது நண்பருக்கும் அவரது குடும்பத்தாருக்கும் அரணாக நின்றார். அவர் செய்து முடிக்காமல் விட்ட பணிகளை ஏற்றுத் தொடர்ந்தார்.

ஒரு கோட்பாட்டின் உருவாக்கம் எவ்வளவு முக்கியமோ, அது போலவே அதனை அரசியலாக்குவதும் முக்கியமானது, சிரமமானது. உலக வரலாற்றில் எத்தனையோ அரிய பெரிய கருத்துக்கள் அரசியலாக்கப்படாமல் வெறும் காகிதமாக இருந்து காணாமல்

போயிருக்கின்றன. எங்கெல்ஸ் மார்க்சை வெறுமனே பிரபலப் படுத்தியவர் அல்ல. அவரது கோட்பாடுகளை அரசியலாக்கியவர். அவற்றின் அத்துணை அரசியல் பரிமாணங்களையும் வெளிக்கொணரப் பாடுபட்டவர். மார்க்சின் எழுத்துக்களும் முனைப்புகளும் பெரும் பாலும் சமகால சமுதாய அமைப்பான முதலாளியத்தைப் பகுப்பாய்வு செய்தவை. ஒரு புதிய கோட்பாடு அப்படித்தான் இருக்க வேண்டும். ஆயின் எங்கெல்ஸ் முதலாளியத்திற்கு முந்திய சமூக அமைப்புகளின் வரலாற்றினுள் அப்புதிய கோட்பாட்டுக்கான ஆதாரங்களைத் தோண்டித் துருவினார். குலமுறை உறவுகள், குடும்பம், தனிச்சொத்து போன்றவற்றின் பொருளாதாரமல்லாத ஆதாரங்களை நோக்கியும் தனது கவனத்தைச் செலுத்தினார். 19 ஆம் நூற்றாண்டின் பிற்பகுதியில் பரவலான ஓர் அறிவியல் உலகநோக்கை வழங்கிய விஞ்ஞானத் துறைகளை நோக்கி மார்க்சியத்தின் செல்வாக்கைப் பரப்பினார். இன்றுவரை மானுடவியல், இயற்கை விஞ்ஞானங்கள் ஆகியவை சார்ந்த மார்க்சிய செல்வாக்கிற்கு எங்கெல்சின் பங்களிப்புகள் முக்கியமானவை.

நூலாசிரியர், எங்கெல்சின் வாழ்க்கையிலிருந்து இரண்டு விடயங்களைக் கொண்டு இந்நூலைப் பின்னலாகக் கட்டமைத்து உள்ளார். ஒன்று: எங்கெல்சின் எழுத்துக்கள், அவை பல்வேறு சந்தர்ப்பங்களில் நூல்களாகவும் கட்டுரைகளாகவும் எங்கெல்சால் எழுதப்பட்டவை. அவற்றில் பல விவாதத் (Polemic) தன்மை கொண்டவை. மற்றொன்று: பல்வேறு கம்யூனிஸ்ட் அமைப்புகளை உருவாக்கி அவற்றின் சார்பாக நின்று, உழைக்கும் மக்களின் பிரச்சினைகளுக்காகவும், கம்யூனிசக் கோட்பாட்டுக்காகவும் போராட்டங்களை நடத்தியது. ஆக, கோட்பாடும் நடைமுறையும் என்ற இரண்டு முகங்களோடு எங்கெல்சின் வாழ்க்கை இந்நூலில் சித்தரிக்கப்பட்டுள்ளது.

இந்நூலின் கடைசி இயல், பத்தாவது இயல், 'காலத்தால் அழியாத புரட்சி போதனை' என்ற தலைப்பினைக் கொண்டுள்ளது. நூலினுடைய முந்திய ஒன்பது இயல்களும் பத்தாவது இயலை நோக்கி கொஞ்சம் கொஞ்சமாக நகர்ந்து வருவதைப் போலத்தான் உள்ளன. மார்க்சியம் 'காலத்தால் அழியாத புரட்சிப் போதனை' எனும் அதன் 'நிறைவான' வடிவத்தை எப்படி எட்டியது? அந்நிகழ்வுப் போக்கில் எங்கெல்ஸ் எவ்வாறு பங்கேற்றார்? என்பதை விளக்குவதாக நூலின் கட்டமைப்பு அமைந்துள்ளது.

மார்க்சியத்தின் நிறைவான வடிவத்தை நூலாசிரியர் எவ்வாறு சித்தரிக்கிறார் என்பதை அவரது சொற்களிலேயே காண்போம்:

“ஐரோப்பாவின் மிக வளர்ச்சியடைந்த நாடுகளில் தொழிலாளர் இயக்கம் பெற்ற அனுபவங்கள் தத்துவரீதியில் பொதுமைப்படுத்தப்பட்ட தொகுப்பே விஞ்ஞான கம்யூனிசமான மார்க்சியம்”

“சோசலிசத்தையும் தொழிலாளர் இயக்கத்தையும் ஒன்று சேர்ப்பதற்கும், பாட்டாளி வர்க்கக் கட்சி ஒன்றை உருவாக்கவும் தேவையான அடித்தளம் மார்க்சியத்தின் தோற்றத்தினால் முதன் முறையாக நிறுவப்பட்டது”.

“சர்வதேசப் பாட்டாளி வர்க்கத்தின் புதிய அனுபவங்களையும், பல்வேறு விஞ்ஞானத் துறைகளின் புதிய சாதனைகளையும் பொதுமைப்படுத்தி தமது புரட்சிகர போதனையை மார்க்சும் எங்கெல்சும் இடையறாது செழுமைப்படுத்தி வந்தனர்”.

•••

1844 ஆம் ஆண்டு ஆகஸ்ட் இறுதியில் பாரீசில் புலம்பெயர்ந்து வாழ்ந்த மார்க்சை எங்கெல்ஸ் சந்தித்து பத்து நாட்கள் அவருடன் தங்கினார். கட்டுரைகளின் வழியாக ஒருவரை ஒருவர் அறிந்திருந்த போதும் அவர்கள் நேரடியாகச் சந்தித்துக் கொண்டது அப்போதுதான். இருவரும் ஒரே விதமான கருத்தியல் பரிணாமம் கொண்டவர்கள் என்பதை அப்போது அவர்கள் நன்கு புரிந்து கொண்டனர். முதலில் இளம் ஹெகலியம், பின்னர் லுத்விக் ஃபாயர்பாகின் பொருள்முதல்வாதம் எனத் தேடல்களில் இருவருமே வாழ்ந்துள்ளனர் என்பதை அவர்கள் புரிந்து கொண்டனர். அந்த நாட்களிலிருந்து அதன்பின் எப்போதுமே அவர்கள் தனித்தனியாகப் பயணித்தது கிடையாது. மார்க்சியம் எனும் ராஜபாட்டையை உருவாக்கி, வரலாற்றில் முன்னும் பின்னும் ஒப்பீடற்ற ஓர் இணைந்த பயணத்தை அவர்கள் மேற்கொண்டனர்.

எங்கெல்சின் தந்தைக்குச் சொந்தமான ஒரு நெசவாலை இங்கிலாந்தில் மான்செஸ்டர் நகரில் இயங்கி வந்தது. எனவே எங்கெல்ஸ் அடிக்கடி தந்தையாரின் தொழில் நிமித்தம் ஜெர்மனியிலிருந்து இங்கிலாந்துக்கு பிரயாணங்கள் மேற்கொண்டு வந்தார். அன்றைய நாளில் மிக வேகமாக தொழில்வளர்ச்சியைச் சாதித்துவந்த இங்கிலாந்தின் தொழில் முதலாளியப் பொருளாதார அமைப்பை நேரடியாகத் ‘தரிசிக்கும்’ வாய்ப்பு எங்கெல்சுக்கு அதிகமாகக் கிடைத்தது. எங்கெல்சின் முதல் கட்டுரைகள் இங்கிலாந்தில் முதலாளியம் குறித்தனவாகவே அமைந்தன. இளம் எங்கெல்ஸ், ‘பிரிட்டிஷ் தொழிலாளர் வர்க்கத்தின் நிலைமைகள்’ என்ற ஒரு கட்டுரையை எழுதி அதனை மார்க்ஸ் பதிப்பாசிரியராக இருந்த ‘புதிய ரைன்’ பத்திரிக்கையிலேயே வெளியிட்டார். இங்கிலாந்தில்

அந்நாட்களில் எழுச்சி பெற்றுவந்த சார்ட்டிஸ்ட் இயக்கம் எனும் தொழிலாளர் அமைப்புடனும் அவ்வமைப்பின் 'வடக்கு விண்மீன்' எனும் பத்திரிக்கையுடனும் எங்கெல்ஸ் தொடர்புகள் வைத்திருந்தார். இன்னும் கூடுதலாக, ராபர்ட் ஓவன் எனும் ஆங்கிலேய 'கற்பனாவாத' சோசலிஸ்டின் நண்பர்கள் நடத்தி வந்த 'புதிய அற உலகம்' என்ற பத்திரிக்கையிலும் கட்டுரைகள் எழுதி வெளியிட்டு வந்தார். எங்கெல்ஸ் பிரிட்டனில் வாழ்ந்த அந்த ஆரம்பகாலம் எங்கெல்சுக்கு மட்டுமல்ல, மார்க்சுக்கும் முக்கியமான காலம் ஆகும். ஏனெனில் வளர்ச்சியடைந்த முதலாளிய சமூக அமைப்புடன் நேரடியாக ஏங்கெல்சும் பின்னர் மார்க்சும் அறிமுகமாகிக் கொள்ளுவதற்கான வாய்ப்புகளை பெற்றது அப்போதுதான்.

மார்க்சும் எங்கெல்சும் பாரீசில் சந்தித்து கொண்ட வேளையிலிருந்து, இருவரும் ஒன்றாகச் சேர்ந்து வேலை செய்வதென முடிவு செய்து கொண்டார்கள். இளம் ஹெகலியத்திலிருந்து வெளியேறி பொருள் முதல்வாத நிலைப்பாடுகளுக்கு அவர்கள் வந்து சேர்ந்த சூழலைக் கொண்ட 'புனிதக் குடும்பம்' எனும் நூல் அவர்கள் இருவரும் இணைந்து எழுதியது. பாட்டாளி வர்க்க உலகநோக்கு பெருமளவில் தெளிவாக இந்நூலில் விளக்கப்பட்டிருந்தது. பாட்டாளி வர்க்கம் எனும் பௌதீக எதார்த்தமும் சோசலிசக் கோட்பாடு எனும் கருத்தியல் நிலைப்பாடும் ஒன்றையொன்று கண்டு கொள்ளுவதே வரலாற்றின் மிகப்பெரிய மார்க்சிய சந்தர்ப்பம்.

1845 ல் மார்க்சும் எங்கெல்சும் மீண்டும் புருசெல்சில் சந்தித்துக் கொண்டனர். இந்தமுறை அவர்கள் இருவரும் தேர்ந்தெடுக்கப்பட்ட பொருளாதார இலக்கியங்களைத் தேடி பிரிட்டனில் ஆறுவாரச் சுற்றுப்பயணம் ஒன்றை மேற்கொண்டனர். பெரும்பாலான நாட்களை அவர்கள் மான்செஸ்டர் நகர நூலகத்தில் செலவழித்தனர். எஞ்சிய நாட்களை லண்டனில் செலவளித்தனர். லண்டனில் இடதுசாரி சார்ட்டிஸ்டுகள், நேர்மையாளர்களின் சங்கத்தினர், பல நாடுகளின் புரட்சிக்காரர்களான சர்வதேச சனநாயகவாதிகளின் சங்கத்தினர் ஆகியோரைச் சந்தித்தனர். குறிப்பிட்ட இச்சூழல்களில் எங்கெல்ஸ் பாட்டாளிவர்க்க சர்வதேசியம் என்ற புதிய கருத்தாக்கத்தை முதன்முதலாகப் பயன்படுத்தினார்.

அதே ஆண்டில் மார்க்சும் எங்கெல்சும் இணைந்து 'ஜெர்மானியக் கருத்தியல்' (German Ideology) என்ற பெரிய ஒரு நூலை உருவாக்கினர். ஹெகல், ஃபாயர்பாக் என வரலாற்றுப் பொருள்முதல்வாதச் சிந்தனைக்கு மார்க்சும் எங்கெல்சும் நடந்து வந்த பாதை, மேலும் சோசலிசம், சமூகப் புரட்சி ஆகியவை குறித்த கோட்பாடுகள்

பெருமளவில் தெளிந்த வடிவில் இந்நூலில் விரிவாகச் சொல்லப் பட்டிருந்தன. இளம் ஹெகலியவாதத்திலேயே தங்கிப்போய்விட்ட சிந்தனையாளர்கள் பற்றிய விமர்சனங்களையும் இந்நூல் கொண்டிருந்தது. இருப்பினும் இந்நூல் அந்நாட்களில் அச்சேறவில்லை. தத்துவம், அரசியல், பொருளாதாரம் ஆகிய விடயங்களில் 'சுய விளக்கம்' பெறுவதற்காகவே இந்நூல் எழுதப்பட்டது என்று மார்க்ஸ் பின்னாட்களில் குறிப்பிடுவார். சுமார் 40 ஆண்டுகளுக்குப் பிறகு, மார்க்சின் மறைவுக்குப் பிறகு எங்கெல்ஸ், 'லூத்விக் ஃபாயர்பாகும் ஜெர்மானிய செவ்வியல் தத்துவத்தின் முடிவும்' என்றொரு நூல் எழுதி வெளியிட்டார். தாம் இருவரும் 1945களில் எவ்வாறு ஹெகல்/ ஃபாயர்பாக் / மார்க்சியம் என 'சுய விளக்கம்' பெற்றோம் என்பதையே இந்நூலும் விளக்கிச் சொன்னது.

மேற்குறித்த இரண்டு நூல்களோடு இணை சேரும் மூன்றாவது நூல் ஒன்றும் உண்டு. அது, மார்க்சின் கையெழுத்துப் பிரதிகளிலிருந்து அவரது மறைவுக்குப் பிறகு எங்கெல்ஸ் கண்டெடுத்த 'லூத்விக் ஃபாயர்பாக் பற்றிய ஆய்வுரைகள்' எனும் சின்னஞ்சிறு ஆவணம். திருக்குறள் போல் நறுக்குத் தெறித்தாற்போல 11 ஆய்வு முடிவுகளைக் கொண்ட ஆவணம் அது. ஹெகல்/ஃபாயர்பாக்/மார்க்சியம் என்ற சுயவிளக்கத்தைக் கொண்ட பிரதியே இதுவும். "இதுவரையிலான தத்துவவாதிகள் உலகின் இருப்பை வியாக்கியானம் செய்தார்கள், ஆயின் உலகை எப்படி மாற்றுவதே என்பதே பிரச்சினை" என்ற வரலாற்றுச் சிறப்பு மிக்க வரிகளை முத்திரையாகக் கொண்ட ஆவணம் இது. மார்க்ஸ் விரும்பிய கோட்பாடு உலகு பற்றிய புரிதலின் மையத்திலேயே மாற்றத்திற்கான உள் உந்துதலையும் கொண்டிருக்க வேண்டும். உலகு பற்றிய புரிதல் தனியாகவும் மாற்றம் பற்றிய கோட்பாடு தனியாகவும் இருக்க முடியாது என்பதே மார்க்சின் அவ்வரிகளின் ரகசியம். மேற்குறித்த இம்மூன்று நூல்களும் உண்மையில் மார்க்சியம் தோற்றம் பெற்றச் சூழல்களையும், மார்க்சும் எங்கெல்சும் படைப்புரீதியான முழுப்பங்கேற்புடன் மார்க்சியம் என்ற புத்தம் புது சிந்தனையை நோக்கி நகர்ந்துவரும் மாபெரும் நிகழ்வையும் மிக அற்புதமாக எடுத்தியம்புகின்றன. அது காத்திரமான ஒரு படைப்பின் தருணம்.

1847-48 ன் மிகப்பெரிய சம்பவம் மார்க்ஸ், எங்கெல்ஸ் ஆகிய இருவரும் உருவாக்கிய 'கம்யூனிஸ்ட் அறிக்கை' ஆகும். இது ஓர் உடனடிப் பிரச்சினை குறித்த அறிக்கையோ, சில ஆண்டுகளுக்கான கட்சியின் ஒரு வேலைத்திட்டமோ அல்ல. உண்மையில் அது கம்யூனிசம் குறித்த கொள்கைப் பிரகடனம். கம்யூனிஸ்டுகள் தம்மைச்

சிறிதளவும் மறைத்துக் கொள்ளாமல், தாம் அடிப்படையான சமூகப் புரட்சிக்காக நிற்பவர்கள் என எடுத்துரைக்கும் ஓர் அறிவிக்கை அது. 1847-48 ஆம் ஆண்டுகளில் கம்யூனிஸ்ட் அறிக்கை எனும் ஒரு பிரகடனப்படுத்தலுக்கான கருத்தியல் தேவையும் நடைமுறைத் தேவையும் இருந்தன என்பதை எங்கெல்சின் வாழ்க்கை வரலாற்றை எழுதிய எவ்கேனி ஸ்தெப்பானவா தெளிவாக எடுத்துரைக்கிறார். பல்தேசிய சூழலில் தலைமறைவாகவும் புலம்பெயர்ந்தும் வாழ்ந்து கொண்டிருந்த புரட்சிகர சனநாயகவாதிகளுக்கிடையில் பலவகையான சோசலிசங்கள் அன்று வழக்கிலிருந்தன. உண்மையான சோசலிசம், நேர்மையானவர்களின் சங்கம், பிளாங்கிஸ்டுகள், புருதொனிசம், அறிவொளிச் சங்கம், வேய்ட்லிங்கின் தீவிரவாத வடிவம் இன்னும் பல கற்பனாவாத சோசலிசங்கள் பகிரங்க விவாதங்களில் ஈடுபட்டு வந்தன. அவற்றை எதிர்கொள்ளும் நோக்குடன் மார்க்ஸ், 'மெய்யறிவின் வறுமை' எனும் நூலை 1847 ல் வெளியிட்டார்.

1847ல் 'நேர்மையாளர்களின் சங்கம்' என்ற அமைப்பின் பெயர் 'கம்யூனிஸ்டுகளின் சங்கம்' என்று மாற்றம் செய்யப்பட்டது. "எல்லா மனிதர்களும் சகோதரர்களே!" என்ற முழக்கத்திற்குப் பதிலாக, "உலகத் தொழிலாளர்களே, ஒன்று சேருங்கள்!" என்ற முழக்கம் தேர்வு செய்யப்பட்டது. மார்க்சும் எங்கெல்சும் அவ்வமைப்பின் உறுப்பினர்கள் ஆனார்கள். சங்கத்தின் சார்பாக 'கம்யூனிஸ்ட் அறிக்கை'யை உருவாக்கும் பொறுப்பு மார்க்ஸ், எங்கெல்சிடம் ஒப்படைக்கப் பட்டது. கம்யூனிஸ்ட் அறிக்கைக்கு இரண்டு முன்னோடிப் பிரதிகள் தயாரிக்கப்பட்டன. ஒன்று: நேர்மையாளர் சங்கத்தின் வேலைத்திட்ட நகல். மற்றொன்று கம்யூனிசக் கோட்பாடுகள் எனும் மற்றொரு பிரதி. இவை இரண்டையும் எழுதியவர் எங்கெல்ஸ். மூன்றாவது நிலையில் பலவகை சோசலிசப் போக்குகளை எதிர்கொள்ளும் வடிவில் மார்க்ஸ், எங்கெல்சால் கம்யூனிஸ்ட் அறிக்கை உருவாக்கப்பட்டது. கம்யூனிஸ்ட் அறிக்கையைப் பற்றி எங்கெல்ஸ் பின்னர் எழுதும்போது, "சைபீரியாவிலிருந்து கலிஃபோர்னியா வரையுள்ள கோடிக்கணக்கான தொழிலாளர்களின் பொது வேலைத்திட்டமாய்... அனைத்து நாடுகளிலுமுள்ள சோசலிச இலக்கியங்களில் மிகச்சிறந்த சர்வதேசிய நூலாய்" விளங்குகிறது என்று குறிப்பிட்டார்.

எங்கெல்சின் வாழ்க்கை வரலாறு குறித்த இந்நூலின் அடுத்த இயல் 1848-49 புரட்சியில் எங்கெல்ஸ் எனத் தலைப்பிடப்பட்டுள்ளது. கம்யூனிஸ்ட் அறிக்கை உருவாக்கப்பட்டு அச்சேறிக்கொண்டிருந்த அதே நாட்களில் ஐரோப்பிய நாடுகள் பலவற்றில், குறிப்பாக, ஜெர்மனியிலும் பிரான்சிலும், சனநாயகப் புரட்சிக்கான ஆயத்தங்கள்

நடந்து கொண்டிருந்தன. அப்புரட்சிகளின்போது, முடியரசுகள் தூக்கியெறியப்படும், பிரபுத்துவ நிலவுடமை ஒழிக்கப்படும், தேசிய சனநாயக அரசுகள் அமையும் என்பவை எதிர்பார்க்கப்பட்டன. “*1848-49* ஆம் ஆண்டுகளில் நடந்த புரட்சிகர நிகழ்ச்சிகள் தான் மார்க்சியத்திற்குச் சரித்திரம் வழங்கிய முதல் பரிசோதனை ஆகும்” என்று இந்நூலின் ஆசிரியர் ஒரு மதிப்பீட்டை வழங்குகிறார். இப்புரட்சிகர நிகழ்ச்சிகளில் ஐரோப்பியப் பாட்டாளி வர்க்கமும் பங்கேற்று, ‘சனநாயக சிவப்புக் குடியரசுகளை’ உருவாக்க வேண்டும் என எங்கெல்ஸ் எதிர்பார்த்தார். அடுத்து வரும் பாட்டாளி வர்க்கப் புரட்சிக்கு மிகச் சாதகமான சூழல்களை சனநாயகமே உறுதிப்படுத்தும் என்ற கருத்தினை மார்க்சும் எங்கெல்சும் கொண்டிருந்தனர். புரட்சிகர நிகழ்வுகளுக்கு இணையாக, ‘புதிய ரைன்’ என்ற பத்திரிக்கையின் ஆசிரியராகப் பொறுப்பேற்ற மார்க்ஸ், ஐரோப்பிய நாடுகளின் கொந்தளிப்புகளையும் அவற்றின் சாத்தியப்பாடுகளையும் தனது பத்திரிக்கையில் பிரசுரித்து வந்தார்.

1848-49 புரட்சியின் நிகழ்வுகளில் மார்க்சும் எங்கெல்சும் நேரடியாகப் பங்கேற்றனர். குடியரசுக்காக ஜெர்மனியில் நிகழ்ந்த ஆயுதம் தாங்கிய எழுச்சிகளின் நான்கு போர்முனைகளில் எங்கெல்ஸ் நேரடியாகப் பங்கேற்றார். பொதுவாகவே ராணுவரீதியான திட்டமிடலிலும் தாக்குதல்களிலும் ஆர்வம் காட்டும் எங்கெல்சின் துணிச்சலான செயல்கள் அவரது தோழர்களிடையில் பெரும் உற்சாகத்தை ஏற்படுத்தின. மிகவும் ஆபத்தான இடங்களில் எப்பொழுதும் இருப்பதற்கு முயற்சி செய்பவர் என்று இக்காலங்களில் அவர் பிரபலம் அடைந்தார். ‘நியூ ரைன்’ பத்திரிக்கையும் ஒரு போர் வீரனின் பாத்திரத்தை ஏற்றுப் பணிபுரிந்தது. இருப்பினும் புரட்சிகள் தோல்வியைச் சந்தித்தன. புரட்சியில் நிலப்பிரபுத்துவத்திற்கும் முடியரசுக்கும் எதிரான இடத்தை ஏற்பார்கள் என எதிர்பார்க்கப்பட்ட தேசிய பூர்ஷ்வாக்கள் உண்மையில் நிலப்பிரபுக்களோடு கூட்டு சேர்ந்து கொண்டனர். நிலவுடமையை எந்தவிதத்திலும் பாதிக்காத ஒரு மிதவாத அரசை ஆளும் வர்க்கங்கள் உருவாக்கிக் கொண்டன. அரசு, பிரபுத்துவம் ஆகியவற்றுக்கு விசுவாசமாகத் தொழில்பட்ட விவசாயிகளின் ஒரு பகுதியும் ஆளும் வர்க்கங்களோடு சேர்ந்து கொண்டது. அடுத்து வந்த ஆண்டுகள் மார்க்சுக்கும் எங்கெல்சுக்கும் புரட்சியின் சிக்கல்கள், தோல்விகள் குறித்த மறுபரிசீலனைக்கான ஆண்டுகளாக அமைந்தன. அவர்கள் உருவாக்கி வைத்திருந்த மார்க்சியத்தின் போதாமைகள் குறித்தும் அவர்கள் சிந்திக்கத் தவறவில்லை.

"1848 ஆம் ஆண்டு வரை விஞ்ஞானக் கம்யூனிசத்தின் தத்துவஞான அடித்தளங்களை நிறுவுவதிலேயே மார்க்ஸ், எங்கெல்சின் கவனம் அனைத்தும் ஈர்க்கப்பட்டிருந்தது என்று சொன்னால், 1848-49 புரட்சிச் சமர்களின் போக்கில், அரசியல் கருத்துக்களிலும், போர்த்தந்திரங்கள், நடைமுறை உத்திகள் பற்றிய பிரச்சினைகளிலும் அவர்கள் பெரிதும் கவனம் செலுத்தினர்" என்று நூலாசிரியர் எழுதுகிறார்.

1848-49 ஆண்டுகளின் அனுபவங்கள் குறித்து மார்க்ஸ் இரண்டு நூல்கள் எழுதினார், எங்கெல்ஸ் மேலும் இரண்டு நூல்கள் எழுதினார். பிரான்சில் வர்க்கப் போராட்டம், லூயி போனபார்ட்டின் 18 ஆவது புருமேர் என்பன மார்க்சின் நூல்கள். ஜெர்மனியில் விவசாயிகள் யுத்தம், ஜெர்மனியில் புரட்சியும் எதிர்ப்புரட்சியும் என்பன எங்கெல்சின் நூல்கள். புரட்சி நிகழ்வுகளிலிருந்து மார்க்ஸ், எங்கெல்ஸ் கற்றுக் கொண்ட மிகப்பெரிய பாடங்கள் மேட்டுக்குடி வர்க்கங்களின் துரோகம் பற்றியதும் தொழிலாளர் வர்க்கத்தின் கூட்டாளிகள் குறித்ததுவும்.

மிக முக்கியமாக விவசாயிகள் குறித்து அவர்கள் அதிகமாகச் சிந்திக்கத் தொடங்கினர். தொழிலாளர் வர்க்கம் விவசாயிகளைத் தன்பக்கம் ஈர்க்கமுடியாமல் போனதே புரட்சியைத் தோல்வியடையச் செய்தது என்று அவர்கள் மதிப்பிட்டனர். கிராமப்புற விவசாயிகளுக் கிடையிலான வர்க்கரீதியான அடுக்குகளை அவர்கள் வரிசைப்படுத்தினர். தொழிலாளர் வர்க்கத்தின் இயல்பான கூட்டாளிகள் என்ற முறையில் விவசாயத் தொழிலாளர்கள், சிறுவிவசாயிகள் ஆகியோரின் மீது அவர்கள் தனித்த கவனம் செலுத்தினர். நகர்ப்புற பூர்ஷ்வாக்களும் நிலவுடமையாளர்களும் கூட்டு சேர்வார்கள் எனில் தொழிலாளர்களும் விவசாயிகளும் ஏன் கூட்டு சேரக்கூடாது? என்ற கேள்வியை அவர்கள் எழுப்பினர். தொழிலாளர்களும் விவசாயிகளும், நகர்ப்புற உழைப்பாளிகளும் கிராமப்புற உழைப்பாளிகளும் என்ற ஒரு சேர்க்கை மார்க்சிய சிந்தனையில் நிரந்தரமாக குறிப்பிட்ட இக்காலத்தில் உருவானது என்பதைக் காணுகிறோம். குறிப்பிட்ட இந்தச் சேர்க்கை, இன்னும் கூடுதலாக, மார்க்சியம் ஐரோப்பியத் தொழில் சமூகங்களின் எல்லைகளைக் கடந்து, பெருமளவில் விவசாயிகளைக் கொண்ட ஆசிய ஆப்பிரிக்க லத்தீன் அமெரிக்கக் கண்டங்களை நோக்கி நகருவதற்கான சாத்தியங்களை தன்னுள் கொள்கிறது என்றும் பொருள் படலாம். மார்க்சியம் ஒரு சர்வதேசிய கோட்பாடாகப் பரிணமிக்கும் தருணம் இது.

விவசாயிகள் போர்க்குணம் அற்றவர்கள் என்ற குற்றச்சாட்டை எங்கெல்ஸ் ஜெர்மனி நாட்டின் வரலாற்றை முன்வைத்துப் பரிசீலனை செய்தார். 13-16 ஆம் நூற்றாண்டுகளில் ஜெர்மானியக் கிராமங்களில்

தொழில்பட்ட ரகசியக் குழுக்கள், ஆயுதந் தாங்கிய குழுக்கள், நாட்டுப்புற அமைப்புகள், அதிருப்தி சமயவாதப் போக்குகள் ஆகியன குறித்து எங்கெல்ஸ் '1525 ஜெர்மனியில் விவசாய யுத்தம்' என்ற நூலில் எழுதினார். விவசாயிகள் தம்மீது திணிக்கப்பட்ட அடிமைத் தனத்திற்கு எதிராக எப்போதுமே போராடி வந்துள்ளார்கள் என்பதை எங்கெல்ஸ் இந்நூலில் நிரூபித்துக் காட்டினார். மாற்றுப்பாதைகளைத் தேடும் விவசாயிகளின் மனோபாவங்கள் கற்பனாவாத சோசலிசங்களுக்கு அணுக்கமானவை என்பதையும் இந்நூலில் எங்கெல்ஸ் சுட்டிக் காட்டுகிறார். விவசாயிகளின் யுத்தம் சமய நிறுவனங்களையும் விட்டு வைக்க வில்லை என்று இந்நூல் எடுத்துக் காட்டியது. 16 ஆம் நூற்றாண்டில் மார்ட்டின் லூதர், கெல்வின், தாமஸ் முன்த்சர் போன்றோரின் தலைமையில் மிதவாத, தீவிரவாத விவசாயிகள் போராட்டம், அதன் உச்சக்கட்டத்தில், கிறித்தவ மதத்தைக் கத்தோலிக்கம், புராட்டஸ்டண்ட் என இரண்டாக உடைத்தது என எங்கெல்ஸ் சுட்டிக்காட்டினார். உலக வரலாற்றில் தீவிர மாற்றங்கள் நிகழ்ந்த வேளைகளிலெல்லாம் அவற்றுக்கான போராளிகளாக விவசாயிகள் தாம் இருந்து வந்திருக்கிறார்கள் என்ற முடிவையும் இங்கு பெறமுடியும். "விவசாயிகள் யுத்தத்தின் இரண்டாவது பதிப்பு இப்போது மீண்டும் தேவைப்படுகிறது" என எங்கெல்ஸ் தனது நூலில் எழுதினார்.

1850 ல் எங்கெல்ஸ் மீண்டும் தனது மான்செஸ்டர் வணிகக் கொட்டடிக்குத் திரும்பினார். மார்க்ஸ் லண்டனில் 'மூலதனம்' நூல் வேலைகளை வேகப்படுத்தினார். அடுத்துவந்த சுமார் 20 ஆண்டுகள் இருவரும் இரண்டு வெவ்வேறு இடங்களில் தங்கியிருந்தனர். குறிப்பிட்ட இக்காலங்களில் அவர்கள் இருவரும் ஒருவருக்கொருவர் எழுதிக்கொண்ட கடிதங்கள், "அவர்கள் விட்டுச் சென்ற இலக்கிய மாணிக்கமாக பிரும்மாண்டமான கடிதத்திரள் நமக்குக் கிடைக்கிறது" என்று நூலாசிரியர் நமக்குத் தெரிவிக்கிறார். பல நூற்றுக்கணக்கான "அவர்கள் இருவரின் கடிதங்களில் பேசப்பட்ட விஷயங்களின் மையப்புள்ளியை ஒரேயொரு வார்த்தையில் குவித்துக் காட்டுவதெனில், அந்த வார்த்தை இயக்கவியல் என்பதாய்த்தான் இருக்கும்" என்று லெனின் மதிப்பிடுகிறார். அக்கடிதங்களில், மார்க்ஸ், எங்கெல்ஸின் "உற்சாகம் மிக்க போராட்ட மனம்... உயிரோட்டமுள்ள மனநிலை..." ஆகியன பதிவாகியுள்ளன என்று நூலாசிரியர் கூறுகிறார். "துணிவும் மகிழ்ச்சியும் துள்ளும் எங்கள் வசனநடை..." என்று எங்கெல்சே அவற்றை மதிப்பிட்டுள்ளார். மார்க்சைப் பற்றிச் சொல்லும் போது, "மூர் [மார்க்ஸ்] மூர்க்காவேசம் கொள்வதுண்டு, ஆனால் ஒருபோதும் முணுமுணுத்தது கிடையாது" என்று எழுதுகிறார். "இறுதியாக,

வாழ்க்கைத் தேவைகளின் பளுவினால் சாய்ந்து விழாமல் இருப்பதற்காக மார்க்ஸ் எனும் அந்த பாட்டாளி வர்க்க மேதை கடுமையான போராட்டம் நடத்தவேண்டி இருந்ததை இக்கடிதப் போக்குவரத்துதான் எடுத்துக்காட்டுகிறது. இக்கடிதப் போக்குவரத்து மட்டுமே, மார்க்சின் நண்பரான பிரடெரிக் எங்கெல்சினது குணநலன்களின் நிறை உருவையும் தரவல்லதாய் உள்ளது" என்று நூலாசிரியர் எவ்கேனி ஸ்தெப்பானவா எழுதுகிறார். இவற்றையொட்டி மார்க்ஸ், எங்கெல்ஸ் இருவரது குடும்ப வாழ்க்கைகளிலும் நிகழ்ந்த இழப்புகளையும் அந்த நண்பர்கள் அத்துயரங்களைப் பகிர்ந்து கொண்ட முறையையும் ஆசிரியர் விளக்கிச் செல்லுகிறார்.

1851 ஆம் ஆண்டிலிருந்து மார்க்ஸ் நியூயார்க் ட்ரிபூன் பத்திரிக்கையின் ஐரோப்பிய நிருபராகப் பணிபுரிந்தார். வாரத்திற்கு இரண்டு கட்டுரைகள் மார்க்ஸ் எழுத வேண்டும். எங்கெல்ஸ் இதே காலத்தில் புதிய அமெரிக்கக் கலைக்களஞ்சியத்திற்கு சுமார் 80 கட்டுரைகள் எழுதினார். எங்கெல்சின் ஆர்வங்களில் ஒன்றாக ராணுவக் கல்வி, ஆயுதம் தாங்கிய எழுச்சிகள், போராட்ட வியூகங்கள் ஆகியவை இருந்தன. சீனா, இந்தியா, பாரசீகம் போன்ற நாடுகளில் காலனிய ராணுவங்களின் நகர்வுகளையும் பற்றி எங்கெல்ஸ் கட்டுரைகள் எழுதினார். ஐரோப்பிய நாடுகளில் ஆதிக்க அரசுகள் வளர்த்து விடும் ராணுவ வெறி, அவற்றின் சொந்த அழிவுக்கான வித்துக்களையும் தன்னில் சுமந்து கொண்டிருக்கின்றது என்று எங்கெல்ஸ் எழுதுகிறார். புரட்சிக்குப் பிறகான சோசலிச ராணுவம் எப்படி இருக்கும் என்பதைப் பற்றிக்கூட எங்கெல்ஸ் எழுதினார். எங்கெல்சின் ராணுவ அறிவு குறித்து மார்க்ஸ் கூறும்பொழுது, "மான்செஸ்டரில் உள்ள எனது ராணுவ அமைச்சகம்" என்று பெருமையாகக் குறிப்பிடுவார். மார்க்சின் மகளான ஜென்னி எங்கெல்சைப் பின்னாட்களில் 'ஜெனரல்' என்றழைத்தார். பாட்டாளி வர்க்கத்தின் முதல் ராணுவ வல்லுனராகவும் முதல் ராணுவச் சித்தாந்தியாகவும் எங்கெல்ஸ் விளங்கினார் என்று இந்நூலாசிரியர் குறிப்பிடுகிறார்.

ஆங்கில நாட்டின் சார்ட்டிஸ்ட் இயக்கத்தோடு எங்கெல்ஸ் பல தொடர்புகளை வைத்திருந்தார். காலனிய ஆதிக்கத்தால் உலகெங்கும் கொள்ளையடிக்கும் ஆற்றலைப் பெற்றிருந்த முதலாளி வர்க்கத்தின் செயல்பாடுகளால் ஓரளவு வசதிகளைப் பெற்றுள்ள பிரிட்டிஷ் தொழிலாளர்களின் மத்தியில் பொருளாதார சந்தர்ப்பவாத மனப் போக்கு தலைதூக்கியுள்ளதைச் சுட்டிக்காட்டி, அவற்றைக் கட்டுப் படுத்த வேண்டுமென எங்கெல்ஸ் உணர்த்திய நேரங்கள் உண்டு. மான்செஸ்டர் நகரில் சார்ட்டிஸ்ட் அமைப்பு ஒன்றை எங்கெல்ஸ்

உருவாக்கிய சந்தர்ப்பமும் உண்டு. பிரிட்டிஷ் பாட்டாளி வர்க்கம் மேலும் மேலும் முதலாளிமயமாகி வருவதைத் தடுக்க, சார்ட்டிஸ்டுகளும் சோசலிஸ்டுகளும் இணைந்து வேலை செய்ய வேண்டுமென்று மார்க்சும் எங்கெல்சும் வலியுறுத்தி வந்தனர்.

முதலாளியப் பொருளாதாரம் தவிர்க்க முடியாதபடி அடுத்தடுத்த நெருக்கடிகளைச் சந்திக்கும் என்பது மார்க்சியத்தின் ஆய்வு முடிவுகளில் ஒன்று. ஐரோப்பிய நாடுகள் 1857ல் வெளிப்படையாகத் தெரிந்த தமது தொழில் நெருக்கடியைச் சந்தித்தன. இந்நெருக்கடிக்கு எதிர்வினையாக அடுத்து வந்த ஆண்டுகளில் தொழிலாளர் வர்க்கமும் தேசிய விடுதலை இயக்கங்களும் உயிர்த்தெழுந்தன. குறிப்பிட்ட இக்காலத்தில் கம்யூனிஸ்ட் அகிலத்தை உருவாக்குவதில் (1864) மார்க்சும் எங்கெல்சும் முனைப்புடன் ஈடுபட்டனர். தொடக்க நாட்களிலேயே அகிலம் சந்தித்த பிரச்சினைகளில் ஒன்றாக போலந்து மக்களின் தேசிய விடுதலைப் பிரச்சினை முன்னுக்கு வந்தது. தொழிலாளர் வர்க்கத்திற்கு தேசிய அரசியல் தேவையா? என்ற கேள்வி முக்கிய விவாதப் பொருளாக எழுந்தது. எங்கெல்ஸ் அது குறித்து தொடர் கட்டுரைகள் எழுதினார். பாட்டாளி வர்க்கம் இனியும் தேசியப் பிரச்சினையை அசட்டை செய்ய முடியாது என அவர் வாதிட்டார். தொழிலாளர் வர்க்க அரசியலின் சரியான பாதை குறித்தும் புருதனிஸ்டுகள், லஸ்ஸலியர்கள் போன்ற அணிகள் மார்க்சியத்துடன் தீவிர விவாதங்களில் ஈடுபட்டன. விவசாயிகளுடன் தொழிலாளர் வர்க்கம் கூட்டணி சேர வேண்டுமா? என்பது குறித்தும் அகிலம் விவாதித்தது.

கம்யூனிஸ்ட் அகிலத்தின் "தொல்லை நிறைந்த அச்சூழல்களில்" 1867 ஆம் ஆண்டு கார்ல் மார்க்சின் 'மூலதனம்' நூலின் முதல்பகுதி எழுதி முடிக்கப்பட்டது. அது அச்சுக்கும் அனுப்பப்பட்டது. கடைசி அச்சுப்பிரதியை திருத்தி அனுப்பிவிட்டு, மார்க்ஸ் எங்கெல்சுக்கு ஒரு கடிதம் எழுதினார்: "ஒருவாறாக, இந்தத் தொகுதி முடிந்துவிட்டது. இந்தப் பணி முடிந்ததில் நான் உனக்குத்தான் கடமைப்பட்டிருக்கிறேன்... நிறைந்த நன்றியுணர்வுடன் உன்னை நான் அணைத்துக் கொள்கிறேன்.. அன்புக்குரியவனே! உண்மையான நண்பனே!..."

"முதலாளிகளும் தொழிலாளர்களும் இப்பூவுலகில் தோன்றிய நாளிலிருந்து, தொழிலாளர்களுக்கு இத்தகைய முக்கியத்துவம் வாய்ந்த ஒரு புத்தகம் இதுவரை தோன்றவே இல்லை" என்று எங்கெல்ஸ் மூலதனத்தைப் பற்றி எழுதினார். எங்கெல்சின் அதே சொற்களை அட்சரம் மாறாமல் இன்றும் நாம் வழிமொழியமுடியும்.

1864லிலிருந்து அகிலம் தனியாக நின்று நடத்திவந்த போராட்டத்தில் இப்போது 'மூலதனம்' எனும் மிகப்பெரிய கருத்தியல் ஆயுதமும்

சேர்ந்து கொண்டது. அகிலம் தொடர்ந்து விவசாயிகள் குறித்தும் தேசிய விடுதலை குறித்தும் விவாதங்களில் ஈடுபட்டது. 'ஜெர்மனியில் விவசாயிகள் யுத்தம்' என்ற நூலின் அடுத்த பதிப்பை எங்கெல்ஸ் புதிய முன்னுரையுடன் வெளியிட்டார். விவசாயிகளின் பல்வேறு பிரிவினரை வெவ்வேறு விதமாக அணுக வேண்டும் என்று எங்கெல்ஸ் முன்னுரையில் எழுதினார். பாட்டாளிகளின் இயற்கையான கூட்டாளிகளாக மிகப்பெரும் எண்ணிக்கையில் விளங்குகிறவர்கள் விவசாயத் தொழிலாளர்களே என்று கூறும் அவர் பாட்டாளி வர்க்கக் கட்சி கிராமங்களில் பணிபுரிய வேண்டியதன் முக்கியத்துவத்தை எடுத்துக்காட்டினார்.

தனது விடுமுறை நாட்களில் எங்கெல்ஸ், தனது துணைவியாரோடும் ("அவள் புரட்சிகர மனப்பாங்குள்ள அயர்லாந்துக்காரி") மார்க்சின் மகளான எலியனோராவுடனும் அயர்லாந்தைச் சுற்றிப்பார்க்கச் சென்றார். பிரிட்டிஷ் ஏகாதிபத்தியத்தின் முதல் காலனியான அயர்லாந்தின் வரலாறு குறித்து ஒரு நூல் எழுத வேண்டுமென அவர் திட்டமிட்டார். நான்கு பாகங்களாகத் திட்டமிட்ட அந்நூலில் இரண்டுக்கும் குறைவான பாகங்களையே அவர் எழுதி முடித்தார். இரண்டு வகையான தேசிய உணர்வுகளை எங்கெல்சால் அக்காலத்தில் அடையாளப்படுத்த முடிந்தது. ஒன்று: ஒடுக்கப்பட்ட தேசிய இனங்களின் விடுதலைக்கான உணர்வு. மற்றது: முதலாளியத்தால் ஊதிப்பெருக்கப்படும் தேசியப் பகையுணர்வு. முந்தியதைத் தொழிலாளர் வர்க்கம் ஏற்க வேண்டும். இரண்டாவதை அது நிராகரிக்க வேண்டும் என்று எங்கெல்ஸ் கருதினார். அயர்லாந்தின் விடுதலையும் அங்கே நிறைவேறும் விவசாயப் புரட்சியும் பிரிட்டிஷ் முதலாளியத்திற்கு சாவுமணி அடிக்கும் என்று அவர் கணக்கிட்டார்.

1871 ஆம் ஆண்டு, பிரெஞ்சுத் தொழிலாளர்களின் எழுச்சியும் பாரிஸ் கம்யூன் என்ற வரலாற்றுச் சிறப்புமிக்க நிகழ்வும் நடந்தேறின. பாரிஸ் தொழிலாளர்களை மார்க்ஸ் "விண்ணைச் சாடப் புகுந்தவர்கள்" என்று குறிப்பிட்டார். ஒருங்கிணைந்த பாட்டாளி வர்க்கக் கட்சி இல்லாத சூழல்களில் புரோதனிஸ்டுகள், பிளாங்கிஸ்டுகள் ஆகியோரின் அழைப்பின் பேரில் ஆட்சி அதிகாரம் தொழிலாளர்களால் கைப்பற்றப்பட்டது. வேலைத்திட்டம் முறையாக வகுக்கப்படவில்லை என்று மார்க்சும் எங்கெல்சும் பாரிஸ் எழுச்சியை விமர்சித்த போதிலும் பாரிஸ் தொழிலாளர்களின் வீரம் செறிந்த செயல்பாடுகளை அவர்கள் பெரிதும் மதித்தனர். அகிலம் பாரிஸ் கம்யூனுக்கு எல்லாவித ஆதரவுகளையும் வழங்க முன்வந்தது. கம்யூனுக்கு சர்வதேச ஆதரவைத் திரட்ட முயன்றது. பாரிஸ் கம்யூனின் அனுபவங்களை மார்க்சும் எங்கெல்சும் பின்னர் பலவகையான மதிப்பீடுகளுக்கு உட்படுத்தினர்.

முன்னணி பாட்டாளி வர்க்கக் கட்சி என்ற விடயத்தை மார்க்சும் எங்கெல்சும் முன்னெப்போதும் இல்லாத அளவுக்கு இப்போது வலியுறுத்தத் தொடங்கினர். புரட்சிக்கு முந்திய ராணுவ இயந்திரத்தை அப்படியே வைத்துப் பயன்படுத்த முனையக் கூடாது, மாறாக, அதனைக் கலைத்து விட்டு, புதிய மக்கள் ராணுவத் தலைமையை உருவாக்க வேண்டும் என எங்கெல்ஸ் எழுதினார். பாரிஸ் கம்யூன் தோல்வி அடைய நேரிடலாம் எனும் சாத்தியத்தை மார்க்சும் எங்கெல்சும் உணர்ந்த போதிலும், தொழிலாளர் கட்சி ஆட்சி அதிகாரத்தைக் கைப்பற்றுதல் எனும் அனைத்துலக வரலாற்றின் புதிய சகாப்தத்தின் துவக்கம் என அவர்கள் அதனை மதிப்பிட்டனர். பாட்டாளி வர்க்க புதிய அரசு எனும் வெளிப்படையான அரசியல் வடிவம் குறித்த விவாதங்களுக்கான துவக்கமாகவும் அது அமைந்தது. பாரிஸ் கம்யூனுடன் சோசலிசப் புரட்சிக்கான கோட்பாட்டு மற்றும் நடைமுறைத் தயாரிப்புகள் ஒரு முழுமையை எட்டின என்று நூலாசிரியர் எவ்கேனி ஸ்தெப்பானவா மதிப்பிடுகிறார். இனி ஒவ்வொரு நாட்டின் பாட்டாளி வர்க்கக் கட்சியும் அதனதன் வரையறுக்கப்பட்ட வேலைத்திட்டத்துடன் அரசியல் தாக்குதல்களைத் தொடுக்கலாம் என்ற நிலை உருவானது என்று அவர் கருதுகிறார்.

பாரிஸ் கம்யூனுக்குப் பிறகு அகிலத்தினுள் மீண்டும் கருத்தியல் வேறுபாடுகள் அதிகரித்தன. குறிப்பாக மிகயில் பகூனின் எனப்படும் புலம்பெயர் ரஷ்ய அராஜக சிந்தனையாளரின் தாக்குதல்கள் அதிகரித்தன. பகூனின் ஸ்பெயின், இத்தாலி, ஸ்விட்சர்லாந்து, பெல்ஜியம் போன்ற நாடுகளின் கட்சிக் கிளைகளில் செல்வாக்குப் பெற்றவராக இருந்தார். புதிதாக இயக்கத்திற்குள் நுழையும் தோழர்களுக்கு பலமுனைகளில் கலகத்தை முன்மொழியும் அராஜகக் கோட்பாடு கவர்ச்சியாக இருந்தது. மார்க்சியர்கள் முன்வைத்த பாட்டாளி வர்க்க சர்வாதிகார அரசு, கட்சி நிறுவனம் ஆகியவற்றை அதிகார வடிவங்கள் என்ற நோக்கில் பகூனின் விமர்சனத்திற்கு உட்படுத்தினார். இன்னும் கூடுதலாக, அரசியல் என்ற விவகாரமே தொழிலாளர் வர்க்கத்திற்குத் தேவையில்லை என்று அவர் பேசியும் எழுதியும் வந்தார். மூலதனமோ சுரண்டலோ உழைக்கும் மக்களுக்கு எதிராக இல்லை, அரசு எனும் அதிகார வடிவமே மிகப்பெரிய கொடுமையாக உள்ளது என அவர் கூறினார். பகூனினை எங்கெல்ஸ் எதிர்கொண்டார். அரசியல் தேவையில்லை என்பது அபத்தமானது, பாரிஸ் கம்யூன் அனுபவங்களை முன்வைத்து ஒவ்வொரு நாட்டின் பிரத்தியேகச் சூழல்களை அனுசரித்து சுயேச்சையான பாட்டாளி வர்க்க வெகுமக்கள் கட்சிகள் தொழில்பட வேண்டும் என்ற வாதத்தை எங்கெல்ஸ் கட்டமைத்தார். இக்கருத்துக்கு பல நாடுகளின்

கம்யூனிஸ்டுகள் ஆதரவு தெரிவித்தனர். *1872* ல் நடைபெற்ற அகிலத்தின் மாநாடு பகூனினை அகிலத்திலிருந்து விலக்கியது. அகிலத்தின் பொதுக்குழு செயல்படும் இடமாக நியூயார்க் நகரம் தேர்வு செய்யப்பட்டது. கிட்டத்தட்ட இவ்வாண்டுகளில் அகிலம் கலைக்கப்பட்டு விட்டது.

பாரிஸ் கம்யூனுக்கும் அகிலம் கலைக்கப்பட்டதற்கும் அடுத்து வந்த ஆண்டுகளில், மார்க்சும் எங்கெல்சும் தமது வேலைகளை எவ்வாறு பகிர்ந்து கொண்டனர் என்பது குறித்து எங்கெல்ஸ் கீழ்க்கண்டவாறு கூறுகிறார்: "மார்க்சுக்கும் எனக்கும் இடையே இருந்த வேலைப் பிரிவினை காரணமாக, மார்க்ஸ் எழுதி வந்த மாபெரும் நூலின் பொருட்டு, அவருக்கு நேரம் தருவதற்காக, எங்களது கருத்துக்களைப் பத்திரிக்கையில் வெளியிடுவதும், எங்களுக்கு விரோதமான கருத்துக் களுடன் போராடுவதும் என் பங்கிற்குக் கிடைத்த வேலைகளாகும்."

பெர்லின் பல்கலைக்கழகத் துணைப் பேராசிரியர் எவ்கேனி டூரிங் என்பார் அக்காலங்களில் எழுதிய சோசலிசம் பற்றிய நூல் ஒன்று ஜெர்மன் சமூக சனநாயகக் கட்சியிலும் கூட தனது பின்பற்றாளர்களைக் கொண்டிருந்தது. இதையொட்டி, முதலில் கட்சியின் பத்திரிக்கையிலும் பின்னர் தனி வெளியீடாகவும் 'டூரிங்கிற்கு மறுப்பாக...' என்ற நூலை *(1878)* எங்கெல்ஸ் எழுதி வெளியிட்டார். மார்க்சியத்தின் தத்துவம், அரசியல் பொருளாதாரம், சோசலிசம் ஆகிய மூன்று பகுதிகளையும் அவற்றின் உட்தொடர்புகளோடு விளக்கிப் பேசும் நூலாக, கலைக் களஞ்சிய வடிவம் கொண்டதாக அந்நூல் அமைந்தது. நூலில் அரசியல் பொருளாதாரம் பற்றிய பத்தாவது இயலை மட்டும் மார்க்ஸ் எழுதியிருந்தார். எஞ்சிய பகுதிகள் எங்கெல்சால் எழுதப்பட்டிருந்தன. எழுதி வெளிவராத 'ஜெர்மன் கருத்தியல்' நூலுக்குப் பிறகு வேறு எந்த மார்க்ஸ் எங்கெல்சின் நூலும் இந்த அளவுக்கு முறைப்படுத்தப்பட்ட வடிவத்தைக் கொண்டமைந்தது கிடையாது. இந்த நூலில் இடம் பெற்றிருந்த 'கற்பனா சோசலிசமும் விஞ்ஞான சோசலிசமும்' என்ற பகுதி பின்னாட்களில் எங்கெல்சால் தனி நூலாக வெளியிடப்பட்ட போது சிறந்த ஒரு படைப்பாகப் பாராட்டப்பட்டது. இந்நூலின் ஜெர்மன் பதிப்பில் 'மார்க்' என்ற தலைப்புடன் ஒரு பிற்சேர்க்கை கொடுக்கப்பட்டிருந்தது. மார்க் என்பது ஜெர்மனியின் வரலாற்றில் வழங்கி வந்த விவசாயிகளின் கூட்டு நிலஉரிமை வடிவம். சமகால வரலாற்றில் 'மார்க்' என்பது ஜெர்மானிய பணத்தைக் (நாணயத்தைக்) குறிக்கிறது. மார்க் எனத் தலைப்பிடப்பட்ட கட்டுரை சோசலிசத்திற்கான போராட்டத்தில் தொழிலாளர், விவசாயிகள் கூட்டு பற்றி விரிவாகப் பேசியிருந்தது. இந்நூலும் எங்கெல்சின் இதே காலத்திய பிற

எழுத்துக்களும் ஜெர்மன் மற்றும் பிரெஞ்சு சோசலிச இயக்கங்களுக்கு உள்ளே நிலவிய மிதவாதப் போக்குகளுக்கு எதிரான பண்பு கொண்டிருந்தன.

பல தொழிலாளர் கட்சிகளில் இதுபோன்ற மிதவாதப் போக்குகள் நிலவி வருவதை எங்கெல்ஸ் கவனித்தார். பிரிட்டிஷ் சார்ட்டிஸ்ட் இயக்கத்தில் நிலவும் அரசியல் மந்தநிலை குறித்து ஓரிடத்தில் எங்கெல்ஸ் எழுதுகிறார்: “பிரிட்டனின் உலகுதழுவிய ஏகபோகம் இறுதிக்கு வந்துவிட்டது என்று பிரிட்டிஷ் தொழிலாளர்கள் என்றைக்கு உணருகிறார்களோ, அன்றைக்குத்தான் உண்மையான தொழிலாளர் இயக்கம் அங்கு தோன்றும். பிரிட்டிஷ் தொழிலாளர்களின் அரசியல் மந்தத்திற்கு உலகச்சந்தையில் பிரிட்டன் செலுத்தி வரும் ஆதிக்கத்தில் பங்கெடுத்துக் கொள்வதுதான் பொருளாதார அடிப்படையாக இருந்தது, இருந்து வருகிறது”.

1880களை நெருங்கும் போதும் மார்க்சும் எங்கெல்சும் தமது வேலைப் பளுவைக் குறைத்துக் கொள்ளவில்லை. மூலதனம் நூலின் இரண்டாவது, மூன்றாவது தொகுதிகளை எழுதி முடிக்க வேண்டிய கடமைக்குள் மார்க்ஸ் முழுகிக்கிடந்தார். அவரை மோசமான நோய்கள் பீடித்திருந்தன என மருத்துவர்கள் தெரிவித்தனர். ரஷ்யா, இன்னும் சில கீழை நாடுகளில் நிலவிய நில உறவுகள் குறித்து கவலேவ்ஸ்கி, தனியேல்சன் போன்ற அறிஞர்கள் கொண்டு வந்து சேர்த்த புதிய தகவல் களையும் மூலதனம் நூலில் சேர்க்க வேண்டுமென்ற உணர்வுடன் அவர் வேலை செய்து கொண்டிருந்தார். “மகத்தான விஞ்ஞான நேர்மை, கடுமையான சுய விமர்சனம், வாழ்க்கை வழங்குகின்ற புதியவை அனைத்தையும் பொதுமைப்படுத்த வேண்டுமென்ற ஆவல்” ஆகிய மூன்று அற்புதமான பண்புகளை நூலாசிரியர் எங்கேனி ஸ்தெப்பானவா இந்நிலையில் மார்க்சுக்குச் சூட்டுகிறார்.

இதே காலத்தில் எங்கெல்ஸ் தனது நீண்டகாலத் திட்டமான ‘இயற்கையின் இயங்கியல்’ குறித்த நூலை முழுமைப்படுத்துவதற்கான வேலைகளில் இறங்கினார். இந்நூலில் மறுமலர்ச்சிக் காலம் முதல் சமகாலம் வரையிலான இயற்கை விஞ்ஞானங்களின் வளர்ச்சியை எங்கெல்ஸ் ஆய்வு செய்கிறார். இயற்கை விஞ்ஞானிகளிடையில் தன்னிச்சையாக உருவாகிவரும் இயங்கியல் அணுகுமுறையையும் அது சார்ந்த கண்டுபிடிப்புகளையும் எங்கெல்ஸ் வரிசைப்படுத்துகிறார். அறிவியலின் வளர்ச்சியில் பொருளுற்பத்தியின் பங்கையும் மானுட சமூக நடைமுறை வகிக்கும் இடத்தையும் கோடிட்டுக் காட்டுகிறார். பௌதீகவியல், வேதியல், உயிரியல், சமூகவியல் என அடுத்தடுத்த, அதிகச் சிக்கலான இயக்க வடிவங்களைக் (Forms of Motion) கொண்டதாக

இயற்கையும் சமூகமும் அமைந்துள்ளன என்றும் எங்கெல்ஸ் எடுத்துக் காட்டுகிறார். இயங்கியல் நோக்கில் அணுகும்போது, எங்கெல்சால் பல புதிய அனுமானங்களை முன்வைக்க முடிகிறது. பல விஞ்ஞானக் கண்டுபிடிப்புக்களைக் கண்டு அவர் ஆனந்தம் கொள்கிறார். இயற்கை, சமூகம் என்ற இருவகை எதார்த்தங்களுக்கு நடுவில், அவரது 'குரங்கிலிருந்து மனிதன் தோன்றியதில் உழைப்பின் பாத்திரம்' என்ற கட்டுரை முக்கியமான இடத்தை வகிக்கிறது. உழைப்பு, உடலுறுப்புகளின் வளர்ச்சி, கூட்டு வாழ்க்கை, மொழி, சிந்தனை என ஒரு சிக்கலான இயங்கியலை இக்கட்டுரையில் கட்டியெழுப்புகிறார். 'இயற்கையின் இயங்கியல்' என்ற தலைப்பில் வழங்கப்படும் அந்நூல் முழுமை யடைந்தது அல்ல. இருப்பினும் தத்துவயியலின் மிக அடிப்படையான ஒரு வட்டாரத்தை மிகவும் அடர்த்தியாக இந்நூல் கொண்டுள்ளது என்பது முக்கியமானது. அறிவியல் துறைகளோடும் அணுகுமுறை களோடும் மார்க்சியம் நெருக்கம் கொண்டது என்ற ஒரு (நவீன) மரபை இந்நூல் பின்பற்றி நிற்கிறது என்பதும் கவனத்திற்குரியது. மாற்று அறிவியல் போன்ற புதிய துவக்கங்களுக்கும் இந்நூல் ஒரு முன்னோடியாக இருக்க முடியும்.

1883 மார்ச் 14 ஆம் நாள் மார்க்ஸ் மறைந்தார். இனி எங்கெல்ஸ் தனியாகத் தான் வேலை செய்ய வேண்டும். எதையும் கலந்து விவாதித்துக் கொள்வதற்கு அவருடைய நண்பர் மார்க்ஸ் அவருடன் இல்லை. "நமது இயக்கத்தின் மிக வல்லமை வாய்ந்த அறிவு சிந்திப்பதை நிறுத்தி விட்டது. எக்காலத்துக்கும் எனக்குத் தெரிந்த இதயங்களிலேயே சக்தி மிக்க இதயம் துடிப்பதை நிறுத்தி விட்டது" என்று எங்கெல்ஸ் எழுதினார்.

மார்க்சின் மறைவுக்குப் பின் மூலதனம் நூலின் இரண்டாம் தொகுதியின் கையெழுத்துப் பிரதியைப் பிரசுரிப்பதுதான் முதலில் செய்ய வேண்டிய வேலையாக இருந்தது. அடுத்து மூன்றாம் தொகுதி, பின்னர் உபரி மதிப்பு பற்றிய நான்காம் தொகுதி, இன்னும் மார்க்சின் பழைய நூல்களை மறுபதிப்பு செய்வது என வேலைகள் குவிந்து கிடந்தன. மார்க்ஸ் காலமான சில நாட்களுக்குள்ளாகவே எங்கெல்சை நோய் தாக்கி, ஆறுமாதங்கள் அவர் படுக்கையில் ஆகிவிட்டார். தனித்தனி வார்த்தைகளும் பாடபேதங்களும் சுருக்கெழுத்துமாக உள்ள மார்க்சின் கையெழுத்தினைப் "படித்துப் புரிந்து கொண்டு முழுமைப் படுத்தக் கூடியவன் இன்று உயிர் வாழ்பவர்களில் நான் ஒருவன் மட்டுமே என்பதுதான் என்னைப் பெருங்கவலைக்குள் ஆழ்த்துகிறது" என்கிறார் எங்கெல்ஸ். தனது 63 ஆவது வயதுக்குப் பிறகு, நோய் நொடிகளுடன் 'வீரம் செறிந்த' உழைப்பில் எங்கெல்ஸ் ஈடுபட்டார்.

1885 பிப்ரவரியில் மூலதனம் இரண்டாம் தொகுதியை எங்கெல்ஸ் அச்சுக்கு அனுப்பிவிட்டார். அந்நூலுக்கு எழுதிய முன்னுரையில், "நூலாசிரியரின் மனநிலையிலிருந்து மட்டுமே" இந்த வேலையைச் செய்து முடித்ததாக எங்கெல்ஸ் தெரிவிக்கிறார்.

மூலதனம் நூலின் முதற்பகுதி முதலாளிய உற்பத்தி முறையைப் பற்றியது என்றும், இரண்டாம் தொகுதி முதலாளிய விநியோகம், நுகர்வு குறித்தது என்றும், மூன்றாவது தொகுதி முன் இரண்டையும் இணைத்த முழு அமைப்பையும் பற்றியது எனவும் ஒரு கூற்று உண்டு. மார்க்சின் பகுப்பாய்வையும் தொகுப்பாய்வையும் (Analysis and Synthesis) அம்மூன்று தொகுதிகளும் சுமந்து நிற்கின்றன என்று ஒரு மதிப்பீடு உண்டு. மூன்றாம் தொகுதி அளவில் பெரியது, அதிக சிக்கல்களையும் இடைவெளிகளையும் கொண்டது. எங்கெல்சின் கண்பார்வையும் குறைந்து கொண்டே போனது. சுமார் பத்து ஆண்டுகள் எங்கெல்ஸ் மூன்றாவது தொகுதிக்காக வேலை செய்தார். "மார்க்சினுடைய வார்த்தைகள் ஒவ்வொன்றும் ஒவ்வொரு எடை தங்கத்திற்குச் சமமாக இருக்கிறது. இக்கையெழுத்துப் பிரதியைச் சரிசெய்வதற்கு ஏராளமான உழைப்பு தேவைப்படுகிறது. ஆனால், இந்தப் பணி எனக்கு இனிமையாக இருக்கிறது. ஏனெனில், இது என் நண்பரை என்னுடன் இருக்கச் செய்கிறது அல்லவா?" என்றார் எங்கெல்ஸ்.

இன்னும் பல பணிகள். மார்க்சின் சில பழைய நூல்களை மறுபதிப்பாக வெளியிட்டார். 1881ல் எங்கெல்ஸ், 'குடும்பம், தனிச் சொத்து, அரசு ஆகியவற்றின் தோற்றம்' என்ற நூலை வெளியிட்டார். மார்க்சும் எங்கெல்சும் ஏற்கனவே ஐரோப்பா, முதலாளியம், தொழிலாளர் வர்க்கம் என்ற தமது முக்கிய மையங்களைத் தாண்டி, விவசாயிகள், தேசிய விடுதலை, ஆசிய நாடுகள் என புதிய எல்லைகளை நோக்கி நகர்ந்து கொண்டிருந்தனர் என்று மேலே குறிப்பிட்டிருந்தோம். இந்த வரிசையில்தான் 'குடும்பம், தனிச்சொத்து...' நூலும் முக்கியப் படுகிறது. அது முதலாளியத்திற்கு முந்திய (Premodern, Precapitalist) பழஞ்சமூகங்களையும் அவற்றின் சமூக நிறுவனங்களையும் பற்றியது. பொருளாதார உறவுகள் குறித்த தன்னுணர்வு தோன்றாத காலங்களில் நிலவிய குல உறவுகள், ரத்த உறவு முறைகள், இயற்கை சார்ந்த உறவுகள் ஆகியவற்றிற்கு முன்னுரிமை வழங்கிய நூல் அது. லெவி மோர்கன் என்ற அமெரிக்க மானுடவியல் அறிஞரின் நூல் ஒன்றை வழிமொழிந்து, பழங்குடி வாழ்வை மார்க்சிய நோக்கில் பயிலும் நூல் இது. மார்க்சிய மானுடவியலுக்கு முன்னோட்டமாக அமைந்த நூல். வரலாற்றுச் சிறப்புமிக்க இந்நூல் எங்கெல்சின் முக்கியமான சாதனைகளில் ஒன்றாகும்.

1888ல் எங்கெல்சின் மற்றொரு சிறப்பான நூலான 'லுத்விக் ஃபாயர்பாகும் ஜெர்மானிய செவ்வியல் தத்துவத்தின் முடிவும்' என்ற நூல் வெளிவந்தது. நாம் ஏற்கனவே குறிப்பிட்டபடி, சுமார் நாற்பது ஆண்டுகளுக்கு முன்னதாக மார்க்சியம் பிறப்பெடுத்த ஹெகல், ஃபாயர்பாக் என்ற தத்துவச் சூழல்களை விளக்கி அவற்றிலிருந்து மார்க்சியம் என்ற புதிய சொல் உச்சரிக்கப்பட்ட கதையை விளக்கும் நூல் இது. அந்த நாட்களை நோக்கி எங்கெல்சின் நினைவுகள் மீண்டும் மீண்டும் ஓடுவதன் காரணம் என்ன? அவை குறித்து நாற்பது ஆண்டுகளுக்குப் பிறகு எழுதவேண்டுமென்று எங்கெல்ஸ் எண்ணியது ஏன்? வரலாற்று முக்கியத்துவம் வாய்ந்த ஒரு படைப்புத் தருணத்தை அதன் அனைத்துப் பரிமாணங்களோடும் வெளிக்கொணரவேண்டும் என்ற எங்கெல்சின் ஆர்வம் இந்த மீள்முயற்சிகளில் தென்படுகிறது. 1845-48 ஆம் ஆண்டுகளின் அச்சம்பவத்தை நோக்கி எங்கெல்ஸ் மட்டுமல்ல, இருபதாம் நூற்றாண்டின் (லூயி அல்த்தூசர் போன்ற) பல அறிஞர்களும் கூடத் திரும்பிச் செல்வதை நாம் கண்டு வருகிறோம்.

தொண்ணூறாம் ஆண்டுகளின் தொடக்கத்தில் எங்கெல்ஸ் மேலும் சில கருத்தியல் பிரச்சினைகளைத் தெளிவுபடுத்துகிறார். அவற்றில் ஒன்று மார்க்சியத்தைப் பொருளாதார நிர்ணயவாதம் எனச் சிலர் குறைத்துக் காட்டுவது தொடர்பானது. இத்தகைய அணுகுமுறை பொருளாதார அடித்தளம், கருத்தியல் மேற்கட்டுமானங்களுக்கு இடையிலான இயங்கியலை மறுத்து விடுகிறது. அடித்தளம், மேற்கட்டுமானம் ஆகியவற்றை முறையே காரணம், விளைவு எனச் சுருக்கிப் புரிந்து கொள்கிறது. சமூக நிகழ்வுகளை மக்களே இல்லாமலும், மக்களுக்கு அப்பாற்பட்டும் தானாகவே இயங்குவன போல அது விதி வசப்படுத்தி விடுகிறது. இவ்விவாதத்தில் எங்கெல்ஸ் மக்களே வரலாற்றைப் படைக்கிறார்கள், பொருளாதாரச் சூழல்கள் இறுதி நிலையில் தான் நிர்ணய சக்தியாக விளங்குகின்றன என்ற நிலைப் பாட்டை வலியுறுத்திப் பேசுகிறார்.

எங்கெல்சுக்கு இன்னும் பல ஆசைகள் இருந்தன. மார்க்சின் வாழ்க்கை வரலாற்றை எழுதவேண்டும், ஜெர்மன் சோசலிச இயக்கத்தின் வரலாற்றை எழுதவேண்டும், அயர்லாந்து தேசிய விடுதலை குறித்து எழுத வேண்டும், கம்யூனிஸ்ட் அகிலத்தின் வரலாற்றை எழுத வேண்டும் என்பது போன்ற பல ஆசைகள். அவர் நினைத்த அளவுக்கு அவை பற்றி அவரால் எழுத முடியவில்லை. சர்வதேச கம்யூனிஸ்ட் இயக்கத்தில் மார்க்ஸ் இல்லாத நிலையில் பல பொறுப்புகளை எங்கெல்ஸ் ஏற்க வேண்டியிருந்தது. அவர் அவற்றை ஏற்று நன்றாகவே செய்தார். விரிவடைந்து கொண்டிருந்த கம்யூனிஸ்ட் கட்சிகளின் பல்வேறு

அலைவரிசைகளை எங்கெல்ஸ் நுட்பமாகக் கவனித்து அவை ஒவ்வொன்றும் சுயேச்சையான தொழிலாளர் வர்க்க வெகுமக்கள் கட்சியாக மாறவேண்டும் என ஆலோசனை கூறினார். மார்க்ஸ் இருந்த போது அவருடைய முதல் பிடிலுக்கு இரண்டாம் பிடிலாக இருந்த எங்கெல்ஸ் இப்போது முதல் பிடிலாக இருந்து இசைப்பதில் தவறுகள் நிகழாமல் இருக்க வேண்டும் என்பதில் கவனமாக இருந்தார். அக்காலங்களில் மார்க்சைப் பற்றி அவர் விட்டுச் சென்ற குறிப்பை நூலாசிரியர் எடுத்துக்காட்டுகிறார்: "அமைதியான காலங்களில், அவ்வப்பொழுது அவருடைய வாதத்தைவிட என்னுடைய வாதமே சரி என்று சம்பவங்கள் மெய்ப்பித்து இருக்கின்றன. ஆனால், புரட்சிக் காலங்களில் அவருடைய கருத்தே தவறற்றதாக இருந்தது." இதே நேரத்தில் எங்கெல்சைப் பற்றிய மார்க்சின் ஒரு குறிப்பையும் எடுத்துக் காட்டுவோம்: "முதலாவதாக, நான் விஷயங்களுக்கு மெதுவாகத்தான் வந்து சேருகிறேன் என்பது உனக்குத் தெரியும், இரண்டாவதாக, நான் எப்போதுமே உன் பாதையைத் தான் பின் தொடருகிறேன்". மார்க்ஸ், எங்கெல்ஸ் என்ற அந்த இருவருக்கிடையில் உருவாகியிருந்த பரஸ்பர மரியாதையே அவர்களது நட்புக்கு அடிப்படையாக இருந்தது.

1889 ல் நடந்த பாரிஸ் மாநாட்டில் இரண்டாவது அகிலம் கூட்டப் பட்டது. 1848 ல் கம்யூனிஸ்ட் அறிக்கை வெளிவந்த காலத்திலிருந்து தொழிலாளர் இயக்கம் நீண்ட தூரம் பயணித்து வந்துள்ளது என்பதை எங்கெல்ஸ் மகிழ்ச்சியுடன் அவதானித்தார். அகிலத்தின் மாநாட்டில் மே முதல் நாள் சர்வதேசப் பட்டாளி வர்க்கப் பண்டிகை நாளாக அறிவிக்கப்பட்டது. பல்வேறு நாடுகளின் பிரதிநிதிகள் பங்கேற்று அகிலத்தை சர்வதேச அமைப்பாக அடையாளப்படுத்திக் காட்டினர். தனது நண்பரைப் பற்றிய நினைவுகள் எங்கெல்சை அலைக்கழித்தன.

தனது மறைவுக்கு ஒரு வருடத்திற்கு முன்னால், 1894ல், 'பிரான்சிலும் ஜெர்மனியிலும் விவசாயப் பிரச்சினை' என்ற ஒரு கட்டுரையை எங்கெல்ஸ் எழுதினார். தொழிலாளர் கட்சிகள் விவசாயிகளுக்கிடையில் தம்மை நிறுவிக்கொள்ள வேண்டியதன் அவசியத்தைப் பின்புலமாகக் கொண்டு இக்கட்டுரை அமைந்திருந்தது. வேகமாக முதலாளியம் பரவிவருகின்ற சூழல்களில், பிரான்சிலும் ஜெர்மனியிலும் சோசலிஸ்ட் கட்சிகள் சிறுவிவசாயிகள், நடுத்தர விவசாயிகள், நிலத்தைக் குத்தகைக்கு விடுபவர்கள் ஆகியோருக்குச் 'சொத்துடமைப் பாதுகாப்பு' வழங்க முடியுமா? என்ற பிரச்சினையை எங்கெல்ஸ் இக்கட்டுரையில் விரிவாக விவாதித்திருந்தார்.

விவசாயப் பிரச்சினையானது சோசலிஸ்டுக் கட்சிகளுக்குப் பிரும்மாண்டமான முக்கியத்துவம் வாய்ந்த பிரச்சினை என்பதை

எங்கெல்ஸ் திட்டவட்டமாக எடுத்துரைத்தார். ஆயின் விவசாய உடமையைச் சாசுவதப்படுத்துவதாக வாக்களிக்கும் வேலைத்திட்டம் சிக்கலான விளைவுகளை ஏற்படுத்தும் என்று எங்கெல்ஸ் கருதினார். பலவகை அடுக்குகளாக உள்ள விவசாயிகளைப் பலவிதமாக அணுக வேண்டும் என்று அவர் முன்மொழிந்தார். சிறு விவசாயிகளையும் விவசாயத் தொழிலாளிகளையும் கூட்டுறவு உடமை முறைக்குப் பயிற்றுவிக்க வேண்டும், இருப்பினும் எவ்வகையான கூட்டுறவு முறை என்பதை ஆட்சிமாற்றத்திற்குப் பிறகே தீர்மானிக்க முடியும் என்பதை எடுத்துக்காட்டினார். விவசாயிகளின் துண்டுநிலங்களை வன்முறையின் மூலமாகப் பிடுங்கிக் கொள்வது பற்றி நினைத்துக் கூடப் பார்க்க முடியாது என்றும் சமூக உதவிகளை வழங்கி, தோழமைக் கூட்டுறவுக்குள் சுளுவாகக் கொண்டுவர வேண்டும் என்றும் குறிப்பிட்டார். விவசாயிகள் பிரச்சினை குறித்த எங்கெல்சின் கருத்துக்கள் சோசலிசம் குறித்த வேலைத்திட்டத்தில் மிக முக்கியமான நிலைப்பாட்டைக் கொண்டது எனக் கருதப்படுகிறது.

எங்கெல்ஸ் தனது இறுதிக்காலம் வரையில் மிகவும் செயலூக்கத்துடன் சர்வதேச பாட்டாளி வர்க்கத்தின் அமைப்புகளோடு செயல்பட்டு வந்தார். "என்னால் போராட முடியாத அந்த வினாடியில், என்னை மரணம் தழுவிக் கொள்ளட்டும்" என்று அவரது எழுபதாவது வயதில் அவர் எழுதினார். இன்னும் ஐந்து ஆண்டுகள் கழித்து, 1895 ஆகஸ்டு 5 ஆம் நாள் அவர் மரணமடைந்தார். வரலாற்றின் ஒரு மகத்தான நட்புக்குச் சொந்தமானவராக இருந்த எங்கெல்சின் வாழ்க்கை மலைப்பை ஏற்படுத்துவதைத் தவிர்க்க முடியவில்லை.

மார்க்ஸ் எங்கெல்ஸ் தேர்வு நூல்கள்
தொகுதி 20க்கான அறிமுகவுரை

16

முடிவுரைக்குப் பதிலாக:
கார்ல் மார்க்சின் கோட்பாட்டு வியூகங்கள்

கம்யூனிஸ்ட் அறிக்கை

1848 ல் மார்க்ஸ் எங்கெல்சின் 'கம்யூனிஸ்ட் அறிக்கை' வெளி வந்தது. மார்க்சியத்தின் வரலாற்றில் இதனை முதல் மைல் கல்லாகக் கொள்ள வேண்டும். மார்க்சியம் என்ற புதிய கோட்பாட்டின், சிந்தனை முறையின் முதல் வரைவாக இதனைக் கருத வேண்டும். 1841 ல் மார்க்ஸ் அவருடைய முனைவர் பட்டத்திற்கான தயாரிப்புகளில் ஈடுபட்ட காலத்திலிருந்தே, தத்துவம், அரசியல் ஆகிய துறைகளில் பெரும் பங்கேற்புடன் தேடல்களில் ஈடுபடத் துவங்கி விட்டார். இளம் (இடதுசாரி) ஹெகலியர்களின் இயங்கியல், ஃபாயர்பாகின் மானுடவியல் பொருள் முதல்வாதம் என்பனவற்றுடனான விவாதங்கள் அவரை ஒரு புதிய சிந்தனையை நோக்கி வேகமாக நகர்த்தின. இவற்றுக்கு இணையாகப் பிரெஞ்சு சோசலிசம், வரலாறு குறித்த பொருள்முதல்வாதப் புரிதல் ஆகியனவும் மார்க்ஸ், ஏங்கெல்சிடம் நிலைகொள்ளத் தொடங்கின. 'கம்யூனிஸ்ட் அறிக்கை' மேற்குறித்த தீவிரமான வளர்சிகளின் முதல் கட்ட விளைவு என்று சொல்ல வேண்டும். மார்க்சின் மேதமை கொண்ட இரண்டு கண்டுபிடிப்புகள், அவரது வரலாறு குறித்த பொருள்முதல்வாதப் புரிதலும், உபரி மதிப்பு குறித்த அவரது கோட்பாடும் என்று எங்கெல்ஸ் குறிப்பிடுவார். எனில், மார்க்சும் எங்கல்சும் 'கம்யூனிஸ்ட் அறிக்கை'யை வெளியிட்டபோது அந்நூலில் அவர்களது வரலாறு குறித்த புரிதல் வலுவாகப் பதிந்திருந்தது.

"இதுவரை நாம் அறிந்துள்ள வரலாறு என்பது வர்க்கப் போராட்டங்களின் வரலாறு" என்ற 'அறிக்கை'யின் முதல் வரி தொடங்கி அறிக்கையின் முழுவடிவமும் மார்க்சின் வரலாறு குறித்த புரிதலை விளக்குகின்றன. வரலாற்றில் இடம்பெற்றுள்ள சமூக அமைப்புகள், ஒவ்வொன்றின் சமூக வர்க்கங்கள், சமகால முதலாளியச் சமூகம், அதன் முன்னோடி வர்க்கமான பூர்ஷ்வா வர்க்கம், முதலாளியச் சமூகத்தில் புதிதாகத் தோன்றி எண்ணிக்கையில் பெருகி வரும்

தொழிலாளர் வர்க்கம், அவை இரண்டுக்குமிடையிலான முரண்கள், அவை ஒரு சமூகப் புரட்சியைத் தம்மில் கொண்டிருப்பது ஆகியவற்றை 'கம்யூனிஸ்ட் அறிக்கை' மிக முக்கியமாக விவரிக்கிறது. 'கம்யூனிஸ்ட் அறிக்கை' ஒரு கோட்பாட்டு விளைவாக மட்டும் அமையாமல், மேற்கு ஐரோப்பிய நாடுகளில் 1847லிருந்தே உருவாகி வந்த விவசாய நெருக்கடி மற்றும் வணிக நெருக்கடி ஆகியவற்றிலிருந்து எழுந்த ஓர் அரசியல் தத்துவார்த்த விளைவாகவும் அமைந்தது என்று சொல்ல வேண்டும்.

கம்யூனிஸ்ட் அறிக்கை மிக அற்புதமான படைப்பின் தருணங்களைத் தன்னில் கொண்டுள்ள போதும்[1], அது மட்டுமே மார்க்சியத்தின் முடிவான எல்லை எனக் கொள்ளவும் முடியாது. மார்க்ஸ் மிக அடர்த்தியாக அவரது வாழ்நாள் முழுவதுமே பல நெருக்கடிகளையும் சிக்கல்களையும் சந்தித்துள்ளார். அவற்றை அவர் மிக அபூர்வமான படைப்பாற்றலுடன் எதிர்கொண்டவராகவும் இருந்தார். ஒவ்வொரு சிக்கலான சூழலின் போதும் அவர் புதிய பல வியூகங்களை உருவாக்கித் தந்துள்ளார். அடுத்தடுத்து நிரந்தரமாக அவர் மார்க்சியத்தை செழுமைப் படுத்திக் கொண்டே இருந்தார். புரட்சியின் வெற்றிக்காகப் புதிய புதிய வியூகங்களை வகுத்துக் கொண்டே இருந்தார். மார்க்சின் படைப்புகளை நுணுகிப் பயிலும் போது அவ்வியூகங்களை நாம் கண்டறிய முடியும்.

விவசாயிகள் குறித்த மதிப்பீடுகள்

1847 ல் மேற்கு ஐரோப்பிய நாடுகளில் தொடங்கிய விவசாய மற்றும் வணிக நெருக்கடிகள் அடுத்து வந்த ஆண்டுகளில் அந்நாடுகளில் புரட்சிகளாக வெடித்தன. 1848-50 ஆம் ஆண்டுகளில் பிரான்சும் ஜெர்மனியும் தமது சனநாயகப் புரட்சிகளைச் சந்தித்தன. 1789 பிரெஞ்சுப் புரட்சியின் நிறைவேறாத இலக்குகளை எட்டுவோம் என்ற குரலோசையோடு அப்புரட்சிகள் நகர்ந்தன. தொழிலாளர்கள் அந்நாட்களில் ஏற்கனவே வளர்ச்சி அடைந்த வர்க்கமாக இருந்தமையால் அவர்களும் பூர்ஷ்வா சனநாயகப் புரட்சியில் பங்கேற்றனர். முடியாட்சியை ஒழிப்பது, நிலவுடமையை ஒழிப்பது, சட்டபூர்வமான அரசை அமைப்பது என்பது போன்ற கோஷங்களுடன் புரட்சிகர சக்திகள் முன்னேறிச் சென்றன. "சிவப்புக் குடியரசு"களை நிறுவுவது, புரட்சியைத் தொடர்ந்த புரட்சியாக மாற்றுவது போன்ற திட்டங்களைத் தொழிலாளர் வர்க்கம் கொண்டிருந்தது. மார்க்ஸ், எங்கெல்சைப் பொறுத்தமட்டில், அப்போதுதான் புரட்சி குறித்த வரலாற்று முக்கியத்துவம் வாய்ந்த ஓர் 'அறிக்கை'யை எழுதி வெளியிட்டிருந்த

அவர்கள், பிரஞ்சு மற்றும் ஜெர்மானியப் புரட்சிகளை அவர்களது கோட்பாடுகளைப் பரிசோதித்து அறிந்து கொள்ளும் ஒரு வரலாற்றுச் சந்தர்ப்பமாக எதிர்கொண்டனர். ஆயினும் 1848 - 50 புரட்சிகள் எதிர்பார்த்த வெற்றிகளைத் தரவில்லை.

முடியாட்சியை ஒழிப்பது, அனைவருக்கும் வாக்குரிமை, அரசியல் சட்ட உருவாக்கம் என்பது வரையில் தொழிலாளர்களின் ஆற்றலைப் பயன்படுத்திக் கொண்ட பூர்ஷ்வா வர்க்கம், அதன்பின்னர் உடனடியாக நிலவுடமைச் சக்திகளுடன் சேர்ந்து கொண்டு, தொழிலாளர் வர்க்கத்தை ஒடுக்கி அழிக்கும் வேலையில் இறங்கியது. பூர்ஷ்வா சந்தர்ப்பவாதத்தின் செயல்பாடுகளை மார்க்சும் எங்கெல்சும் நேரடியாகச் சந்தித்தனர். அதிர்ச்சி அடைந்த மார்க்சும் எங்கெல்சும் தொழிலாளர் வர்க்கம் தனிமைப்பட்டுப் போனதை உணர்ந்தனர். புரட்சி குறித்த எமது பிரமைகள் அந்நாட்களில் உடைந்தன என்று மார்க்ஸ் எழுதினார். அந்நிலையில் தான், தொழிலாளர் வர்க்கத்தின் கூட்டணி சக்திகள் எவை? என்ற கேள்வியை முன்வைத்து மார்க்சும் எங்கெல்சும் தீவிரமாகச் சிந்திக்கத் தொடங்கினர்.

1848-52 புரட்சிகளை அடுத்து மார்க்சும் எங்கெல்சும் நான்கு நூல்கள் எழுதினர். அவை அப்புரட்சிகளைப் பற்றிய சமகால பகுப்பாய்வுகளைக் கொண்டவை. (முதன்முறையாக) வரலாறு குறித்த பொருள்முதல்வாத அணுகுமுறையில் பிரெஞ்சு மற்றும் ஜெர்மன் புரட்சிகளை அந்நூல்கள் ஆராய்ச்சி செய்துள்ளன என்று அறிஞர்கள் மதிப்பிடுகின்றனர். அந்நூல்கள்: பிரான்சில் வர்க்கப் போராட்டங்கள் 1848-1850, லூயி போனபார்ட்டின் பதினெட்டாம் புரூமேர், ஜெர்மனியில் புரட்சியும் எதிர்ப்புரட்சியும், ஜெர்மனியில் விவசாயிகள் யுத்தம் 1540-60 ஆகியவை. பிரான்சு குறித்த முதல் இரண்டு நூல்களை மார்க்ஸ் எழுதினார். ஜெர்மனி குறித்த இரண்டு நூல்களை எங்கெல்ஸ் எழுதினார்[2].

பூர்ஷ்வா வர்க்கத்தின் தனித்த பண்பாக நிலவுடமை எதிர்ப்பு மற்றும் பழமை எதிர்ப்பை மார்க்ஸ் பெரிதும் நம்பினார். ஆனால் 1848-50களில் முதலாளிகள் அவர்களால் அப்போதுதான் தோற்கடிக்கப்பட்ட நிலப்பிரபுக்களோடு சேர்ந்து கொண்டு தொழிலாளர் வர்க்கத்தை வீழ்த்த முனைந்ததை மார்க்ஸ் கண்கூடாகக் கண்டார். அத்தகைய சூழல்களில், தொழிலாளர்கள் ஏன் விவசாயிகளோடு சேர்ந்து கொள்ள முடியாது? என்ற கேள்வியை மார்க்சும் எங்கெல்சும் விவாதித்தனர். பொருளாதாரரீதியாக விவசாயிகளைச் சிறு உடைமைதாரர்கள் என்று

மதிப்பிடும் நிலையைக் கடந்து, அரசியல்ரீதியாக அவர்களது ஒடுக்கப்பட்ட நிலை, நிலவுடமையின் கீழ் நீண்டகால வறுமை, மத்தியகால வரலாற்றில் விவசாயிகளின் போராட்ட அனுபவங்கள் ஆகியவற்றைக் கொண்டு விவசாயிகளை மார்க்சும் எங்கெல்சும் மறு மதிப்பீடு செய்தனர். கிறித்தவ சமய வரலாற்றில் கத்தோலிக்கம், சீர்திருத்த கிறித்தவம் எனும் மிகப்பெரும் பிளவை உருவாக்கியதில் விவசாயிகளின் போராட்டங்களுக்கான பாத்திரம் குறித்து எங்கெல்ஸ் ஒரு பெரும் ஆய்வை மேற்கொண்டார். அதுவே ஜெர்மனியில் விவசாயிகள் யுத்தம் என்ற தலைப்பினைப் பெற்ற நூலாகியது. கிறித்தவ மதம் இரண்டாக உடைந்த அந்த மாபெரும் சம்பவம் உண்மையில் ஐரோப்பாவில் முதலாளியத்தின் பிறப்பைக் குறிக்கிறது என்றும், அச்சம்பவத்தில் விவசாயிகள் முதன்மையான பாத்திரமேற்றனர் என்றும் எங்கெல்ஸ் அந்நூலில் எழுதினார். விவசாயிகளின் மொழியை, சொல்லாடல்களை, உத்திகளைத் தொழிலாளர் வர்க்கம் புரிந்து கொள்ள வேண்டும் என எங்கெல்ஸ் எழுதினார். 'கம்யூன்' எனப்படும் வாழ்க்கை முறை விவசாயிகளுக்கு மிகவும் நெருக்கமானது என்றும் விவசாயிகளின் மதநம்பிக்கைகளிலும் அரசியலிலும் கற்பனாவாத சோசலிசக் கருத்துக்கள் நிறைந்து கிடக்கின்றன என்றும் எங்கெல்ஸ் சுட்டிக் காட்டினார். 1540 ஆம் ஆண்டின் ஜெர்மானிய விவசாயிகள் யுத்தத்தின் 'மறுபதிப்பு' இப்போது மீண்டும் தேவைப்படுகிறது என்றும் அவர் எழுதினார். மார்க்சும் எங்கெல்சும் தொழிலாளர் விவசாயிகளின் நிரந்தரக் கூட்டணி எனும் வியூகத்தை இக்காலத்தில் வந்தடைந்தனர்.

விளிம்பு நிலை மார்க்ஸ்

1850-60 ஆம் ஆண்டுகள் மார்க்ஸ் எங்கெல்சுக்கு ஓரளவு அமைதியான காலம். இக்காலங்களில் மார்க்ஸ் அமெரிக்காவிலிருந்து வெளிவருகிற நியூயார்க் டிரிபியூன் எனும் பத்திரிக்கையின் ஐரோப்பிய முதன்மை நிருபராகப் பணிபுரிந்தார்[3]. நியூயார்க் டிரிபியூன் அமெரிக்காவிலிருந்து வெளிவந்த சனநாயக அரசியல் கொண்ட பத்திரிக்கை என அந்நாட்களில் அறியப்பட்டிருந்தது. அமெரிக்க வாசகர் களுக்காக, ஐரோப்பிய அரசியல் குறித்து எழுதி அனுப்ப வேண்டிய வேலை மார்க்சுக்கு வழங்கப்பட்டிருந்தது. அமெரிக்க நாடு பிரிட்டிஷ் சாம்ராஜ்யத்தின் காலனி நாடுகளில் ஒன்றாக இருந்து 1776 ல் விடுதலை பெற்ற நாடு. எனவே காலனி ஆதிக்க எதிர்ப்பு கொண்ட சனநாயக அரசியல் அந்நாட்டிடமிருந்து எதிர்பார்க்கப்பட்டது. அமெரிக்காவின் விடுதலை பிரிட்டிஷ் முதலாளியத்தைப் பெரிதும் பலவீனப்படுத்திய வரலாற்று நிகழ்வும் கவனிக்கத் தக்கது. மார்க்சின் அரசியல்

வியூகங்களில் அமெரிக்க நாட்டிற்கு அந்நாட்களில் குறிப்பிடத்தக்க இடம் இருந்தது.

ஐரோப்பிய அரசியலைப் பற்றி எழுதத் தொடங்கிய மார்க்ஸ், ஐரோப்பியப் பேரரசுகளின் காலனிய அரசியலைப் பற்றி ஆர்வம் காட்டத் தொடங்கினார். இது மார்க்சுக்குக் கிடைத்த மற்றொரு மிக அற்புதமான திறப்பு. காலனிய அரசியலினுள் நுழைந்த மார்க்ஸ், இந்தியா, எகிப்து, சீனா, ஆப்பிரிக்க நாடுகள், அரேபிய நாடுகள் ஆகியவற்றின் விரிவான வரலாற்று நூல்களை அள்ளிப் போட்டுக் கொண்டு பயிலத் தொடங்கினார். சீனாவில் அப்பொழுது நடந்து கொண்டிருந்த தைப்பிங் விவசாயிகள் எழுச்சியும், இந்தியாவில் 1856 சிப்பாய்கள் எழுச்சியும் அவரது கவனத்தைக் கவர்ந்தன. ஐரோப்பாவின் உள்ளேயே அயர்லாந்திலும் போலந்திலும் ஒடுக்கப்பட்டிருந்த தேசிய இனங்கள் விடுதலைக்காகப் போராட எழுவதை மார்க்ஸ் எங்கெல்சால் காணமுடிந்தது.

வரலாறு என்பதைக் காலவரிசையிலான அடுக்குகளாகவே காணும் போக்கு முன்காலங்களிலேயே இருந்து வந்த ஒரு முறைமை. மார்க்ஸ் வரலாற்றைப் பற்றிப் பேச முன்வந்தபோது, காலவரிசையைத் தவறவிடாமல் அதே வேளையில் சமூக உற்பத்தி முறைகளுக்கு முன்னுரிமை வழங்கினார். மார்க்சியத்தின் மிகப்பெரும் பங்களிப்பு களில் ஒன்றாக இது அமைந்தது. ஆயின் இன்னும் கூடுதலாக, காலனி ஆதிக்கம் பற்றிய மார்க்சின் கட்டுரைகளில் உலக அளவில் பரந்து பட்ட பல நாடுகள் மார்க்சின் ஆய்வுகளுக்குள் வந்து சேருகின்றன. வரலாறு என்பது காலவரிசை என்ற குத்துக் கோடு மட்டுமல்ல, அது ஒரே காலத்தளத்தில் பல் வேறு நாடுகளைப் பரப்பளவிலும் கொண்டது என்ற இலக்கணத்தை மார்க்ஸ் இங்கு கையாளுகிறார். காலவரிசையும் பரப்பளவும் இணையும் போதே (Time and Space) சமூக வரலாற்றின் சித்திரம் முழுமையடைகிறது என்பதை இங்கு உணர முடிகிறது.

ஐரோப்பிய முதலாளியத்தின் ஆரம்ப மூலதன உருவாக்கத்தில் (Primitive Accumulation of Capital) காலனியத்தின் அடிப்படையான பங்கு உள்ளது என்ற முடிவுக்கு மார்க்ஸ் இக்காலத்தில் வந்து சேர்ந்தார். அயர்லாந்தின் பருத்தி இல்லாமல் இங்கிலாந்தின் ஆலைகள் இயங்காது என்பதை மார்க்சால் கவனிக்க முடிந்தது. அமெரிக்காவின் விவசாய விளைபொருட்கள் ஐரோப்பியச் சந்தைக்கு வந்து சேர்ந்த போது, பிரிட்டிஷ் பேரரசின் பொருளாதாரம் தடுமாறியது என்று

மார்க்ஸ் எழுதுகிறார். அயர்லாந்து மற்றும் போலந்தின் தேசிய விடுதலை இயக்கங்களுக்கு மார்க்ஸ் ஐரோப்பியத் தொழிலாளர்களின் ஆதரவைத் திரட்டினார். அயர்லாந்தின் விடுதலைக்காகப் போராடிய விவசாயப் போராளிகளை எங்கெல்ஸ் 'உப பாட்டாளிகள்' (Sub Proletariats) என்று அழைத்தார். இந்தியா, இந்தோனேசியா போன்ற நாடுகளில் விடுதலை இயக்கங்கள் திரண்டெழுவதையும் மார்க்ஸ் அக்கறையுடன் கவனித்தார். இந்திய நாடு குறித்த சமூக வரலாற்று நூல்களை அவர் வாசித்தார். இந்திய சமூக அமைப்பு ஐரோப்பிய வரலாற்றிலிருந்து வேறுபடுவதை அவரால் கணிக்க முடிந்தது. புராதன இனக்குழு, அடிமை முறை, நிலவுடமை ஆகியவை இணைந்து செம்மிப்போன ஒரு சாதிச் சமூக அமைப்பை இந்தியா கொண்டுள்ளது என்று மார்க்ஸ் எழுதினார். ஆசிய உற்பத்தி முறை என்ற புதிய கருத்தாக்கத்தை மார்க்ஸ் உருவாக்கினார். ஐரோப்பாவிலிருந்து விலகிய வேறுவகையான வளர்ச்சிப் பாதை குறித்த விவாதங்களுக்கு இன்று வரை மார்க்சின் எழுத்துக்கள் இடமளிக்கின்றன.

1861-65 ஆம் ஆண்டுகளில் அமெரிக்கக் கறுப்பின மக்கள் அமெரிக்காவில் வழக்கிலிருந்த அடிமை முறைக்கு எதிராகக் கிளர்ந்தெழுந்த நிகழ்வு குறித்த தனது மதிப்பீடுகளையும் மார்க்ஸ் எழுத்தில் விட்டுச் சென்றுள்ளார். ஈராயிரம் ஆண்டுகளுக்கு முன்னதாக கிரேக்கத்தில் வழக்கிலிருந்த அடிமை முறையை விட அதிகக் கொடுமையான ஓர் அடிமை முறையை நவீன முதலாளியச் சமூகம் மறு உற்பத்தி செய்துள்ளது என்பதை மார்க்ஸ் சுட்டிக் காட்டுகிறார். அமெரிக்க முதலாளியம் அடிமை முறையை மறுஉற்பத்தி செய்தமையைத் தனி ஒரு நிகழ்வாகவே ஆய்வு செய்ய வேண்டிய அவசியம் இங்கு ஏற்படுகிறது. முதலாளியச் சமூகத்தின் சனநாயக வாய்ப்புகளை கறுப்பின அடிமைமுறை அறவே இல்லாமலாக்கி விடுகிறது என்று வாதம் மார்க்சின் எழுத்துக்களிலிருந்து எழுகிறது. ஆயுதங்களால் தீர்வு காணவேண்டிய பிரச்சினையை ஆப்ரகாம் லிங்கன் சட்டபூர்வமாகத் தீர்த்துவிடலாம் எனக் கருதுகிறார் என்று மார்க்ஸ் எழுதினார்.

தொழிலாளி வர்க்கம், விவசாயிகள் என்ற முந்தைய வட்டம் இப்போது அதைவிடப் பெரிதாகி வளருவதை மார்க்சிடம் காணுகிறோம். காலனியத்தின் பொருளாதார அரசியல், தேசிய விடுதலை சக்திகள், ஆசிய உற்பத்தி முறை, கறுப்பின மக்களின் விடுதலை போன்ற பல புதிய காத்திரமான சங்கதிகள் இப்போது மார்க்சிய விவாதங்களுக்குள் நுழைகின்றன. மேற்கல்லாத நாடுகள் இந்த விவாதங்களுக்குள் முக்கியப் பொருண்மைகளாகின்றன. ஐரோப்பா அல்லாத வட்டாரங்கள், நாடுகள்

இப்போது மார்க்சிய விவாதங்களுக்குள் உள்ளிழுக்கப்படுகின்றன. முதலாளியமல்லாத, முதலாளியத்திற்கு முந்திய சமூக அமைப்புகள் குறித்த செய்திகளும் இந்த விவாதங்களில் இடம் பெறுகின்றன. மார்க்சியம் ஐரோப்பாவைத் தொட்டுத் தொடங்கி, தூரப்பிரதேசங்களை நோக்கிப் பயணப்படும் தறுவாயாக இது அமைந்துள்ளது. மார்க்சியத்தின் வரலாற்றில் சமநிலையற்ற சர்வதேசியச் சூழல்கள் சார்ந்த வியூகங்கள் உருவாகும் தருணமாக இக்காலக்கட்டம் அமைகிறது.

அரசியல் பொருளாதார வியூகம்

1867 ஆம் ஆண்டில் மார்க்சின் 'மூலதனம்' நூலின் முதல் பகுதி வெளியானது. தொழிலாளர் வர்க்கப் புரட்சிக்கான முன் எந்த வியூகத்தை விடவும் அதிக ஆற்றலுள்ள வியூகமாக மார்க்சின் மூலதனம் நூல் அமைந்தது எனலாம். மார்க்சின் மிகப்பெரிய கண்டுபிடிப்பு என அவரது உபரி மதிப்பு குறித்த கோட்பாடு எங்கெல்சால் குறிக்கப் படுகிறது. உபரி மதிப்பு உற்பத்தி செய்யப்படுவதன் மூலமே தொழிலாளியின் உழைப்பு சுரண்டப்படுகிறது. முதலாளிய உற்பத்தி முறைமையின் சமநிலை பிறழ்வு உபரி உற்பத்தியின் மூலமாகவே நிகழ்கிறது. மூலதனத்திற்கும் தொழிலாளரின் கூலிக்கும் இடையிலான இயங்கியல் முரண்பாடு உபரியின் மூலமாகவே தொழில்படுகிறது.

முதலாளிய சமூகத்தின் குறிப்பிட்ட ஒரு வளர்ச்சி நிலையில் மனித உழைப்பே விலை கொடுத்து வாங்கப்படும் (விற்கப்படும்) பண்டமாக மாற்றப்பட்டு அதன் விளைவாக மனித உழைப்பு மனிதரிடமிருந்தே அந்நியப்படுகிறது என்பதையும் மூலதனம் நூல் எடுத்துக் காட்டுகிறது. எல்லாவற்றிற்கும் மேலாக, முதலாளிய சமூகம் தீர்க்கவொண்ணாத முரண்பாடுகளின் மீது கட்டப்பட்டுள்ளது என்ற அடிப்படை உண்மை மூலதனம் நூலிலேயே நிறுவப்பட்டுள்ளது. அந்த முரண்பாடுகளின் வளர்ச்சியினால் முதலாளியப் பொருளாதாரம் ஒவ்வொரு 20-30 ஆண்டுகளுக்கு ஒருமுறை கொடூரமான நெருக்கடியைச் சந்திக்கிறது என்பதும் மூலதனம் நூலிலேயே வரையறுக்கப்பட்டுள்ளது. இந்தவகையில் மூலதனம் நூல் முதலாளியத்தை வீழ்த்துவதற்கான மார்க்சின் மிகப்பெரிய வியூகம் என்பதைக் காண்கிறோம்.

பாட்டாளி வர்க்க சர்வதேசியம்

பாட்டாளி வர்க்க சர்வதேசியம் என்பது மார்க்சால் இளமையி லிருந்தே கையிலெடுக்கப்பட்ட ஒரு கோட்பாட்டு நிலை. "உலகத் தொழிலாளர்களே, ஒன்று சேருங்கள்" என்பது அவரது கோஷம். மார்க்சின் புலம்பெயர் வாழ்க்கை பாட்டாளி வர்க்க சர்வதேசியத்தின்

அவசியத்தையும் வலிமையையும் அவருக்கு உணர்த்தியிருக்கலாம். இங்கிலாந்தில் தொழில் புரட்சியிலிருந்தே தொடக்கம் பெற்ற முதலாளியம் அடுத்தடுத்து பிரான்ஸ், பெல்ஜியம், ஜெர்மனி, இத்தாலி போன்ற நாடுகளில் வேகமாகப் பரவிவந்ததை மார்க்சால் அவதானிக்க முடிந்தது. கூடுதலாக, ஐரோப்பிய நாடுகள் உலகமெங்கும் காலனிகளைக் கைப்பற்றி மூலதனக் குவியலை நிகழ்த்தி வருவதையும் மார்க்ஸ் கண்டறிந்தார். விவிலிய நூலில், இறைவன் தனது சாயலிலேயே மனிதனைப் படைத்தார் என்று சொல்லப்பட்ட வாக்கியத்தை மார்க்ஸ் சிறிது உருமாற்றி, முதலாளியம் தனது சாயலிலேயே உலகைப் படைக்க முனைகிறது என்று கம்யூனிஸ்ட் அறிக்கையில் எழுதினார். உலகமயமாக்கம் என இன்று சொல்லப்படும் விடயம் முதலாளியத்தின் தோற்றத்திலேயே வேர்கொண்டுள்ளது என்பதை மார்க்ஸ் உணர்ந்திருந்தார். முதலாளியம் உலகமெங்குமிருந்து பருத்தி, மரம், நிலக்கரி, எண்ணெய், கனிம வளங்கள் ஆகியவற்றைக் கொள்ளையடிக்கிறது. உலக நாடுகளின் உழைப்பாளர் சக்தியையும் அது அடிமைப்படுத்துகிறது. ஆசிய ஆப்பிரிக்க லத்தீன் அமெரிக்க நாடுகளைத் தனது உற்பத்திப் பொருட்களின் சந்தையாகவும் பயன்படுத்திக் கொள்கிறது. உலகம் முழுவதையும் ஆக்கிரமித்து ஆட்கொள்ளும் முதலாளியத்தின் வேலைத்திட்டத்திற்குச் சரியான மாற்றாகவே மார்க்ஸ் பாட்டாளி வர்க்க சர்வதேசியம் என்ற கோட்பாட்டு வியூகத்தை உருவாக்கினார்.

1864 ஆம் ஆண்டில் லண்டனைத் தலைமையிடமாகக் கொண்டு சர்வதேசத் தொழிலாளர் சங்கம் (International Workingmen's Association) என்ற அமைப்பு உருவாக்கப்பட்டது. முன்னேறிய இரண்டு முதலாளிய நாடுகளான பிரிட்டன், பிரான்ஸ் ஆகியவற்றின் தொழிற்சங்க இயக்கங்களை ஒன்றுபட்ட திசையில் கொண்டுசெல்வதற்கான சில வேலைத்திட்டங்களை வகுப்பதற்காக இந்த அமைப்பு உருவாக்கப் பட்டது. பின்னாட்களில் பெல்ஜியம், ஜெர்மனி, இத்தாலி போன்ற நாடுகளின் தொழிற்சங்கங்களும் இவ்வமைப்பில் பங்கேற்றன. சர்வதேசத் தொழிலாளர் சங்கம் வரலாற்றில் முதல் அகிலம் என்ற பெயருடன் அது அறியப்படுகிறது. அகிலத்தின் முதல் மாநாட்டில் அதன் கொள்கை அறிக்கையை முன்வைக்கும் பொறுப்பு மார்க்சிடம் ஒப்படைக்கப்பட்டது. பெரும்பாலும் தொழிற் சங்கச் செயல்பாடுகளின் ஒருங்கிணைப்பு என்ற வடிவத்தை முன்வைத்தே அகிலம் அந்நாட்களில் செயல்பட்டது. இருப்பினும் கம்யூனிஸ்ட் அரசியல் என்ற வடிவமும் விரைவில் சேர்ந்து கொண்டது. இவற்றைக் கடந்து, பாட்டாளி வர்க்க சர்வதேசியம் என்ற புதிய உணர்வு மின்னல் போல ஐரோப்பிய

நாடுகளை ஊடறுத்துப் பரவியது. பாட்டாளி வர்க்க சர்வதேசியத்தைக் கண்டு ஐரோப்பிய ஆளும் வர்க்கங்கள் அச்சமடைந்தன.

பாட்டாளி வர்க்க சர்வதேசியம் என்பது உழைக்கும் மக்களின் சர்வதேசியம். அது ஒடுக்கப்பட்ட மக்களின் சர்வதேசியம். அது உலகு தழுவிய காத்திரமானதொரு மனிதநேயம். போர்க்குணம் கொண்ட மனிதநேயம். உழைப்பே மனித குல வாழ்வின் அச்சாணி என்ற கோட்பாட்டைக் கொண்ட மார்க்சியம் உலகமெங்குமுள்ள உழைப்பாளிகளுக்கிடையில் சகோதரபாவத்தை முன்மொழிந்தது. சோசலிசம் என்ற எதிர்காலம் குறித்த கணிப்பைவிட அதிக சமகாலத் தன்மை கொண்ட விழுமியம் சர்வதேசியம். அது உலகெங்குமுள்ள போராடும் மக்களின் மாபெரும் நம்பிக்கை உணர்ச்சி. இந்தப் புதிய உணர்ச்சி பெரிதும் மரியாதைக்குரியது. பல்வேறு பூகோள, தேசியப் பரப்புகளுக்குள், பல்வேறு வரலாற்று வளர்ச்சி நிலைகளில் வாழும் உழைக்கும் மக்கள் பரஸ்பரம் தமக்குள் அனுபவங்களையும் ஆற்றாமைகளையும் பகிர்ந்து கொண்டு கரம் கோர்த்துப் போராடும் மிகப்பெரும் ஆற்றலுக்குப் பெயர் பாட்டாளி வர்க்க சர்வதேசியம். இதைத்தான் தமிழில் தோழர் ஜீவா "கோடிக்கால் பூதமடா!" என்றார்.

பாட்டாளி வர்க்க சர்வதேசியம் கடந்த இரண்டு நூற்றாண்டுகளில் பல அற்புதமான பங்களிப்புகளை வழங்கியுள்ளது. 1871 ல் உருவான 'பாரீஸ் கம்யூன்' என்ற எழுச்சி பாட்டாளி வர்க்க சர்வதேசியத்தின் ஒரு விளைவாக அமைந்தது. தினசரி நடைமுறை அரசியலில், தொழிலாளர் போராட்டங்களை உடைக்க அண்டை நாடுகளிலிருந்து தொழிலாளரைக் கொண்டுவரும் ஆளும்வர்க்க முயற்சிகளை அது முறியடித்தது. ஏகாதிபத்தியம் என்று பெருமுதலாளியக் கூட்டமைப்பை முன்னுணர்ந்து அதனைப் பாட்டாளி வர்க்க சர்வதேசியம் எதிர்கொண்டது. ஸ்பெயினில் பாசிசம் ஆட்சியைக் கைப்பற்றியபோது உலகமெங்குமிருந்து தொழிளாளர் படைகள் சனநாயகத்திற்கான போராட்டங்களில் பங்கேற்றன. கம்யூனிஸ்ட் அகிலங்களின் அனுபவத்தைப் பின்பற்றி, கீழைநாட்டுப் போராளிகளின் அகிலம், விவசாயிகளின் அகிலம் போன்ற அமைப்புகளும் உருவாயின. இன்றுவரை ஏகாதிபத்திய நாடுகளுக்கு எதிரான போராட்டங்களில் சர்வதேச தொழிலாளர் ஒருமைப்பாட்டு உணர்வு ஒரு முக்கியமான போராட்ட வியூகமாகத் தொழில்பட்டு வருகிறது.

நவீன விஞ்ஞானங்களும் மார்க்சியமும்

18-19 ஆம் நூற்றாண்டுகளில் நவீன விஞ்ஞானத் துறைகள் ஐரோப்பிய நாடுகளில் செல்வாக்குடன் நிலை கொண்டன. விஞ்ஞான

ரீதியான சிந்தனைக்குச் சமமாக அறிவுபூர்வமாக தமது சிந்தனையும் இருக்க வேண்டும், அங்கீகரிக்கப்பட வேண்டும் என்று தத்துவவாதிகள் கூட அந்நாட்களில் விரும்பினர். பொருள்முதல்வாதிகள் மட்டுமின்றி, மறைஞானிகள் வரை விஞ்ஞானம் என்ற சொல்லை, அணுகுமுறையை விருப்புடன் நாடி நின்றனர். ஹெகல் என்ற மாபெரும் கருத்துமுதல்வாதி, கிறித்தவ இறையியலாளர் "விஞ்ஞானம், விஞ்ஞானபூர்வமான..." என்ற சொற்களைச் சரளமாக தனது எழுத்துக்களில் பயன்படுத்தினார்.

மார்க்ஸ், எங்கெல்ஸ் ஆகியோர் பொருள்முதல்வாதிகளாகவும் நாத்திகர்களாகவும் விஞ்ஞான அணுகுமுறைகளை பெரிதும் சார்ந்து நின்றனர். சமூகவியல், தத்துவம், அரசியல் சார்ந்த தமது சிந்தனைகளை அவர்கள் விஞ்ஞானபூர்வமானவை என்று அறிமுகப்படுத்தத் தயங்கியது கிடையாது. தத்துவங்களில் அதிகம் பேசப்படும் அனுபூதிச் சிந்தனையும் மறைஞான மொழியும் விரைவில் இல்லாமல் போய்விடும் என்றே அவர்கள் கருதினர். மிக விரைவில் எதிர்காலத்தில் நவீன விஞ்ஞானங்களே தத்துவங்கள் வகிக்கும் இடத்தைக் கைப்பற்றிக் கொள்ளும் என்று அவர்கள் கருதினர். தத்துவத்தின் முடிவு (End of Philosophy) என்ற ஒரு பிரச்சினை குறித்து மார்க்சும் எங்கெல்சும் பேசினர் என்ற ஒரு கருத்தும் உண்டு.

'இயற்கையின் இயங்கியல்' எனும் எங்கெல்சின் நூல் இயற்கை விஞ்ஞானங்களில் இயங்கியல் முறைகள் தொழில்படுகின்றன என்பது குறித்து விரிவாகப் பேசுகின்றது. விஞ்ஞானங்கள் மிக இயல்பாகவே பொருள்முதல்வாதம், இயங்கியல் ஆகிய தத்துவநிலைகளைக் கொண்டுள்ளன என்பதை எங்கெல்ஸ் நிரூபித்துக்காட்ட விழைந்தார். தனது 'டூரிங்கிற்கு எதிராக...' என்ற நூலில் எங்கெல்ஸ் மார்க்சிய தத்துவ நிலைப்பாடுகளின் உருவாக்கத்திற்கு அடிப்படையாக அமைந்த இயற்கை விஞ்ஞானக் கண்டுபிடிப்புகள் குறித்த வரையறுக்கப்பட்ட கண்ணோட்டத்தை வழங்குவார். சோசலிசம் குறித்த மார்க்சியக் கருத்தாக்கத்தை விவரிக்கும் போதும் எங்கெல்ஸ் அது விஞ்ஞான பூர்வமான சோசலிசம் என்பதை எடுத்துக்காட்டுவதில் அதிக அக்கறை காட்டினார். அவரது மிகப் பிரபலமான நூல், 'கற்பனாவாத சோசலிசமும் விஞ்ஞான சோசலிசமும்' என்ற தலைப்பினைப் பெற்றிருந்தது.

மார்க்ஸ், எங்கெல்சின் 'விஞ்ஞானபூர்வமான' என்ற சொல் வழக்கமாக விஞ்ஞானிகள் பயன்படுத்தும் அதே சொல்லின் பொருண்மையிலிருந்து சிறிது வேறுபட்டது. பொதுவாக நேர்க் காட்சியாக, அறிவுபூர்வமாக, தருக்க ரீதியாக, புறவயமாக என்ற பொருண்மைகளிலேயே விஞ்ஞான

பூர்வமாக என்ற சொல் அறிஞர்களால் பயன்படுத்தப்படுகிறது. ஆயின் நடைமுறைரீதியாக, இயங்கியல் நோக்கில், உழைக்கும் வர்க்க நோக்கில் என்ற பொருண்மைகளையும் சேர்த்துக் கொண்டு மார்க்ஸ், எங்கெல்சின் விஞ்ஞானபூர்வமான என்ற சொல் ஒலிக்கிறது. இவ்வாறாக, மார்க்சிய சிந்தனையை ஒரு விஞ்ஞானபூர்வமான உலகநோக்காக முன்வைக்கும் ஓர் எத்தனிப்பை மார்க்ஸ் எங்கெல்சின் எழுத்துக்களில் நாம் காணுகிறோம்.

முதலாளியமல்லாத சமூக அமைப்புகள்

மார்க்சும் எங்கெல்சும் அவர்களின் வாழ்நாள் முழுவதும் ஒவ்வொரு புதிய சூழல்களைச் சந்தித்த போதும் தமது கோட்பாட்டு வியூகங்களை உருவாக்கியபடியே இருந்தனர். வாழ்வின் இறுதிக் காலத்தில் மார்க்ஸ் விருப்புடன் பயின்ற நூல் அமெரிக்க மானுட வியலாளரான லூயி மார்கன் என்பாரின் 'பண்டைய உலகம்' என்பதாகும். அந்நூல் முதலாளியத்திற்கு முந்திய யுகங்களைப் பற்றியது. மார்க்ஸ் எங்கெல்ஸ் எழுத்துக்களில் முதலாளியத்துக்கு முந்திய சமூகங்கள் பற்றிய நேரடியான படைப்புகள் குறைவு. எனவே மார்கனின் சில கண்டுபிடிப்புகளை முன்வைத்து பண்டைய உலகம் பற்றிய ஒரு நூல் எழுத வேண்டுமென்று மார்க்ஸ் விரும்பினார். ஆயின் அவரால் அதனைச் செய்து முடிக்க முடியவில்லை. இருப்பினும் மார்க்சின் விருப்பத்தை நிறைவேற்றுவது போல எங்கெல்ஸ் 'குடும்பம், தனிச் சொத்து, அரசு ஆகியவற்றின் தோற்றம்' என்ற ஒரு நூலை எழுதி வெளியிட்டார். இந்நூலுடன் 'குரங்கிலிருந்து மனிதன் தோன்றியதில் உழைப்பின் பாத்திரம்' என்ற எங்கெல்சின் சிறுநூலையும் (கட்டுரையையும்) சேர்த்துக் கோள்ளவேண்டும். மார்க்சியத்தின் மிக அடிப்படையான திசைவழி அல்லது வியூகம் ஒன்றை இந்நூல்கள் குறித்து நிற்கின்றன. எங்கெல்சின் இந்நூல்களின்றி உண்மையில் இன்றைய மார்க்சியத்தின் வரலாற்றுக் கோட்பாட்டை முழுவடிவில் உருவகிப்பதே சாத்தியமில்லாத ஒன்றாகும். பண்டைய வரலாறு சார்ந்த ஒரு மிகப்பெரிய இடைவெளியை இட்டு நிரப்பும் நூலாக இது அமைந்துள்ளது. ஒருவர் உணர்வுபூர்வமாக மார்க்சியச் சிந்தனையை ஏற்பதும் நிராகரிப்பதும் பல வேளைகளில் இந்நூல் வரைந்து காட்டும் வரலாற்று சித்திரத்தைப் பொறுத்து அமைகிறது.

புராதனச் சமூக அமைப்பில் குல மரபு உறவுகளுக்கும் பொருளுற்பத்தி உறவுகளுக்கும் இடையிலான முரண்பாடு இந்நூலின் அடிப்படையான பிரச்சினை ஆகும். இருவகை உறவுகளும் ஒரு நீண்ட

பழங்கால வரலாற்றுப் பரப்பில் முட்டி மோதிக்கொண்டு, அவற்றின் அழியாத எச்சங்கள் நவீன காலத்தின் முகப்பு வரை நீடிக்கும் அளவுக்கு தொடர்ந்து வந்தன என்ற விடயத்தை ஏங்கெல்ஸ் இந்நூலில் விரிவாகப் பேசுகிறார். குல மரபு உறவுகளின் வரலாற்று நீட்சிகளை எங்கெல்ஸ் 'குடும்பம், தனிச்சொத்து...' நூலில் எடுத்துக்காட்டுகிறார். ஜெர்மனியில் மார்க்குகள், ரஷ்யாவில் அப்ஷீனாக்கள், இந்தியாவில் பொது விவசாய நிலங்கள் போன்றவை நில உறவுகளில் பூர்வீகப் பொதுவுடமை வடிவங்களுக்கு சாட்சியாக நிற்கின்றன. நவீன காலத்திய தேசிய இனங்கள் அழிபடாத குல மரபு உறவுகளின் தொடர்ச்சி என்கிறார் ஏங்கெல்ஸ். அயர்லாந்தில் ஆங்கிலேயர்கள் குல உறவுகளைப் பலாத்காரமாக அழித்தபிறகும், மக்கள் மனத்தில் குறைந்தபட்சம் உள்ளுணர்வாகவேனும் அவை உயிரோடிருக்கின்றன. சென்ற நூற்றாண்டின் (18 ஆம் நூ.ஆ) மத்தியில் ஸ்காட்லாந்தில் அது முழுமலர்ச்சியுடன் இருந்து வந்தது. நம் காலம் வரை (19 ஆம் நூ.ஆ) நீடிக்கும் கெல்ட்டுகளின் பழமையான சட்டங்கள் குலம் என்னும் ரத்த உறவுமுறைகள் இன்னும் வீரியத்துடன் இருப்பதையே காட்டுகின்றன. இவையெல்லாம் ஏங்கெல்ஸ் எடுத்துக் காட்டும் வரலாற்றுச் சான்றுகள். 'குடும்பம், தனிச்சொத்து...' நூலில் எங்கெல்ஸ் குடும்பம் எனும் நிறுவனத்தையும் மணமுறைகளையும் செயலூக்கமாக இயங்கும் நிறுவனங்களாகக் காணுகின்றார். வரலாறு நெடுக அவை பல புதிய வடிவங்களை நோக்கி மாற்றம் பெற்று வந்துள்ளமையை எடுத்துக் காட்டுகிறார். பெண்ணிய நோக்கின் அடிப்படைகளை வகுத்துத் தரும் பல கோட்பாட்டுக் கூறுகள் எங்கெல்சின் இந்நூலில் வலுவாகப் பதிவாகியுள்ளன.

பண்பாடு, அரசியல், பொருளாதாரம், வரலாறு ஆகிய பல பரிமாணங்களை மிக நுட்பமாக ஏங்கெல்ஸ் இந்நூலில் ஒன்றிணைக் கிறார். இது வேறு எந்த ஒரு மார்க்ஸ்-ஏங்கெல்ஸ் நூலிலும் காணக் கிடைக்காத சித்திரம். வரலாறு என்ற துறையும் மானுடவியல் என்ற பிறிதொரு துறையும் மிக அழுத்தமாக இந்நூலில் சங்கமமாகின்றன. பண்பாட்டு மதிப்புகள், நிறுவனங்கள் ஆகியவற்றின் சமூக உளவியல் ஆற்றல்களை அறிவின் கவனத்திற்குக் கொண்டுவந்து அவற்றின் ஊடாக உடமை, அந்தஸ்து, அதிகாரம் ஆகியவை தொழில்படும் முறைமைகள் பற்றிய ஓர்மையை மானுடவியலால் ஏற்படுத்த முடிந்திருக்கிறது. பழஞ்சமூகக் கூறுகள் மிகுந்து விளங்கும் நாடுகளின் மார்க்சியர்களுக்குத் தேவையான அரசியல் வியூகங்களை உருவாக்க எங்கெல்சின் இந்நூல் பெரிதும் உதவுகிறது. மார்க்ஸ் எங்கெல்ஸ் ஆகியோரின் நூல்கள் ஒரே நேரத்தில் அறிவுக் கருவூலங்களாகவும் அரசியல் வியூகங்களாகவும் அமைகின்றன.

அடிக் குறிப்புகள்

1. மார்க்ஸ் எங்கெல்ஸ் தேர்வு நூல்கள், தொகுதி 1, நியூ செஞ்சுரி புக் ஹவுஸ், சென்னை, 2018, எனது அறிமுகவுரை, பக்.vii-xxiv
2. முதல் மூன்று நூல்களையும், மார்க்ஸ் எங்கெல்ஸ் தேர்வு நூல்கள், தொகுதி 3, நியூ செஞ்சுரி புக் ஹவுஸ், சென்னை, 2018 ல் பார்க்கவும். ஜெர்மனியில் விவசாயிகள் யுத்தம் நூலைப் பாரதி புத்தகாலயம், சென்னை இல் பார்க்கவும்.
3. Kevin B. Anderson, Marx At The Margins: On Nationalism, Ethnicity, and Non-Western Societies, The University of Chicago Press, Chicago & London, 2010

★★★